കമ്യൂണിസ്റ്റ് മാനിഫെസ്റ്റോ

സമകാലിക വായന

COMMUNIST MANIFESTO
SAMAKALIKA VAYANA

P Rajeev

Chintha Publishers
Thiruvananthapuram

First Edition
February 2021

Published & Typesetting
Chintha Publishers
Thiruvananthapuram

Cover Design
Vinod Mangos
Cover Painting
Gournica by Piccasso

ISBN : 978-93-90301-48-5
CO - 2987/5423

Email: chinthapublishers@gmail.com

Website: www.chinthapublishers.com

Distribution
DESHABHIMANI BOOKHOUSE
H O Thiruvananthapuram 695035
Branch
• Head Office Kunnukuzhi • Statue • KSRTC Bus Station Thiruvananthapuram.
• KSRTC Bus Station Alappuzha • KSRTC Bus Station Ernakulam
• Machingal Lane Thrissur • IG Road Kozhikode
• Mavoor Road Kozhikode • NGO Union Building Kannur
• Central Bus Terminal Complex Thavakkara Kannur

കമ്യൂണിസ്റ്റ് മാനിഫെസ്റ്റോ
സമകാലിക വായന

പി രാജീവ്

ചിന്ത പബ്ലിഷേഴ്സ്
തിരുവനന്തപുരം - 695 035

പി.രാജീവ്

തൃശ്ശൂർ ജില്ലയിൽ മേലഡൂരിൽ പുന്നാടത്ത് വീട്ടിൽ റവന്യൂ ഇൻസ്പെക്ടറായിരുന്ന, പരേതനായ പി വാസുദേവന്റേയും രാധാ വാസുദേവന്റേയും മകൻ. സാമ്പത്തിക ശാസ്ത്രത്തിലും നിയമത്തിലും ബിരുദവും കെമിക്കൽ എഞ്ചിനീയറിങ്ങിൽ ഡിപ്ലോമയും.

സി പി ഐ (എം) സംസ്ഥാന സെക്രട്ടേറിയേറ്റംഗം. *ദേശാഭിമാനി* ചീഫ് എഡിറ്റർ. 2015 ലും 2018 ലും സി പി ഐ (എം) എറണാകുളം ജില്ലാ സെക്രട്ടറി. എസ്എഫ്ഐ ജില്ലാ സെക്രട്ടറി, സംസ്ഥാന സെക്രട്ടറി, അഖിലേന്ത്യാ വൈസ് പ്രസിഡന്റ്, ഡിവൈഎഫ്ഐ ജില്ലാ സെക്രട്ടറി എന്നീ നിലകളിൽ പ്രവർത്തിച്ചു. 2009 മുതൽ 2015 വരെ രാജ്യസഭാ അംഗം. സഭ നിയന്ത്രിക്കുന്ന പാനൽ ഓഫ് ചെയർമാനായിരുന്നു. സി പി ഐ (എം) പാർലമെന്ററി പാർടി ഡെപ്യൂട്ടി ലീഡറായിരുന്നു. യുഎൻ പൊതുസഭയിൽ ഇന്ത്യയെ പ്രതിനിധാനം ചെയ്ത് സംസാരിച്ചു. പാർലമെന്റ് അഷ്വറൻസ് കമ്മിറ്റി ചെയർമാനായിരുന്നു.

2001 മുതൽ 2010 വരെ ദേശാഭിമാനി റെസിഡന്റ് എഡിറ്റർ. ഹവാനയിലെ ചേരിചേരാ ഉച്ചകോടി, ബ്രസീലിലെ ഇബ്സ സമ്മിറ്റ്, സ്കോട്‌ലാൻഡിലെ ജി എട്ട് ഉച്ചകോടി എന്നിവയിൽ പ്രധാനമന്ത്രിയുടെ മാധ്യമ സംഘത്തിൽ അംഗമായിരുന്നു. മികച്ച മുഖപ്രസംഗത്തിനുള്ള പന്തളം കേരളവർമ്മ പുരസ്കാരം നേടി.

ഹവാന, സൗത്ത് ആഫ്രിക്ക എന്നിവിടങ്ങളിൽ നടന്ന ലോക യുവജനോത്സവങ്ങളിൽ പങ്കെടുത്തു. പഞ്ചശീല ഉടമ്പടിയുടെ അറുപതാം വാർഷികത്തിൽ ഉപരാഷ്ട്രപതിക്കൊപ്പം ബീജിങ്ങിൽ ഇന്ത്യൻ സംഘാംഗമായി പങ്കെടുത്തു. പാർലമെന്ററി ഡെലിഗേഷന്റെ ഭാഗമായി സ്വീഡൻ, നോർവെ, പാകിസ്ഥാൻ എന്നീ രാജ്യങ്ങൾ സന്ദർശിച്ചു. ലണ്ടനിൽ നടന്ന കോമൺവെൽത്ത് പാർലമെന്ററി സംഘത്തിന്റെ ഭാഗമായിരുന്നു. ഫ്രാൻസ്, ഇറ്റലി, സ്വിറ്റ്സർലണ്ട്, റഷ്യ, ജർമ്മനി, കെനിയ, ഉഗാണ്ട, ഗൾഫ് രാജ്യങ്ങൾ എന്നിവയും സന്ദർശിച്ചിട്ടുണ്ട് .

2015 ലെ മികച്ച എം പിക്കുള്ള സൻസത് രത്ന പുരസ്കാരം, മികച്ച പൊതുപ്രവർത്തകനുള്ള പി കെ വി അവാർഡ്, എ സി ഷണ്മുഖദാസ് അവാർഡ്, സുകുമാർ അഴിക്കോട് പുരസ്കാരം, വേൾഡ് മലയാളി കൗൺസിലിന്റെ മികച്ച പൊതുപ്രവർത്തകനുള്ള പുരസ്കാരം, സഫ്ദർ ഹാഷ്മി പുരസ്കാരം, ലയൺസ് ക്ലബ്ബ് അവാർഡ് തുടങ്ങിയ അംഗീകാരങ്ങൾക്ക് അർഹനായി. എം പി ഫണ്ട് വിനിയോഗത്തിന്റെ പുതിയ സമീപനത്തിന് ദേശീയ, സംസ്ഥാന അംഗീകാരങ്ങൾ ലഭിച്ചു.

കൃതികൾ: *ആഗോളവൽക്കരണ കാലത്തെ ക്യാമ്പസ്, വിവാദങ്ങളിലെ വ്യതിയാനങ്ങൾ, കാഴ്ചവട്ടം, പുരപ്പുറമേൽ ചാഞ്ഞ മരം* (മറ്റുള്ളവരുമായി ചേർന്ന്), *1957 ചരിത്രവും വർത്തമാനവും* (എഡിറ്റർ) , *എന്തുകൊണ്ട് ഇടതു പക്ഷം, സത്യാനന്തര കാലത്തെ പ്രതീതി നിർമ്മാണം, ഭരണഘടന: ചരിത്രവും സംസ്കാരവും, മാർക്സിസ്റ്റ് ദർശനവും പ്രയോഗവും, പ്രവേശിക.*

ഭാര്യ: വാണി കേസരി (ഡയറക്ടർ, സ്കൂൾ ഓഫ് ലീഗൽ സ്റ്റഡീസ്, കൊച്ചി സർവ്വകലാശാല)
മക്കൾ: ഹൃദ്യ, ഹരിത.

വിലാസം
കിളിക്കൂട്
കൊച്ചിസർവ്വകലാശാല പിഒ
കൊച്ചി 22
prajeevcpm@gmail.com

പ്രസാധകക്കുറിപ്പ്

കമ്പോളവും മൂലധനവ്യവസ്ഥയും ചോദ്യം ചെയ്യപ്പെടാത്ത ശക്തികളായി മാറിയ ഇടത്തു നിന്ന് ലോക രാഷ്ട്രീയം തിരിഞ്ഞു നടക്കുന്ന ചരിത്രസന്ധിയാണിത്. തൊണ്ണൂറുകളുടെ തുടക്കത്തിൽ കുതിച്ചു മുന്നേറിയ മുതലാളിത്തം ഇന്ന് ജീവവായുവിനായി പരക്കം പായുകയാണ്. ഒട്ടുമിക്ക യൂറോപ്യൻ രാജ്യങ്ങളും കടുത്ത സാമ്പത്തിക മാന്ദ്യത്തിൽ വീണു കഴിഞ്ഞു. ആഗോള മാന്ദ്യത്തിന്റെ ആഘാതത്തിൽ ഗൾഫ് രാജ്യങ്ങൾ വൻ പ്രതിസന്ധിയെ നേരിടുന്നത് സ്വയം അനുഭവിച്ചറിയുന്നവരാണ് നമ്മൾ. സാമ്പത്തിക അടച്ചുപൂട്ടലിലേക്കു കോവിഡ് മഹാമാരി ലോകരാജ്യങ്ങളെ തള്ളിയിടുന്നതിനു മുൻപേ ആഗോള മുതലാളിത്തത്തിന്റെ രഥയാത്ര മണ്ണിൽ പൂണ്ടുകഴിഞ്ഞിരുന്നു, സോഷ്യലിസ്റ്റ് ചേരിക്കുണ്ടായ രാഷ്ട്രീയ തിരിച്ചടികൾ പകർന്നു നൽകിയ ഊർജം ഏതാണ്ട് മുഴുവനും ചോർന്നു കഴിഞ്ഞിരിക്കുന്നു. മുതലാളിത്ത ശരീരത്തിനേറ്റ മുറിപ്പാടുകൾ വിശകലനം ചെയ്യാൻ കമ്പോള വ്യവസ്ഥയുടെ വക്താക്കൾ പോലും മൂലധനം വീണ്ടും വായിച്ചു തുടങ്ങിയിരിക്കുന്നു.

ചരിത്രത്തിന്റെ അന്ത്യം പ്രവചിച്ചവർ ഇടതുപക്ഷ ചിന്തകൾ ശ്രവിച്ചു തുടങ്ങുന്ന ഈ വേളയിൽ മാർക്സിയൻ ക്ലാസ്സിക്കുകളെ പുതിയ രൂപത്തിൽ അവതരിപ്പിക്കാൻ ചിന്ത പബ്ലിഷേഴ്സ് ശ്രമിക്കുകയാണ്.

എക്കാലത്തെയും ശാശ്വത സത്യങ്ങൾ എന്ന നിലയ്ക്കല്ല, ഓരോ കാലഘട്ടത്തിലെയും യാഥാർഥ്യങ്ങളോട് പ്രതിപ്രവർത്തിച്ചു നിരന്തരമായി നവീകരിക്കപ്പെടുന്നവയായിരിക്കണം എല്ലാ സാമൂഹിക ശാസ്ത്രസിദ്ധാന്തങ്ങളും. ഇത്തരമൊരു കാഴ്ചപ്പാടിൽ ഊന്നിനിന്നുകൊണ്ടാണ് *കമ്യൂണിസ്റ്റ് മാനിഫെസ്റ്റോ* എന്ന അനശ്വര കൃതിയെ ഇവിടെ സമകാലിക വായനയ്ക്ക് രാജീവ് വിധേയമാക്കുന്നത്.കമ്മ്യൂണിസ്റ്റ് മാനിഫെസ്റ്റോയുടെ പൂർണ്ണരൂപവും ഗ്രന്ഥത്തിൽ ഉൾചേർത്തിരിക്കുന്നു. ഉള്ളടക്കത്തിൽ മാത്രമല്ല അവതരണത്തിലും പുതിയ കാലത്തിന്റെ അഭിരുചികളോട് ചേർന്ന് പോകാൻ ഞങ്ങൾ ശ്രമിക്കുകയാണ്. മാധ്യമ സമന്വയത്തിന്റെ ഈ കാലത്ത് ദൃശ്യ ശ്രാവ്യ രൂപത്തിലും ഈ പുസ്തകത്തിലെ ഉള്ളടക്കത്തെ നിങ്ങൾക്ക് അറിയാനാവും. സമകാലിക കേരളത്തിന് ഏറ്റവും പ്രിയങ്കരമായ സുനിൽ പി ഇളയിടത്തിന്റെ ശബ്ദത്തിലൂടെ *കമ്യൂണിസ്റ്റ് മാനിഫെസ്റ്റോ* ശ്രവിക്കാനുള്ള അവസരവും ഞങ്ങൾ എല്ലാവർക്കും ലഭ്യമാക്കുന്നു. ഈ എളിയ ശ്രമങ്ങൾ എല്ലാവർക്കും സ്വീകാര്യമാകും എന്ന് ഞങ്ങൾ വിശ്വസിക്കുന്നു.

ചിന്ത പബ്ലിഷേഴ്സ്

ആമുഖം

ലോക്ക് ഡൗൺകാലത്താണ് ഫേസ്ബുക്കിലൂടെ മാർക്സിസത്തിന്റെ അടിസ്ഥാനതത്വങ്ങളെ സംബന്ധിച്ച് ഹ്രസ്വ പ്രഭാഷണങ്ങൾ ആരംഭിച്ചത്. യാദൃച്ഛികമായാണ് തുടങ്ങിയതെങ്കിലും പിന്നീട് അത് എല്ലാ ദിവസവും തുടരുന്നതായി വികസിച്ചു. അതുകഴിഞ്ഞ് നടത്തിയ ചോദ്യോത്തരത്തിൽ കമ്യൂണിസ്റ്റ് മാനിഫെസ്റ്റോയെ അടിസ്ഥാനമാക്കി പ്രഭാഷണം നടത്തുന്നത് നന്നായിരിക്കുമെന്ന അഭിപ്രായം ഉയർന്നുവന്നു. പത്തു പ്രഭാഷണങ്ങൾ എന്ന രീതിയിലാണ് തുടങ്ങിയത്. എന്നാൽ, ആമുഖങ്ങൾ വിശദീകരിച്ചപ്പോൾ തന്നെ പത്തിലേക്ക് എത്തി.

വിദ്യാർഥിയായിരിക്കുമ്പോൾ, ആദ്യം മാനിഫെസ്റ്റോ വായിച്ചത് ആമുഖത്തിലേക്ക് പ്രവേശിക്കാതെ നേരെ ഉള്ളടക്കത്തിലേക്ക് കടന്നായിരുന്നു. എന്നാൽ പിന്നീടുള്ള വായനകളിൽ ആമുഖത്തിന്റെ പ്രസക്തി കൂടുതൽ കൂടുതൽ ബോധ്യമായി. മാർക്സും എംഗൽസും ഒന്നിച്ചും പിന്നീട് എംഗൽസ് ഒറ്റയ്ക്കും എഴുതിയ ആമുഖങ്ങൾ തൊഴിലാളി വർഗ്ഗ ദർശനത്തിന്റെ വികാസ ചരിത്രത്തിലേക്ക് മാത്രമല്ല വെളിച്ചം വീശുന്നത്. ചരിത്രരേഖയായി മാറിക്കഴിഞ്ഞ മാനിഫെസ്റ്റോയെ പിന്നീടുള്ള പ്രായോഗികാനുഭവങ്ങളുടെ കൂടി അടിസ്ഥാനത്തിൽ കാലികമാക്കുന്നതിനും പുതുക്കുന്നതിനും ആമുഖങ്ങളും അടിക്കുറിപ്പുകളുമാണ് ഉപയോഗിച്ചിരുന്നത്.

മാനിഫെസ്റ്റോയിലെ ഓരോ വാചകവും ഒരു ഹ്രസ്വപ്രഭാഷണത്തിൽ ഒതുക്കാൻ കഴിയാത്തവിധം സമ്പന്നമായ ആശയങ്ങൾ പ്രതിഫലിപ്പിക്കുന്നവയാണ്. അതിനെ കാലികമാക്കി അവതരിപ്പിക്കൽ അതിനേക്കാളും ദുഷ്കരമാണ്. സാമൂഹ്യമാധ്യമത്തിലൂടെ കേൾക്കുന്നവരെ ലക്ഷ്യംവെച്ചുള്ളതും അതിന് അനുസൃതവും ചെറുതുമായ പ്രഭാഷണങ്ങൾക്ക് പരിമിതി അധികമാണ്. പ്രഭാഷണം നടത്തുന്ന സന്ദർഭത്തിൽ പുസ്തകമെന്ന ആശയം മനസിൽ ഉണ്ടായിരുന്നില്ല. എന്നാൽ, ചിന്ത പബ്ലിഷേഴ്സിന്റെ മാനേജരായ സഖാവ് ശിവകുമാറിന്റെ സ്നേഹപൂർവ്വമായ നിർബന്ധമാണ് പുസ്തകത്തിലേക്ക് എത്തിച്ചത്. പ്രഭാഷണങ്ങൾ ക്ഷമാപൂർവ്വം കേട്ട് ലിഖിതരൂപത്തിലേക്ക് ആക്കിയ ഷിജു ഏലിയാസിനോടുള്ള നന്ദി വാക്കുകളിൽ ഒതുക്കാനാവില്ല. പ്രഭാഷണത്തിൽനിന്നും പുസ്തകത്തിലേക്കുള്ള മാറ്റത്തിൽ അത്യാവശ്യം മാറ്റങ്ങൾ വരുത്തിയിട്ടുണ്ട്. പ്രഭാഷണങ്ങൾ എഴുതി തയ്യാറാക്കിയ സ്ക്രിപ്റ്റിന്റെ അടിസ്ഥാനത്തിലല്ല നടത്തിയിരുന്നത്. അതുകൊണ്ടുള്ള കുറവുകൾ മാറ്റുന്നതിന് പുസ്തകത്തിൽ ചെറുതായി ശ്രമിച്ചിട്ടുണ്ട്.

മാനിഫെസ്റ്റോയുടെ ചരിത്രത്തിലൂടെ സഞ്ചരിച്ചുള്ള സമകാലിക വായനയാണ് നടത്തിയിട്ടുള്ളത്. ഓരോ കാലത്തെ വായനയിലും ആ കാലത്തിന് ഉതകുന്ന പുത്തൻ ഉൾക്കാഴ്ചകൾ നൽകുന്നുവെന്നതാണ് മാനിഫെസ്റ്റോയെ ക്ലാസിക്കൽ

കൃതിയാക്കി മാറ്റുന്നത്. എന്നാൽ, മറ്റു ക്ലാസിക്കൽ കൃതികളിൽനിന്നും വ്യത്യസ്തമായി സാമൂഹ്യമാറ്റത്തിന്റെ ദർശനം പ്രഖ്യാപിക്കുന്ന മാനിഫെസ്റ്റോ ലോകത്തെമ്പാടും പൊരുതുന്ന ജനതയ്ക്ക് ഊർജ്ജം പകരുന്നു. പ്രസിദ്ധപ്പെടുത്തി ഒന്നരനൂറ്റാണ്ടു കഴിഞ്ഞിട്ടും കൂടുതൽ കൂടുതൽ പ്രസക്തമാകുന്ന മറ്റൊരു കൃതി ലോകചരിത്രത്തിൽ ഉണ്ടായെന്നുവരില്ല.

ഈ പുസ്തകം മാനിഫെസ്റ്റോയിലെ സമകാലിക പ്രവേശികയാണ്. അതുകൊണ്ടുതന്നെ ഇതിനോടൊപ്പം കമ്മ്യൂണിസ്റ്റ് മാനിഫെസ്റ്റോ അനുബന്ധമായി ചേർത്തിട്ടുണ്ട്. ചിന്ത പബ്ലിഷേഴ്സിന്റെ എഡിറ്ററായ രഞ്ജിത്ത് പുതിയ ആശയങ്ങളുടെ വക്താവാണ്. അത് ഈ പുസ്തകത്തിന്റെ രൂപത്തിലും പ്രകടിതമായിട്ടുണ്ട്. വായനയ്ക്കൊപ്പം പ്രഭാഷണവും കേൾക്കണമെന്ന് ആഗ്രഹിക്കുന്നവർക്ക് അതിനുള്ള സൗകര്യം ക്യു ആർ കോഡിലൂടെ പുസ്തകത്തിൽ നൽകിയിരിക്കുന്നു.

ഇതോടൊപ്പം മാനിഫെസ്റ്റോയുടെ ഓഡിയോ കൂടി ലഭ്യമാക്കിയാലോ എന്ന് ഞങ്ങൾ ആലോചിക്കുകയുണ്ടായി. ഇന്ന് കേരളീയ സമൂഹത്തിൽ ഏറ്റവും 'ദൃശ്യ'മായ ശബ്ദമുള്ള സുനിൽ പി ഇളയിടത്തോട് ഇതു സംബന്ധിച്ച് സൂചിപ്പിച്ചപ്പോൾ ഒരു ബുദ്ധിമുട്ടും പറയാതെ അതിനു സന്നദ്ധത പ്രകടിപ്പിച്ചു. അധ്യാപനത്തിന്റേയും പ്രഭാഷണങ്ങളുടേയും തിരക്കുകൾക്കിടയിലും സമയം കണ്ടെത്തി മാനിഫെസ്റ്റോ ശബ്ദ രൂപത്തിലാക്കിയ സുനിൽ ഈ പുസ്തകത്തെ മറ്റൊരു മാനത്തിലേക്ക് എത്തിച്ചു. വ്യക്തിപരമായ സ്നേഹത്തിന്റെ ആഴത്തേക്കാളും സാമൂഹ്യമായ പ്രതിബദ്ധതയുടെയും രാഷ്ട്രീയ തെളിമയുടേയും പ്രതിഫലനമാണ് ഈ ദൗത്യനിർവഹണമെന്നു കരുതുന്നു.

സാങ്കേതിക മാറ്റത്തിന്റെ കുതിച്ചുചാട്ടത്തെ വിപ്ലവകരമായ ചിന്തയിലൂടെ അവതരിപ്പിച്ച മാനിഫെസ്റ്റോ ഏറ്റവും ആധുനികമായ രൂപത്തിലാണ് ചിന്ത പബ്ലിഷേഴ്സ് പുസ്തകമാക്കിയിരിക്കുന്നത്. എല്ലാ അർത്ഥത്തിലും ഒരു മൾട്ടിമീഡിയ പുസ്തകം. ഓരോരുത്തർക്കും ഇത് വായിക്കാം, കേൾക്കാം, കാണാം. അതുവഴി കൂടുതൽ കൂടുതൽ ആളുകളിലേക്ക് മാനിഫെസ്റ്റോയും അതിന്റെ പ്രസക്തിയും എത്തുമെന്ന് പ്രതീക്ഷിക്കുന്നു.

പി രാജീവ്

ഉള്ളടക്കം

കമ്യൂണിസ്റ്റ് മാനിഫെസ്റ്റോ

കോട്ടിലെ തുന്നൽക്കാരന്റെ വൈഭവം പോലെ

ശാസ്ത്രീയ കമ്യൂണിസത്തിന്റെ ആദ്യത്തെ നയപരിപാടി രേഖയാണ് *കമ്യൂണിസ്റ്റ് മാനിഫെസ്റ്റോ*. ലോകത്തെ ഏറ്റവുമധികം സ്വാധീനിച്ച ഗ്രന്ഥങ്ങളിൽ ഒന്നാണത്. ദീർഘകാല ചരിത്രമുള്ള മതഗ്രന്ഥങ്ങളായ *ബൈബിളും ഖുർആനും* കഴിഞ്ഞാൽ ലോകത്ത് ഇത്രയധികം വിൽക്കപ്പെട്ടുകയും വായിക്കപ്പെട്ടുകയും ചെയ്ത മറ്റൊരു കൃതിയില്ല. താരതമ്യേന ചെറിയ കാലയളവുകൊണ്ട് ലോകത്തിന്റെ ഗതിവിഗതികളെ ഏറ്റവും ആഴത്തിൽ സ്വാധീനിച്ചതും ചരിത്രത്തിൽ ഏറ്റവുമധികം മാറ്റങ്ങൾക്ക് വഴിതെളിച്ചതും *കമ്യൂണിസ്റ്റ് മാനിഫെസ്റ്റോയാണ്*.

കമ്യൂണിസ്റ്റ് മാനിഫെസ്റ്റോ വ്യത്യസ്ത രീതികളിൽ വായിക്കപ്പെടുന്നുണ്ട്. *മാനിഫെസ്റ്റോയുടെ* രചനാ പശ്ചാത്തലവും അന്നത്തെ മുതലാളിത്ത വികാസത്തിന്റെ സ്വഭാവവും പരിഗണിക്കാതെ, കൃതിയിലെ വാക്കുകളും വാചകങ്ങളും മാത്രമെടുത്ത് അതിനെ മനസ്സിലാക്കുന്നവരുണ്ട്. മാനിഫെസ്റ്റോയുടെ രചനാലക്ഷ്യമോ അതിലെ ആശയങ്ങൾക്ക് പിന്നീട് സംഭവിച്ച വികാസ പരിണാമങ്ങളോ അവർ കണക്കിലെടുക്കാറില്ല. *മാനിഫെസ്റ്റോയുടെ* ചരിത്രം, അതിലെ നിലപാടുകളുടെ വികാസം, പ്രധാന പതിപ്പുകളുടെ മുഖവുരകൾ എന്നിവയടക്കം പരിശോധിക്കുക എന്നതാണ് മറ്റൊരു രീതി. പ്രായോഗിക പ്രവർത്തനത്തിനുള്ള ഒരു സഹായക രേഖയായി ഈ കൃതി എങ്ങനെ മാറിയെന്നതും പരിശോധിക്കാം. പുതിയ കാലത്തെ വിപ്ലവ പ്രയോഗത്തിന് ഏതെല്ലാം തരത്തിൽ വഴികാട്ടിയാവുന്നു എന്നതിന്റെ അടിസ്ഥാനത്തിൽ അതിന്റെ ഇന്നത്തെ പ്രസക്തി പരിശോധിക്കുന്നതാവും കൂടുതൽ സൂക്ഷ്മവും ചരിത്രപരവുമായ മാനിഫെസ്റ്റോ വായന. ഓരോ വായനയിലും അത് വായിക്കപ്പെടുന്ന കാലത്തെ സംബന്ധിച്ച പുതിയ ഉൾക്കാഴ്ചകൾ നൽകുന്നു എന്ന

താണ് മാനിഫെസ്റ്റോയുടെ പ്രത്യേകത. 1848 ൽ ആദ്യമായി പ്രസിദ്ധീകരിക്കപ്പെട്ട ഈ കൃതി 2020 ൽ വായിക്കുമ്പോഴും അത് പ്രസരിപ്പിക്കുന്ന ദാർശനികമായ പ്രകാശവും പ്രചോദനാത്മക ഊർജവും വായനക്കാരന് അനുഭവവേദ്യമാവും.

കമ്യൂണിസ്റ്റ് ലീഗിന്റെ നയപരിപാടി രേഖയായിട്ടാണ് മാർക്സും എംഗൽസും ചേർന്ന് *കമ്യൂണിസ്റ്റ് മാനിഫെസ്റ്റോ* രചിച്ചത്. കമ്യൂണിസ്റ്റ് ലീഗിന്റെ സ്വഭാവം, മാനിഫെസ്റ്റോയിൽ പ്രതിപാദിക്കുന്ന ആശയങ്ങളിലേക്ക് മാർക്സും എംഗൽസും എത്തിച്ചേർന്ന പശ്ചാത്തലം, അതിലെ ദാർശനിക നിലപാടുകളുടെ വികാസം തുടങ്ങിയ കാര്യങ്ങൾ പരിശോധിച്ചുകൊണ്ടേ മാനിഫെസ്റ്റോയിലേക്ക് കടക്കാൻ കഴിയൂ. 1818 ൽ ജർമ്മനിയിലെ ട്രയർ എന്ന സ്ഥലത്ത് ജനിച്ച മാർക്സ് 1883 ൽ ലണ്ടനിൽ വച്ചാണ് മരണമടഞ്ഞത്. 65 വർഷം മാത്രം നീണ്ടു നിന്ന ആ ജീവിതം സംഭവബഹുലവും ദുരിതങ്ങൾ നിറഞ്ഞതുമായിരുന്നു. ഇന്നത്തെ പ്രശസ്തിയോ സ്വീകാര്യതയോ തന്റെ ജീവിതകാലത്ത് അദ്ദേഹത്തിന് ഉണ്ടായിരുന്നില്ല. മാർക്സിന്റെ ശരീരം ലണ്ടനിലെ ഹൈഗേറ്റ്സ് സെമിത്തേരിയിൽ സംസ്കരിക്കുമ്പോൾ വളരെ കുറച്ചു പേർ മാത്രമേ അതിന് സാക്ഷ്യം വഹിക്കാൻ ഉണ്ടായിരുന്നുള്ളൂ. ശവസംസ്ക്കാരത്തിനുള്ള പണം കണ്ടെത്താൻ പോലും അദ്ദേഹത്തിന്റെ സുഹൃത്തുക്കൾക്ക് പ്രയാസപ്പെടേണ്ടി വന്നു. പിന്നീട് മാർക്സിന്റെ സ്വാധീനം ലോകമാകെ വ്യാപിച്ചു.

1841 ലാണ് മാർക്സ് തത്ത്വശാസ്ത്രത്തിൽ ഡോക്ടറേറ്റ് നേടിയത്. അതിനു ശേഷം അദ്ദേഹം പത്രപ്രവർത്തനത്തിലേക്ക് തിരിഞ്ഞു. തുടർന്നുള്ള ഏതാനും വർഷങ്ങൾ അദ്ദേഹത്തിന്റെ ദാർശനിക കാഴ്ചപ്പാടുകളുടെ വികാസത്തിൽ നിർണ്ണായകമായി. 1844 ൽ ബ്രസൽസിൽ വച്ച് മാർക്സും എംഗൽസും കണ്ടുമുട്ടി. അതൊരു അസാധാരണമായ ദാർശനിക സൗഹൃദത്തിന് തുടക്കംകുറിച്ചു. *കമ്യൂണിസ്റ്റ് മാനിഫെസ്റ്റോ*യുടെ രചനാ ദൗത്യം ഏറ്റെടുക്കുന്നതിനു മുമ്പാണ് ഹെഗലിന്റെ അവകാശദർശനത്തെപ്പറ്റിയുള്ള നിരൂപണത്തിന് ഒരു സംഭാവന, ഫൊയർബാഹിനെക്കുറിച്ചുള്ള തീസിസുകൾ, ജൂതപ്രശ്നത്തെപ്പറ്റി തുടങ്ങിയ കൃതികൾ മാർക്സ് രചിച്ചത്. *ഇംഗ്ലണ്ടിലെ തൊഴിലാളി വർഗ്ഗത്തിന്റെ സ്ഥിതി* മുതലായ കൃതികൾ എംഗൽസും രചിച്ചിരുന്നു. *വിശുദ്ധ കുടുംബം, ജർമ്മൻ പ്രത്യയശാസ്ത്രം* എന്നീ കൃതികൾ ഇരുവരും ചേർന്ന് എഴുതി. ഈ കാലത്ത് ഇരുവരും ചേർന്നു നടത്തിയ രചനകൾ പ്രധാനമായും സ്വന്തം ആശയ വ്യക്തതയ്ക്കു വേണ്ടിയായിരുന്നുവെന്ന് എംഗൽസ് പിന്നീട് വ്യക്തമാക്കുകയുണ്ടായി. പലതും പ്രസിദ്ധപ്പെടുത്തണമെന്ന ഉദ്ദേശ്യം പോലും ഉണ്ടായിരുന്നില്ല. അവരുടെ തന്നെ ശൈലി കടമെടുത്തു പറഞ്ഞാൽ, കീറിക്കളഞ്ഞതിന്റെയും എലികളുടെ 'കരണ്ട്' വി

മർശനത്തിനു വിധേയമായതിന്റെയും ബാക്കിയാണ് പിന്നീട് പ്രസിദ്ധീകരണത്തിനായി ലഭിച്ചത്. മാർക്സും എംഗൽസും ഈ കൃതികളിലൂടെ വികസിപ്പിച്ച ആശയങ്ങളുടെ തുടർച്ചയാണ് *കമ്യൂണിസ്റ്റ് മാനിഫെസ്റ്റോ*യിൽ കാണുന്നത്. ഈ കൃതികളിലെ ദാർശനിക അർത്ഥശാസ്ത്ര കാഴ്ചപ്പാടുകൾ ഒരു കർമ്മ പദ്ധതിയായി, ഒരു ചിമിഴിൽ ഒതുക്കിയതുപോലെ, ലോകത്തിനു മുന്നിൽ അവതരിപ്പിക്കുകയാണ് *കമ്യൂണിസ്റ്റ് മാനിഫെസ്റ്റോ*യിലൂടെ മാർക്സും എംഗൽസും ചെയ്തത്. അൽത്തൂസർ പറഞ്ഞതുപോലെ, ഒരു കോട്ടിൽ തുന്നൽക്കാരന്റെ വൈഭവം ഇഴുകിച്ചേരുന്നതുപോലെ, *കമ്യൂണിസ്റ്റ് മാനിഫെസ്റ്റോ*യിൽ മാർക്സിന്റെയും എംഗൽസിന്റെയും ധൈഷണിക പ്രതിഭയുടെ സൈദ്ധാന്തിക തെളിമ പ്രകടമാവുന്നു.

പ്രഭാഷണ പരമ്പരയുടെ
വീഡിയോ രൂപം

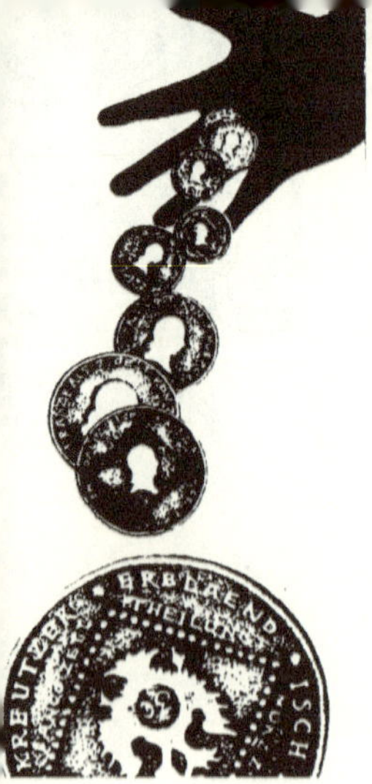

ആരായിരുന്നു ആദ്യത്തെ കമ്മ്യൂണിസ്റ്റ്

കമ്യൂണിസത്തിന്റെ തുടക്കം *കമ്യൂണിസ്റ്റ് മാനിഫെസ്റ്റോ*യിലൂടെയല്ല. മാർക്സും എംഗൽസും ജനിക്കുന്നതിന് ഏറെ മുമ്പുതന്നെ കമ്യൂണിസം എന്ന പദം പ്രചാരത്തിൽ വന്നു കഴിഞ്ഞിരുന്നു. മാനിഫെസ്റ്റോയിൽ ഒന്നിലധികം സ്ഥലങ്ങളിൽ സാങ്കല്പിക സോഷ്യലിസത്തെക്കുറിച്ചുള്ള പരാമർശങ്ങൾ കാണാം. മാർക്സിനും എംഗൽസിനും ഏറെക്കാലം മുമ്പ് ജീവിച്ചിരുന്ന ക്രാക്കസ് ബേയൂഫിനെയാണ് (1760-1797) ലോകത്തിലെ ആദ്യ കമ്യൂണിസ്റ്റായി പലരും വിശേഷിപ്പിക്കുന്നത്. എല്ലാവർക്കും തുല്യതയുള്ള സമൂഹം എന്ന ആശയം ബേയൂഫ് മുന്നോട്ടു വച്ചു. അതിനു വേണ്ടിയുള്ള സായുധ പോരാട്ടം സംഘടിപ്പിക്കുന്ന പ്രവർത്തനങ്ങൾക്ക് ഇടയിലാണ് 1796 ൽ അദ്ദേഹത്തെ പിടികൂടിയതും വധിച്ചതും. അദ്ദേഹം ഉയർത്തിപ്പിടിച്ച തുല്യതയുടെ കാഴ്ചപ്പാട് സാങ്കൽപ്പിക സോഷ്യലിസത്തിന്റേതാണ്. ഫ്രാൻസിൽ 1830 ലെ വിപ്ലവം പരാജയപ്പെട്ടതിനു ശേഷം വികസിച്ചു വന്ന റിപ്പബ്ലിക്കനുകളുടെ കാഴ്ചപ്പാടും സമത്വത്തിൽ അധിഷ്ഠിതമായിരുന്നു. അതിനെ പ്രതിപാദിക്കാനും കമ്യൂണിസം എന്ന പദം ഉപയോഗിക്കുകയുണ്ടായി. ഉട്ടോപ്യൻ സോഷ്യലിസ്റ്റ് ചിന്തകരായ സെയിന്റ് സിമോൻ, ചാൾസ് ഫുറിയേ തുടങ്ങിയവരുടെ ആശയങ്ങളുടെ സ്വാധീനം ഇവരിൽ പ്രകടമായിരുന്നു.

കമ്യൂണിസ്റ്റ് ലീഗിന്റെ നയപരിപാടി രേഖ എന്ന നിലയിലാണ് *കമ്യൂണിസ്റ്റ് മാനിഫെസ്റ്റോ* രചിക്കപ്പെട്ടത്. മാർക്സും എംഗൽസും കമ്യൂണിസ്റ്റ് ലീഗിൽ ചേരുകയും അതിന്റെ കാഴ്ചപ്പാട് വികസിപ്പിക്കുന്നതിൽ പങ്കുകൊള്ളുകയും ചെയ്തതോടെ ശാസ്ത്രീയ സോഷ്യലിസത്തിന്റെ ആശയങ്ങൾ ലീഗിന് സ്വീകാര്യമായി. 1834 ൽ പാരീസിലെ ജർമ്മൻ കുടിയേറ്റക്കാരുടെ സംഘടനയായി രൂപംകൊണ്ട ലീഗ്

ഓഫ് ഔട്ട്ലോസ് ആണ് കമ്യൂണിസ്റ്റ് ലീഗിന് മുന്നോടിയായത്. ജർമ്മൻ കുടിയേറ്റക്കാരായിരുന്നു ഇതിലെ അംഗങ്ങൾ. 1836 ൽ ഇതിൽ നിന്ന് നീതിമാന്മാരുടെ സംഘം (ലീഗ് ഓഫ് ദ് ജസ്റ്റ്) രൂപംകൊണ്ടു. സമത്വവും നീതിയും പുലരുന്ന ദൈവരാജ്യം ഭൂമിയിൽ സ്ഥാപിക്കുകയാണ് ലക്ഷ്യമെന്ന് നീതിമാന്മാരുടെ ലീഗ് പ്രഖ്യാപിച്ചു. 'എല്ലാവരും സഹോദരന്മാരാണ്' എന്ന മുദ്രാവാക്യം ഉയർത്തിപ്പിടിച്ച ഇവർ ബേയൂഫിന്റെ പിൻഗാമികളായി കരുതപ്പെട്ടു. സ്വകാര്യ സ്വത്താണ് എല്ലാ തിന്മകളുടെയും മൂലകാരണമെന്ന കാഴ്ചപ്പാട് ഇവർക്കുണ്ടായിരുന്നു. 1839 മെയിൽ നടന്ന വിപ്ലവത്തിൽ ഇതിലെ അംഗങ്ങൾ പങ്കെടുത്തു. അതിനെ തുടർന്ന്, ഫ്രഞ്ച് സർക്കാർ അവരെ രാജ്യത്തു നിന്ന് പുറത്താക്കി. അവരിൽ നല്ലൊരു വിഭാഗവും ലണ്ടനിലേക്കു കടന്നു. ഇത്തരക്കാർ ചേർന്ന് 1840 ൽ ജർമ്മൻ വർക്കേഴ്സ് എഡ്യൂക്കേഷൻ കൗൺസിൽ രൂപീകരിച്ചു. 1843 ൽ ലണ്ടനിൽ വച്ച് എംഗൽസ് ഇവരെ കണ്ടുമുട്ടുകയുണ്ടായി. ലണ്ടനിൽ കേന്ദ്രീകരിച്ചതോടെ ഇവരുടെ പ്രവർത്തനങ്ങൾക്ക് ഒരു സാർവ്വദേശീയ സ്വഭാവം കൈവന്നു.

മാർക്സും എംഗൽസും മുന്നോട്ടു വച്ച ആശയങ്ങളെക്കുറിച്ച് ലീഗിന്റെ ചില പ്രധാന നേതാക്കൾക്ക് അറിവുണ്ടായിരുന്നു. കാൾ മാർക്സും എംഗൽസും അവർ 1846 ൽ രൂപീകരിച്ച കമ്യൂണിസ്റ്റ് കറസ്പോണ്ടിങ്ങ് കമ്മിറ്റിയുടെ പ്രവർത്തകരും ലീഗിന്റെ ഭാഗമാവാൻ തീരുമാനിക്കുകയായിരുന്നു. 1847 ജൂണിൽ ലണ്ടനിൽ ചേർന്ന സമ്മേളനത്തിൽ എംഗൽസ് പങ്കെടുക്കുകയും കമ്യൂണിസത്തിന്റെ തത്വങ്ങൾ അവതരിപ്പിക്കുകയും ചെയ്തു. കമ്യൂണിസ്റ്റ് ലീഗെന്ന പേര് സ്വീകരിച്ച ആ സമ്മേളനത്തിൽ വച്ച് 'സർവ്വ രാജ്യ തൊഴിലാളികളേ സംഘടിക്കുവിൻ' എന്ന മാർക്സിന്റെ മുദ്രാവാക്യവും അംഗീകരിക്കപ്പെട്ടു. ബൂർഷ്വാ ഭരണം അവസാനിപ്പിച്ച് വർഗ്ഗങ്ങളും സ്വകാര്യ സ്വത്തുമില്ലാത്ത പുതിയ സമൂഹം സൃഷ്ടിക്കുകയാണ് ലക്ഷ്യമെന്ന് കമ്യൂണിസ്റ്റ് ലീഗ് പ്രഖ്യാപിച്ചു. നവംബറിൽ ചേർന്ന രണ്ടാം കോൺഗ്രസിൽ മാർക്സും എംഗൽസും പങ്കെടുത്തു.

കമ്യൂണിസ്റ്റ് ലീഗിന് വേണ്ടി ഒരു മാനിഫെസ്റ്റോ തയ്യാറാക്കാൻ മാർക്സിനേയും എംഗൽസിനേയും ചുമതലപ്പെടുത്തി. 1847 ഡിസംബറിൽ മാനിഫെസ്റ്റോ എഴുതി പൂർത്തിയാക്കണമെന്ന കമ്യൂണിസ്റ്റ് ലീഗിന്റെ നിർദ്ദേശം അവർക്ക് പാലിക്കാനായില്ല. കോൺഗ്രസിനു ശേഷം പാരീസിലേക്ക് പോയ എംഗൽസ് മടങ്ങിയെത്താൻ വൈകിയതിനാൽ, മാർക്സ് തനിച്ചാണ് മാനിഫെസ്റ്റോയുടെ അവസാന ഭാഗം എഴുതിയത്.

1885 ൽ എഴുതിയ ഒരു ലേഖനത്തിൽ ലീഗിന്റെ പരിമിതി എംഗൽസ് വിശദീകരിക്കുന്നുണ്ട്. കുറച്ചു തൊഴിലാളികളെ തങ്ങൾക്ക് കീഴിൽ പണിയെടുപ്പിച്ച് അവരിൽ നിന്ന് ചെറിയ തോതിലെങ്കിലും

ലാഭം പിടിക്കുന്നവരോ അങ്ങനെ സമ്പാദിക്കാൻ ആഗ്രഹിക്കുന്നവരോ ആയ പെറ്റി ബൂർഷ്വാ സ്വഭാവമുള്ള തുന്നൽക്കാരായിരുന്നു അവരിൽ അധികവും. അർത്ഥശാസ്ത്രത്തെക്കുറിച്ചുള്ള ഏതെങ്കിലും കൃതി വായിച്ച ഒരാൾ പോലും അവരുടെ കൂട്ടത്തിൽ ഉണ്ടായിരുന്നിരിക്കാൻ ഇടയില്ലെന്ന് എംഗൽസ് പറയുന്നു. ഒരു തൊഴിലാളി വർഗ്ഗവിപ്ലവം സ്ഥായിയായ വിജയത്തിലെത്തിക്കാൻ തക്ക ഭൗതിക സാഹചര്യങ്ങളും അന്ന് രൂപംകൊണ്ടിരുന്നില്ല. അന്ന് തൊഴിലാളി വർഗ്ഗം പിൽക്കാലത്തേതുപോലെ ശക്തിയാർജിച്ചിരുന്നില്ല. മുതലാളിത്തവും താരതമ്യേന അവികസിതമായിരുന്നു. *കമ്യൂണിസ്റ്റ് മാനിഫെസ്റ്റോ* എഴുതുന്ന കാലത്തും ലോകത്തെ മുഴുവൻ കീഴടക്കുന്ന ഒരു വ്യവസ്ഥയായി മുതലാളിത്തം മാറിയിരുന്നില്ല. പടിഞ്ഞാറൻ യൂറോപ്പിലാണ് അന്നത് പ്രധാനമായും കേന്ദ്രീകരിച്ചിരുന്നത്. മാനിഫെസ്റ്റോ എഴുതിയ കാലത്ത്, ഒരു വർഷം 70,000 ടൺ സ്റ്റീലാണ് ലോകത്താകെ ഉൽപ്പാദിപ്പിച്ചിരുന്നത്. അതിന്റെ തന്നെ 70 ശതമാനത്തോളവും ബ്രിട്ടനിൽ മാത്രമായിരുന്നു. ഇന്നത്തെ സ്റ്റീലിന്റെ വാർഷിക ഉൽപ്പാദനം 2,000 മില്യൻ ടണ്ണിനടുത്താണ്. ആകെ 2,000 ഓളം മൈൽ റെയിൽ പാളങ്ങൾ മാത്രമാണ് അന്നുണ്ടായിരുന്നത്. അതിന്റെ തന്നെ മൂന്നിൽ രണ്ടു ഭാഗവും ബ്രിട്ടനിലും അമേരിക്കയിലുമായിരുന്നു. അന്നത്തെ നഗരങ്ങൾ പോലും വലിയ തോതിൽ വികസിച്ചിരുന്നില്ല.

കമ്യൂണിസ്റ്റ് ലീഗിന്റെ ആദ്യ കോൺഗ്രസിൽ എംഗൽസ് അവതരിപ്പിച്ച ആശയങ്ങൾ *കമ്യൂണിസത്തിന്റെ മൂല തത്വങ്ങൾ* എന്ന പേരിൽ പ്രസിദ്ധീകരിച്ചിട്ടുണ്ട്. പിന്നീട് മാർക്സും എംഗൽസും ചേർന്ന് *കമ്യൂണിസ്റ്റ് മാനിഫെസ്റ്റോയിൽ* അവതരിപ്പിച്ച ആശയങ്ങളിൽ ഇതിന്റെ കാര്യമായ സ്വാധീനം കാണാനാവും. ഈ കൃതിയിലെ 1 മുതൽ 23 വരെയുള്ള ചോദ്യോത്തരങ്ങളിലെ ആശയങ്ങൾ മാനിഫെസ്റ്റോയുടെ ആദ്യ ഭാഗത്ത് പ്രതിപാദിക്കുന്ന ചരിത്രത്തിന്റെ ഭൗതിക വ്യാഖ്യാനത്തിൽ കാണാം. സാഹിത്യത്തെ സംബന്ധിച്ച മാനിഫെസ്റ്റോയിലെ നിരീക്ഷണം എംഗൽസിന്റെ ഈ കൃതിയിലെ 24-ാമത്തെ ചോദ്യത്തിനുള്ള ഉത്തരത്തിലുണ്ട്. *കമ്യൂണിസ്റ്റ് മാനിഫെസ്റ്റോയിലെ* അടിസ്ഥാന കാഴ്ചപ്പാട് മാർക്സ് വികസിപ്പിച്ചത് എങ്ങനെയെന്ന് മാനിഫെസ്റ്റോയ്ക്ക് എഴുതിയ രണ്ട് ആമുഖങ്ങളിൽ എംഗൽസ് പിന്നീട് വിശദീകരിക്കുകയുണ്ടായി. *ഇംഗ്ലണ്ടിലെ തൊഴിലാളി വർഗ്ഗത്തിന്റെ സ്ഥിതി* എന്ന കൃതിയിൽ താൻ അവതരിപ്പിക്കാൻ ശ്രമിച്ച കാഴ്ചപ്പാടിൽ, താൻ മാർക്സിനെ കണ്ടുമുട്ടുന്നതിനു മുമ്പുതന്നെ, അദ്ദേഹം എത്തിച്ചേർന്നിരുന്നതായി എംഗൽസ് വ്യക്തമാക്കുന്നു. മാനിഫെസ്റ്റോയിലെ ആശയങ്ങളുടെ ഹൃദയം മാർക്സിന്റേതാണെന്ന് ഈ ആമുഖങ്ങളിൽ എംഗൽസ് പറയുന്നുണ്ട്.

കമ്യൂണിസ്റ്റ് ലീഗിനു വേണ്ടിയാണ് മാനിഫെസ്റ്റോ എഴുതിയതെ

ങ്കിലും അതിൽ ഒരിടത്തും കമ്യൂണിസ്റ്റ് ലീഗെന്ന പേര് പരാമർശിക്കുന്നില്ല. ആദ്യമായി പ്രസിദ്ധപ്പെടുത്തുമ്പോൾ *മാനിഫെസ്റ്റോ ഓഫ് ദ് കമ്യൂണിസ്റ്റ് പാർട്ടി* എന്നാണ് അതിന് പേരു നൽകിയത്. 1870 കളിലെ ജർമ്മൻ പതിപ്പിലേക്കെത്തിയപ്പോൾ അത് *കമ്യൂണിസ്റ്റ് മാനിഫെസ്റ്റോ* ആയി.

ചൂടപ്പംപോലെ വിറ്റഴിക്കപ്പെട്ട പുസ്തകം

കമ്യൂണിസ്റ്റ് മാനിഫെസ്റ്റോ ആദ്യമായി പ്രസിദ്ധീകരിക്കപ്പെട്ട 1848 ലോക ചരിത്രത്തിലെ ഒരു സവിശേഷ സന്ദർഭമാണ്. പാരീസിലും മറ്റും ശക്തമായ തൊഴിലാളിവർഗ്ഗ മുന്നേറ്റങ്ങൾ ഉണ്ടായി. തൊഴിലാളി വർഗ്ഗവും മുതലാളി വർഗ്ഗവും രണ്ടു പ്രബല വർഗ്ഗങ്ങളായി തിരിഞ്ഞതിനു ശേഷമുള്ള ആദ്യത്തെ ശക്തമായ ഏറ്റുമുട്ടലുകൾക്ക് ഈ കാലം സാക്ഷ്യം വഹിച്ചു. വിജയകരമായ ഒരു തൊഴിലാളി വർഗ്ഗ വിപ്ലവം ആസന്നമാണെന്ന് കരുതപ്പെട്ട അന്ന് അതിന്റെ കർമ്മപദ്ധതിയായാണ് മാനിഫെസ്റ്റോ പ്രസിദ്ധീകരിക്കപ്പെട്ടത്. *മാനിഫെസ്റ്റോയു*ടെ പരിമിതികൾ ആ കാലഘട്ടത്തിന്റെ സവിശേഷതകളുമായി ബന്ധപ്പെട്ടിരിക്കുന്നു. പിന്നീട്, മാർക്സും എംഗൽസും തന്നെ ഈ പരിമിതികൾ കണ്ടെത്തുകയും സൂചിപ്പിക്കുകയും ചെയ്തിട്ടുണ്ട്. മത ഗ്രന്ഥങ്ങൾ പോലെ മാറ്റാനരുതാത്തതല്ല *മാനിഫെസ്റ്റോ*യെന്ന് അവർ വ്യക്തമാക്കി.

ആസന്നമായ തൊഴിലാളിവർഗ്ഗ വിപ്ലവത്തിന് ഒരു കർമ്മപദ്ധതി വേണമെന്നതുകൊണ്ടാണ് *മാനിഫെസ്റ്റോ* വേഗം എഴുതി പൂർത്തിയാക്കാൻ കമ്യൂണിസ്റ്റ് ലീഗ് മാർക്സിനോടും എംഗൽസിനോടും ആവശ്യപ്പെട്ടത്. മാനിഫെസ്റ്റോയുടെ രചന ഉടൻ പൂർത്തിയാക്കിയില്ലെങ്കിൽ ലീഗിൽ നിന്ന് പുറത്താക്കുമെന്ന ശാസന പോലും അവർ മാർക്സിനും എംഗൽസിനും നൽകുകയുണ്ടായി. 1848 ൽ ജർമ്മൻ ഭാഷയിലാണ് *കമ്യൂണിസ്റ്റ് മാനിഫെസ്റ്റോ* ആദ്യമായി പ്രസിദ്ധീകരിക്കപ്പെട്ടത്. പിന്നീട്, ഇംഗ്ലീഷിൽ അതിന്റെ പരിഭാഷ പ്രസിദ്ധീകരിച്ചു. തുടർന്ന് മറ്റ് ചില ഭാഷകളിലും *മാനിഫെസ്റ്റോ* പ്രസിദ്ധപ്പെടുത്തി. പുസ്തകരൂപത്തിലല്ല, പത്ര പ്രസിദ്ധീകരണ

ങ്ങളിലെ തുടർ ലേഖനങ്ങളായാണ് ഈ പതിപ്പുകൾ ഇറങ്ങിയത്. ഈ പതിപ്പുകൾക്ക് ആമുഖങ്ങൾ ലഭ്യമല്ലാത്തത് അതുകൊണ്ടു കൂടിയാണ്.

ഉടൻ നടക്കാനിരിക്കുന്ന തൊഴിലാളി വർഗ്ഗ വിപ്ലവത്തിന്റെ നയ പരിപാടി രേഖയായാണ് *കമ്യൂണിസ്റ്റ് മാനിഫെസ്റ്റോ* തയ്യാറാക്കപ്പെട്ടതെങ്കിലും അന്നത്തെ വിപ്ലവസമരങ്ങൾ പരാജയപ്പെടുകയാണുണ്ടായത്. 1852 ൽ *കൊളോണിൽ* വച്ച് കമ്യൂണിസ്റ്റ് ലീഗിന്റെ പ്രവർത്തകർ വിചാരണ ചെയ്യപ്പെട്ടു. ലീഗിന്റെ പ്രവർത്തനങ്ങൾക്ക് നേതൃത്വം നൽകിയ നിരവധിപേർ ജയിലിൽ അടയ്ക്കപ്പെട്ടു. പ്രവർത്തകർ പല രാജ്യങ്ങളിലേക്ക് ചിതറിപ്പോയി. അവരിൽ നിരവധി പേർ ലണ്ടനിൽ എത്തിച്ചേർന്നു.

1871-73 കാലത്ത് വിപ്ലവ പ്രവർത്തനങ്ങൾ വീണ്ടും സജീവമായി. ഈ കാലത്ത് മാത്രം ആറു ഭാഷകളിലായി *മാനിഫെസ്റ്റോയു*ടെ ഒമ്പത് പതിപ്പുകൾ ഇറങ്ങി. പിന്നീടുള്ള 40 വർഷങ്ങളിൽ *കമ്യൂണിസ്റ്റ് മാനിഫെസ്റ്റോയു*ടെ പ്രസിദ്ധീകരണവും പ്രചാരണവും അതിശക്തമായ രീതിയിൽ വിപുലപ്പെട്ടു. 1882 ലെ ജർമ്മൻ പതിപ്പാണ് ഈ ഘട്ടത്തിലെ ശ്രദ്ധേയമായ *മാനിഫെസ്റ്റോ* പതിപ്പുകളിൽ ഒന്ന്. മുപ്പതു ഭാഷകളിലായി *മാനിഫെസ്റ്റോയു*ടെ നൂറുകണക്കിന് പതിപ്പുകൾ ഇറങ്ങി. റഷ്യൻ ഭാഷയിൽ മാത്രം 70ഓളം പതിപ്പുകൾ പ്രസിദ്ധീകരിക്കപ്പെട്ടു. (മുതലാളിത്തം വേണ്ടത്ര വികാസം പ്രാപിക്കാത്ത റഷ്യയിലെ പ്രശ്നങ്ങളെ എങ്ങനെയാണ് സമീപിക്കേണ്ടതെന്ന് റഷ്യൻ പതിപ്പിനെഴുതിയ ഒരു മുഖവുരയിൽ മാർക്സും എംഗൽസും വ്യക്തമാക്കി). പതിപ്പുകളുടെ എണ്ണം *മാനിഫെസ്റ്റോയു*ടെ പ്രചാരത്തിന്റെ ശരിയായ സൂചനയാകണമെന്നില്ല എന്ന് എറിക് ഹോബ്സ്ബോം ഒരാമുഖത്തിൽ നിരീക്ഷിക്കുന്നുണ്ട്. പല പതിപ്പുകളിലും വളരെ കുറച്ച് പ്രതികൾ മാത്രമാണ് അച്ചടിച്ചത്. 1000 പേർ മാത്രമുള്ള വിപ്ലവ ഗ്രൂപ്പുകൾ പോലും സ്വന്തം നിലയിൽ *മാനിഫെസ്റ്റോ* പ്രസിദ്ധീകരിക്കുകയുണ്ടായി. റഷ്യൻ സാമ്രാജ്യത്തിലെ തന്നെ മുപ്പത്തി അഞ്ചോളം ഇതര ഭാഷകളിലും *മാനിഫെസ്റ്റോയു*ടെ പതിപ്പുകൾ പുറത്തുവന്നു. ജർമ്മൻ ഭാഷയിൽ 55 ഓളം പതിപ്പുകൾ ഇറങ്ങി. ഇംഗ്ലീഷിൽ 34 പതിപ്പുകൾ വന്നു. ജപ്പാനിലും ചൈനയിലും *മാനിഫെസ്റ്റോയ്ക്ക്* പതിപ്പുകൾ ഉണ്ടായി.

ഒക്ടോബർ വിപ്ലവത്തിനുശേഷം കമ്യൂണിസ്റ്റ് പാർട്ടികൾ ശക്തമായതും പ്രവർത്തകർ *മാനിഫെസ്റ്റോ* വായിച്ചിരിക്കണമെന്ന നില വന്നതും *മാനിഫെസ്റ്റോയുടെ* പ്രചാരവും സ്വീകാര്യതയും പിന്നെയും വർധിപ്പിച്ചു. ലോകത്ത് ഏറ്റവും പ്രചാരമുള്ള വിപ്ലവ സാഹിത്യകൃതിയായി *മാനിഫെസ്റ്റോ* വായിക്കപ്പെട്ടു. 1990 കളുടെ തുടക്കത്തിൽ സോഷ്യലിസ്റ്റ് രാഷ്ട്രങ്ങൾ തിരിച്ചടി നേരിടുന്നതുവരെയുള്ള നാളുകളിൽ മാനിഫെസ്റ്റോയുടെ പ്രചാരം അടിക്കടി വർധിച്ചു.

ഇന്ത്യയിലെ കമ്യൂണിസ്റ്റ് വിപ്ലവ പ്രവർത്തനത്തിന്റെ തുടക്കകാലത്ത് അതിന്റെ പ്രധാന കേന്ദ്രങ്ങളിൽ ഒന്നായ ബോംബെയിൽ നിന്ന് ഇംഗ്ലീഷിൽ പ്രസിദ്ധപ്പെടുത്തിയതാണ് *കമ്യൂണിസ്റ്റ് മാനിഫെസ്റ്റോയു*ടെ ആദ്യ ഇന്ത്യൻ പതിപ്പ്. 1922 ൽ ആർ ബി ലോത്ത്വാലയാണ് ഈ പതിപ്പ് പുറത്തിറക്കിയത്. ഇന്ത്യയിലെ കമ്യൂണിസ്റ്റ് പ്രസ്ഥാനത്തിന്റെ സമുന്നത നേതാക്കളിൽ ഒരാളായ മുസഫർ അഹമ്മദ് എഡിറ്ററായ *ഗണവാണി* എന്ന ബംഗാളി വാരിക പത്രത്തിൽ ആറ് ഭാഗങ്ങളായി പ്രസിദ്ധീകരിച്ചതാണ് *കമ്യൂണിസ്റ്റ് മാനിഫെസ്റ്റോയു*ടെ ആദ്യ ഇന്ത്യൻ ഭാഷാ പതിപ്പ്. രബീന്ദ്രനാഥ ടാഗോറിന്റെ സഹോദരപുത്രനായ സൗമ്യേന്ദ്രനാഥ ടാഗോർ തയ്യാറാക്കിയ ഈ ബംഗാളി പരിഭാഷ ആറ് ഭാഗങ്ങളായി 1926-27-ൽ *ഗണവാണി*യിൽ പ്രസിദ്ധീകരിച്ചു. 1930-ൽ ഇതിന്റെ പുസ്തക രൂപം പുറത്തിറങ്ങി. ഇന്ത്യൻ സ്വാതന്ത്ര്യസമരത്തിന്റെ ഏറ്റവും ശക്തരായ നേതാക്കളിൽ ഒരാളായ മൗലാനാ അബ്ദുൽ കലാം ആസാദ് എഡിറ്ററായി കൽക്കട്ടയിൽ നിന്ന് പുറത്തിറങ്ങിയിരുന്ന *അൽ ഹിലാൽ* വാരികയിൽ *മാനിഫെസ്റ്റോയു*ടെ ആദ്യ ഉറുദു വിവർത്തനം പ്രസിദ്ധപ്പെടുത്തി. കൂടുതൽ പ്രസക്തമെന്ന് എഡിറ്റർ കരുതിയ മാനിഫെസ്റ്റോയുടെ ആദ്യ ഭാഗങ്ങൾ മാത്രമാണ് *കമ്യൂണിസവും അതിന്റെ ലക്ഷ്യങ്ങളും* എന്ന പേരിൽ *അൽ ഹിലാൽ* പ്രസിദ്ധീകരിച്ചത്. മൂലകൃതിയുടെ പേര് *കമ്യൂണിസ്റ്റ് മാനിഫെസ്റ്റോ* എന്നാണെന്ന് ഇതിൽ പരാമർശിക്കുക പോലും ചെയ്തില്ല. കമ്യൂണിസ്റ്റ് സിദ്ധാന്തം എന്താണെന്ന് വായനക്കാർക്ക് പരിചയപ്പെടുത്തുക മാത്രമായിരുന്നു എഡിറ്ററുടെയും പരിഭാഷകന്റെയും ഉദ്ദേശ്യം.1930 കളുടെ തുടക്കത്തിൽ ഉറുദുവിലുള്ള *കമ്യൂണിസ്റ്റ് മാനിഫെസ്റ്റോയു*ടെ പൂർണരൂപം ലാഹോറിൽ നിന്ന് പുറത്തിറങ്ങി.

1928 ൽ *മാനിഫെസ്റ്റോയു*ടെ ആദ്യ മറാത്തി വിവർത്തനം പുറത്തുവന്നു. കമ്യൂണിസ്റ്റ് പാർട്ടിയുടെ അന്നത്തെ പ്രമുഖ നേതാക്കളിൽ ഒരാളായ ജി എം അധികാരിയായിരുന്നു പരിഭാഷകൻ. തൊട്ടടുത്ത വർഷം മീററ്റ് ഗൂഢാലോചനക്കേസിൽ അദ്ദേഹം പ്രതിചേർക്കപ്പെട്ടു. 1930 കളിൽ തമിഴ്, തെലുങ്ക്, ഗുജറാത്തി, ഹിന്ദി, ഒറിയ, പഞ്ചാബി തുടങ്ങിയ ഭാഷകളിൽ *കമ്യൂണിസ്റ്റ് മാനിഫെസ്റ്റോയു*ടെ തർജ്ജമ പ്രസിദ്ധീകരിക്കപ്പെട്ടു. 1932ൽ ഇടപ്പള്ളി കരുണാകര മേനോൻ *സമഷ്ടിവാദ വിജ്ഞാപനം* എന്ന പേരിൽ കമ്യൂണിസ്റ്റ് മാനിഫെസ്റ്റോയുടെ ആദ്യ മലയാള പതിപ്പ് പ്രസിദ്ധീകരിച്ചു. നാൽപ്പതുകളുടെ തുടക്കത്തിൽ, ഇ എം എസ് നമ്പൂതിരിപ്പാട്, സി ഉണ്ണിരാജ, എം എസ് ദേവദാസ് എന്നിവർ ചേർന്ന് *കമ്യൂണിസ്റ്റ് മാനിഫെസ്റ്റോ* അടക്കമുള്ള മാർക്സിസ്റ്റ് ക്ലാസിക്കുകൾ മലയാളത്തിലേക്ക് മൊഴിമാറ്റിയതോടെ, മലയാളത്തിലും പരക്കെ വായിക്കപ്പെടുന്ന കൃതിയായി *മാനിഫെസ്റ്റോ* മാറി.

സോഷ്യലിസ്റ്റ് രാഷ്ട്രങ്ങളിൽ തിരിച്ചടി ഉണ്ടായതോടെ മാനിഫെസ്റ്റോയുടെ പ്രസക്തി ഇല്ലാതായെന്ന വാദമുയർന്നു. മുതലാളിത്തമാണ് മനുഷ്യ ചരിത്രത്തിലെ ഏറ്റവും വികസിതവും അവസാനത്തേതുമായ സാമൂഹ്യക്രമമെന്നും അതിനപ്പുറമുള്ള മറ്റൊരു വ്യവസ്ഥ സാധ്യമല്ലെന്നും വാദിക്കുന്ന ഫ്രാൻസിസ് ഫുക്കുയാമയുടെ 'ചരിത്രത്തിന്റെ അന്ത്യം' എന്ന സിദ്ധാന്തം പലരും ഉയർത്തിപ്പിടിച്ചു. വർഗ്ഗസമരമല്ല, നാഗരികതയുടെ സംഘർഷങ്ങളാണ് ചരിത്രത്തെ മുന്നോട്ടു നയിക്കുന്നതെന്ന് സാമുവൽ ഹണ്ടിങ്ങ്ടൺ വാദിച്ചു. ഈ അമേരിക്കൻ ചിന്തകരുടെ സിദ്ധാന്തങ്ങൾ കമ്യൂണിസം കാലഹരണപ്പെട്ടുവെന്ന് സ്ഥാപിക്കാൻ വ്യാപകമായി എടുത്തുപയോഗിക്കപ്പെട്ടു. കുറച്ചു കാലത്തേക്ക് ഇത്തരം ആശയങ്ങൾക്ക് മേധാവിത്തമുണ്ടായി. എന്നാൽ, മുതലാളിത്തം പ്രതിസന്ധിയിലായതോടെ, *മാനിഫെസ്റ്റോ*യിലെ ആശയങ്ങൾ വീണ്ടും സജീവ ചർച്ചയായി. *മാനിഫെസ്റ്റോ* കൂടുതൽ പ്രസക്തമാവുന്ന സ്ഥിതിയിലേക്ക് ലോക സാഹചര്യം മാറി.

മാനിഫെസ്റ്റോയും മോർഗനും

*മാനിഫെസ്റ്റോ*യിലെ ആശയങ്ങളിലേക്ക് മാർക്സും എംഗൽസും എത്തിയത് എങ്ങനെയെന്ന് കുറച്ചു കൂടി വിശദമായി പരിശോധിക്കാം. *ജർമ്മൻ പ്രത്യയശാസ്ത്രം (German Ideology), ഫൊയർ ബാഹിനെക്കുറിച്ചുള്ള തീസിസുകൾ* എന്നീ കൃതികളിൽ ഇതിലെ ആശയങ്ങൾ കാണാം. മാർക്സും എംഗൽസും ചരിത്രത്തിന്റെ ഭൗതികവാദ വ്യാഖ്യാനം വിശദരൂപത്തിൽ ആദ്യമായി അവതരിപ്പിക്കുന്നത് ജർമ്മൻ പ്രത്യയശാസ്ത്രത്തിലാണ്.

ചരിത്രപരമായ ഭൗതികവാദം എന്നതുകൊണ്ട് എന്താണ് അർത്ഥമാക്കുന്നതെന്ന് നോക്കാം. ചരിത്രത്തിന്റെ ഗതി നിർണ്ണയിക്കുന്നത് എന്താണ്? വ്യക്തികളുടെ ഇച്ഛയ്ക്കനുസരിച്ച് ചരിത്രം മുന്നോട്ടു പോവുകയാണോ ചെയ്യുന്നത്? ചരിത്രത്തെ നയിക്കുന്ന എന്തെങ്കിലും നിയമങ്ങളുണ്ടോ? അതിൽ വർഗ്ഗസമരത്തിന്റെ പങ്കെന്താണ്? ചരിത്രത്തിന്റെ വ്യത്യസ്ത ഘട്ടങ്ങളിൽ സമൂഹം എങ്ങനെ വർഗ്ഗങ്ങളായി തിരിയുന്നു? അതെങ്ങനെ വർഗ്ഗസമരത്തിൽ എത്തുന്നു? ആ വർഗ്ഗസമരത്തെ നിർണ്ണയിക്കുന്നത് എന്താണ്? ഈ ചോദ്യങ്ങൾക്കുള്ള ഉത്തരത്തിലൂടെ ചരിത്രത്തിന്റെ ആന്തരിക ഗതികോർജ്ജം കണ്ടെത്തുകയാണ് മാർക്സും എംഗൽസും ചെയ്തത്. സാമൂഹികമായ ഉൽപ്പാദന ശക്തികളും സാമൂഹികമായ ഉൽപ്പാദന ബന്ധങ്ങളും തമ്മിലുള്ള വൈരുധ്യമാണ് ഈ ഗതികോർജം. അങ്ങനെ, തേരോട്ടങ്ങളുടെയും വെട്ടിപ്പിടുത്തങ്ങളുടെയും ചരിത്ര പുരുഷന്മാരുടെ വ്യക്തിജീവിതത്തിന്റെയും ആഖ്യാനമായി ചരിത്രത്തെ കണ്ടു വന്നിരുന്ന രീതിയിൽ നിന്ന് വ്യത്യസ്തമായി, ചരിത്രത്തെ മുന്നോട്ടു നയിക്കുന്ന യഥാർത്ഥ ശക്തികളെ മാർക്സും എംഗൽസും കണ്ടെത്തി. ഈ പുരോഗതി വൈരുധ്യാത്മക സ്വഭാവത്തിലുള്ളതാണെന്ന് അവർ വ്യക്തമാക്കി. ചരിത്രത്തിൽ ഉൽപ്പാദന ശക്തികളുടെ പങ്കെ

ന്താണ്? അവ എങ്ങനെ വൈരുധ്യത്തിലാവുന്നു? ഉൽപ്പാദന ബന്ധങ്ങളുടെ സ്വഭാവം എന്താണ്? ഉൽപ്പാദനശക്തികൾക്കും ഉൽപ്പാദന ബന്ധങ്ങൾക്കും ഇടയിലെ വൈരുധ്യം എങ്ങനെയാണ് ചരിത്രത്തെ നിർണ്ണയിക്കുന്നത്? ഇതൊക്കെ മാർക്സിന്റെയും എംഗൽസിന്റെയും പരിശോധനയ്ക്ക് വിഷയമായി.

ഭരണകൂടം വ്യത്യസ്ത വർഗ്ഗങ്ങളുടെ താൽപര്യങ്ങൾ സമന്വയിപ്പിക്കുന്ന ഒന്നാണെന്ന ഹെഗലിന്റെ കാഴ്ചപ്പാട് അവർ തള്ളിക്കളഞ്ഞു. ഭരണകൂടം സമന്വയത്തിന്റേതല്ല, സംഘർഷത്തിന്റേതും ആധിപത്യത്തിന്റേതുമാണെന്ന് ഹെഗലിന്റെ ഭരണകൂട സങ്കൽപ്പത്തെ വിമർശിച്ചുകൊണ്ട് മാർക്സ് നേരത്തേ തന്നെ എഴുതിയിരുന്നു. ഭരണകൂടം ഭരണവർഗ്ഗ താൽപര്യങ്ങൾക്കു വേണ്ടി എങ്ങനെ പ്രവർത്തിക്കുന്നുവെന്ന് കുറേക്കൂടി വിശദമായി ഈ കൃതിയിൽ മാർക്സും എംഗൽസും വിശദീകരിക്കുന്നു.

ഭരണകൂടത്തിന്റെ ആശയപരമായ അടിത്തറയും അവർ മറനീക്കി. ഓരോ കാലത്തും സമൂഹത്തിൽ ഏറ്റവും കൂടുതൽ സ്വാധീനം ചെലുത്തുന്ന ആശയങ്ങൾ ആ കാലത്തെ ഭരണവർഗ്ഗ ആശയങ്ങളായിരിക്കുമെന്ന് മാർക്സും എംഗൽസും വ്യക്തമാക്കി. ഭൗതിക ശക്തികളിൽ ആധിപത്യമുള്ളവർക്കു തന്നെയായിരിക്കും ബൗദ്ധിക ശക്തികളിലും ആധിപത്യം എന്ന നിരീക്ഷണം ആശയസമരത്തിന്റെ സ്വഭാവം എന്തായിരിക്കണമെന്നതിൽ സ്പഷ്ടത വരുത്തി.

മുതലാളിത്തത്തിൽ ഈ വൈരുധ്യങ്ങൾ എങ്ങനെ പ്രതിഫലിക്കുന്നു? ചരിത്രത്തിന്റെ മുന്നോട്ടുള്ള പ്രയാണം തടയുന്ന ചങ്ങലയായി അതെങ്ങനെ മാറുന്നു? ഈ ചോദ്യങ്ങൾക്കും മാർക്സും എംഗൽസും കൃത്യമായ ഉത്തരം കണ്ടെത്തി. തൊഴിലാളി വർഗ്ഗം എങ്ങനെയാണ് നായകത്വത്തിലേക്ക് ഉയരുന്നതെന്ന് *ഇംഗ്ലണ്ടിലെ തൊഴിലാളി വർഗ്ഗത്തിന്റെ സ്ഥിതി* എന്ന കൃതിയിൽ എംഗൽസ് വിശദീകരിക്കുന്നുണ്ട്. തൊഴിലാളിയുണ്ടെങ്കിലേ മുതലാളിത്ത ഉൽപ്പാദനമുള്ളൂ എന്നതുകൊണ്ട് തൊഴിലാളി വർഗ്ഗം മുതലാളിത്തത്തിന്റെ അനിവാര്യതയാണെന്ന് എംഗൽസ് വ്യക്തമാക്കുന്നു. തൊഴിലാളി വർഗ്ഗത്തിന്റെ നായകത്വം സ്ഥാപിക്കുകയാണ് *ജർമ്മൻ പ്രത്യയശാസ്ത്രം* ചെയ്യുന്നത്. *ജൂത പ്രശ്നത്തെപ്പറ്റി* എന്ന കൃതിയിൽ തൊഴിലാളി വർഗ്ഗം എന്താണെന്ന് വിശാലമായ അർത്ഥത്തിൽ മാർക്സ് പരിശോധിക്കുന്നുണ്ട്.

തങ്ങളല്ല വർഗ്ഗസമരം കണ്ടുപിടിച്ചതെന്ന് മാർക്സും എംഗൽസും പറയുകയുണ്ടായി. സമൂഹം വർഗ്ഗങ്ങളായി വിഭജിക്കപ്പെട്ട അന്നു മുതൽ വർഗ്ഗസമരവുമുണ്ട്. ഉൽപ്പാദനശക്തികളും ഉൽപ്പാദന ബന്ധങ്ങളും തമ്മിലുള്ള വൈരുധ്യമാണ് വർഗ്ഗസമരത്തെ നിർണ്ണയിക്കുന്നതെന്ന കണ്ടെത്തലാണ് തങ്ങളുടെ സംഭാവനയെന്ന് അവർ വ്യക്തമാക്കുന്നു.

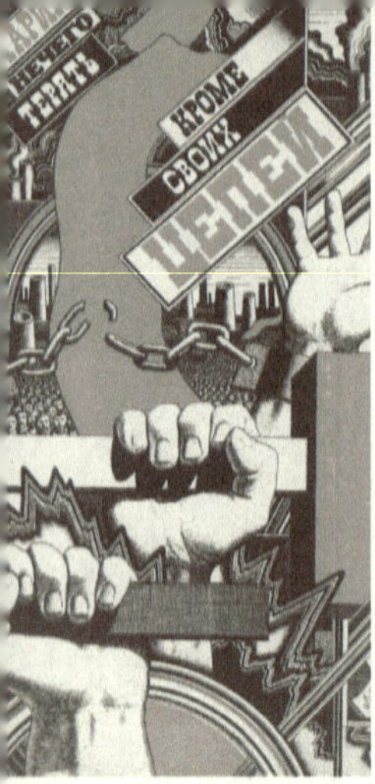

തൊഴിലാളി വർഗ്ഗത്തിന്റെ നേതൃത്വം സ്ഥാപിക്കുന്ന എന്നതാണ് ചരിത്രപരമായ ഭൗതികവാദത്തിന്റെ മറ്റൊരു സവിശേഷത. വർഗ്ഗ സമരത്തിന്റെ ഇതുവരെയുള്ള ചരിത്രത്തിൽ അടിച്ചമർത്തപ്പെട്ട വർഗ്ഗങ്ങൾ അധികാരം പിടിച്ചെടുത്ത് ഭരണവർഗ്ഗങ്ങളായി മാറുക യാണ് ചെയ്തതെങ്കിൽ, വർഗ്ഗസമരത്തിൽ തൊഴിലാളിവർഗ്ഗത്തിന് ആധിപത്യം ലഭിക്കുന്നതോടെ ഒരു വർഗ്ഗരഹിത സമൂഹത്തിലേക്ക് നീങ്ങാൻ അവസരമൊരുങ്ങുമെന്ന് അവർ നിരീക്ഷിച്ചു.

ഇത്തരം കാഴ്ചപ്പാടുകൾ ആറ്റിക്കുറുക്കി പ്രയോഗ സാധ്യമായ ഒരു സിദ്ധാന്തമായി വികസിപ്പിച്ചെടുത്ത് അവതരിപ്പിക്കുകയാണ് *മാനിഫെസ്റ്റോ*യിൽ മാർക്സും എംഗൽസും ചെയ്യുന്നത്. സാമൂഹിക ഘടകങ്ങളെ കൂടി ഉൾക്കൊള്ളുന്ന സമ്പൂർണ്ണ ഭൗതികവാദം, സമഗ്രമായ വൈരുധ്യാത്മക രീതിശാസ്ത്രം, വർഗ്ഗസമരത്തിന്റെ അനിവാര്യത സംബന്ധിച്ച ഉറച്ച ധാരണ, അതിന്റെ നേതൃത്വം തൊഴിലാളി വർഗ്ഗത്തിനാണെന്ന കാഴ്ചപ്പാട് എന്നിവയാണ് *മാനിഫെസ്റ്റോ*യിലെ സമീപനത്തിന്റെ നാല് സവിശേഷതകളായി ലെനിൻ നിരീക്ഷിക്കുന്നത്. മറ്റു വാക്കുകളിൽ പറഞ്ഞാൽ, വിപ്ലവത്തെ യാഥാർത്ഥ്യവൽക്കരിക്കുകയാണ് *മാനിഫെസ്റ്റോ* ചെയ്യുന്നത്. സങ്കല്പങ്ങളിലും സ്വപ്നങ്ങളിലും ഉണ്ടായിരുന്ന ഒന്നിനെ അത് ശാസ്ത്രീയ വിശകലനത്തിലൂടെ യാഥാർത്ഥ്യമാക്കി.

വായിക്കാതിരിക്കരുത് ആമുഖങ്ങൾ

മാനിഫെസ്റ്റോ വായിക്കുമ്പോൾ പ്രധാനമായി ഓർത്തിരിക്കേണ്ട രണ്ടു കാര്യങ്ങളുണ്ട്. ഒന്ന്, *മാനിഫെസ്റ്റോയു*ടെ വ്യത്യസ്ത പതിപ്പുകൾക്കു വേണ്ടി രചിക്കപ്പെട്ട ആമുഖങ്ങൾ വളരെ പ്രധാനപ്പെട്ടതാണ്. പുസ്തകത്തിലേക്കുള്ള പ്രവേശിക എന്നതിനപ്പുറത്ത് മാനിഫേസ്റ്റോയുടെ ആമുഖങ്ങൾക്ക് കൂടുതൽ പ്രസക്തിയുണ്ട്. *മാനിഫെസ്റ്റോ* വായിക്കേണ്ടത് ആ കാലഘട്ടവുമായി ചേർത്തുവച്ചാണ്. രചിക്കപ്പെട്ട കാലത്തിന്റെ സവിശേഷതകൾ മാനിഫെസ്റ്റോയിൽ പ്രതിഫലിക്കാതെ തരമില്ല. പിന്നീട് എഴുതപ്പെട്ട ആമുഖങ്ങൾ ഇത് വ്യക്തമാക്കുന്നുണ്ട്. അതോടൊപ്പം തന്നെ പ്രധാനമാണ് *മാനിഫെസ്റ്റോയു*ടെ അടിക്കുറിപ്പുകൾ. ഓരോ ഘട്ടത്തിലും മാർക്സും എംഗൽസും *മാനിഫെസ്റ്റോയി*ൽ ചില പുതുക്കലുകൾ വരുത്തുന്നത് അടിക്കുറിപ്പുകൾ വഴിയാണ്. ആമുഖങ്ങളിൽ രണ്ടെണ്ണമാണ് മാർക്സും എംഗൽസും ഒരുമിച്ച് എഴുതിയിട്ടുള്ളത്. 1848 ൽ ആദ്യമായി പ്രസിദ്ധീകരിക്കപ്പെട്ടതു മുതൽ 1872 വരെയുള്ള കാൽ നൂറ്റാണ്ട് കാലത്തെ *മാനിഫെസ്റ്റോയു*ടെ ആമുഖങ്ങൾ നമുക്ക് ലഭ്യമല്ല. ഈ കാലയളവിൽ മിക്കവാറും ആമുഖങ്ങൾ ഇല്ലാതെ പത്രങ്ങളിലൂടെയും ആനുകാലികങ്ങളിലൂടെയും മറ്റുമാണ് *മാനിഫെസ്റ്റോയു*ടെ പതിപ്പുകൾ ഇറങ്ങിയത്.

*മാനിഫെസ്റ്റോയു*ടെ രചനാകാലത്തെ വിപ്ലവങ്ങളുടെ പരാജയത്തിനുശേഷം, പ്രത്യേകിച്ച് 1852 ലെ കൊളോൺ കമ്മ്യൂണിസ്റ്റ് വിചാരണയ്ക്കുശേഷം, ലീഗ് ശിഥിലമായി. ലീഗിന്റെ പ്രവർത്തകർ പലയിടങ്ങളിലായി ചിതറിപ്പോയി. തുടർന്നുള്ള കാൽനൂറ്റാണ്ടു കാലം *മാനിഫെസ്റ്റോ* വേണ്ട വിധത്തിൽ ചർച്ച ചെയ്യപ്പെട്ടില്ല. പിന്നീട്, 1872 ൽ

*മാനിഫെസ്റ്റോ*യുടെ ജർമ്മൻ പതിപ്പ് പ്രസിദ്ധീകരിച്ചു. മാനിഫെസ്റ്റോ ആദ്യമായി പ്രസിദ്ധീകരിച്ച് കാൽ നൂറ്റാണ്ട് തികയുന്നതിന് തൊട്ടുമുൻപാണ് ഈ പതിപ്പ് പുറത്തുവന്നത്.

മാനിഫെസ്റ്റോ നമ്മൾ വായിക്കുന്നത് വായനാനുഭവത്തിനു വേണ്ടിയോ അറിവിനു വേണ്ടിയോ മാത്രമല്ല. *മാനിഫെസ്റ്റോ* പ്രയോഗത്തിനു വേണ്ടിയുള്ളതാണ്. നേരത്തെ സൂചിപ്പിച്ചതുപോലെ, വിപ്ലവത്തെ യാഥാർത്ഥ്യവൽക്കരിക്കുകയാണ് *മാനിഫെസ്റ്റോ* ചെയ്യുന്നത്. ഇതിലെ ഓരോ വാക്കും വരിയും അതേ പടി ഉരുവിടാൻ ഉള്ളതല്ല. *മാനിഫെസ്റ്റോ*യിലെ നിരീക്ഷണങ്ങളിൽ ചിലത് കാലഹരണപ്പെട്ടിരിക്കാം. ചിലയിടത്ത് കൂട്ടിച്ചേർക്കലുകൾ അനിവാര്യമായിരിക്കാം. ചരിത്ര രേഖയായി മാറിക്കഴിഞ്ഞ *മാനിഫെസ്റ്റോ*യുടെ ശരീരത്തിൽ അത് കൂട്ടിച്ചേർക്കാനാവില്ല. എങ്കിൽപ്പോലും, *മാനിഫെസ്റ്റോ* മുന്നോട്ടുവയ്ക്കുന്ന പ്രയോഗത്തിന്റെ കാഴ്ചപ്പാട് ഈ കൂട്ടിച്ചേർക്കലുകൾ ഇല്ലാതെ പൂർണ്ണമാവില്ല. ഓരോ കാലഘട്ടത്തിലും ഇതു തന്നെയായിരിക്കണം *മാനിഫെസ്റ്റോ* വായനയിലെ സമീപനം. മാർക്സും എംഗൽസും ഒന്നിച്ച് എഴുതിയ ജർമ്മൻ പതിപ്പിനുള്ള മുഖവുര ഇക്കാര്യം സൂചിപ്പിക്കുന്നുണ്ട്.

> കഴിഞ്ഞ കാൽ നൂറ്റാണ്ടിനിടയിൽ സ്ഥിതിഗതികൾക്കെത്ര തന്നെ മാറ്റം വന്നിട്ടുണ്ടെങ്കിലും ഈ *മാനിഫെസ്റ്റോ* ഉൾക്കൊള്ളുന്ന പൊതുതത്വങ്ങൾ മൊത്തത്തിൽ അന്നത്തെപ്പോലെ തന്നെ ഇന്നും ശരിയാണ്. വിശദാംശങ്ങളിൽ അങ്ങുമിങ്ങും ചില ഭേദഗതികൾ വരുത്താമായിരിക്കാം. *മാനിഫെസ്റ്റോ*യിൽത്തന്നെ പ്രസ്താവിച്ചിട്ടുള്ളതുപോലെ, എവിടെ എപ്പോഴായാലും ശരി, ഈ തത്വങ്ങൾ പ്രയോഗത്തിൽ വരുത്തുന്ന കാര്യം അപ്പോൾ നിലവിലുള്ള ചരിത്രപരമായ സ്ഥിതിഗതികളെ ആശ്രയിച്ചാണിരിക്കുക.[162]

ഇത് വളരെ പ്രധാനപ്പെട്ട കാര്യമാണ്. മാനിഫെസ്റ്റോ ഈ കാലത്തും പ്രസക്തമാണ്. എങ്കിലും, മാനിഫെസ്റ്റോയിലെ വാക്കുകളുടെ അച്ച് വാർപ്പുകൾക്ക് അകത്തല്ല അതിലെ ആശയങ്ങളെ ഇന്ന് മനസ്സിലാക്കേണ്ടത്. ഏത് കാലത്ത് എവിടെ എന്നുള്ളതിന് അനുസൃതമാണ് ഈ ആശയങ്ങളുടെ പ്രയോഗം. നേരത്തെ സൂചിപ്പിച്ചതുപോലെ, *മാനിഫെസ്റ്റോ* എഴുതുന്ന കാലത്ത് മുതലാളിത്തം അത്രകണ്ട് വികസിതമായിരുന്നില്ല.

മുതലാളിത്തത്തിന്റെ ഒരു പ്രത്യേകത അത് വളരുന്നതനുസരിച്ച് തൊഴിലാളിവർഗ്ഗവും വളരുന്നു എന്നുള്ളതാണ്. മാർക്സും എംഗൽസും തുടരുന്നു:

> അതുകൊണ്ടാണ് രണ്ടാം ഭാഗത്തിന്റെ അവസാനത്തിൽ നിർദ്ദേശിച്ചിട്ടുള്ള വിപ്ലവനടപടികളുടെ കാര്യത്തിൽ പ്രത്യേകം ഊന്നൽ കൊടുക്കാതിരുന്നിട്ടുള്ളത്. ഇന്നായിരുന്നുവെ

ഉദ്ധരണികൾക്കൊപ്പം ചേർത്തിരിക്കുന്നത് കമ്മ്യൂണിസ്റ്റ് മാനിഫെസ്റ്റോയിലെ പേജിന്റെ സൂചികയാണ്

> ങ്കിൽ ആ ഭാഗം പല പ്രകാരത്തിലും വ്യത്യസ്ത രീതിയിലാവും എഴുതുക. കഴിഞ്ഞ കാൽ നൂറ്റാണ്ടിനിടയിൽ ആധുനികവ്യവസായത്തിലുണ്ടായിട്ടുള്ള വമ്പിച്ച പുരോഗതി, അതിനെത്തുടർന്ന് തൊഴിലാളി വർഗ്ഗത്തിന്റെ പാർട്ടി സംഘടനയ്ക്കു കൈവന്നിട്ടുള്ള അഭിവൃദ്ധിയും വികാസവും ആദ്യം ഫെബ്രുവരി വിപ്ലവത്തിൽനിന്നും, പിന്നീട്, അതിലും ഉപരിയായ തൊഴിലാളിവർഗ്ഗത്തിനു ചരിത്രത്തിലാദ്യമായി രണ്ടുമാസം തികച്ചും രാഷ്ട്രീയാധികാരം കൈവശംവെക്കാൻ ഇടയാക്കിയ പാരീസ് കമ്യൂണിൽനിന്നും ലഭിച്ച പ്രായോഗികാനുഭവങ്ങൾ ഇതെല്ലാം വെച്ചുനോക്കുമ്പോൾ ഈ പരിപാടി ചില വിശദാംശങ്ങളിൽ പഴഞ്ചനായിത്തീർന്നിട്ടുണ്ട്.[162]

പാരീസ് കമ്യൂണിന്റെ അനുഭവം ലോക തൊഴിലാളി വർഗ്ഗത്തെ ഇങ്ങനെയൊരു പുതിയ കാഴ്ചപ്പാടിലേക്ക് എത്തിച്ചു. ഇത് മാനിഫെസ്റ്റോയിൽ കാണാനാവില്ല.

പാരീസ് കമ്മ്യൂണിന്റെ അനുഭവപാഠം മാർക്സും എംഗൽസും വ്യക്തമാക്കുന്നതു നോക്കുക.

> പാരീസ് കമ്യൂൺ പ്രത്യേകിച്ചും തെളിയിച്ചത് ഒരു സംഗതിയാണ്: മുമ്പുള്ളവർ തയാർചെയ്തുവച്ചിട്ടുള്ള ഭരണകൂടം വെറുതെയങ്ങ് കൈവശപ്പെടുത്തി സ്വന്തം ആവശ്യങ്ങൾക്കുവേണ്ടി അതിനെ അതേപടി ഉപയോഗിക്കാൻ തൊഴിലാളിവർഗത്തിനു സാധ്യമല്ല.[163]

മാനിഫെസ്റ്റോയിൽ സോഷ്യലിസ്റ്റ് സാഹിത്യത്തെപ്പറ്റി പറയുന്നതും അന്നത്തെ കാര്യമാണ്. മാർക്സും എംഗൽസും വ്യക്തമാക്കുന്നു.

> സോഷ്യലിസ്റ്റ് സാഹിത്യത്തെപ്പറ്റി ഇതിലടങ്ങിയിട്ടുള്ള വിമർശനത്തിന്, ഇന്നത്തെ സ്ഥിതി വെച്ചുനോക്കുമ്പോൾ, പോരായ്മകളുണ്ടെന്നത് സ്വയംസിദ്ധമാണ്. കാരണം, 1847 വരെയുള്ള വിമർശനമേ, അതിലുള്ളൂ.[162]

1847 ൽ ആണല്ലോ *കമ്മ്യൂണിസ്റ്റ് മാനിഫെസ്റ്റോ* എഴുതുന്നത്. അതിനു ശേഷം നിരവധി മാറ്റങ്ങൾ സംഭവിച്ചു.

> കൂടാതെ, കമ്മ്യൂണിസ്റ്റുകാരും വിവിധ പ്രതിപക്ഷ കക്ഷികളും തമ്മിലുള്ള ബന്ധത്തെ സംബന്ധിച്ചുള്ള മാനിഫെസ്റ്റോയുടെ പ്രസ്താവനകൾ താത്ത്വികമായി ഇന്നും ശരിയാണെങ്കിലും പ്രായോഗികമായി കാലഹരണപ്പെട്ടുകൊണ്ടിരിക്കുന്നു. കാരണം, അന്നത്തെ രാഷ്ട്രീയസ്ഥിതി പാടെ മാറിയിരിക്കുന്നു. അതിൽ പറഞ്ഞിട്ടുള്ള രാഷ്ട്രീയകക്ഷികൾ അധികവും ചരിത്രത്തിന്റെ പുരോഗതിയിൽ ഭൂമുഖത്തുനിന്നു തന്നെ തെറിച്ചു പോയിരിക്കുന്നു.

അതുകൊണ്ട് *മാനിഫെസ്റ്റോ*യിലെ ആശയങ്ങളും നിരീക്ഷണ

ങ്ങളും കാലികമാക്കേണ്ടതിന്റെ ആവശ്യകതയാണ് മാർക്സും എംഗൽസും വ്യക്തമാക്കുന്നത്. അവർ ഈ ആമുഖം അവസാനിപ്പിക്കുന്നത് ഇങ്ങനെയാണ്:

> ഇങ്ങനെയൊക്കെയാണെങ്കിൽക്കൂടി, ഈ *മാനിഫെസ്റ്റോ* ചരിത്ര പ്രധാനമായ ഒരു രേഖയായിത്തീർന്നിട്ടുണ്ട്. അതിനെ മാറ്റാൻ ഞങ്ങൾക്കു ഇനിമേൽ യാതൊരധികാരവും ഇല്ല. 1847 മുതൽ ഇന്നുവരെയുള്ള വിടവ് നികത്തിക്കൊണ്ടുള്ള മുഖവുരയോടുകൂടിയ ഒരു പതിപ്പ് ഒരുപക്ഷേ പിന്നീട് പ്രസിദ്ധീകരിച്ചേക്കാം. ഈ പതിപ്പിൽ അതിനുള്ള സമയം ഞങ്ങൾക്കു ലഭിച്ചില്ല. അത്ര അപ്രതീക്ഷിതമായിരുന്നു അത്.[163]

അത്തരമൊരു വിശദമായ മുഖവുര ഒരുമിച്ച് എഴുതാൻ മാർക്സിനും എംഗൽസിനും അവസരം ലഭിച്ചില്ല. 1882 ലെ റഷ്യൻ പതിപ്പിന് അവർ ഇരുവരും ചേർന്ന് ഹ്രസ്വമായ ഒരു മുഖവുര എഴുതി. 1883 മാർച്ചിൽ മാർക്സ് വിടവാങ്ങിയതിനു ശേഷം *മാനിഫെസ്റ്റോയു*ടെ ചില പ്രധാന പതിപ്പുകൾക്ക് എംഗൽസ് തനിച്ചും മുഖവുര എഴുതി.

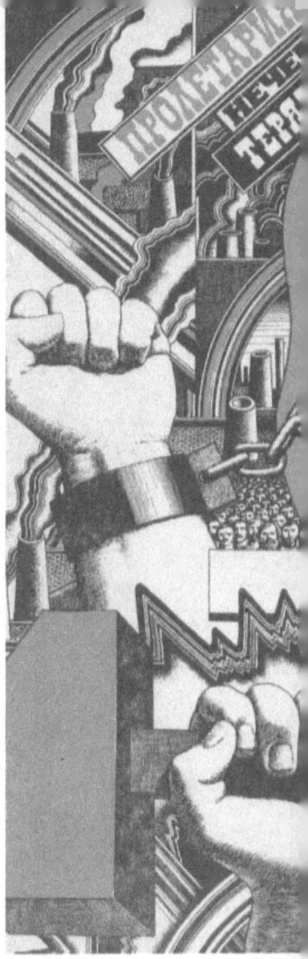

റഷ്യയിലായിരിക്കുമോ ആദ്യ വിപ്ലവം?

*കമ്മ്യൂണിസ്റ്റ് മാനിഫെസ്റ്റോയി*ലും അതിനുശേഷമുള്ള *മൂലധനം* മുതലായ കൃതികളിലും വിഭാവനം ചെയ്തതുപോലെ, വ്യാവസായികമായി ഏറ്റവും കൂടുതൽ വികാസം പ്രാപിച്ച രാജ്യങ്ങൾക്കു പകരം റഷ്യയിൽ ആദ്യം വിപ്ലവം നടന്നത് മാർക്സും എംഗൽസും പറഞ്ഞതിന് വിരുദ്ധമല്ലേ എന്ന സംശയം ചിലർ ഉന്നയിക്കാറുണ്ട്. ഉൽപ്പാദനം വികസിക്കുകയും ഉൽപ്പാദന ബന്ധങ്ങൾ ഉൽപ്പാദന ശക്തികൾക്ക് കാൽച്ചങ്ങലയായി മാറുകയും ചെയ്യുന്ന ഘട്ടത്തിലാണ് വിപ്ലവം നടക്കുന്നതെങ്കിൽ അത് ആദ്യം സംഭവിക്കേണ്ടത് വികസിത മുതലാളിത്ത രാജ്യങ്ങളിലല്ലേ എന്നതാണ് ചോദ്യം. 1882 ലെ റഷ്യൻ പതിപ്പിനുള്ള മുഖവുരയിൽ മാർക്സും എംഗൽസും ഈ പ്രമേയം പരിശോധിക്കുന്നുണ്ട്. മാർക്സും എംഗൽസും ചേർന്ന് മാനിഫെസ്റ്റോയ്ക്ക് എഴുതിയ രണ്ട് മുഖവുരകളിൽ രണ്ടാമത്തേതാണ് ഇത്.

1860 കളുടെ തുടക്കത്തിലാണ് *മാനിഫെസ്റ്റോയു*ടെ ആദ്യ റഷ്യൻ പതിപ്പ് പ്രസിദ്ധീകരിച്ചത്. എന്നാൽ, ഒരു കൗതുകമായി മാത്രമേ പാശ്ചാത്യ ലോകം അന്നതിനെ കണ്ടിരുന്നുള്ളൂ.1882 ൽ മർക്സിന്റെയും എംഗൽസിന്റെയും മുഖവുരയോടെ *മാനിഫെസ്റ്റോയ്ക്ക്* ഒരു റഷ്യൻ പതിപ്പിറങ്ങി. ഈ മുഖവുരയിൽ പ്രധാനമായി രണ്ടു കാര്യങ്ങൾ അവർ പ്രതിപാദിക്കുന്നുണ്ട്. ഒന്നാമതായി, മുതലാളിത്തത്തിന്റെ വികാസ ഘട്ടം *മാനിഫെസ്റ്റോയി*ൽ പറഞ്ഞതിൽ നിന്ന് വളരെയധികം മുന്നോട്ട് പോയിരിക്കുന്നു. രണ്ടാമതായി, മുതലാളിത്ത ലോകത്തിന്റെ വ്യാപ്തി വർധിച്ചിരിക്കുന്നു. ആദ്യ റഷ്യൻ പതിപ്പ് ഇറങ്ങിയ കാലവും അതിനു ശേഷമുണ്ടായ മാറ്റങ്ങളും സൂചിപ്പിച്ച

കൊണ്ട് ഈ മുഖവുരയിൽ മാർക്സും എംഗൽസും പറയുന്നു:

അന്നു പാശ്ചാത്യരാജ്യങ്ങൾക്ക് സാഹിത്യപരമായ ഒരു കൗതുകവസ്തുവായേ അതിനെ (*മാനിഫെസ്റ്റോയു*ടെ റഷ്യൻപതിപ്പിനെ) പരിഗണിക്കാൻ കഴിഞ്ഞുള്ളു. അത്തരം ഒരു അഭിപ്രായം ഇന്ന് അസാധ്യമായിരിക്കും.

മാർക്സും എംഗൽസും തുടരുന്നു:

അന്ന്, 1847 ഡിസംബറിൽ തൊഴിലാളിപ്രസ്ഥാനത്തിന്റെ പരിധി എത്രമാത്രം പരിമിതമായിരുന്നുവെന്നു മാനിഫെസ്റ്റോയുടെ അവസാനഭാഗം വിവിധ രാജ്യങ്ങളിലെ വിവിധ പ്രതിപക്ഷകക്ഷികളോടുള്ള കമ്യൂണിസ്റ്റുകാരുടെ നിലപാടിനെപ്പറ്റി പരാമർശിക്കുന്ന ഭാഗം തികച്ചും വ്യക്തമാക്കുന്നുണ്ട്. റഷ്യയുടെയും അമേരിക്കയുടെയും പേരുകൾ അതിൽ ഇല്ല തന്നെ. റഷ്യ യൂറോപ്യൻ പ്രതിലോമശക്തികളുടെയെല്ലാം അവസാനത്തെ വൻ കരുതൽ ശക്തിയായി നിലനിൽക്കുകയും അമേരിക്ക യൂറോപ്പിലെ അധികപ്പറ്റായ തൊഴിലാളികളെ കുടിയേറിപ്പാർപ്പുവഴി സ്വയം ഉൾക്കൊള്ളുകയും ചെയ്തിരുന്ന കാലമായിരുന്നു അത്. ഇരു രാജ്യങ്ങളും യൂറോപ്പിന്റെ ആവശ്യത്തിനു വേണ്ടതായ അസംസ്കൃത സാധനങ്ങൾ ഒരുക്കിക്കൊടുക്കുകയും അതേസമയത്ത് അതിന്റെ വ്യവസായോൽപ്പന്നങ്ങൾ ചെലവഴിക്കാനുള്ള കമ്പോളമായി വർത്തിക്കുകയും ചെയ്തു. അതുകൊണ്ട് അന്ന് ആ രണ്ടു രാജ്യങ്ങളും ഒരു നിലയ്ക്കല്ലെങ്കിൽ മറ്റൊരു നിലയ്ക്ക്, അന്നത്തെ യൂറോപ്യൻ വ്യവസ്ഥയുടെ നെടുംതൂണുകളായിരുന്നു.[165]

*മാനിഫെസ്റ്റോയു*ടെ 150-ാം വാർഷികത്തിൽ പ്രസിദ്ധപ്പെടുത്തിയ പതിപ്പിനുള്ള അനുബന്ധത്തിൽ പ്രഭാത് പട്നായ്ക് ഇക്കാര്യം പരാമർശിക്കുന്നുണ്ട്. ഒരു കരുതൽ തൊഴിൽ സേനയെ സജ്ജമാക്കുന്നതിലും കരുതൽ കമ്പോളം ഒരുക്കുന്നതിലും കോളനികൾ വഹിക്കുന്ന പങ്ക് മാനിഫെസ്റ്റോ കണ്ടിരുന്നില്ല എന്നാണ് അദ്ദേഹം വ്യക്തമാക്കുന്നത്. ഈ ആമുഖത്തിൽ മാർക്സും എംഗൽസും മറ്റൊരു തരത്തിൽ സൂചിപ്പിക്കുന്നതും അത് തന്നെയാണ്. യൂറോപ്പിലെ മുതലാളിത്തം അമേരിക്കയെ കൂടി ഉൾക്കൊള്ളുന്ന രീതിയിലേക്ക് വികസിപ്പിച്ചത് വിശദീകരിച്ചുകൊണ്ട് മാർക്സും എംഗൽസും പറയുന്നു:

> യൂറോപ്പിൽനിന്നുള്ള കുടിയേറിപ്പാർപ്പുതന്നെയാണ് വടക്കെ അമേരിക്കയിൽ കാർഷികവികസനത്തിന് വഴിവെച്ചത്. അതിൽനിന്നു നേരിടേണ്ടിവരുന്ന മത്സരംകൊണ്ടു യൂറോപ്പിലെ വലുതും ചെറുതുമായ ഭൂവുടമവ്യവസ്ഥയുടെ അടിത്തറതന്നെ കുലുങ്ങിക്കൊണ്ടിരിക്കുകയാണ്. ഇതിനു പുറമേ, പടിഞ്ഞാറൻ യൂറോപ്പിന്റെ, പ്രത്യേകിച്ച് ഇംഗ്ലണ്ടിന്റെ,

> ഇതേവരെ നിലനിന്നുവന്നിരുന്ന വ്യവസായകുത്തകയെ താമസംവിനാ പൊളിക്കുമാറ് അമേരിക്കയ്ക്കു അതിന്റെ വ്യാവസായിക വിഭവങ്ങളെ ഊർജിതമായി, വിപുലമായ തോതിൽ ചൂഷണം ചെയ്യാൻ തൽഫലമായി കഴിഞ്ഞു.[165]

1840 കളിലെ വിപ്ലവകാലത്ത് യൂറോപ്പിലെ പിന്തിരിപ്പന്മാർ പ്രതീക്ഷയോടെ കണ്ടിരുന്ന റഷ്യയും അതിനു ശേഷം വളരെയധികം മാറി. മാർക്സും എംഗൽസും തുടരുന്നു:

> 1848-1849 ലെ വിപ്ലവകാലത്ത് യൂറോപ്പിലെ രാജാക്കന്മാരെന്നല്ല, ബൂർഷ്വാസിപോലും, ഉണർന്നുതുടങ്ങുക മാത്രം ചെയ്തിരുന്ന തൊഴിലാളിവർഗ്ഗത്തിൽനിന്നുള്ള തങ്ങളുടെ ഒരേയൊരു രക്ഷയായി ഉറ്റുനോക്കിയിരുന്നത് റഷ്യൻ ഇടപെടലിനെയാണ്. സാർ യൂറോപ്യൻ പ്രതിലോമശക്തിയുടെ നായകനായി വിളംബരം ചെയ്യപ്പെട്ടു. എന്നാൽ ഇന്നാകട്ടെ അയാൾ വിപ്ലവത്തിന്റെ യുദ്ധത്തടവുകാരനായി ഗാച്ചിനയിൽ കഴിയുകയാണ്; റഷ്യ യൂറോപ്പിലെ വിപ്ലവപ്രവർത്തനത്തിന്റെ മുന്നണിയായിത്തീർന്നിരിക്കുന്നു.[165]

അടുത്ത ഖണ്ഡികയിലാണ് പ്രവചനാത്മകമായ ഭാഗം വരുന്നത്.

> ആധുനിക ബൂർഷ്വാസ്വത്തുടമ സമ്പ്രദായത്തിന്റെ വിനാശം അനിവാര്യവും ആസന്നവുമാണെന്നു പ്രഖ്യാപിക്കുക എന്നതായിരുന്നു *കമ്മ്യൂണിസ്റ്റ് മാനിഫെസ്റ്റോ*യുടെ ലക്ഷ്യം. എന്നാൽ അതിവേഗം പെരുകിവരുന്ന മുതലാളിത്തക്കൊള്ളയ്ക്കും വളരുവാൻ തുടങ്ങുകമാത്രം ചെയ്യുന്ന ബൂർഷ്വാഭൂവുടമവ്യവസ്ഥയ്ക്കും അഭിമുഖമായി പകുതിയിലേറെ നിലവും കൃഷിക്കാരുടെ പൊതുവുടമയിലാണെന്ന വസ്തുത നാം റഷ്യയിൽ കാണുന്നു. അപ്പോൾ ചോദ്യമിതാണ്: സാരമായി കോട്ടം തട്ടിയിട്ടുണ്ടെന്നിരിക്കിലും പ്രാചീന പൊതുഭൂവുടമയുടെ ഒരു രൂപമായ റഷ്യൻ 'ഒബ്ഷ്ചിന'ക്ക് കമ്മ്യൂണിസ്റ്റ് പൊതുവുടമയെന്ന ഉയർന്ന രൂപത്തിലേക്കു നേരിട്ട് നീങ്ങാൻ കഴിയുമോ; അതോ, നേരെമറിച്ച്, പാശ്ചാത്യരാജ്യങ്ങളുടെ ചരിത്രത്തിലുണ്ടായതുപോലെ അതിൽനിന്നും ഛിന്നഭിന്നമാവുകയെന്ന ഒരു പരിണാമദശയിലൂടെ ആദ്യം കടന്നുപോകേണ്ടിവരുമോ?'[166]

ഇതിന്റെ ഉത്തരമെന്ന നിലയിൽ അവർ തുടർന്ന് പറയുന്നു:

> ഇന്നത്തെ നിലയ്ക്ക് ഇതിന് ഒരൊറ്റ ഉത്തരമേ ഉള്ളൂ; റഷ്യൻവിപ്ലവം പാശ്ചാത്യരാജ്യങ്ങളിലെ തൊഴിലാളിവർഗ്ഗവിപ്ലവത്തിന്റെ മുന്നോടിയാവുകയും അവ രണ്ടും അങ്ങനെ അന്യോന്യം പൂരണമായി ഭവിക്കുകയും ചെയ്യുകയാണെങ്കിൽ റഷ്യയിൽ ഇന്നു കാണുന്ന പൊതുഭൂവുടമസമ്പ്രദായം കമ്മ്യൂണിസ്റ്റ് രൂപത്തിലേക്കുള്ള വികാസത്തിന്റെ തുടക്കമായി ഭവിച്ചേക്കാം.[166]

ഇവിടെയാണ് ആദ്യം റഷ്യയിൽ വിപ്ലവം സംഭവിച്ചേക്കാം എന്ന് മാർക്സും എംഗൽസും വ്യക്തമായി പറയുന്നത്. അത് യൂറോപ്പിലെ വിപ്ലവത്തിന് മുന്നോടിയായിത്തീരാം എന്നും അവർ വ്യക്തമാക്കുന്നു. അതുകൊണ്ട്, യൂറോപ്പിന് മുമ്പ് റഷ്യയിൽ വിപ്ലവം നടന്നു എന്നുള്ളത് മാക്സിന്റേയും എംഗൽസിന്റേയും വിശകലനങ്ങൾക്ക് വിരുദ്ധമല്ല. ലോക മുതലാളിത്തത്തിന്റെ ഏറ്റവും ദുർബലമായ കണ്ണി എന്ന നിലയിലാണ് സാമ്രാജ്യത്വഘട്ടത്തിലെ റഷ്യൻ മുതലാളിത്തത്തെ ലെനിൻ വിശകലനം ചെയ്യുന്നത്.

മാനിഫെസ്റ്റോയുടെ ഹൃദയം

മാർക്സും എംഗൽസും ഒരുമിച്ച് എഴുതിയ രണ്ട് ആമുഖങ്ങൾ പ്രതിപാദിച്ചല്ലോ. 1883 ലെ ജർമ്മൻ പതിപ്പിനുള്ളതാണ് എംഗൽസ് ആദ്യമായി ഒറ്റയ്ക്ക് എഴുതിയ മാനിഫെസ്റ്റോ മുഖവുര. ഇത് വളരെ ഹ്രസ്വമായ ഒന്നാണ്. ഏതാനും ഖണ്ഡികകളിൽ ഒതുങ്ങുന്ന ഈ ആമുഖത്തിൽ മാർക്സിന്റെ വിയോഗത്തെക്കുറിച്ച് സൂചിപ്പിക്കുന്നുണ്ട്.

> ഈ പതിപ്പിനുള്ള മുഖവുര, ഹാ! ഞാൻ ഒറ്റയ്ക്ക് എഴുതേണ്ടിവന്നിരിക്കുന്നു. മാർക്സ്, യൂറോപ്പിലെയും അമേരിക്കയിലെയും മുഴുവൻ തൊഴിലാളിവർഗ്ഗവും മറ്റാരോടും എന്നതിനേക്കാൾ അദ്ദേഹത്തോട് കടപ്പെട്ടിരിക്കുന്നു. ഇന്ന് ഹൈഗേറ്റ് സെമിത്തേരിയിൽ അന്ത്യവിശ്രമം കൊള്ളുകയാണ്. അദ്ദേഹത്തിന്റെ ശവകുടീരത്തിന്മേൽ ആദ്യത്തെ പുല്ലിൻമുളകൾ പൊടിച്ചുപൊന്തിക്കഴിഞ്ഞിരിക്കുന്നു. അദ്ദേഹത്തിന്റെ മരണാനന്തരം *മാനിഫെസ്റ്റോ*യിൽ കൂട്ടലോ തിരുത്തലോ വരുത്തുന്ന കാര്യം ഇതുവരെ ഉണ്ടായിരുന്ന അത്രപോലും ഇനി ചിന്തിക്കാൻ കഴിയുകയില്ല.[167]

എംഗൽസ് തുടരുന്നു:

> പ്രത്യേകിച്ചും, താഴെപ്പറയുന്ന കാര്യം അസന്ദിഗ്ധമായി വീണ്ടും പ്രസ്താവിക്കേണ്ടത് ആവശ്യമാണെന്നു ഞാൻ കരുതുന്നു. ഓരോ ചരിത്രകാലഘട്ടത്തിലെയും സാമ്പത്തികോൽപ്പാദനവും അതിൽനിന്ന് അവശ്യമുയരുന്ന സമൂഹവ്യവസ്ഥയുമാണ് ആ കാലഘട്ടത്തിന്റെ രാഷ്ട്രീയവും ബുദ്ധിപരവുമായ പ്രവർത്തനങ്ങളുടെ അടിത്തറ.[167]

അടിത്തറ മേൽപ്പുര സിദ്ധാന്തത്തെക്കുറിച്ച് ജർമ്മൻ പ്രത്യയശാസ്ത്രത്തിൽ മാർക്സും എംഗൽസും പ്രതിപാദിക്കുന്ന കാര്യം നേരത്തേ സൂചിപ്പിച്ചതാണല്ലോ. *മാനിഫെസ്റ്റോ*യിൽ ഇത് കുറേക്കൂടി മൂർത്തമായി അവതരിപ്പിക്കുന്നു. ഉല്പാദനശക്തികൾ, ഉൽപ്പാദന ബന്ധങ്ങൾ ഇവ ചേരുന്നതാണ് ഇവിടെ സൂചിപ്പിക്കുന്ന അടിത്തറ.

> ചൂഷിതരും മർദ്ദിതരുമായ വർഗ്ഗത്തിന് (തൊഴിലാളിവർഗ്ഗത്തിന്) ചൂഷണത്തിൽനിന്നും മർദ്ദനത്തിൽനിന്നും വർഗ്ഗസമരത്തിൽനിന്നും സമൂഹത്തെയാകെ എന്നെന്നേക്കുമായി മോചിപ്പിക്കാതെ ചൂഷകരിൽനിന്നും മർദ്ദകരിൽനിന്നും (ബൂർഷ്വാസിയിൽ നിന്ന്) സ്വയംമോചനം നേടാൻ കഴിയുകയില്ല എന്നൊരു ഘട്ടത്തിൽ ഇന്ന് വർഗ്ഗസമരം എത്തിച്ചേർന്നിരിക്കുന്നു. മാനിഫെസ്റ്റോയിലുടനീളം പ്രസരിച്ചിട്ടുള്ള ഈ മൗലികചിന്താഗതി മാർക്സിന്റേതു മാത്രമാണ്, മറ്റാരുടേയുമല്ല.[168]

ഇതാണ് മാനിഫെസ്റ്റോയുടെ ഹൃദയം. എംഗൽസ് വ്യക്തമാക്കുന്നു:

> പ്രാചീനമായ പൊതുഭൂവുടമവ്യവസ്ഥയുടെ നാശത്തിനുശേഷമുള്ള ചരിത്രമാകെ സാമൂഹ്യവികാസത്തിന്റെ വിവിധ ദശകളിൽ നടന്നിട്ടുള്ള വർഗ്ഗസമരങ്ങളുടെ ചരിത്രമാണ്, ചൂഷകരും ചൂഷിതരും, മേലാളരും അടിയാളരുമായ വർഗ്ഗങ്ങൾ തമ്മിൽ നടന്നിട്ടുള്ള സമരങ്ങളുടെ ചരിത്രമാണ്.[167]

യഥാർത്ഥത്തിൽ ഇതൊരു കൂട്ടിച്ചേർക്കൽ ആണ്. ഈ കാര്യം *മാനിഫെസ്റ്റോ*യിൽ പ്രതിപാദിക്കുന്നില്ല. 'പൊതു ഭൂവുടമാ വ്യവസ്ഥയുടെ നാശത്തിന് ശേഷമുള്ള ചരിത്രം' എന്ന് എംഗൽസ് ഇവിടെ എടുത്തുപറയുന്നുണ്ട്. നാളിതുവരെയുള്ള ചരിത്രം വർഗ്ഗസമരത്തിന്റെ ചരിത്രമാണ് എന്നാണ് മാനിഫെസ്റ്റോയിൽ പറയുന്നത്. എന്നാൽ അതിനു മുൻപ് പൊതുഭൂവുടമ വ്യവസ്ഥയുടെ കാലം ഉണ്ടായിരുന്നു. മോർഗ്ഗന്റെ ആദിമസമൂഹത്തെ സംബന്ധിച്ച കണ്ടെത്തലുകളെ പ്രതിപാദിച്ചുകൊണ്ടാണ് എംഗൽസ് ഇത് വിശദീകരിക്കുന്നത്. 1888 ലെ ഇംഗ്ലീഷ് പതിപ്പിനുള്ള ആമുഖത്തിൽ ഇത് പറയുന്നുണ്ട്. അടിക്കുറിപ്പിൽ ലിഖിത ചരിത്രം എന്ന് കൂട്ടിച്ചേർക്കുകയും ചെയ്യുന്നുണ്ട്.

പൊതു ഉടമസ്ഥ സമ്പ്രദായത്തിന്റെ തകർച്ചയ്ക്ക് ശേഷമുള്ള ചരിത്രം വർഗ്ഗ സമരത്തിന്റേതാണ്. ഈ വർഗ്ഗസമരം ഇന്ന് എത്തിനിൽക്കുന്ന സവിശേഷ ഘട്ടത്തിന്റെ പ്രാധാന്യം എംഗൽസ് സൂചിപ്പിക്കുകയാണിവിടെ. സാമൂഹ്യഘടനയുടെ താഴെത്തട്ടിൽ തടവിൽ കിടക്കുന്ന തൊഴിലാളിവർഗ്ഗത്തിന് അതിന്റെ മുകളിലുള്ള അടരുകളെ ആകെ മോചിപ്പിക്കാതെ സ്വയം മോചനം നേടാൻ സാധ്യമല്ല.

എംഗൽസ് പറയുന്നു:

> ജീവശാസ്ത്രത്തിൽ ഡാർവിന്റെ സിദ്ധാന്തം എന്തൊരു പങ്കാണോ നിർവഹിച്ചിട്ടുള്ളത് ആ പങ്ക് ചരിത്രത്തെ സംബന്ധിച്ചിടത്തോളം നിറവേറ്റാൻ പരികൽപ്പിതമാണ് ഈ പ്രമേയം എന്നാണ് എന്റെ അഭിപ്രായം.[168]

വർഗ്ഗസമരം ഒരു പ്രത്യേക ഘട്ടത്തിൽ എത്തിയിരിക്കുന്നു; എല്ലാവരെയും വിമോചിപ്പിച്ചുകൊണ്ട് മാത്രമേ തൊഴിലാളിവർഗ്ഗത്തിന് വിമോചനം സാധ്യമാകൂ എന്നുള്ള കാഴ്ചപ്പാടിനെക്കുറിച്ചാണ് എംഗൽസ് ഇവിടെ സൂചിപ്പിക്കുന്നത്.

1890 ലെ ജർമ്മൻ പതിപ്പിനുള്ള കുറിപ്പിൽ എംഗൽസ് തുടർന്ന് വ്യക്തമാക്കുന്നു:

> 1845 ന മുമ്പുള്ള ഏതാനും കൊല്ലങ്ങളിലായി ഞങ്ങളിരുപേരും ഈ പ്രമേയത്തിലെത്താൻ തുടങ്ങിയിരുന്നു. ഞാൻ സ്വന്തമായി, സ്വതന്ത്രമായി അതിലേക്കെത്രകണ്ടു പുരോഗമിച്ചിരുന്നുവെന്നത് ഞാനെഴുതിയ *ഇംഗ്ലണ്ടിലെ തൊഴിലാളി വർഗ്ഗത്തിന്റെ സ്ഥിതി* എന്ന പുസ്തകത്തിൽനിന്നും സ്പഷ്ടമാകും.[168]

വർഗ്ഗ സമരത്തിൽ തൊഴിലാളി വർഗ്ഗത്തിന്റെ നേതൃത്വവും എല്ലാ വർഗ്ഗങ്ങളേയും മോചിപ്പിച്ചുകൊണ്ടു മാത്രമേ തൊഴിലാളി വർഗ്ഗത്തിന് വിമോചനം സാധ്യമാകൂ എന്ന കാഴ്ചപ്പാടും എംഗൽസ് സ്വന്തം നിലയിൽ എത്രമാത്രം വികസിപ്പിച്ചിരുന്നു എന്നുള്ളതാണ് ഇവിടെ സൂചിപ്പിക്കുന്നത്. എന്നാൽ, ഈ ആശയം മൗലികമായി മാർക്സിന്റേതു തന്നെയാണ് എന്ന കാര്യത്തിൽ എംഗൽസിന് ലവലേശം സംശയമില്ല.

> 1845 ലെ വസന്തത്തിൽ ബ്രസൽസിൽവെച്ച് ഞാൻ മാർക്സിനെ വീണ്ടും കണ്ടപ്പോഴേക്കും അദ്ദേഹം അത് നിർവചിച്ചു കഴിഞ്ഞിരുന്നുവെന്നുമാത്രമല്ല, ഞാൻ മുകളിൽ പ്രസ്താവിച്ച രീതിയിൽ മിക്കവാറും അത്രതന്നെ വ്യക്തമായ വിധത്തിൽ അതെന്റെ മുമ്പിൽ വയ്ക്കുകയും ചെയ്തു.[168]

വിശദമായ മുഖവുരയോടെ *മാനിഫെസ്റ്റോയു*ടെ ഒരു പതിപ്പ് ഇറക്കണം എന്നുള്ള ആശയം മാർക്സും എംഗൽസും പ്രകടിപ്പിച്ചത് നേരത്തേ സൂചിപ്പിച്ചല്ലോ. എംഗൽസ് ഒറ്റയ്ക്ക് ആണെങ്കിലും ഇത് കൃത്യമായി നിർവഹിക്കുന്നത് 1888 ലെ ഇംഗ്ലീഷ് പതിപ്പിനുള്ള മുഖവുരയിലൂടെയാണ്. *മാനിഫെസ്റ്റോയി*ലെ കാഴ്ചപ്പാടുകൾ കൂടുതൽ കാലമാക്കുന്ന പ്രക്രിയയാണ് എംഗൽസ് ഈ ആമുഖത്തിലൂടെ നിർവഹിക്കുന്നത്. എന്തുകൊണ്ട് ഇതൊരു സോഷ്യലിസ്റ്റ് മാനിഫെസ്റ്റോ ആകാതെ കമ്മ്യൂണിസ്റ്റ് മാനിഫെസ്റ്റോ ആയി എന്ന ചോദ്യത്തിന് എംഗൽസ് ഇതിൽ മറുപടി പറയുന്നുണ്ട്.

അതെഴുതിയ കാലത്ത് അതിനെ സോഷ്യലിസ്റ്റ് മാനിഫെസ്റ്റോയെന്ന് നാമകരണം ചെയ്യാൻ ഞങ്ങൾക്കു നിർവാഹമുണ്ടായിരുന്നില്ല. 1847 ൽ സോഷ്യലിസ്റ്റുകാർ എന്ന പേരിൽ അറിയപ്പെട്ടിരുന്നവർ രണ്ടുതരക്കാരായിരുന്നു. ഒരു ഭാഗത്ത് വിവിധ തരത്തിലുള്ള സാങ്കൽപ്പിക സിദ്ധാന്തക്കാർ. ഉദാഹരണത്തിന് ഇംഗ്ലണ്ടിലെ ഓവൻ പക്ഷക്കാരും, ഫ്രാൻസിലെ ഫുര്യേ വാദികളും; ഇരുവരും ക്രമേണ നാമാവശേഷമാകാൻ തുടങ്ങിയിട്ടുള്ള ചെറു സംഘങ്ങളായി അന്നുതന്നെ ശോഷിച്ചുകഴിഞ്ഞിരുന്നു. മറുഭാഗത്താണെങ്കിൽ എണ്ണിയാലൊടുങ്ങാത്ത സാമൂഹിക മുറിവൈദ്യന്മാർ. മുടക്കുമുതലിനും ലാഭത്തിനും ഹാനിതട്ടിക്കാതെ എല്ലാത്തരം കുരുട്ടുവിദ്യകളും പ്രയോഗിച്ചുകൊണ്ടു സർവവിധ സാമൂഹികപീഡകളും ശമിപ്പിക്കാമെന്നു പറയുന്നവരാണീക്കൂട്ടർ. ഇരുക്കൂട്ടരും തൊഴിലാളിപ്രസ്ഥാനത്തിന്റെ പുറത്താണ് നിൽക്കുന്നത്; 'അഭ്യസ്തവിദ്യ' വർഗ്ഗങ്ങളുടെ നേർക്കാണ് സഹായത്തിന് ഉറ്റുനോക്കുന്നത്. വെറും രാഷ്ട്രീയവിപ്ലവങ്ങൾകൊണ്ടുമാത്രം കാര്യമാവില്ലെന്നും സമൂഹത്തിന്റെ പരിപൂർണപരിവർത്തനം കൂടിയേ കഴിയൂവെന്നും ബോധ്യംവന്ന തൊഴിലാളി വിഭാഗങ്ങളെല്ലാം സ്വയം കമ്യൂണിസ്റ്റ് എന്ന പേർ കൈക്കൊണ്ടു. വെറുമൊരു വാസനാവിശേഷത്തിന്റെ സന്തതിയായ, ഒരുതരം അസംസ്കൃതവും പരുക്കൻ മട്ടിലുള്ളതുമായ കമ്യൂണിസമായിരുന്നു അത്; എങ്കിൽക്കൂടി അതു കാര്യത്തിന്റെ കാതൽ സ്പർശിച്ചുവെന്നു തന്നെയല്ല, ഫ്രാൻസിൽ കബേയുടെയും ജർമ്മനിയിൽ വൈറ്റ്ലിങ്ങിന്റെയും സാങ്കൽപ്പിക കമ്യൂണിസം ഉളവാക്കത്തക്ക ശക്തി അതിനു തൊഴിലാളിവർഗ്ഗത്തിനിടയിൽ സിദ്ധിച്ചു. അപ്പോൾ 1847 ൽ സോഷ്യലിസം ഇടത്തരക്കാരുടേതായ ഒരു പ്രസ്ഥാനവും, കമ്യൂണിസം തൊഴിലാളിവർഗ്ഗത്തിന്റേതായ ഒരു പ്രസ്ഥാനവുമായിരുന്നു. സോഷ്യലിസത്തിനു യൂറോപ്പിലെങ്കിലും 'മാന്യത' ഉണ്ടായിരുന്നു. കമ്യൂണിസത്തിന്റെ കാര്യമാകട്ടെ നേരെമറിച്ചായിരുന്നു. മാത്രമല്ല, 'തൊഴിലാളിവർഗ്ഗത്തിന്റെ മോചനം തൊഴിലാളിവർഗ്ഗം തന്നെ സാധിക്കേണ്ട ഒരു കൃത്യമാണെ'ന്നുള്ള ബോധ്യം ആദ്യം മുതൽക്കേ ഞങ്ങൾക്കുണ്ടായിരുന്നതുകൊണ്ട് ഈ രണ്ടുപേരുകളിൽ ഏതാണ് സ്വീകരിക്കേണ്ടതെന്ന കാര്യത്തിൽ ഞങ്ങൾക്കു സംശയമേ ഇല്ലായിരുന്നു.[173]

തുടർന്നദ്ദേഹം *മാനിഫെസ്റ്റോയു*ടെ ഹൃദയാശയവും *പാരീസ് കമ്യൂണി*ന്റെ അനുഭവവും സൂചിപ്പിക്കുന്നു.

ദർശനത്തിന്റെ ഭൗതികശക്തി

ആയിരത്തി എണ്ണൂറ്റി തൊണ്ണൂറുകളിലെ ജർമ്മൻ പതിപ്പിനുള്ള ആമുഖത്തിൽ എംഗൽസ് ഒരു കാര്യം പ്രത്യേകം പ്രതിപാദിക്കുന്നുണ്ട്. ഈ പതിപ്പ് മൂലകൃതിയുടെ പരിഭാഷയല്ല. അതിന്റെ ജർമ്മൻ പതിപ്പ് തന്നെ മൂലകൃതിയുടെ പുതിയ പതിപ്പല്ല. മൂലകൃതി നഷ്ടപ്പെട്ടു പോവുകയും പിന്നീടതിനെ റഷ്യൻ പരിഭാഷയിൽ നിന്ന് തിരിച്ച് ജർമ്മനിയിലേക്ക് പരിഭാഷപ്പെടുത്തുകയുമാണ് ചെയ്തത്.

> നിർഭാഗ്യവശാൽ ജർമ്മൻ ഭാഷയിലുള്ള കൈയെഴുത്തുപ്രതി നഷ്ടപ്പെട്ടു പോയിരിക്കുന്നു. അതുകൊണ്ട് അതിനെ റഷ്യനിൽ നിന്ന് ജർമ്മൻ ഭാഷയിലേക്ക് തിരികെ പരിഭാഷപ്പെടുത്തി എടുത്തു. യാതൊരു തരത്തിലും മൂലത്തെക്കാൾ മെച്ചമാവാൻ ഇടയില്ലാത്ത ഒന്നാണിത്.[176]

എംഗൽസ് ആ ദൗത്യം നിർവഹിച്ചു. അതാണ് പിന്നീട് എല്ലാ മാനിഫെസ്റ്റോ പതിപ്പുകളും ആധാരമാക്കിയത്. ഈ പതിപ്പുകൾക്കുള്ള ആമുഖങ്ങളിലൂടെയാണ് മാനിഫെസ്റ്റോയുടെ ചരിത്രം എങ്ങനെ തൊഴിലാളിവർഗ്ഗത്തിന്റെ ചരിത്രമാവുന്നു, പിന്നീടുള്ള അനുഭവങ്ങളിലൂടെ തൊഴിലാളിവർഗ്ഗത്തിന് എന്തെല്ലാം ബോധ്യമായി, മാറിയ കാലത്തെ മാനിഫെസ്റ്റോയുടെ പ്രാധാന്യമെന്ത് തുടങ്ങിയ കാര്യങ്ങൾ അദ്ദേഹം വിശദീകരിക്കുന്നത്.

എംഗൽസ് ഇങ്ങനെ പറയുന്നു:

> *മാനിഫെസ്റ്റോയ്ക്ക്* അതിന്റേതായ ഒരു ചരിത്രമുണ്ട്. ശാസ്ത്രീയ സോഷ്യലിസത്തിന്റെ മുന്നണി, അന്നത് തുലോം പരിമിതമായിരുന്നു. മാനിഫെസ്റ്റോയുടെ പിറവിയെ ആവേശത്തോടെ

> സ്വാഗതം ചെയ്തു (ആദ്യത്തെ മുഖവുരയിൽ പരാമർശിച്ചിട്ടുള്ള പരിഭാഷകളിൽനിന്നു ഈ സംഗതി തെളിയുന്നുണ്ട്). എന്നാൽ അധികം താമസിയാതെ, 1848 ജൂണിൽ പാരീസിലെ തൊഴിലാളികൾക്കു നേരിട്ട പരാജയത്തോടു കൂടി തുടങ്ങിയ പിന്തിരിപ്പന്മാരുടെ മുന്നേറ്റത്തിന്റെ ഫലമായി മാനിഫെസ്റ്റോ പിന്തള്ളപ്പെടുകയും അവസാനം 1852 നവംബറിൽ കൊളോൺ കമ്യൂണിസ്റ്റുകാർ ശിക്ഷിക്കപ്പെട്ടതിനെത്തുടർന്നു 'നിയമപ്രകാരം തന്നെ' ഭ്രഷ്ടാക്കപ്പെടുകയും ചെയ്തു. അങ്ങനെ ഫെബ്രുവരിവിപ്ലവത്തോടുകൂടി ഉയർന്നുവന്ന തൊഴിലാളിപ്രസ്ഥാനം പൊതുരംഗത്തുനിന്ന് അപ്രത്യക്ഷമായതോടെ മാനിഫെസ്റ്റോയ്ക്കും പിന്നോട്ടടി സംഭവിച്ചു.[179]

നേരത്തെ സൂചിപ്പിച്ചതുപോലെ, വിപ്ലവത്തെ യാഥാർത്ഥ്യവൽക്കരിക്കുന്നതിനുള്ള ഒരു പ്രഖ്യാപനം എന്ന നിലയിൽ മാനിഫെസ്റ്റോ വരുന്നത് പാരീസിലും മിലാനിലും മറ്റും തൊഴിലാളിവർഗ്ഗ വിപ്ലവം ആസന്നമായ സാഹചര്യത്തിലാണ്. *മാനിഫെസ്റ്റോ* ഉടൻ എഴുതി പൂർത്തിയാക്കണമെന്ന ഒരു അന്ത്യശാസനം തന്നെ ലീഗ് മാർക്സിനും എംഗൽസിനും നൽകാൻ ഇടയായ സാഹചര്യം അതാണ്. എന്നാൽ, ഈ വിപ്ലവങ്ങൾ പരാജയപ്പെട്ടു. ലീഗ് പിരിച്ചുവിടപ്പെട്ടു. വിപ്ലവ പ്രസ്ഥാനത്തിന് തിരിച്ചടികൾ ഉണ്ടായി. വലതുപക്ഷ ഭരണവർഗ്ഗ ശക്തികളുടെ സ്വാധീനം കുറേക്കൂടി ശക്തമായി. മാനിഫെസ്റ്റോയുടെ പ്രസക്തി നഷ്ടപ്പെടുകയും അത് എന്നെന്നേക്കുമായി അപ്രത്യക്ഷമാവുകയും ചെയ്തുവെന്ന ചിന്താഗതി പ്രബലമായി.

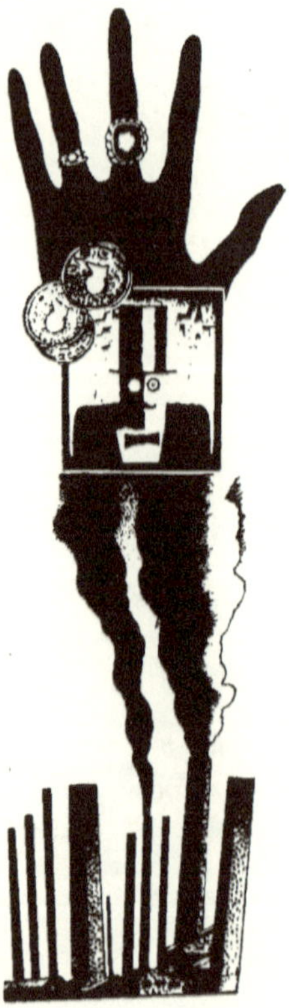

എന്നാൽ, എംഗൽസ് ഇവിടെ ഒരു പ്രധാന കാര്യം വ്യക്തമാക്കുന്നു:

> *മാനിഫെസ്റ്റോയി*ലെ ആശയങ്ങളുടെ അന്ത്യവിജയത്തിന് മാർക്സ് പൂർണമായും ആശ്രയിച്ചത് കൂട്ടായ പ്രവർത്തനത്തിന്റെയും ചർച്ചകളുടെയും ഫലമായി തൊഴിലാളിവർഗ്ഗത്തിന് അവശ്യം കൈവന്നിരിക്കേണ്ട ബുദ്ധിപരമായ വികാസത്തെയാണ്. മുതലാളിത്തത്തിനെതിരായ പോരാട്ടത്തിന്റെ ഗതിവിഗതികളിൽനിന്നും ജയാപചയങ്ങളിൽനിന്നും ജയത്തേക്കാളേറെ പരാജയത്തിൽനിന്നും സമരം ചെയ്യുന്ന ജനങ്ങൾക്ക് ഒരു കാര്യം ബോധ്യമാവാതെ തരമില്ലെന്നുവന്നു, തങ്ങൾ വിശ്വസിച്ചുപോന്നിരുന്ന സാർവത്രികമായ ഒറ്റമൂലികൾ അപര്യാപ്തമാണെന്നും തൊഴിലാളിവർഗ്ഗത്തിന്റെ മോചനത്തിനുള്ള യഥാർഥ ഉപാധികളെപ്പറ്റി തികഞ്ഞ ധാരണ ആവശ്യമാണെന്നുമുള്ള സംഗതി.[171]

ഇത് വളരെ പ്രധാനപ്പെട്ട ഒരു കാര്യമാണ്. സാധാരണ

നിലയിൽ സമരം ചെയ്യുന്ന ആളുകൾ പെട്ടെന്നുതന്നെ എന്തെങ്കിലുമൊരു നേട്ടമുണ്ടാകും എന്ന പ്രതീക്ഷയാണ് പുലർത്തുന്നത്. അതിൽ നിന്ന് വ്യത്യസ്തമായി, ശരിയായ കാഴ്ചപ്പാടും യഥാർത്ഥ ഉപാധികളെക്കുറിച്ചുള്ള തികഞ്ഞ ധാരണയും ഉണ്ടായിരിക്കേണ്ടതിന്റെ പ്രാധാന്യമാണ് ഇവിടെ വ്യക്തമാക്കുന്നത്. മാർക്സ് മറ്റൊരിക്കൽ പറയുന്ന രണ്ട് കാര്യങ്ങൾ ഇവിടെ പ്രസക്തമാണ്. ഒന്ന്, തൊഴിലാളിവർഗ്ഗം അതിന്റെ ആത്മീയ (അല്ലെങ്കിൽ ആശയ) ശക്തിയായി ദർശനത്തെ കാണുന്നു; അതേ സമയം ദർശനം അതിന്റെ പ്രയോഗത്തിനുള്ള ഭൗതിക ശക്തിയായി തൊഴിലാളിവർഗ്ഗത്തെയും കാണുന്നു. ഈ രണ്ടു കാര്യങ്ങളും പരസ്പരം ബന്ധപ്പെട്ടും പരസ്പരം ആശ്രയിച്ചും നിൽക്കുന്നതാണ്. സിദ്ധാന്തം ഇല്ലാത്ത പ്രയോഗം അന്ധവും പ്രയോഗമില്ലാത്ത സിദ്ധാന്തം വന്ധ്യവും ആണെന്ന് പിന്നീട് സ്റ്റാലിൻ പറഞ്ഞത് ഓർമ്മിക്കാം. ദർശനത്തിന്റെ പിൻബലം തങ്ങൾക്ക് ആവശ്യമാണ് എന്ന് തൊഴിലാളിവർഗ്ഗം മനസ്സിലാക്കുന്നത് അനുഭവത്തിന്റെ കൂടി ബലത്തിലാണ്. തങ്ങൾ നേരിട്ടുകൊണ്ടിരിക്കുന്ന ദുരിതങ്ങളും ബുദ്ധിമുട്ടുകളും മാറ്റാൻ കഴിയുമോ, എങ്കിൽ അതിനുള്ള പരിപാടി എന്താണ്, അതിൽ ഒരു വർഗ്ഗമെന്ന നിലയിൽ തങ്ങൾക്ക് എന്ത് പങ്കു വഹിക്കാൻ കഴിയും, ആ പ്രവർത്തനത്തിൽ തങ്ങൾ എങ്ങനെയാണ് ഒരു നിർണായക ശക്തിയായി മാറുന്നത് എന്നുള്ള തിരിച്ചറിവ് തൊഴിലാളിവർഗ്ഗത്തെ സംബന്ധിച്ചിടത്തോളം പ്രധാനമാണ്. ഇതാണ് ഈ മുഖവുരയിൽ എംഗൽസ് വ്യക്തമാക്കുന്നത്. അദ്ദേഹം പറയുന്നു:

> മാർക്സിന്റെ ഈ കാഴ്ചപ്പാട് ശരിയായിരുന്നു. 1864 ൽ ഇന്റർനാഷണൽ സ്ഥാപിച്ചപ്പോഴുണ്ടായിരുന്ന തൊഴിലാളിവർഗ്ഗം 1874 ൽ അതു പിരിഞ്ഞപ്പോഴേക്കും തീരെ മാറിയിട്ടുണ്ടായിരുന്നു. ലാറ്റിൻ രാജ്യങ്ങളിലെ പ്രൂധോൺ വാദഗതിയും ജർമ്മനിയിൽ പ്രത്യേകിച്ചും നിലനിന്നിരുന്ന ലസ്സാലിയൻ വാദഗതിയും അന്ത്യശ്വാസം വലിക്കാൻ തുടങ്ങിയിട്ടുണ്ടായിരുന്നു.[171]

(പ്രൂധോന്റെ തത്വശാസ്ത്രത്തെ പരിഹസിച്ചുകൊണ്ടും അതിനെ തുറന്നു കാണിച്ചുകൊണ്ടും മാർക്സ് എഴുതിയ *തത്ത്വശാസ്ത്രത്തിന്റെ ദാരിദ്ര്യം* എന്ന പ്രസിദ്ധമായ കൃതി എല്ലാവർക്കും പരിചിതമാണ്)

> മാനിഫെസ്റ്റോയുടെ ചരിത്രം ഒരതിർത്തിവരെ 1848 നുശേഷമുള്ള ആധുനിക തൊഴിലാളിവർഗ്ഗ പ്രസ്ഥാനത്തിന്റെ ചരിത്രത്തെയാണ് പ്രതിഫലിപ്പിക്കുന്നത്. ഇന്ന് സോഷ്യലിസ്റ്റ് സാഹിത്യങ്ങളിൽ വെച്ച് ഏറ്റവും പ്രചാരമുള്ളതും ഏറ്റവും സാർവദേശീയത്വം സിദ്ധിച്ചിട്ടുള്ളതുമായ പ്രസിദ്ധീകരണം ഈ മാനിഫെസ്റ്റോ ആണെന്നതിൽ യാതൊരു സന്ദേഹവുമില്ല. സൈബീരിയ തൊട്ട് കാലിഫോർണിയവരെയുള്ള

രാജ്യങ്ങളിലെ കോടാനുകോടി തൊഴിലാളികൾ ഇതിനെ തങ്ങളുടെ പൊതുപരിപാടിയായി അംഗീകരിച്ചിട്ടുണ്ടെന്നുള്ളത് നിസ്സംശയമാണ്. എങ്കിലും അതെഴുതിയ കാലത്ത് അതിനെ സോഷ്യലിസ്റ്റ് മാനിഫെസ്റ്റോ എന്ന് വിളിക്കാൻ ഞങ്ങൾക്കു നിർവാഹമില്ലായിരുന്നു.[181]

എംഗൽസ് വിശദീകരിക്കുന്നു:

വെറും രാഷ്ട്രീയവിപ്ലവം കൊണ്ടുമാത്രം കാര്യമാവില്ലെന്നു ബോധ്യപ്പെട്ടുകൊണ്ടു സമൂഹത്തിന്റെ പരിപൂർണ പരിവർത്തനം ആവശ്യപ്പെട്ട തൊഴിലാളി വിഭാഗം സ്വയം കമ്യൂണിസ്റ്റ് എന്ന പേർ കൈക്കൊണ്ടു. വെറുമൊരു വാസനാവിശേഷത്തിന്റെ സന്തതിയായ, പലപ്പോഴും അസംസ്കൃതവും പരുക്കൻമട്ടിലുള്ളതുമായ കമ്യൂണിസമായിരുന്നു അത്.[25]

ഒരു പാർട്ടിയിൽ നിന്ന് മറ്റൊരു പാർട്ടിയിലേക്കുള്ള കേവലമായ രാഷ്ട്രീയ അധികാരമാറ്റത്തിലൂടെ മാത്രം സാധ്യമാവുന്നതല്ല തങ്ങൾ അനുഭവിക്കുന്ന പ്രശ്നങ്ങളുടെ പരിഹാരം എന്നുള്ള തൊഴിലാളി വർഗ്ഗത്തിന്റെ ശാസ്ത്രീയ കാഴ്ചപ്പാട് വികസിപ്പിക്കുന്ന ഒരു സവിശേഷ ഘട്ടമാണ് *മാനിഫെസ്റ്റോ*യിൽ കാണുന്നത്.

1890 ലാണ് ഈ ആമുഖം എഴുതുന്നത്. എന്നാൽ *മാനിഫെസ്റ്റോ* എഴുതുന്ന 1848 ൽ, അഥവാ നാല്പത്തിരണ്ട് വർഷങ്ങൾക്കു മുൻപുള്ള അവസ്ഥയിൽ നിന്ന് തൊഴിലാളി വർഗ്ഗം എവിടെ എത്തി നിൽക്കുന്നുവെന്ന് ഈ മുഖവുരയിൽ എംഗൽസ് വ്യക്തമാക്കുന്നു.

"സർവരാജ്യതൊഴിലാളികളേ, ഏകോപിക്കുവിൻ!" നാൽപ്പത്തിരണ്ടു വർഷം മുമ്പ്, തൊഴിലാളി വർഗ്ഗം സ്വന്തമായ ആവശ്യങ്ങളുമായി ആദ്യമായി മുന്നോട്ടുവന്ന ആ പാരീസ് വിപ്ലവം തുടങ്ങുന്നതിനു തൊട്ടു മുമ്പ്, ഞങ്ങൾ ഈ വാക്കുകൾ ലോകസമക്ഷം പ്രഖ്യാപിച്ചപ്പോൾ കുറച്ചുപേരേ അത് ഏറ്റുപറയാൻ ഉണ്ടായിരുന്നുള്ളൂ. എന്നാൽ 1864 സെപ്റ്റംബർ 28-ന് മിക്ക പാശ്ചാത്യയൂറോപ്യൻ രാജ്യങ്ങളിലെ തൊഴിലാളികളും മഹനീയ സ്മരണകളുണർത്തുന്ന ആ സർവരാഷ്ട്രത്തൊഴിലാളി സംഘടനയിൻകീഴിൽ ഏകോപിച്ചുനിന്നു. ശരിയാണ്, ആ സംഘടന ഒമ്പതു കൊല്ലമേ ജീവിച്ചിരുന്നുള്ളൂ. എന്നാൽ അതു സൃഷ്ടിച്ച ലോകതൊഴിലാളികളുടെ ശാശ്വതൈക്യം ഇന്നും ജീവിക്കുന്നു; അഭൂതപൂർവമായ വീറോട്ടും ഓജസോട്ടുംകൂടി ജീവിക്കുന്നു. ഇക്കാലം അതിന് ഏറ്റവും നല്ല സാക്ഷ്യം വഹിക്കുന്നു. എന്തുകൊണ്ടെന്നാൽ, ഇന്നു ഞാൻ ഈ വരികൾ കുറിച്ചുകൊണ്ടിരിക്കുമ്പോൾ യൂറോപ്പിലേയും അമേരിക്കയിലേയും തൊഴിലാളിവർഗ്ഗം തങ്ങളുടെ സമര ശക്തികളെക്കുറിച്ച് പുനരവലോകനം ചെയ്യു

> കൊണ്ടിരിക്കുകയാണ്. ആ സമരശക്തികൾ ഇന്നാദ്യമായി ഒരേ ഒരു അടിയന്തരാവശ്യത്തിനു വേണ്ടി ഒരേ ഒരു കൊടിക്കീഴിൽ നിന്നു പൊരുതുന്ന ഒരേ ഒരു സൈനികവ്യൂഹമായി സംഘടിപ്പിക്കപ്പെട്ടിരിക്കുന്നു. എട്ടുമണിക്കൂർ ജോലി നിയമ നിർമ്മാണം വഴി നടപ്പാക്കണമെന്നതാണ് അവരുടെ അടിയന്തരാവശ്യം. 1866 ൽ കൂടിയ ഇന്റർനാഷണലിന്റെ ജനീവാകോൺഗ്രസും വീണ്ടും 1889 ലെ പാരീസ് തൊഴിലാളി കോൺഗ്രസും ഈ ആവശ്യം പ്രഖ്യാപിച്ചിട്ടുള്ളതാണ്. എല്ലാ രാജ്യങ്ങളിലേയും തൊഴിലാളികൾ ഇന്ന് ഏകോപിച്ചിരിക്കുന്നുവെന്ന അനിഷേധ്യ യാഥാർഥ്യത്തിന്റെ നേർക്ക് മുതലാളികളുടെയും ഭൂവുടമകളുടെയും കൺതുറപ്പിക്കുവാൻ തൊഴിലാളികളുടെ ഈ സമരസന്നാഹം പര്യാപ്തമാണ്. സ്വന്തം കണ്ണുകൊണ്ടുതന്നെ ഈ കാഴ്ച കാണുവാൻ മാർക്സ് കൂടി എന്നോടൊപ്പം ഉണ്ടായിരുന്നുവെങ്കിൽ![182]

1892 ലെ പോളിഷ് പതിപ്പിനുള്ളതാണ് പിന്നീട് എംഗൽസ് എഴുതുന്ന മുഖവുര. രണ്ട് പ്രധാന കാര്യങ്ങളാണ് മറ്റ് മുഖവുരകളിൽ നിന്ന് അധികമായി ഇതിൽ പറയുന്നത്. ഒന്ന്, മാനിഫെസ്റ്റോയുടെ പ്രാധാന്യം വർധിച്ചിരിക്കുന്നു. രണ്ട്, വൻകിട വ്യവസായം വലിയ തോതിൽ വികാസം പ്രാപിച്ചിരിക്കുന്നു.

> മാനിഫെസ്റ്റോ ഈയിടെയായി യൂറോപ്പിലെ വൻകിട വ്യവസായത്തിനുണ്ടായിട്ടുള്ള വളർച്ചയുടെ ഒരു സൂചികയെന്ന വണ്ണമായിത്തീർന്നിട്ടുണ്ടെന്നതു ശ്രദ്ധേയമാണ്. ഏതൊരു രാജ്യത്തും വൻകിടവ്യവസായത്തിന്റെ വളർച്ചയ്ക്ക് ആനുപാതികമായി, ഉടമവർഗ്ഗങ്ങളുമായ ബന്ധത്തിൽ തൊഴിലാളി വർഗ്ഗമെന്ന സ്ഥിതിയാണ് തങ്ങളുടേത് എന്നതിനെക്കുറിച്ച് വിജ്ഞാനം സിദ്ധിക്കണമെന്ന ആവശ്യം ആ രാജ്യത്തെ തൊഴിലാളികൾക്കിടയിൽ വർധിച്ചുവരുന്നു; സോഷ്യലിസ്റ്റ് പ്രസ്ഥാനം അവർക്കിടയിൽ പടർന്നുപിടിക്കുന്നു; അതോടെ മാനിഫെസ്റ്റോയുടെ ആവശ്യം വർധിക്കുകയും ചെയ്യുന്നു. അങ്ങനെ ഓരോ ഭാഷയിലും പ്രചരിക്കുന്ന *മാനിഫെസ്റ്റോയു*ടെ പ്രതികളുടെ എണ്ണത്തിൽനിന്നും അതാതു രാജ്യത്തെ തൊഴിലാളിപ്രസ്ഥാനത്തിന്റെ സ്ഥിതി മാത്രമല്ല അവിടത്തെ വൻകിടവ്യവസായത്തിന്റെ വികാസത്തിന്റെ നിലവാരം കൂടി ഏറക്കുറെ ശരിയായി അളന്നു തിട്ടപ്പെടുത്താവുന്നതാണ്.[183]

എറിക് ഹോബ്സ്ബോം എഴുതിയ ഒരു *മാനിഫെസ്റ്റോ* മുഖവുരയുടെ കാര്യം നേരത്തെ സൂചിപ്പിക്കുകയുണ്ടായി. അതിൽ പറയുന്നതു പ്രകാരം, മാനിഫെസ്റ്റോയുടെ എത്ര പതിപ്പുകൾ ഇറങ്ങി എന്നത് തൊഴിലാളിവർഗ്ഗ പ്രസ്ഥാനത്തിന്റെ വളർച്ചയുടെ നേർചിത്രമാണ്

പ്രതിഫലിപ്പിക്കുന്നത് എന്ന് പറയാൻ കഴിയില്ല. എഴുപതിലധികം പതിപ്പുകൾ ഒരുകാലത്ത് റഷ്യൻ ഭാഷയിൽ ഇറങ്ങിയിരുന്ന കാര്യം ഉദാഹരണമായി അദ്ദേഹം പറയുന്നുണ്ട്. ഇതിൽ പല പതിപ്പുകളും ഇറക്കിയത് ആയിരത്തിൽ താഴെ അംഗങ്ങൾ മാത്രമുള്ള ചെറിയ ഗ്രൂപ്പുകൾ ആയിരുന്നു. വളരെ രസകരമായ ഒരു കാര്യം എന്ന് പറഞ്ഞ് എംഗൽസ് അർമ്മീനിയൻ ഭാഷയിലുള്ള ഒരു മാനിഫെസ്റ്റോ കൈയെഴുത്ത് പ്രതിയുടെ കാര്യം സൂചിപ്പിക്കുന്നുണ്ട്.

> 1887 ൽ *മാനിഫെസ്റ്റോയു*ടെ അർമ്മീനിയൻ പരിഭാഷയുടെ ഒരു കയ്യെഴുത്തുപ്രതി കോൺസ്റ്റാന്റിനോപ്പിളിലെ ഒരു പ്രസാധകന് നൽകുകയുണ്ടായി. എന്നാൽ ആ നല്ല മനുഷ്യന് മാർക്സിന്റെ പേര് വെച്ച് എന്തെങ്കിലും പ്രസിദ്ധീകരിക്കാൻ ധൈര്യമില്ലായിരുന്നു. ഗ്രന്ഥകർത്താവിന്റെ സ്ഥാനത്ത് പരിഭാഷകന്റെ പേര് വയ്ക്കണമെന്ന അദ്ദേഹത്തിന്റെ നിർദ്ദേശം പരിഭാഷകൻ നിരസിക്കുകയാണുണ്ടായത്.[168]

രണ്ടു കാര്യങ്ങൾ മാനിഫെസ്റ്റോ പതിപ്പുകളുടെ എണ്ണത്തിലെ വർദ്ധനവിൽ നിന്ന് വായിച്ചെടുക്കാൻ കഴിയും. ഒന്ന്, തൊഴിലാളി വർഗ്ഗം ശക്തിപ്പെട്ടുകൊണ്ടിരിക്കുന്നു. അതോടൊപ്പം, വൻകിട വ്യവസായത്തിന്റെ വികാസ നിലവാരം കൂടി ഇതിൽ നിന്ന് വ്യക്തമാകുന്നു. ഇത് രണ്ടും ഒരുമിച്ചാണ് സംഭവിക്കുന്നത്. തൊഴിലാളിവർഗ്ഗം വളരുന്നുണ്ട്; ഒപ്പം, വൻകിട വ്യവസായം ശക്തിപ്പെടുന്നു. വളരെ ഗൗരവമായ ഒരു നിരീക്ഷണം കൂടി എംഗൽസ് നടത്തുന്നു. പിന്നീട് ഏറെ ചർച്ച ചെയ്യപ്പെട്ട കൊളോണിയൽ തീസിസിലേക്ക് ലെനിനെ നയിച്ച ചില സൂചനകൾ എംഗൽസ് നൽകുന്നു. എങ്ങനെയാണ് കോളനി വിരുദ്ധ സമരങ്ങളിൽ ഇടപെടേണ്ടത്, അതിൽ തൊഴിലാളിവർഗ്ഗത്തിന്റെ പങ്കെന്താണ്, തൊഴിലാളിവർഗ്ഗ വിപ്ലവവും ദേശീയ വിമോചന പ്രസ്ഥാനവും തമ്മിലുള്ള ബന്ധം എന്തായിരിക്കണം തുടങ്ങിയ കാര്യങ്ങൾ വ്യക്തമാക്കുന്ന ചില നിരീക്ഷണങ്ങൾ ഈ സന്ദർഭത്തിൽ മുന്നോട്ടുവയ്ക്കുന്നുണ്ട്. ഈ വിഷയങ്ങൾ പിന്നീട് കമ്യൂണിസ്റ്റ് ഇന്റർനാഷണൽ ഗൗരവത്തിൽ ചർച്ച ചെയ്തു. കൊളോണിയൽ തീസിസ് പ്രസിദ്ധമായ ഈ പ്രമേയം തന്നെയാണ് കൈകാര്യം ചെയ്യുന്നത്. എം എൻ റോയ് ഈ ഇന്റർനാഷണലിൽ പങ്കെടുക്കുകയുണ്ടായി. മെക്സിക്കൻ കമ്മ്യൂണിസ്റ്റ് പാർട്ടിയുടെ പ്രതിനിധി ആയിട്ടാണ് അദ്ദേഹം അന്നതിൽ പങ്കെടുത്തത്. അദ്ദേഹം ഈ തീസിസിൽ ചില ഭേദഗതികൾ അവതരിപ്പിക്കുകയുണ്ടായി. അതിൽ ചിലത് സ്വീകരിക്കുകയും ചിലത് തള്ളിക്കളയുകയും ചെയ്തു. ഈ കാഴ്ചപ്പാടിന്റെ ഹൃദയം എംഗൽസ് ഈ മുഖവുരയിൽ അവതരിപ്പിക്കുന്നു.

ദേശീയ വിമോചന സമരങ്ങളും തൊഴിലാളിവർഗ്ഗവും

ആയിരത്തി എണ്ണൂറ്റി തൊണ്ണൂറ്റി രണ്ടിൽ പ്രസിദ്ധീകരിച്ച *മാനി ഫെസ്റ്റോയു*ടെ പോളിഷ് പതിപ്പിനുള്ള മുഖവുരയിൽ എംഗൽസ് പറയുന്നു:

> റഷ്യയുടേതിനെ കവച്ചുവയ്ക്കുമാറ് പോളിഷ് വ്യവസായത്തിനു ണ്ടായിരിക്കുന്ന ഈ ദ്രുതപുരോഗതി, മറ്റൊരുതരത്തിൽ, പോളിഷ് ജനതയുടെ അക്ഷീണമായ ജീവസിന്റെ പുതിയൊരു തെളിവും അവരുടെ ദേശീയ സ്വാതന്ത്ര്യത്തിന്റെ പുനഃസ്ഥാപനം ആസന്നമാണെന്നതിന് പുതിയൊരു ഉറപ്പുമാകുന്നു. പോളണ്ട് വീണ്ടും സ്വതന്ത്രവും സുശക്തവുമാകുക യെന്നതു പോളണ്ടുകാരെ മാത്രമല്ല, നമ്മെയെല്ലാവരെയും ബാധിക്കുന്ന കാര്യമാണ്. യൂറോപ്യൻ രാഷ്ട്രങ്ങളിലോരോ ന്നിനും പരിപൂർണ സ്വയംഭരണാധികാരം സിദ്ധിച്ചാലേ അവ തമ്മിൽ ആത്മാർഥമായ സാർവദേശീയ സഹകരണം സാധ്യമാകൂ.[184]

ഇതിൽ എവിടെയാണ് തൊഴിലാളിവർഗ്ഗം നിൽക്കുന്നത്? ദേശീയ സ്വാതന്ത്ര്യത്തിനു ശേഷം ആരുടെ ആധിപത്യമാണ് സ്ഥാപിക്കപ്പെടുന്നത്? ഇതാണ് എംഗൽസ് തുടർന്ന് വിശദീകരിക്കുന്നത്.

> 1848 ലെ വിപ്ലവം വാസ്തവത്തിൽ ചെയ്തത്, തൊഴിലാളിവർഗ്ഗത്തിന്റെ കൊടിക്കീഴിൽ, തൊഴിലാളിപ്പോരാളികളെക്കൊണ്ടു ബൂർഷ്വാസിയുടെ ജോലി നടത്തിക്കുകമാത്രമായിരുന്നു.[184]

യൂറോപ്പിലെ വിവിധ രാജ്യങ്ങളിൽ നടന്ന വിപ്ലവങ്ങളിൽ തൊഴിലാളിവർഗ്ഗം പ്രധാന പങ്കുവഹിച്ച കാര്യമാണ് എംഗൽസ് ഇവിടെ

സൂചിപ്പിക്കുന്നത്. സാമ്പത്തിക, സാമൂഹ്യ പുരോഗതിയുടെ ഒരു സവിശേഷ ഘട്ടത്തിൽ അത് അനിവാര്യമായ ഒന്നാണ്. വിപ്ലവങ്ങളിൽ തൊഴിലാളിവർഗ്ഗം ഏറ്റവും പ്രധാനപ്പെട്ട പങ്ക് വഹിച്ചപ്പോൾ പോലും വിപ്ലവത്തിനുശേഷം അധികാരത്തിൽ വന്നത് തൊഴിലാളിവർഗ്ഗം ആയിരുന്നില്ല, ബൂർഷ്വാസി ആയിരുന്നു.

ചില രാജ്യങ്ങളിലെ തൊഴിലാളിവർഗ്ഗം ശരിയായ കാഴ്ചപ്പാടോടുകൂടിയാണ് ദേശീയ വിമോചനസമരത്തിൽ ഇടപെട്ടത്. വേറെ ചിലയിടങ്ങളിലെ തൊഴിലാളിവർഗ്ഗമാവട്ടെ, രാജ്യം ഭരിക്കേണ്ടത് ബൂർഷ്വാസിയാണ് എന്നുള്ള ധാരണയിൽ നിന്ന് അപ്പോൾ പോലും മോചനം നേടിയിരുന്നില്ല. രണ്ടായാലും ദേശീയ വിമോചന മുന്നേറ്റങ്ങളിൽ തൊഴിലാളിവർഗ്ഗം പ്രധാന പങ്കുവഹിച്ചു. വർഗ്ഗ കാഴ്ചപ്പാടോടെയും വർഗ്ഗ കാഴ്ചപ്പാട് ഇല്ലാതെയും തൊഴിലാളിവർഗ്ഗം ഈ വിമോചന പോരാട്ടങ്ങളിൽ പങ്കെടുത്തത് എങ്ങനെയെന്ന വിശകലനം ഇതിൽ എംഗൽസ് നടത്തുന്നുണ്ട്. അദ്ദേഹം തുടർന്നു പറയുന്നു:

> ആ വിപ്ലവത്തിന്റെ വിൽപ്പത്രം നടപ്പിലാക്കാൻ ചുമതലപ്പെട്ട ലൂയി ബോണപ്പാർട്ടും ബിസ്മാർക്കും വഴി അത് ഇറ്റലിക്കും ജർമ്മനിക്കും ഹംഗറിക്കും സ്വാതന്ത്ര്യം നേടിക്കൊടുത്തു. എന്നാൽ 1792 മുതൽ ഈ മൂന്നു രാജ്യങ്ങളും കൂടി ചെയ്തതിലേറെ വിപ്ലവത്തിനുവേണ്ടി പ്രയത്നിച്ച പോളണ്ടിന് 1863 ൽ അതിനേക്കാൾ പതിന്മടങ്ങ് ശക്തിയുള്ള റഷ്യക്കെതിരെ ഒറ്റയ്ക്കുനിൽക്കുകയും അങ്ങനെ സ്വന്തം കഴിവിനെ മാത്രം ആശ്രയിക്കുകയും ചെയ്യേണ്ടിവന്നു. പ്രഭുവർഗ്ഗത്തിനു പോളണ്ടിന്റെ സ്വാതന്ത്ര്യത്തെ നിലനിർത്താനോ വീണ്ടെടുക്കാനോ കഴിഞ്ഞില്ല. ബൂർഷ്വാസിക്ക് ഇന്ന് ഈ സ്വാതന്ത്ര്യത്തിന്റെ കാര്യത്തിൽ തീരെ താൽപ്പര്യമില്ലെന്നു പറഞ്ഞാൽ അത് ഒട്ടും അധികമാവില്ല. എങ്കിലും യൂറോപ്യൻ രാജ്യങ്ങളുടെ ഹൃദയംഗമമായ സഹകരണത്തിന് അത് അത്യാവശ്യമാണ്. പോളണ്ടിലെ യുവതൊഴിലാളി വർഗ്ഗത്തിനേ ആ സ്വാതന്ത്ര്യം വീണ്ടെടുക്കുവാൻ സാധ്യമാകൂ; അവരുടെ കൈയിൽ അത് സുരക്ഷിതവുമാണ്. പോളിഷ് തൊഴിലാളികൾക്കെന്നപോലെ യൂറോപ്പിലെ മറ്റു തൊഴിലാളികൾക്കും പോളണ്ടിന്റെ സ്വാതന്ത്ര്യം ആവശ്യമാണ്.[194]

ഇത്തരം വിമോചന പോരാട്ടങ്ങളിൽ തൊഴിലാളിവർഗ്ഗം അണിചേരുകയും ദേശീയ വിമോചനം അനിവാര്യമാണെന്ന കാഴ്ചപ്പാട് ഉയർത്തിപ്പിടിക്കുകയും വേണമെന്ന അഭിപ്രായമാണ് എംഗൽസ് ഇവിടെ മുന്നോട്ടുവയ്ക്കുന്നത്. ഒന്നാം ലോക മഹായുദ്ധത്തിനൊടുവിൽ വാഴ്സയിൽസ് ഉടമ്പടിയുടെ ഭാഗമായാണ് പോളണ്ടിലെ കോളനിവാഴ്ച അവസാനിച്ചതും പോളണ്ടിന് സ്വാതന്ത്ര്യം ലഭിച്ചതും.

1893 ലെ ഇറ്റാലിയൻ പതിപ്പിനുള്ള മുഖവുരയാണ് *കമ്മ്യൂണിസ്റ്റ് മാനിഫെസ്റ്റോയുടെ* ശ്രദ്ധേയമായ അടുത്ത മുഖവുര. *കമ്മ്യൂണിസ്റ്റ് മാനിഫെസ്റ്റോയുടെ* പതിപ്പുകൾക്ക് എംഗൽസ് എഴുതിയ അവസാന മുഖവുര ഇതാണ്. 1848 ലെ ദേശീയ വിമോചന പോരാട്ടങ്ങളിലെ തൊഴിലാളിവർഗ്ഗത്തിന്റെ പങ്ക് വ്യക്തമാക്കിയതിനുശേഷം എംഗൽസ് പറയുന്നു:

> ആ വിപ്ലവം എല്ലായിടത്തും തൊഴിലാളിവർഗ്ഗത്തിന്റെ പ്രവൃത്തിയായിരുന്നു. ബാരിക്കേഡുകൾ ഉയർത്തിയതും സ്വന്തം ജീവരക്തം നൽകിയതും അവരായിരുന്നു. ഗവൺമെന്റിനെ മറിച്ചിടുമ്പോൾ ബൂർഷ്വാ ഭരണത്തെത്തന്നെ അട്ടിമറിക്കണമെന്ന വ്യക്തമായ ലക്ഷ്യം പാരീസിലെ തൊഴിലാളികൾക്ക് മാത്രമേ ഉണ്ടായിരുന്നുള്ളൂ. തങ്ങളുടെ വർഗ്ഗവും ബൂർഷ്വാസിയും തമ്മിലുള്ള അനിവാര്യമായ വൈരുധ്യത്തെക്കുറിച്ചുള്ള ബോധവും അവർക്കുണ്ടായിരുന്നു. എന്നിരുന്നാൽത്തന്നെയും സാമൂഹ്യപുനർനിർമ്മാണം സാധ്യമാകത്തക്ക നിലയിൽ രാജ്യത്തിന്റെ സാമ്പത്തിക പുരോഗതിയോ ഫ്രഞ്ചുതൊഴിലാളികളുടെ സാംസ്കാരിക വളർച്ചയോ എത്തിയിട്ടുണ്ടായിരുന്നില്ല.[187]

ഇത്തരം വിപ്ലവ ഘട്ടങ്ങളെ എങ്ങനെ ഉപയോഗപ്പെടുത്തണം എന്നതാണ് എംഗൽസ് ഇവിടെ ചർച്ച ചെയ്യുന്നത്. തൊഴിലാളി വർഗ്ഗത്തിന് ഈ സമരങ്ങളിൽ നേതൃത്വപരമായ പങ്ക് വഹിക്കാൻ കഴിയുക അത് അനിവാര്യമാക്കുന്ന സാമൂഹ്യ, സാമ്പത്തിക, രാഷ്ട്രീയ സാഹചര്യങ്ങൾ വികസിച്ചു വരുമ്പോൾ മാത്രമാണ്.

അതുകൊണ്ട് ഓരോ വിപ്ലവഘട്ടത്തെയും ശരിയായി മനസ്സിലാക്കുകയും പ്രായോഗിക സമീപനം സ്വീകരിക്കുന്ന കാര്യത്തിൽ വിപ്ലവത്തെ സംബന്ധിച്ച് ആത്മനിഷ്ഠഘടകം ശരിയായി പ്രയോജനപ്പെടുത്തുകയും ചെയ്യണം എന്നതാണ് എംഗൽസ് സൂചിപ്പിക്കുന്ന കാര്യം. റോസ ലക്സംബർഗ്ഗിന്റെ ഏറെ ചർച്ച ചെയ്യപ്പെട്ട *സോഷ്യലിസമോ അരാജകത്വമോ* എന്ന പ്രബന്ധം നമുക്ക് ഇവിടെ ഓർമ്മിക്കാവുന്നതാണ്. എംഗൽസ് പറയുന്നു:

> ഇറ്റലി, ജർമ്മനി, ആസ്ത്രിയ എന്നിവിടങ്ങളിൽ തൊഴിലാളികൾ ആദ്യം മുതൽക്കേ ബൂർഷ്വാസിയെ അധികാരത്തിലേറ്റുക മാത്രമേ ചെയ്തിട്ടുള്ളൂ. എന്നാൽ, ദേശീയസ്വാതന്ത്ര്യം കൂടാതെ ബൂർഷ്വാസിക്ക് ഒരു രാജ്യത്തും ഭരിക്കുവാൻ സാധ്യമല്ല.[187]

അന്നത്തെ ബൂർഷ്വാസിയുടെ കാര്യമാണ് ഇവിടെ സൂചിപ്പിക്കുന്നത്. ഇന്ന് ബൂർഷ്വാസിയുടെ സ്വഭാവം മാറിയിട്ടുണ്ട്. അന്നത്തെ അവസ്ഥയിൽ ദേശീയ സ്വാതന്ത്ര്യം എന്നുള്ളത് ബൂർഷ്വാ ഭരണത്തെ സംബന്ധിച്ചിടത്തോളം പ്രധാനമായിരുന്നു. ദേശീയ അടിത്തറയും

ദേശീയ വികാരവും ഉപയോഗപ്പെടുത്തി ശക്തിപ്പെട്ട മൂലധനം സാമ്രാജ്യത്വത്തിന്റെയും പിന്നീട് ആഗോളവൽക്കരണത്തിന്റെയും കാലഘട്ടത്തിൽ ദേശീയ അതിർവരമ്പുകൾ ലംഘിച്ചുകൊണ്ട് ആഗോളതലത്തിൽ പ്രവർത്തിക്കുന്ന അവസ്ഥയിലേക്ക് വളർന്നു. അന്നത്തെ സ്ഥിതി അതായിരുന്നില്ല.

> ദേശീയ സ്വാതന്ത്ര്യം കൂടാതെ ബൂർഷ്വാസിക്ക് ഒരിടത്തും ഭരിക്കാൻ കഴിയില്ല. അതുകൊണ്ട്, ഇറ്റലി, ആസ്ട്രിയ, ഹങ്കറി എന്നീ രാജ്യങ്ങൾക്ക് 1848 വിപ്ലവത്തിന് ശേഷം അതുവരെ ഇല്ലാതിരുന്ന ഐക്യവും സ്വയം ഭരണാധികാരവും കൈവരാതെ തരമില്ലെന്ന് വന്നു. ഇറ്റലി, ഹങ്കറി, ജർമ്മനി, പോളണ്ട്, റഷ്യ എന്നിവിടങ്ങളിലെ തൊഴിലാളികൾക്കു സാർവദേശീയമായി യോജിച്ചുകൊണ്ട് എന്തെങ്കിലും പ്രവർത്തിക്കാൻ 1848 നുമുമ്പുള്ള രാഷ്ട്രീയപരിതഃസ്ഥിതിയിൽ സാധിക്കുമായിരുന്നുവോ എന്നൊന്നു വിഭാവനം ചെയ്തുനോക്കുക![187]

എംഗൽസ് തുടർന്ന് പറയുന്നു:

> ......എല്ലാ രാജ്യങ്ങളിലും വൻകിട വ്യവസായങ്ങൾക്ക് പ്രോത്സാഹനം നൽകിയതുനിമിത്തം കഴിഞ്ഞ നാൽപ്പത്തഞ്ചു വർഷങ്ങൾക്കിടയിൽ ബൂർഷ്വാ ഭരണം എവിടെയും വിപുലവും കേന്ദ്രീകൃതവും പ്രബലവുമായ ഒരു തൊഴിലാളി വർഗ്ഗത്തെ സൃഷ്ടിച്ചിരിക്കുകയാണ്. അങ്ങനെ ബൂർഷ്വാസി, മാനിഫേസ്റ്റോയുടെ ഭാഷയിൽ പറഞ്ഞാൽ, അതിന്റെ തന്നെ ശവക്കുഴി തോണ്ടുന്നവരെ വളർത്തിക്കൊണ്ടുവന്നു. സ്വയംഭരണാവകാശവും ഐക്യവും ഓരോ രാജ്യത്തിനും വീണ്ടുകിട്ടാതെ, തൊഴിലാളിവർഗ്ഗത്തിനു സാർവദേശീയൈക്യം നേടുവാനോ ഈ രാജ്യങ്ങൾക്കു പൊതുലക്ഷ്യത്തെ മുൻനിർത്തി സമാധാനപരവും ബുദ്ധിപൂർവകവുമായി സഹകരിക്കുവാനോ സാധ്യമല്ല.[187]

രാജ്യം സ്വയംഭരണാവകാശവും സ്വാതന്ത്ര്യവും നേടുന്ന ഈ ഘട്ടം തൊഴിലാളിവർഗ്ഗത്തിന് കൂടി ആവശ്യമുള്ളതാണ്. അത് ബൂർഷ്വാസിയുടെ മാത്രം നേട്ടത്തിനുള്ളതല്ല. ഏതു വർഗ്ഗം അധികാരത്തിൽ വരുന്നു എന്നത് ആ വർഗ്ഗത്തിന്റെ, അല്ലെങ്കിൽ വർഗ്ഗങ്ങളുടെ, വളർച്ചയെയും രാജ്യത്തിന്റെ സാമ്പത്തിക വികാസഘട്ട ത്തെയും ആശ്രയിച്ചിരിക്കുന്നു. ഈ പോരാട്ടങ്ങൾക്കൊടുവിൽ ബൂർഷ്വാസിയാണ് അധികാരത്തിൽ വന്നതെങ്കിലും തൊഴിലാളി വർഗ്ഗത്തിന്റെ തുടർന്നുള്ള വളർച്ചയ്ക്ക് അത് സഹായകരമാണ്. കൊളോണിയൽ തീസിസിൽ ലെനിൻ അവതരിപ്പിച്ച ആശയങ്ങളുടെ ആദ്യ രൂപം എംഗൽസിന്റെ ഈ നിരീക്ഷണങ്ങളിൽ കാണാം. 1848-ൽ നട

ത്തിയ സമരങ്ങൾ എങ്ങനെയാണ് തൊഴിലാളി വർഗ്ഗത്തിന്റെ ഭാവി വികാസത്തിന് ഗുണകരമാവുക യെന്ന് എംഗൽസ് തുടർന്നു പറയുന്നു:

> 1848 ൽ നടത്തിയ സമരങ്ങൾ നിഷ്ഫലമായിട്ടില്ല. ആ വിപ്ലവകാലഘട്ടത്തിൽനിന്നു നമ്മെ വേർതിരിക്കുന്ന നാൽപ്പത്തഞ്ചു കൊല്ലങ്ങൾ വെറുതെ വന്നുപോയവയുമല്ല. അവയുടെയെല്ലാം ഫലങ്ങൾ പക്വമായി വരികയാണ്. ഈ മാനിഫെസ്റ്റോയുടെ പ്രഥമ പ്രസിദ്ധീകരണം സാർവദേശീയ വിപ്ലവത്തിന് എങ്ങനെയായിരുന്നുവോ അതുപോലെ ഈ പരിഭാഷയുടെ പ്രസിദ്ധീകരണം ഇറ്റലിയിലെ തൊഴിലാളിവർഗ്ഗത്തിന്റെ വിജയത്തിനുള്ള ശുഭശകുനമായിത്തീരട്ടെ എന്നു മാത്രമേ എനിക്ക് ആശംസിക്കുവാനുള്ളൂ. കഴിഞ്ഞ കാലത്തു മുതലാളിത്തം നിർവഹിച്ച വിപ്ലവകരമായ പങ്കിനോട് മാനിഫെസ്റ്റോ തികച്ചും നീതി കാണിച്ചിട്ടുണ്ട്. ഒന്നാമത്തെ മുതലാളിത്ത രാജ്യം ഇറ്റലിയായിരുന്നു. ഇറ്റലിയുടെ സന്താനവും പരമോന്നതനുമായ ദാന്തേയാണ് (മധ്യകാല കവികളിൽ അവസാനത്തെയാളും ആധുനിക കവികളിൽ ആദ്യത്തെയാളും ആയിരുന്നു അദ്ദേഹം) ഫ്യൂഡൽ മധ്യകാലത്തിന്റെ അന്ത്യവും ആധുനിക മുതലാളിത്തത്തിന്റെ ആരംഭവും കുറിച്ചത്.[188]

ലോകസാഹിത്യത്തിലെ ഏറ്റവും ഔന്നത്യമുള്ള സാഹിത്യ പ്രതിഭകളിൽ ഒരാളായ ദാന്തേ ആ കാലഘട്ടത്തിലെ സാമൂഹ്യ അടിത്തറയിൽ സംഭവിച്ച മാറ്റത്തിന്റെ കൂടി പ്രതീകമാവുന്നത് എങ്ങനെയെന്നാണ് എംഗൽസ് സൂചിപ്പിക്കുന്നത്.

> 1300 ലെന്ന പോലെ ഇന്നും പുതിയൊരു ചരിത്രകാലഘട്ടം ആസന്നമായിരിക്കുന്നു. ഈ പുതിയ തൊഴിലാളിവർഗ്ഗ കാലഘട്ടത്തിന്റെ ഉദയമുഹൂർത്തം കുറിക്കുന്ന പുതിയൊരു ദാന്തേയെ ഇറ്റലി നമുക്കു പ്രദാനം ചെയ്യുമോ?

1893 ഫെബ്രുവരി ഒന്നിനാണ് ഈ ചോദ്യം എംഗൽസ് ചോദിക്കുന്നത്. എംഗൽസ് എഴുതിയിട്ടുള്ള ഏറ്റവും അവസാനത്തെ *മാനിഫെസ്റ്റോ* മുഖവുര ഇതാണ്.

യൂറോപ്പിനെ പിടികൂടിയ ഭൂതം

മാനിഫെസ്റ്റോയിലേക്ക് നയിച്ച കമ്യൂണിസ്റ്റ് ലീഗിന്റെ ചരിത്രം, മാനിഫെസ്റ്റോയുടെ രചനാ ചരിത്രം, ലോക രാഷ്ട്രീയത്തിൽ സംഭവിച്ച പ്രധാന മാറ്റങ്ങളുടെ പശ്ചാത്തലത്തിൽ, വിവിധ പതിപ്പുകൾക്കു വേണ്ടി മാർക്സും എംഗൽസും ചേർന്നും, പിന്നീട് എംഗൽസ് ഒറ്റയ്ക്കും എഴുതിയ ആമുഖങ്ങളിലൂടെ മാനിഫെസ്റ്റോയിലെ ആശയങ്ങൾക്കുണ്ടായ തുടർച്ചയും വികാസവും തുടങ്ങിയ കാര്യങ്ങളാണ് ഇതുവരെ നമ്മൾ പരിശോധിച്ചത്.

ആശയത്തെ ജനങ്ങൾ ഏറ്റെടുക്കുമ്പോൾ അതൊരു ഭൗതിക ശക്തിയായി മാറുന്നു എന്ന് മാർക്സ് പറയുകയുണ്ടായി. മാനിഫെസ്റ്റോയെ സംബന്ധിച്ചും അത് ശരിയാണ്. ലോക തൊഴിലാളി വർഗ്ഗത്തെ മുതലാളിത്തത്തിനെതിരായ ഒരു സോഷ്യലിസ്റ്റ് രാഷ്ട്രീയ പദ്ധതിയുടെ ഭാഗമാക്കുന്നതിൽ മാനിഫെസ്റ്റോ പ്രധാന പങ്കുവഹിച്ചു. അങ്ങനെ ജനങ്ങളെ ഗ്രസിക്കുന്ന ആശയം ഒരു ഭൗതിക ശക്തിയായി മാറുമെന്ന മാർക്സിന്റെ പ്രസ്താവം മാനിഫെസ്റ്റോയുടെ കാര്യത്തിൽ യഥാർത്ഥത്തിൽ ശരിയായി വന്നു. പ്രയോഗത്തിന്റെ ദർശനം (Philosophy of Praxis എന്ന ഗ്രാംഷിയുടെ പ്രയോഗം ഇവിടെ ഓർമ്മിക്കാം).

വായിച്ചു തുടങ്ങിയാൽ വായന പൂർത്തിയാകാതെ പുസ്തകം അടച്ചു വയ്ക്കാൻ തോന്നാത്തത്ര ഗംഭീരമായ ഒരു വാക്യത്തിലൂടെയാണ് *മാനിഫെസ്റ്റോ* ആരംഭിക്കുന്നത്.

> യൂറോപ്പിനെ ഒരു ഭൂതം പിടികൂടിയിരിക്കുന്നു. കമ്യൂണിസമെന്ന ഭൂതം. ഈ ഭൂതത്തിന്റെ ബാധയൊഴിക്കാൻവേണ്ടി പഴയ യൂറോപ്പിന്റെ ശക്തികളെല്ലാം പോപ്പും, സാർ ചക്രവർത്തിയും, മെറ്റർനിക്കും, ഗിസോവും, ഫ്രഞ്ചു റാഡിക്കൽ

> കക്ഷിക്കാരും, ജർമ്മൻ പോലീസ് ചാരന്മാരുമെല്ലാം ഒരു പാവനസഖ്യത്തിലേർപ്പെട്ടിരിക്കുകയാണ്.[189]

യൂറോപ്പിലെ ആത്മീയതയുടെ മാത്രമല്ല, രാഷ്ട്രീയാധികാരത്തിന്റെയും അധിപനായ പോപ്, റഷ്യൻ സാമ്രാജ്യത്തിന്റെ അധിപനായ സാർ ചക്രവർത്തി, മാനിഫെസ്റ്റോ എഴുതിയ കാലത്തെ ആസ്ത്രിയയുടെ ചാൻസിലറായ മെറ്റർനിക്ക്, ഫ്രഞ്ച് രാജ്യതന്ത്രജ്ഞനായ ഗിസോ എന്നിവരടക്കം യൂറോപ്പിലെ പിന്തിരിപ്പൻ ശക്തികൾ മുഴുവൻ കമ്യൂണിസത്തിനെതിരെ ഒന്നിച്ചതിന്റെ ചിത്രമാണ് ഇവിടെ മാർക്സും എംഗൽസും തരുന്നത്.

> അധികാരത്തിലിരിക്കുന്ന എതിരാളികൾ കമ്യൂണിസ്റ്റ് എന്നു വിളിച്ച് അധിക്ഷേപിക്കാത്ത പ്രതിപക്ഷപാർട്ടി എവിടെയാണുള്ളത്? കൂടുതൽ പുരോഗമനവാദികളായ പ്രതിപക്ഷ പാർട്ടികളുടെയും അതുപോലെതന്നെ പിന്തിരിപ്പന്മാരായ തങ്ങളുടെ പ്രതിയോഗികളുടെയും നേരെ കമ്യൂണിസമെന്നു മുദ്രയടിക്കുന്ന ശകാരം തിരിച്ചറിഞ്ഞിട്ടില്ലാത്ത പ്രതിപക്ഷം എവിടെയാണുള്ളത്? ഇതിൽനിന്നും രണ്ടു സംഗതികൾ വ്യക്തമാകുന്നുണ്ട്: കമ്യൂണിസത്തെ ഒരു ശക്തിയാണെന്നു യൂറോപ്പിലെ എല്ലാ ശക്തികളും അംഗീകരിച്ചുകഴിഞ്ഞിരിക്കുന്നു.[189]

1830 കളിലെ റാഡിക്കൽ പ്രസ്ഥാനങ്ങളെ പൊതുവിൽ കമ്യൂണിസ്റ്റ് എന്നു വിളിച്ചിരുന്ന കാര്യം നേരത്തേ സൂചിപ്പിച്ചു. എന്നാൽ, അന്ന് കമ്യൂണിസം അവ്യക്തമായ ഒന്നായിരുന്നു.

> കമ്യൂണിസ്റ്റുകാർ തങ്ങളുടെ അഭിപ്രായങ്ങളും ലക്ഷ്യങ്ങളും ആശയഗതികളും പരസ്യമായി ലോകസമക്ഷം പ്രഖ്യാപിക്കുകയും കമ്യൂണിസ്റ്റ് ഭൂതത്തെക്കുറിച്ചുള്ള ഈ മുത്തശ്ശിക്കഥയെ പാർട്ടിയുടെ സ്വന്തമായൊരു മാനിഫെസ്റ്റോവഴി നേരിടുകയും ചെയ്യേണ്ട കാലം അതിക്രമിച്ചിരിക്കുന്നു.[189]

കമ്യൂണിസം എന്താണെന്ന് ലോകത്തിനു മുന്നിൽ വ്യക്തമായി അവതരിപ്പിക്കുകയെന്ന ദൗത്യമാണ് മാനിഫെസ്റ്റോയിലൂടെ ഏറ്റെടുത്തത്. മാർക്സും എംഗൽസും തുടരുന്നു:

> ഈ ഉദ്ദേശ്യത്തോടുകൂടി നാനാദേശക്കാരായ കമ്യൂണിസ്റ്റുകാർ ലണ്ടനിൽ സമ്മേളിക്കുകയും ഇംഗ്ലീഷ്, ഫ്രഞ്ച്, ജർമ്മൻ, ഇറ്റാലിയൻ, ഫ്ളെമിഷ്, ഡാനിഷ് എന്നീ ഭാഷകളിൽ പ്രസിദ്ധീകരിക്കുന്നതിനുവേണ്ടി മാനിഫെസ്റ്റോ തയാറാക്കുകയും ചെയ്തിരിക്കുന്നു.[190]

പടിഞ്ഞാറൻ യുറോപ്പിൽ മാത്രമേ മുതലാളിത്തം വികസിച്ചിരുന്നുള്ളൂ എന്നുള്ളതുകൊണ്ടാണ് മാർക്സും എംഗൽസും ഈ രാജ്യ

ങ്ങളെ മാത്രം പരാമർശിക്കുന്നത്. എന്നാൽ, മാനിഫെസ്റ്റോ മുന്നോട്ടുവയ്ക്കുന്നത് ലോക വിപ്ലവത്തിന്റെ പരിപാടിയാണ്. ചൈനയും ഇന്ത്യയും അടക്കം ലോകത്തിന്റെ മറ്റ് ഭാഗങ്ങളിലെ സംഭവ വികാസങ്ങളെ മാർക്സും എംഗൽസും സൂക്ഷ്മമായി നിരീക്ഷിച്ചിരുന്നു.

മാർക്സിസം സാമ്പത്തികമാത്ര വാദമോ?

ആശയം ഭൗതികശക്തിയാവുന്നത് എങ്ങനെയെന്ന് നേരത്തേ സൂചിപ്പിച്ചു. പ്രായോഗിക പ്രവർത്തനത്തിന്റെ കാഴ്ചപ്പാടിൽ ഇതിന് വളരെ പ്രാധാന്യമുണ്ട്. വാക്കു തന്നെ ഒരു പ്രയോഗമാണ് എന്നത് മൂന്ന് നൂറ്റാണ്ടുകൾക്ക് മുമ്പുള്ള ഫിഫ്ത് മൊണാർക്കിസ്റ്റുകളുടെ മുദ്രാവാക്യമായിരുന്നു. ഇ പി തോംസൺ തന്റെ പുസ്തകത്തിൽ ഈ ആശയം വിശദീകരിക്കുന്നുണ്ട്. കമ്യൂണിസത്തിന്റെ ആശയങ്ങൾ എങ്ങനെയാണ് ഒരു പ്രയോഗ പദ്ധതിയിലേക്ക് സന്നിവേശിപ്പിക്കുന്നത്, അതെങ്ങനെയാണ് ഒരു ഭൗതിക ശക്തിയായി തീരുന്നത് തുടങ്ങിയ കാര്യങ്ങൾ മാനിഫെസ്റ്റോയുടെ അനുഭവവുമായി ബന്ധപ്പെടുത്തി മനസ്സിലാക്കാൻ കഴിയും. മാനിഫെസ്റ്റോയ്ക്ക് നാലു വർഷം മുമ്പ് ക്രൂഗിനെഴുതിയ കത്തിൽ മാർക്സ് ഇങ്ങനെ പറയുന്നു:

> തത്ത്വശാസ്ത്രം അതിന്റെ ഭൗതികമായ ആയുധ ജാലം തൊഴിലാളിവർഗ്ഗമാണ് എന്ന് കണ്ടെത്തുന്നതോടൊപ്പം, തൊഴിലാളിവർഗ്ഗം അതിന്റെ ആത്മീയ ആയുധങ്ങൾ തത്വശാസ്ത്രത്തിൽ നിന്ന് കണ്ടെടുക്കുകയും കൈയാളുകയും ചെയ്യുന്നു. ഈ ഊർജ്ജം നിറഞ്ഞ മണ്ണിൽ, ഈ ഹൃദയങ്ങളിൽ ചിന്തയുടെ വെള്ളിടി വെട്ടത്തോടെ ജർമ്മൻകാർ മനുഷ്യരായി മാറുന്ന വിമോചന പ്രക്രിയ ആരംഭിക്കുന്നു.

പ്രയോഗത്തിന്റെ കാഴ്ചപ്പാടിൽ നിന്നാണ് നമ്മൾ കാര്യങ്ങളെ കാണുന്നത്; എന്നാൽ അത് കേവല പ്രയോഗ വാദമല്ല. പ്രയോഗവും സിദ്ധാന്തവും തമ്മിലുള്ള വൈരുധ്യാത്മക സമന്വയമാണ് ഇവിടെ സംഭവിക്കുന്നത്. മാർക്സ് തുടരുന്നു:

> അന്ന് ഉള്ളടക്കം വാക്കുകളെ ആശ്രയിച്ച നിന്നിരുന്നുവെങ്കിൽ ഇന്ന് ഉള്ളടക്കം വാക്കുകളെ അതിലംഘിച്ച് മുന്നേറുകയാണ്. എല്ലാ സമസ്യകൾക്കുമുള്ള ഉത്തരങ്ങൾ തങ്ങളുടെ എഴുത്തു മേശപ്പുറത്തുണ്ട് എന്നായിരുന്നു മുൻകാല തത്ത്വചിന്തകരുടെ വിചാരം. ലൗകികരായ ഈ വങ്കന്മാർ വാ പൊളിച്ചാൽ മാത്രം മതി കേവല ജ്ഞാനത്തിന്റെ ചുട്ട പ്രാവുകൾ വായിലേക്ക് പറന്നു ചെല്ലുമെന്ന് ഇവർ കരുതുന്നു; എന്നാൽ ഇന്ന് തത്ത്വചിന്ത തന്നെ ഭൗതികമായി തീർന്നിരിക്കുന്നു.

തത്ത്വചിന്ത ലോകത്തെ മാറ്റി മറിക്കുന്ന പ്രായോഗിക പ്രവർത്തനത്തെ സഹായിക്കുന്ന ഒരു ഭൗതിക ശക്തിയായി തീരുന്ന ചിത്രമാണ് ഇവിടെ മാർക്സ് തരുന്നത്. ഇതുവരെയുള്ള ദാർശനികന്മാർ ലോകത്തെ വ്യാഖ്യാനിക്കുക മാത്രമേ ചെയ്തിട്ടുള്ളൂ, യഥാർത്ഥത്തിൽ അതിനെ മാറ്റിമറിക്കുകയാണ് വേണ്ടത് എന്ന് ഫൊയർബാഹിനെക്കുറിച്ചുള്ള തീസിസുകളിൽ പറഞ്ഞതുതന്നെയാണ് മറ്റു വാക്കുകളിൽ അദ്ദേഹം ഇവിടെയും പറയുന്നത്. തത്വചിന്ത ഒരു ഭൗതിക ശക്തിയായിത്തീരുന്നത് ഒരു വർഗ്ഗം അതിനെ ഏറ്റെടുക്കുമ്പോൾ ആണ്. തൊഴിലാളിവർഗ്ഗത്തിന് ഒരു വർഗ്ഗമെന്ന നിലയിൽ വിപ്ലവകരമായി പ്രവർത്തിക്കണമെങ്കിൽ അതിന് ദിശാബോധം നൽകുന്ന ഒരു ദർശനം ആവശ്യമാണ്. അതുപോലെ ദർശനത്തിന് അതിന്റെ പ്രയോഗവൽക്കരണത്തിനുള്ള ഉപാധിയായി തൊഴിലാളിവർഗ്ഗത്തെ ആവശ്യമുണ്ട്. ഇതിൽ ദർശനമാണോ പ്രായോഗിക പ്രവർത്തനമാണോ കൂടുതൽ പ്രാഥമികം എന്ന ചോദ്യമുണ്ട്. ദർശനവും പ്രയോഗവും തമ്മിലുള്ള വൈരുദ്ധ്യാത്മക ബന്ധം മനസ്സിലായാലേ മാർക്സിസം ശരിയായ അർത്ഥത്തിൽ മനസ്സിലാക്കാൻ കഴിയുകയുള്ളൂ. ഈ പ്രശ്നം വിശദീകരിച്ചുകൊണ്ട് മാവോ ഇങ്ങനെ പറയുകയുണ്ടായി:

> പ്രയോഗത്തിന്റെ പരീക്ഷയിലൂടെ കടന്നുപോകുമ്പോൾ മനുഷ്യന്റെ ജ്ഞാനം മറ്റൊരു കുതിപ്പ് കൂടി നടത്തുന്നു. ഈ രണ്ടാമത്തെ കുതിപ്പ് ആദ്യത്തെ കുതിപ്പിനെക്കാൾ പ്രധാനമാണ്. ഈ കുതിപ്പിലൂടെ മാത്രമേ ആദ്യത്തെ കുതിപ്പ്, അതായത് ആശയങ്ങളും നയങ്ങളും പരിപാടികളും ക്രോഡീകരിക്കുന്ന കുതിപ്പ്, ശരിയാണെന്ന് തെളിയിക്കപ്പെടുകയുള്ളൂ. സത്യത്തെ പരീക്ഷിച്ചറിയാൻ ഇതല്ലാതെ മറ്റൊരു മാർഗ്ഗവുമില്ല.

സിദ്ധാന്തം ശരിയാണോ എന്ന് നോക്കാൻ അതിന്റെ പ്രയോഗം അല്ലാതെ മറ്റൊരു മാർഗ്ഗവുമില്ല. *വൈരുധ്യത്തെപ്പറ്റി* എന്ന കൃതിയിൽ മാവോ പറയുന്നു:

> വൈരുധ്യങ്ങളുടെ പരസ്പര രൂപമാറ്റ സിദ്ധാന്തം ചില വൈ

> രുദ്ധ്യങ്ങളെ സംബന്ധിച്ചിടത്തോളം സത്യമല്ല എന്ന് ചില ആളുകൾ കരുതുന്നുണ്ട്. ഉദാഹരണത്തിന്, ഉൽപ്പാദന ശക്തികളും ഉൽപ്പാദന ബന്ധങ്ങളും തമ്മിലുള്ള വൈരുദ്ധ്യത്തിൽ ഉല്പാദനശക്തികളും, സിദ്ധാന്തവും പ്രയോഗവും തമ്മിലുള്ള വൈരുദ്ധ്യത്തിൽ പ്രയോഗവും, സാമ്പത്തിക അടിത്തറയും ഉപരിഘടനയും തമ്മിലുള്ള വൈരുദ്ധ്യത്തിൽ സാമ്പത്തിക അടിത്തറയുമാണ് പ്രഥമവും പ്രായോഗികമായി കൂടുതൽ പ്രധാനവുമെന്നും ഇവയുടെ നിശ്ചിത സ്ഥാനങ്ങളിൽ യാതൊരു മാറ്റവും വരികയില്ല എന്നും ഇവർ കരുതുന്നു; ഇത് യാന്ത്രിക വൈരുധ്യവാദ സങ്കല്പം ആണ്.

തങ്ങൾ മുന്നോട്ടുവയ്ക്കുന്നത് സാമ്പത്തിക മാത്രവാദം അല്ല എന്ന് എംഗൽസ് വ്യക്തമാക്കിയിട്ടുണ്ട്. ഉല്പാദനശക്തികളും ഉൽപ്പാദന ബന്ധങ്ങളും ചേരുന്ന അടിത്തറയാണ് മേൽപ്പുര രൂപപ്പെടുത്തുന്നത്; എങ്കിലും, മേൽപ്പുര തിരിച്ചും സ്വാധീനിക്കുന്നുണ്ട്. അത് അംഗീകരിക്കാതിരുന്നാൽ വൈരുദ്ധ്യാത്മക ഭൗതികവാദം സാമ്പത്തിക മാത്രവാദം ആയി മാറും. അങ്ങനെ ആയിക്കൂടാ എന്നാണ് മാവോ സൂചിപ്പിക്കുന്നത്. നേരത്തെ സൂചിപ്പിച്ചതുപോലെ, ആശയം ഒരു ഭൗതിക ശക്തിയായി മാറുന്നത് എങ്ങനെ എന്ന് മനസ്സിലാക്കാൻ യാന്ത്രിക വൈരുദ്ധ്യ വാദികൾക്കോ യാന്ത്രിക ഭൗതികവാദികൾക്കോ കഴിയുകയില്ല. മാവോ തുടരുന്നു:

> ഉല്പാദനശക്തികളും പ്രയോഗവും സാമ്പത്തികാടിത്തറയും ആണ് സാമാന്യേന പ്രായോഗികവും നിർണായകവുമായ പങ്കുവഹിക്കുന്നത് എന്നത് ശരിയാണ്. എന്നാൽ, ചില ഘട്ടങ്ങളിൽ ഉൽപ്പാദന ബന്ധങ്ങൾ പ്രായോഗികവും നിർണായകവുമായ പങ്കുവഹിക്കുന്നതായി കാണാം. ഉൽപ്പാദന ബന്ധങ്ങളിൽ മാറ്റം വരുന്നില്ല എങ്കിൽ ഉല്പാദനശക്തികളുടെ വികാസം ചിലപ്പോൾ അസാധ്യമായി തീരാം. ഇവിടെ ഉൽപ്പാദന ബന്ധങ്ങൾ പ്രായോഗികവും നിർണായകവുമായ പങ്കു വഹിക്കുന്നു.

ആധുനിക മുതലാളിത്തത്തിന്റെ വളർച്ചയുടെ ചരിത്രത്തെ സൂക്ഷ്മമായി വിലയിരുത്തുകയാണെങ്കിൽ ഇതിന്റെ പ്രസക്തി നമുക്ക് മനസ്സിലാക്കാനാവും. ഇന്നത്തെ മുതലാളിത്തം, അത് വികസിക്കുന്നതോടൊപ്പം തന്നെ ഈ വൈരുദ്ധ്യങ്ങൾ മൂർച്ഛിക്കാത്ത രൂപത്തിൽ ഉല്പാദന ബന്ധങ്ങളെ എങ്ങനെ പുതുക്കിപ്പണിതുകൊണ്ടിരിക്കുന്നു എന്ന് ആധുനിക മുതലാളിത്തം പ്രവർത്തിക്കുന്ന രീതി പരിശോധിച്ചാൽ മനസ്സിലാക്കാനാവും.

അദ്ദേഹം തുടർന്ന് വ്യക്തമാക്കുന്നു:

> വിപ്ലവസിദ്ധാന്തം ഇല്ലെങ്കിൽ വിപ്ലവപ്രസ്ഥാനം സാധ്യമേ

> അല്ല എന്ന് ലെനിൻ പറയുന്നത് വിപ്ലവ സിദ്ധാന്തത്തെ സൃഷ്ടിക്കുകയും വാദിച്ചുറപ്പിക്കുകയും ചെയ്യുക എന്നത് പ്രാഥമികവും നിർണായകവുമായി തീരുന്ന കാലഘട്ടത്തെ പറ്റിയാണ്. ഉപരിഘടന അഥവാ രാഷ്ട്രീയം, സംസ്കാരം തുടങ്ങിയവ സാമ്പത്തിക അടിത്തറയുടെ വളർച്ചയെ തടസ്സപ്പെടുത്തുമ്പോൾ രാഷ്ട്രീയവും സാംസ്കാരികവുമായ മാറ്റങ്ങൾ പ്രാഥമികവും നിർണായകവും ആയിത്തീരുന്നു.

തീവ്ര ഹിന്ദുത്വ ശക്തികളുടെ കാലത്ത് ഇന്ത്യയിൽ സംഭവിക്കുന്നത് ഇതിന് ഉദാഹരണമാണ്. വാക്സിനുകൾ, ശാസ്ത്രീയ കണ്ടുപിടുത്തങ്ങൾ എന്നിവയെ പോലും എതിർക്കുന്ന പ്രവണത അവരിൽ കാണാം. ഉൽപ്പാദന ശക്തികളും ഉൽപ്പാദന ബന്ധങ്ങളും ചേരുന്ന അടിത്തറ നിർണയിക്കുന്ന ഉപരിഘടന ഈ സവിശേഷ സാഹചര്യത്തിൽ അടിത്തറയുടെ വികാസത്തെ തടയുന്ന അവസ്ഥയിലെത്തുന്നു. ഇന്ത്യയിലും നവ ഫാസിസം ശക്തിപ്പെടുന്ന മറ്റ് രാജ്യങ്ങളിലും ഈ പ്രവണത കാണാം. അതുകൊണ്ട്, മാനിഫെസ്റ്റോയുടെ ഇത്തരത്തിലുള്ള വായന ഈ സന്ദർഭത്തിൽ തികച്ചും പ്രസക്തമാണ്.

ചരിത്രം വർഗ്ഗസമരങ്ങളുടേതു മാത്രമോ?

സാമൂഹിക ഉൽപ്പാദന ഉപാധികളുടെ ഉടമകളും കൂലിവേല എടുപ്പിക്കുന്നവരുമായ ആധുനിക മുതലാളിമാരുടെ വർഗ്ഗമെന്നാണ് 1888 ലെ ഇംഗ്ലീഷ് പതിപ്പിനുള്ള കുറിപ്പിൽ ബൂർഷ്വാസിയെ എംഗൽസ് നിർവ്വചിക്കുന്നത്. സാമ്പത്തികമായി നല്ല നിലയിൽ ജീവിക്കുന്നവർ എന്നല്ല മാർക്സിസ്റ്റ് പദശാസ്ത്രത്തിൽ ബൂർഷ്വാ എന്നതിന്റെ വിവക്ഷ. ഒന്നാമതായി, ഉൽപ്പാദനോപാധികളുടെ ഉടമസ്ഥതയുണ്ടോ എന്നതിന്റെ അടിസ്ഥാനത്തിലാണ് വർഗ്ഗങ്ങൾ വേർതിരിയുന്നത്. ലാഭമുണ്ടാക്കുന്നതിനു വേണ്ടി, തൊഴിലാളിയുടെ അധ്വാനശക്തി വിലയ്ക്ക് വാങ്ങുന്നു എന്നതാണ് മുതലാളി, അഥവാ ബൂർഷ്വായുടെ രണ്ടാമത്തെ പ്രത്യേകത.

മാർക്സിന്റെയും എംഗൽസിന്റെയും ജീവിത കാലത്തും അതിനു ശേഷവും മുതലാളിത്തത്തിന്റെ സ്വഭാവത്തിൽ നിരവധി മാറ്റങ്ങൾ വന്നു. മുതലാളിത്തത്തിന്റെ കുത്തക സ്വഭാവം ശക്തമായി. പിന്നീടത് സാമ്രാജ്യത്വമായി വളർന്നു. സാമ്രാജ്യത്വത്തിന്റെ തിരിച്ചടിക്കു ശേഷം അതിന്റെ പുതിയ രൂപമായി ആഗോളവൽക്കരണം വന്നു. മൂലധനം പണമൂലധനമായി മാറി. ചരക്കുകളുടെ കയറ്റമതിക്കൊപ്പം മൂലധനവും കയറ്റുമതി ചെയ്യപ്പെട്ടു. ഊഹക്കച്ചവടത്തിന്റെ വിവിധ രൂപങ്ങൾ അടക്കമുള്ളവയ്ക്ക് സമ്പദ്ഘടനകളിൽ സ്വാധീനവും വ്യാപ്തിയും കൈവന്നു. ഈ മാറ്റങ്ങളുടെ ഫലമായി, പുത്തൻ മുതലാളി വർഗ്ഗം വളർന്നു.

മാർക്സിന്റെയും എംഗൽസിന്റെയും കാലത്തിനു ശേഷം സംഭവിച്ച ഇത്തരം മാറ്റങ്ങൾ കൂടി കണക്കിലെടുത്തു വേണം ഇന്ന് മുതലാളിത്തത്തെ മനസ്സിലാക്കാൻ. ഇന്നത്തെ മുതലാളിക്ക് ഉൽപ്പാദ

നോപാധികളുടെ നേരിട്ടുള്ള ഉടമസ്ഥതയോ അയാൾക്കു കീഴിൽ പഴയതുപോലെ കൂലിവേലക്കാരോ ഉണ്ടാവണമെന്നില്ല. എന്നിരുന്നാലും, സമ്പത്തിന്റെ യഥാർത്ഥ സ്രഷ്ടാക്കളായ തൊഴിലാളികളുടെ അധ്വാനമിച്ചം ലാഭത്തിന്റെ രൂപത്തിൽ മുതലാളിയുടെ കൈയിൽ ചെന്നു ചേരുന്നു എന്ന മുതലാളിത്തത്തിന്റെ അടിസ്ഥാന സ്വഭാവത്തിന് മാത്രം ഇപ്പോഴും മാറ്റമില്ല.

ഉൽപ്പാദനോപാധികളൊന്നും സ്വന്തമായി ഇല്ലാത്തതിനാൽ ഉപജീവനാർത്ഥം സ്വന്തം അധ്വാനശക്തി വിൽക്കാൻ നിർബന്ധിതരായ ആധുനിക കൂലിവേലക്കാരുടെ വർഗ്ഗമാണ് തൊഴിലാളി വർഗ്ഗമെന്ന് മാനിഫെസ്റ്റോയുടെ ഇംഗ്ലീഷ് പതിപ്പിനുള്ള കുറിപ്പിൽ എംഗൽസ് പറയുന്നു. മുതലാളിവർഗ്ഗം എന്താണ് എന്നതിന്റെ നേരിട്ടുള്ള നിർവചനം മാനിഫെസ്റ്റോയുടെ ശരീരത്തിൽ കാണാനാവില്ല. എംഗൽസ് പിന്നീടത് കുറിപ്പായി ചേർക്കുകയാണ് ചെയ്തത്. എന്നാൽ തൊഴിലാളിവർഗ്ഗത്തെ മാനിഫെസ്റ്റോയുടെ ഒന്നാം അധ്യായത്തിൽ മാർക്സും എംഗൽസും നിർവചിക്കുന്നുണ്ട്. അത് ഇപ്രകാരമാണ്:

> ജോലി കിട്ടാൻ കഴിയുന്ന കാലത്തോളം മാത്രം ജീവിക്കുകയും തങ്ങളുടെ അധ്വാനം മൂലധനത്തെ വർധിപ്പിക്കുന്ന കാലത്തോളം മാത്രം ജോലി കിട്ടുകയും ചെയ്യുന്ന പണിക്കാരുടെ ഒരു വർഗ്ഗമാണ് തൊഴിലാളിവർഗ്ഗം.[199]

മാർക്സിസത്തിന് എതിരെയുള്ള ഏറ്റവും വലിയ കടന്നാക്രമണങ്ങളുടെ കാരണങ്ങളിലൊന്ന് അത് തൊഴിലാളിവർഗ്ഗത്തെ നേതൃസ്ഥാനത്ത് പ്രതിഷ്ഠിക്കുന്നു എന്നുള്ളതാണ്. കേവലമായ സാമ്പത്തിക ശാസ്ത്ര വിശകലനം മാത്രമാണ് കമ്മ്യൂണിസ്റ്റ് മാനിഫെസ്റ്റോയിൽ മാർക്സും എംഗൽസും നടത്തിയിരുന്നതെങ്കിൽ അതിനെതിരെ ഇത്ര വലിയ കടന്നാക്രമണങ്ങൾ ഉണ്ടാകുമായിരുന്നില്ല. കമ്മ്യൂണിസ്റ്റ് ലീഗിന്റെ പരിപാടി എന്ന നിലയിൽ എഴുതപ്പെട്ടതുകൊണ്ട് മാത്രമല്ല, പ്രയോഗത്തെ സംബന്ധിച്ച മൂർത്തമായ കാഴ്ചപ്പാട് അവതരിപ്പിക്കുന്ന നയപരിപാടി രേഖ എന്ന നിലയിലും അതിന് ദർശനത്തെ പ്രയോഗത്തിൽ വരുത്തുന്ന യഥാർത്ഥ വർഗ്ഗ ശക്തികളെ വെളിച്ചത്തു കൊണ്ടുവരേണ്ടിയിരുന്നു. അധ്വാനശക്തി വിൽക്കാൻ നിർബന്ധിതരായ ആധുനിക തൊഴിലാളിവർഗ്ഗത്തെയാണ് മാനിഫെസ്റ്റോ വിപ്ലവത്തിന്റെ നേതൃസ്ഥാനത്ത് പ്രതിഷ്ഠിക്കുന്നത്. അധ്വാനശക്തി വിറ്റാൽ മാത്രമേ ഈ വർഗ്ഗത്തിന് ഉപജീവനം നടത്താൻ കഴിയൂ. അധ്വാനമല്ല അധ്വാനശക്തിയാണ് തൊഴിലാളി വിൽക്കുന്നത്. രണ്ടും രണ്ടാണ്. മാർക്സിനു മുമ്പുള്ള അർത്ഥശാസ്ത്രകാരന്മാർ ആരും തന്നെ ഇതിനെ രണ്ടായി കണ്ടിരുന്നില്ല; രണ്ടും ഒരേ അർത്ഥത്തിലാണ് അവർ ഉപയോഗിച്ചിരുന്നത്.

ആഡംസ്മിത്ത്, റിക്കാർഡോ തുടങ്ങിയ മുതലാളിത്ത അർത്ഥ

ശാസ്ത്രകാരന്മാർ ആരും തന്നെ അധ്വാനത്തിന്റെ പ്രാധാന്യം കുറച്ചു കണ്ടിട്ടില്ല. അധ്വാനമാണ് മൂല്യത്തെ സൃഷ്ടിക്കുന്നത് എന്നുള്ള തത്ത്വം മുതലാളിത്ത അർത്ഥ ശാസ്ത്രകാരന്മാർക്ക് പൊതുവിൽ സ്വീകാര്യമായിരുന്നു. അധ്വാന മൂല്യ സിദ്ധാന്തം, അതായത് അധ്വാനമാണ് മൂല്യത്തെ സൃഷ്ടിക്കുന്നത് എന്ന സിദ്ധാന്തം മുന്നോട്ടു വച്ചതുതന്നെ ആഡംസ്മിത്ത് ആണ്. തൊഴിലാളി വിൽക്കുന്നത് തന്റെ അധ്വാനമല്ല, അധ്വാനശക്തിയാണ് എന്ന് പറഞ്ഞത് മാർക്സ് ആണ്. അധ്വാനശക്തിയുടെ പ്രയോഗമാണ് അധ്വാനം. അതിലൂടെ സൃഷ്ടിക്കപ്പെടുന്ന മൂല്യം മുഴുവനായും കൂലിയായി തൊഴിലാളിക്ക് നൽകാതെ മുതലാളി ലാഭം സ്വരൂപിക്കുകയാണ് ചെയ്യുന്നത്. ഇത് ശരിയായി വിശദീകരിക്കാൻ ക്ലാസിക്കൽ അർത്ഥശാസ്ത്രകാരന്മാർക്ക് കഴിഞ്ഞില്ല. അവരെ വിപ്ലവകരമായി തിരുത്തിക്കൊണ്ടാണ് മാർക്സിസ്റ്റ് അർത്ഥശാസ്ത്രം വരുന്നത്. മിച്ചമൂല്യ സിദ്ധാന്തത്തിലൂടെ മൗലികമായ ഒരു അർത്ഥശാസ്ത്ര സത്യം വെളിച്ചത്തു കൊണ്ടുവരികയാണ് മാർക്സ് ചെയ്തത്.

അധ്വാനശേഷി എന്നാൽ അധ്വാനിക്കാനുള്ള കഴിവാണ്. അധ്വാനം ആകട്ടെ അധ്വാനശേഷിയുടെ പ്രയോഗവും. രണ്ടും തമ്മിലുള്ള വ്യത്യാസം വളരെ വ്യക്തമാണ്. അധ്വാനശേഷിക്ക് അത് നിലനിർത്തുന്നതിനും പുനരുത്പാദിപ്പിക്കാനും ആവശ്യമായതിൽ കൂടുതൽ മൂല്യം ഉൽപ്പാദിപ്പിക്കാൻ കഴിയും എന്നുള്ളതാണ് അധ്വാനശേഷിയുടെ പ്രധാന സവിശേഷത. ഇങ്ങനെ സൃഷ്ടിക്കുന്ന അധിക മൂല്യമാണ് മുതലാളിയുടെ ലാഭത്തിലേക്ക് ചേരുന്നത് മൂലധനത്തിൽ മാർക്സ് ഇങ്ങനെ പറയുന്നുണ്ട്:

> ഒരു കാപ്പിരി എപ്പോഴും കാപ്പിരിയാണ്. എന്നാൽ ഒരു കാപ്പിരി അടിമയാകുന്നത് ഒരു പ്രത്യേക സാഹചര്യത്തിൽ ആണ്. ഒരു ആവിയന്ത്രം എപ്പോഴും ആവിയന്ത്രം തന്നെയാണ്. എന്നാൽ, അത് മൂലധനം ആയി മാറുന്നത് ചില പ്രത്യേക സാഹചര്യങ്ങളിൽ ആണ്.

എപ്പോഴാണോ മിച്ചമൂല്യം ഉൽപ്പാദിപ്പിക്കാൻ കഴിയുന്നത് അപ്പോഴാണ് അത് മൂലധനം ആയി മാറുന്നത്. തൊഴിലാളിക്ക് തൊഴിൽ കിട്ടണമെങ്കിൽ തൊഴിലാളിയുടെ അധ്വാനശക്തി കൊണ്ട് മുതലാളിയുടെ മൂലധനം പെരുപ്പിക്കാൻ കഴിയണം. അതു കൊണ്ടാണ് ജോലി കിട്ടുന്ന കാലത്തോളം മാത്രം ജീവിക്കാൻ കഴിയുകയും മൂലധനം പെരുപ്പിക്കാൻ കഴിയുന്ന കാലത്തോളം മാത്രം ജോലി കിട്ടുകയും ചെയ്യുന്ന വർഗ്ഗമാണ് തൊഴിലാളിവർഗ്ഗം എന്ന് മാർക്സും എംഗൽസും പറയുന്നത്.

അന്നത്തെ തൊഴിലാളിവർഗ്ഗം തന്നെയാണോ ഇന്നത്തെ തൊഴിലാളിവർഗ്ഗം; മാർക്സും എംഗൽസും കമ്മ്യൂണിസ്റ്റ് മാനിഫെസ്റ്റോ എഴുതിയതിനു ശേഷം തൊഴിലാളിവർഗ്ഗത്തിന്റെ സ്വഭാവം മാറിയി

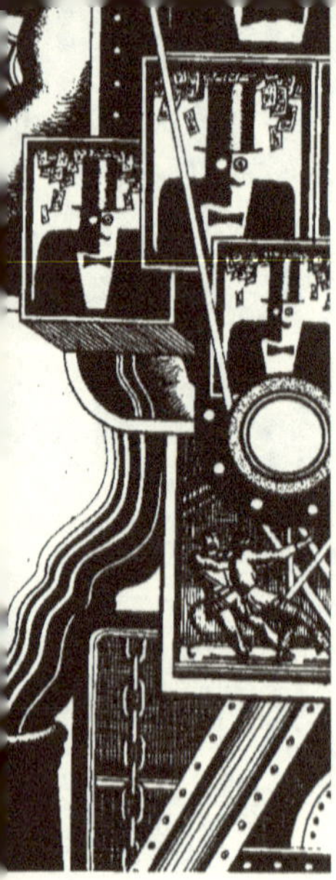

ട്ടില്ലേ? മാർക്സും എംഗൽസും തൊഴിലാളിക്ക് നൽകുന്ന നിർവചനം ഇന്നത്തെ സാഹചര്യത്തിൽ ശരിയാണോ? ശാസ്ത്രസാങ്കേതിക വികാസത്തിന്റെയും യന്ത്രവൽക്കരണത്തിന്റെയും ഫലമായി തൊഴിലാളികളുടെ എണ്ണം കുറയുകയല്ലേ? ഇന്നത്തെ തൊഴിലാളി വർഗ്ഗത്തിന് പഴയതുപോലെ ഒരു വിപ്ലവാത്മക രാഷ്ട്രീയ ദൗത്യം നിറവേറ്റാൻ ശേഷിയുണ്ടോ? വർഗ്ഗസമര സിദ്ധാന്തം പഴയതുപോലെ ഇന്നും പ്രസക്തമാണോ? മറ്റു പല ഘടകങ്ങളും അല്ലേ ഇന്ന് സാമൂഹിക മാറ്റത്തിന്റെ ചാലക ശക്തിയായി പ്രവർത്തിക്കുന്നത്? ഇങ്ങനെയുള്ള നിരവധി ചോദ്യങ്ങൾ പുതിയ കാലത്ത്, വിശേഷിച്ച് സോഷ്യലിസത്തിന് ഏറ്റ തിരിച്ചടിയുടെ സാഹചര്യത്തിൽ, ഉയർന്നു വരുന്നുണ്ട്.

മെലിഞ്ഞ രാജ്യങ്ങളിലെ തൊഴിലാളിവർഗ്ഗം എന്ന കൃതിയിൽ തൊഴിലാളികളുടെ എണ്ണം എങ്ങനെ വർദ്ധിക്കുന്നു എന്ന് കിം മൂഡി വിശദീകരിക്കുന്നുണ്ട്. തൊഴിലാളിയുടെ സ്വഭാവത്തിൽ മാറ്റം വരുന്നുണ്ടാവാം. സ്ഥിരം തൊഴിലാളി, കരാർ തൊഴിലാളി, കാഷ്വൽ തൊഴിലാളി, കൂലി വാങ്ങാതെ റെമ്യൂണറേഷൻ വാങ്ങി പ്രവർത്തിക്കുന്ന സ്കീം തൊഴിലാളികൾ ഇങ്ങനെ ഏതു രീതിയിലുള്ള തൊഴിലാളി എന്ന കാര്യത്തിൽ മാറ്റങ്ങൾ സംഭവിക്കുന്നുണ്ട്. എന്നാൽ, തൊഴിലാളികളെ ഒരു വർഗ്ഗമാക്കി നിലനിർത്തുന്ന അടിസ്ഥാന കാര്യത്തിന് മാറ്റമില്ല. അവർ അധ്വാനശക്തി വിറ്റ് ഉപജീവനം നടത്തുന്നവരാണ്. ഉദാഹരണം പറഞ്ഞാൽ, ഐടി മേഖലയിലെ തൊഴിലാളികളിൽ ഒരുവിഭാഗം തങ്ങൾ തൊഴിലാളി വർഗ്ഗത്തിന്റെ ഭാഗമല്ല എന്ന് കരുതിയിരുന്നവരാണ്. എന്നാൽ ഈ കോവിഡ് കാലത്ത് അവർക്കത് മനസ്സിലാക്കേണ്ടി വന്നു. അവരും അധ്വാന ശേഷി വിൽക്കുന്നവരാണ്. അവരുടെ ബുദ്ധിപരമായ അധ്വാനശേഷിയുടെ പ്രയോഗത്തിലൂടെ ലാഭമുണ്ടാക്കാൻ മുതലാളിക്ക് കഴിയുന്നില്ലെങ്കിൽ അവർക്ക് തൊഴിൽ നഷ്ടപ്പെടും. ഇതിനർത്ഥം മാർക്സും എംഗൽസും പറയുന്ന തൊഴിലാളിവർഗ്ഗത്തിന്റെ നിർവചനത്തിൽ അവരും ഉൾപ്പെടുന്നു എന്ന് തന്നെയാണ്.

നഷ്ടപ്പെടാൻ ഒന്നുമില്ല എന്ന് അന്ന് പറഞ്ഞുവെങ്കിലും സാമാന്യം കൂലി വാങ്ങുന്ന ഈ തൊഴിലാളികൾക്ക് ഇന്ന് പലതും നഷ്ടപ്പെടാനുണ്ട്. വാഹനങ്ങൾ മുതലായ സൗകര്യങ്ങളുള്ളവരാണ് ഈ തൊഴിലാളികളിൽ ഒരു വിഭാഗം. തൊഴിലാളിയുടെ അധ്വാനശക്തി വിലയ്ക്കെടുത്ത് ലാഭമുണ്ടാക്കാൻ മുതലാളിക്ക് കഴിയുന്ന കാലത്തോളം മാത്രമേ അയാൾക്ക് തൊഴിലുള്ളൂ. തൊഴിലിനെയും അതിൽ നിന്ന് ലഭിക്കുന്ന കൂലിയെയും മാത്രം ആശ്രയിച്ചാണ് തൊഴിലാളിയുടെ ഈ സൗകര്യങ്ങളെല്ലാം. തൊഴിൽ ഇല്ലാതാവുന്നതോടെ എല്ലാ അടവുകളും മുടങ്ങും. തൊഴിലാളി വർഗ്ഗത്തിന്റെ സ്വഭാവത്തിന്

മാറ്റം വരുന്നുണ്ടെങ്കിലും ഉൽപ്പാദന പ്രക്രിയയിലെ അതിന്റെ അനിവാര്യവും നിർണായകവുമായ സ്ഥാനത്തിന് ഇന്നും യാതൊരു മാറ്റവും സംഭവിച്ചിട്ടില്ല. തൊഴിലാളി ഉണ്ടെങ്കിലേ ഉൽപ്പാദനം ഉള്ളൂ. അതുകൊണ്ട് മുതലാളിത്ത ഉൽപ്പാദന പ്രക്രിയ നിലനിർത്തുന്നതിന് ഏറ്റവും അനിവാര്യമായ ഘടകമാണ് തൊഴിലാളി. തൊഴിലാളിയുടെ അധ്വാനശക്തി മുതലാളിക്ക് വിൽക്കുകയും ഈ അധ്വാനശക്തിയുടെ പ്രയോഗം മൂലധനത്തിന്റെ വളർച്ചയെ സഹായിക്കുകയും ചെയ്യുന്ന കാലത്തോളം മാത്രമേ മുതലാളിത്ത ഉൽപ്പാദനം നിലനിൽക്കു.

ഐജാസ് അഹമ്മദ് വ്യക്തമാക്കുന്നതു പോലെ, ഇന്ന് തൊഴിലാളിവർഗ്ഗം അപ്രത്യക്ഷമാവുകയോ അതിന്റെ വലിപ്പം ചുരുങ്ങുകയോ ചെയ്യുന്നില്ല. അതിന്റെ രൂപവും ആന്തരിക ഘടനയും മാറിയിട്ടുണ്ടാവാം. വിപ്ലവത്തിൽ തൊഴിലാളിവർഗ്ഗത്തിന്റെ നേതൃപദവിയും വർഗ്ഗബോധവും ദുർബലപ്പെടുത്തുന്ന നിരവധി മാറ്റങ്ങൾ സംഭവിക്കുന്നുണ്ട്. വംശീയത, വർഗ്ഗീയത തുടങ്ങിയവയെല്ലാം ഇതിനുദാഹരണങ്ങളാണ്. തൊഴിലാളിവർഗ്ഗം ഒരു വർഗ്ഗമെന്ന നിലയിൽ ആശയ, പ്രത്യയശാസ്ത്ര ഉള്ളടക്കമുള്ള ഒന്നായി ഇന്നത്തെ കാലത്ത് മാറുന്നുണ്ടോ എന്ന് ഈ സാഹചര്യത്തിൽ പരിശോധിക്കാവുന്നതാണ്. സാമ്പത്തിക മാത്ര മുദ്രാവാക്യങ്ങൾക്ക് അപ്പുറത്ത് തൊഴിലാളിവർഗ്ഗത്തെ നേതൃത്വപരമായ, രാഷ്ട്രീയമായ മുന്നേറ്റങ്ങൾക്ക് സജ്ജമാക്കുന്ന കൂടുതൽ ഇടപെടലുകൾക്ക് ഇന്ന് എന്നത്തേതിലും പ്രസക്തിയുണ്ട്.

എങ്ങനെയാണ് വർഗ്ഗങ്ങൾ ഉണ്ടായത്

നാളിതുവരെ നിലനിന്ന എല്ലാ സമൂഹങ്ങളുടേയും ചരിത്രം വർഗ്ഗസമരങ്ങളുടെ ചരിത്രമാണ്.

മാനിഫെസ്റ്റോയിലെ ആദ്യ വാചകമായ ഇതിനോട് 1888 ലെ പതിപ്പിൽ ഒരു കുറിപ്പിലൂടെ ഒരുകാര്യം എംഗൽസ് കൂട്ടിച്ചേർക്കുന്നുണ്ട്.

ലിഖിത ചരിത്രം എന്നതിനർത്ഥം എഴുതപ്പെടാത്ത ഒരു ചരിത്രം കൂടിയുണ്ട് എന്നാണ്. വർഗ്ഗങ്ങൾ നിലവിലില്ലാത്ത ഒരു കാലം ഉണ്ടായിരുന്നു. ആദ്യകാല ചരിത്രം, അഥവാ ഏറ്റവും പ്രാകൃതമായ ജീവിതം നിലനിന്ന കാലത്തിന്റെ ചരിത്രം, വർഗ്ഗസമരത്തിന്റേതല്ല. നാളിതുവരെയുള്ള ചരിത്രം എന്ന് പറയുമ്പോൾ ഈ ആദിമ ചരിത്രം കൂടി അതിൽ ഉൾപ്പെടും. വർഗ്ഗ സമൂഹം രൂപപ്പെടുന്നതിന് മുൻപുള്ള സാമൂഹിക ജീവിതത്തെക്കുറിച്ചുള്ള ധാരണകൾ വികസിച്ച് വരുന്ന ഒരു കാലത്താണ് മാനിഫെസ്റ്റോ എഴുതപ്പെട്ടത്. മാർക്സിന്റെയും എംഗൽസിന്റെയും അന്നത്തെ ചർച്ചകളിലേക്ക് അത് കടന്നു വന്നിരുന്നില്ല. അതുകൊണ്ടു തന്നെ, മാനിഫെസ്റ്റോയിൽ അത്തരത്തിലുള്ള ഒരു പരാമർശം ഉണ്ടായില്ല. ലിഖിത ചരിത്രത്തെക്കുറിച്ചാണ് മാനിഫെസ്റ്റോ പറയുന്നത്. അതുകൊണ്ടാണ്, അമേരിക്കൻ നരവംശ ശാസ്ത്രജ്ഞനും പുരാവസ്തു ഗവേഷകനുമായ ലൂയി ഹെൻട്രി മോർഗ്ഗന്റെയും മറ്റും പഠനങ്ങളിലൂടെ ആദിമ ജീവിതത്തെ സംബന്ധിച്ച കൂടുതൽ വിവരങ്ങൾ വ്യക്തമായ സാഹചര്യത്തിൽ, എംഗൽസ് ഈ കൂട്ടിച്ചേർക്കൽ നടത്തുന്നത്. എംഗൽസ് പറയുന്നു:

> മനുഷ്യ സമൂഹത്തിന്റെ ലിഖിത ചരിത്രത്തിന് മുമ്പുള്ള സാമൂഹ്യ ഘടനയെ സംബന്ധിച്ച വിവരങ്ങൾ 1847 ൽ മി

ക്കവാറും അജ്ഞാതമായിരുന്നു.[207]

പിന്നീട്, റഷ്യയിൽ നിലനിന്ന പൊതു ഭൂവുടമാ സമ്പ്രദായം സംബന്ധിച്ചും വിവിധ രാജ്യങ്ങളിലെ ഗ്രാമീണ സമൂഹങ്ങളെ സംബന്ധിച്ചുമുള്ള പഠനങ്ങൾ വന്നു.

> റഷ്യയിലെ പകുതിയോളം ഭൂമി ഉടമസ്ഥതയിൽ നിലനിന്നിരുന്ന വസ്തുത ഈ പഠനങ്ങൾ വെളിച്ചത്തു കൊണ്ടുവന്നു.

റഷ്യയിലെ ചില സവിശേഷതകൾ റഷ്യൻ പതിപ്പിനുള്ള മുഖവുരയിലും അതിനെ ഉദ്ധരിച്ചുകൊണ്ട് തൊട്ടടുത്ത പതിപ്പിനുള്ള മുഖവുരയിലും പരാമർശിച്ച കാര്യം നേരത്തെ കണ്ടുവല്ലോ. മാനിഫെസ്റ്റോയുടെ രചനയ്ക്ക് ശേഷമാണ് ഇത് മാർക്സിന്റെയും എംഗൽസിന്റെയും ശ്രദ്ധയിൽ വന്നത്. ചരിത്രത്തിൽ ട്യൂടോണിക് വർഗ്ഗങ്ങളുടെ ഉത്ഭവം ഈ പൊതു ഉടമസ്ഥതയുടെ അടിത്തറയിൽ നിന്നാണെന്ന കണ്ടെത്തലുണ്ടായി. കുറിപ്പുകളിൽ എംഗൽസ് തുടർന്ന് പറയുന്നു:

> കാലക്രമേണ ഇന്ത്യ മുതൽ അയർലണ്ട് വരെ എല്ലാ രാജ്യങ്ങളിലും സാമൂഹ്യജീവിതത്തിന്റെ ആദ്യരൂപം ഗ്രാമ സമൂഹങ്ങൾ ആയിരുന്നിരിക്കണം എന്ന് വ്യക്തമായി.[207]

ഇതിനുമുമ്പ് മാർക്സും എംഗൽസും ചേർന്ന് എഴുതിയ ജർമ്മൻ പ്രത്യയശാസ്ത്രത്തിൽ ഇന്ത്യയെക്കുറിച്ചുള്ള പരാമർശങ്ങൾ കാണാം. റഷ്യൻ സാമ്രാജ്യത്തിലും ജർമ്മൻ സാമ്രാജ്യത്തിലും, അതിനുപുറമെ ഇന്ത്യ മുതൽ അയർലണ്ട് വരെയുള്ള പ്രദേശങ്ങളിലും, ഒരു കാലത്ത് ഈ പൊതുവിതരണ സമ്പ്രദായം നിലനിന്നിരുന്നു.തുടർന്ന്, മോർഗ്ഗന്റെ കണ്ടെത്തലുകളെക്കുറിച്ച് എംഗൽസ് സൂചിപ്പിക്കുന്നു. മാനിഫെസ്റ്റോയുടെ രചനാകാലത്ത് ഇവരുടെ പഠനങ്ങൾ വായിക്കാൻ മാർക്സിനും എംഗൽസിനും കഴിഞ്ഞിരുന്നില്ല. *പ്രാചീന സമൂഹം* എന്ന ലൂയി ഹെൻട്രി മോർഗ്ഗന്റെ കൃതിയിലാണ് പ്രാചീന കമ്മ്യൂണിസ്റ്റ് സമൂഹത്തെക്കുറിച്ചുള്ള കണ്ടെത്തലുകൾ ഉള്ളത്. ഈ പ്രാകൃത വർഗ്ഗരഹിത സമൂഹത്തിന്റെ ശിഥിലീകരണത്തോടു കൂടി സമൂഹം വ്യത്യസ്ത വർഗ്ഗങ്ങളായി വേർപിരിയാൻ തുടങ്ങി.

കൈകൾ ഉപയോഗിച്ചുള്ള അധ്വാനം ആൾക്കുരങ്ങിൽ നിന്ന് മനുഷ്യനിലേക്കുള്ള വികാസത്തെ സഹായിച്ചു. അതിന്റെ തുടർവികാസമാണ് പ്രാകൃത കമ്യൂണിസത്തിലേക്ക് നയിച്ചത്. പ്രാകൃത കമ്മ്യൂണിസ്റ്റ് സമൂഹം അങ്ങേയറ്റം അവികസിതമായ ഒന്നായിരുന്നു. ഉല്പാദിപ്പിച്ച് ഉപയോഗിക്കുക എന്ന രീതിയിലേക്ക് അന്നത്തെ മനുഷ്യൻ എത്തിയിരുന്നില്ല. ഗോർഡൻ ചൈൽഡിന്റെ *മനുഷ്യൻ സ്വയം നിർമ്മിക്കുന്നു* (Man Makes Himself) എന്ന പുസ്തകത്തിൽ പറയുന്നതുപോലെ, അന്നത്തെ കാലഘട്ടം മനുഷ്യൻ സ്വന്തമായി ഒന്നും ഉൽപ്പാദിപ്പിക്കാത്ത, പെറുക്കിത്തീറ്റയുടേതായ ഒന്നായിരുന്നു. മത്സ്യമാംസാദികൾ പോലും വേവിക്കാതെ പച്ചയ്ക്കാണ് കഴിച്ചി

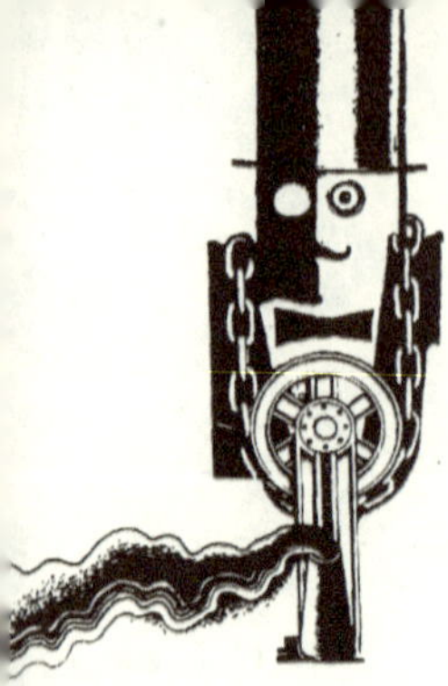

രുന്നത്. തീയുടെ ഉപയോഗം കണ്ടെത്തിയതോടെ, വേവിച്ച ആഹാരം കഴിക്കാൻ മനുഷ്യൻ ശീലിച്ചു. അത് മനുഷ്യന്റെ ബുദ്ധി വികാസം വേഗത്തിലാക്കി. *വാനരനിൽ നിന്ന് നരനിലേക്കുള്ള പരി വർത്തനത്തിൽ അധ്വാനത്തിന്റെ പങ്ക്* എന്ന കൃതിയിൽ എംഗൽസ് ഇത് വിവരിക്കുന്നുണ്ട്.

പെറുക്കിത്തീറ്റയുടെ കാലം പിന്നിട്ടതോടെ, മനുഷ്യൻ ആഹാരം സമ്പാദിക്കാൻ തുടങ്ങി. കല്ലു കൊണ്ട് മനുഷ്യൻ മൃഗങ്ങളെ വേട്ടയാടി. ക്രമേണ, കൂർപ്പിച്ച കല്ലുകൾ ഉപയോഗിക്കാൻ തുടങ്ങി. ഈ കല്ലുകളാണ് അവന്റെ ആദ്യ ഉപകരണം. പിന്നീട് ആയുധങ്ങളുടെ നിലവാരം മെച്ചപ്പെട്ടു. അങ്ങനെ ഉപകരണങ്ങൾ നിർമ്മിക്കുന്നവനായി മനുഷ്യൻ മാറി. ഓടി തളരാതെ അമ്പും വില്ലും മറ്റും ഉപയോഗിച്ച് മൃഗങ്ങളെ വേട്ടയാടാൻ മനുഷ്യൻ ശീലിച്ചു.

ഈ ആദിമ സാമൂഹ്യഘടന തകർന്ന് ഗോത്രങ്ങൾ രൂപപ്പെട്ടു. പിന്നീടുള്ള കാലം മനുഷ്യൻ ഗോത്രങ്ങളായി ജീവിച്ചു. ആദിമ സമൂഹം പങ്കുവയ്പിന്റേതായിരുന്നു. കിട്ടുന്നത് ഗോത്രത്തിനുള്ളിൽ പരസ്പരം വീതം വച്ചു. സമൃദ്ധിയുടെ പങ്കുവയ്പല്ല, ആവശ്യമുള്ളതിലും വളരെ കുറച്ചു മാത്രമേ കിട്ടിയിരുന്നുള്ളൂ. അതവർ പങ്കുവച്ചു. അന്ന് വർഗ്ഗ വിഭജനം ഉണ്ടായിരുന്നില്ല. ഗോത്രങ്ങൾ വളർന്നതോടെ, ഗോത്രങ്ങൾ തമ്മിലുള്ള ശത്രുത ആരംഭിച്ചു. ഗോത്ര സംഘർഷങ്ങൾ സാധാരണമായി.

ജയിക്കുന്നവർ തോൽക്കുന്നവരെ അടിമയാക്കുന്ന സമ്പ്രദായം അന്ന് നിലവിൽ വന്നിരുന്നില്ല. അടിമത്തം ഉണ്ടായത് മനുഷ്യനെ അടിമയാക്കി കളയാമെന്ന മനുഷ്യന്റെ ചിന്തയിൽ നിന്നല്ല. ഒരുവനെ അടിമയാക്കി കൂടെ നിർത്തിയാൽ അവനുള്ള ഭക്ഷണം കൊടുക്കാൻ കഴിയണം. അതിന് തക്ക വിധത്തിൽ ഉപകരണങ്ങളുടെ വികാസം ഉണ്ടാവുന്ന സാഹചര്യത്തിൽ മാത്രമേ അടിമത്തമെന്ന സാധ്യത മനുഷ്യനു മുന്നിൽ തെളിയുന്നുള്ളൂ. ഒരാളുടെ അധ്വാനം കൊണ്ട് ഒന്നിലധികം ആളുകൾക്കുള്ള ആഹാരം കണ്ടെത്താൻ കഴിയുമെന്ന് വരുന്നതോടെയാണ് അടിമത്തം സാധ്യമാവുന്നത്.

നരവംശശാസ്ത്രപരവും സാമൂഹികവുമായ മാറ്റങ്ങളുടെ ഒരു സവിശേഷ ഘട്ടത്തിലാണ് വർഗ്ഗ വിഭജനം നിലവിൽ വന്നത്. തുല്യതയുടെ അടിസ്ഥാനത്തിലുള്ള ഈ സാമൂഹ്യക്രമത്തിന്റെ തകർച്ചയും വർഗ്ഗസമൂഹത്തിന്റെ ആവിർഭാവവും *കുടുംബം സ്വകാര്യസ്വത്ത് ഭരണകൂടം* എന്ന തന്റെ കൃതിയിൽ എംഗൽസ് വിശദീകരിക്കുന്നുണ്ട്. ഈ മാറ്റങ്ങളിലൂടെയാണ് ആദിമ സമൂഹം വർഗ്ഗ വിഭജനത്തിലേക്ക് എത്തിയത്. ഉപകരണങ്ങളുടെ വികാസത്തിന്റെ ഒരു പ്രത്യേക ഘട്ടത്തിൽ, ജയിക്കുന്നവർ തോൽക്കുന്ന വരെ അടിമയാക്കി ഒപ്പം നിർത്താൻ തുടങ്ങി. ഒരാളെ അടിമയാക്കി കൂടെ നിർത്തിയാൽ

അവന്റെ അധ്വാനം കൂടി ഉപയോഗപ്പെടുത്തി കൂടുതൽ ഉണ്ടാക്കാൻ കഴിയുമെന്നു വന്നു. അടിമയുടെ അധ്വാനം കൊണ്ട് ഉണ്ടാക്കുന്നതിന്റെ ഒരു വിഹിതം കൊണ്ട് അവന്റെ ജീവൻ നിലനിർത്താൻ കഴിയുമെന്നും ബാക്കിയുള്ളത് തനിക്ക് മിച്ചമായി കിട്ടുമെന്നും മനുഷ്യൻ കണ്ടു. അതിനു തക്ക നിലയിലേക്ക് ഉപകരണങ്ങൾ വികസിച്ചു. അങ്ങനെയാണ് വർഗ്ഗ വിഭജിത സമൂഹം രൂപം കൊണ്ടത്. എപ്പോൾ സമൂഹം വർഗ്ഗങ്ങളായി വിഭജിക്കപ്പെട്ടുവോ അപ്പോൾ മുതൽ വർഗ്ഗങ്ങൾ തമ്മിലുള്ള ഏറ്റുമുട്ടലും ആരംഭിച്ചു.

ചരിത്രത്തിന്റെ ഭൗതിക വ്യാഖ്യാനം

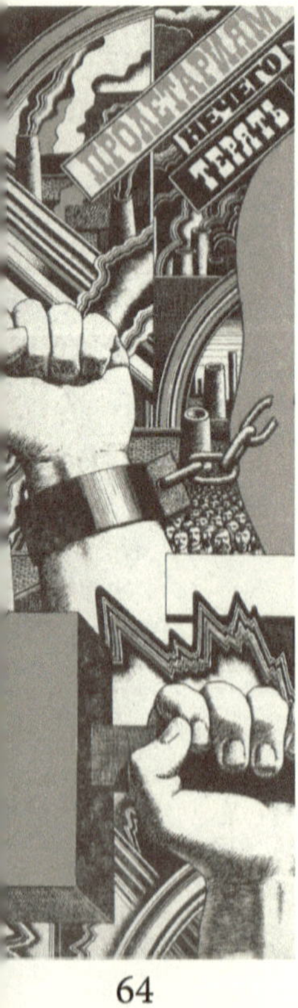

മാനിഫെസ്റ്റോയുടെ ആദ്യ വാചകമാണ് കഴിഞ്ഞ അദ്ധ്യായത്തിൽ നമ്മൾ ചർച്ച ചെയ്തത്. എന്താണ് വർഗ്ഗം, വർഗ്ഗസമരം രൂപപ്പെടുന്നത് എങ്ങനെയാണ്, വർഗ്ഗങ്ങൾ രൂപപ്പെടുന്നതിനു മുമ്പുള്ള പ്രാകൃത കമ്മ്യൂണിസ്റ്റ് സമൂഹത്തിന്റെ സ്വഭാവം എന്തായിരുന്നു തുടങ്ങിയ കാര്യങ്ങൾ നമ്മൾ പരിശോധിച്ചു. എന്താണ് വർഗ്ഗത്തെ നിർണയിക്കുന്നത്, എന്തിന്റെ അടിസ്ഥാനത്തിലാണ് സമൂഹം വർഗ്ഗങ്ങളായി തിരിയുന്നത് എന്നീ കാര്യങ്ങൾ നമ്മൾ കാണുകയുണ്ടായി. ഉൽപ്പാദന പ്രക്രിയയിൽ വഹിക്കുന്ന സ്ഥാനമാണ് വർഗ്ഗത്തെ നിർണയിക്കുന്നത്; മറ്റ് വാക്കുകളിൽ പറഞ്ഞാൽ, ഉല്പാദനോപാധികളുടെ ഉടമസ്ഥതയും ഉടമസ്ഥത ഇല്ലായ്മയും ആണ് വർഗ്ഗത്തെ നിർണയിക്കുന്നത്. ചരിത്രത്തിന്റെ തുടക്കത്തിൽ ഭൂമി പൊതു ഉടമസ്ഥതയിലായിരുന്നു. വർഗ്ഗങ്ങൾ രൂപപ്പെട്ടപ്പോൾ ഭൂമിയുടെ ഉടമസ്ഥത ഒരു വർഗ്ഗത്തിന്റെ കൈയിലായി. ഫ്യൂഡൽ കാലഘട്ടത്തിലും തുടർന്ന് മുതലാളിത്തത്തിലും ആ കാലഘട്ടത്തിലെ ഉല്പാദനോപാധികളുടെ ഉടമസ്ഥത കൈയാളുന്ന ഒരു വിഭാഗം ഉയർന്നുവന്നു. മറ്റു വർഗ്ഗങ്ങൾക്ക് ഈ ഉൽപ്പാദന വാദികൾക്ക് മേൽ അവകാശം നിഷേധിക്കപ്പെട്ടു. ഈ വിഭജനത്തിന്റെ അടിസ്ഥാനത്തിലാണ് സമൂഹം വർഗ്ഗങ്ങളായി വേർപിരിഞ്ഞത്. ഓരോ കാലഘട്ടത്തിലും ഉൽപ്പാദന പ്രക്രിയയുടെ വികാസ നിലവാരവും ഉൽപ്പാദനോപാധികളുടെ സ്വഭാവവും വ്യത്യസ്തമായിരിക്കും. എന്നാൽ ഉല്പാദനോപാധികൾക്കു മേൽ ഉടമസ്ഥാവകാശമുള്ള വർഗ്ഗങ്ങളും അവകാശം നിഷേധിക്കപ്പെട്ട വർഗ്ഗങ്ങളും ഉണ്ടായിരിക്കും. ഈ അടിസ്ഥാനപരമായ വസ്തുത എഴുതപ്പെട്ട ചരിത്രത്തിന്റെ

തുടക്കം മുതലുള്ള എല്ലാ ചരിത്ര വികാസഘട്ടങ്ങൾക്കും ബാധകമായ ഒന്നാണ്.

എല്ലാ മുതലാളിമാരെയും ഒരുപോലെ കാണുന്ന എന്നുള്ളതാണ് മാനിഫെസ്റ്റോയിലെ കമ്മ്യൂണിസ്റ്റ നിലപാടിന്റെ പോരായ്മയായി ചില വിമർശകർ ഉന്നയിക്കുന്ന കാര്യം. നല്ലവരായ മുതലാളിമാരില്ലേ എന്നാണ് അവർ ചോദിക്കുന്നത്. തൊഴിലാളികൾക്കിടയിൽ എന്നപോലെ മുതലാളിമാരിലും വ്യക്തിപരമായ നല്ല സ്വഭാവ ഗുണങ്ങൾ ഉള്ളവരും ഇല്ലാത്തവരും കണ്ടേക്കും. മാനിഫെസ്റ്റോയും മാർക്സിന്റെയും എംഗൽസിന്റെയും മറ്റ് അർത്ഥശാസ്ത്ര കൃതികളും ചർച്ച ചെയ്യുന്ന വിഷയം അതല്ല. മാനിഫെസ്റ്റോ പറയുന്നത് വർഗ്ഗങ്ങളെ കുറിച്ചാണ്; വ്യക്തികളെക്കുറിച്ചല്ല. ഉൽപ്പാദന ബന്ധങ്ങളിലെ സവിശേഷ സ്ഥാനത്തിന്റെ അടിസ്ഥാനത്തിലാണ് ഒരാൾ മുതലാളിയായി മാറുന്നത്. മുതലാളി മുതലാളി ആയിരിക്കുന്നത് അയാളുടെ മാനസിക ഗുണങ്ങളുടെ അടിസ്ഥാനത്തിലല്ല. മുതലാളിത്ത സമൂഹത്തിലെ ഉല്പാദനോപാധികൾ അയാളുടെ ഉടമസ്ഥാവകാശത്തിലാണ്. തൊഴിലാളികളുടെ അധ്വാനശേഷി വിലയ്ക്കു വാങ്ങിയും അധ്വാന മിച്ചം കവർന്നെടുത്ത് തന്റെ മൂലധനം പെരുപ്പിച്ചു കൊണ്ടും മാത്രമേ മുതലാളിക്ക് നിലനിൽക്കാനാവൂ. ഇത് വ്യക്തിപരമായ കാര്യമല്ല; സാമൂഹ്യ ഘടനാപരമായ കാര്യമാണ്. ഒരാളുടെ സവിശേഷ മാനസിക ഗുണങ്ങൾ ഇതിൽ യാതൊരു മാറ്റവും വരുത്തുന്നില്ല. അതുപോലെ തന്നെയാണ് തൊഴിലാളിയുടെ കാര്യവും. തൊഴിലാളിയുടെ വ്യക്തിപരമായ ഗുണങ്ങളല്ല അയാളെ ഒരു തൊഴിലാളി ആക്കുന്നത്. ഉല്പാദനോപാധികൾക്കു മേൽ ഉടമസ്ഥാവകാശം ഇല്ലാത്തയാളും തന്റെ അധ്വാനശക്തി മുതലാളിക്ക് വിൽക്കാൻ നിർബന്ധിതനാക്കപ്പെട്ടവനുമാണ് അയാൾ. ആഗ്രഹിച്ചാലും ഇല്ലെങ്കിലും അയാൾക്ക് ഒരു മുതലാളിക്കു കീഴിൽ പണിയെടുത്തേ പറ്റൂ. ഒരു മുതലാളി എത്ര തന്നെ നല്ല ആളായിരുന്നാലും തന്റെ തൊഴിലാളിയുടെ അധ്വാനമിച്ചമാണ് അയാളുടെ ലാഭമായി മാറുന്നത്. ഈ ലാഭമാണ് മുതലാളിയെന്ന നിലയിൽ അയാളെ നിലനിർത്തുന്നത്.

നല്ലവനായ മുതലാളിയെന്ന ആശയത്തിന് ഒരു മറുവശം കൂടിയുണ്ട്. ജീവകാരുണ്യ പ്രവർത്തനങ്ങളിലും മറ്റും ഏർപ്പെട്ടുകൊണ്ടാണ് പല മുതലാളിമാരും നല്ല മുതലാളിമാർ എന്നുള്ള പേര് സമ്പാദിക്കുന്നത്. ജീവകാരുണ്യ പ്രവർത്തനങ്ങൾക്കും മറ്റും വേണ്ടി അയാൾ ചെലവഴിക്കുന്ന ധനം എവിടെ നിന്നാണ് വരുന്നത്? അയാൾക്ക് കീഴിൽ പണിയെടുക്കുന്ന തൊഴിലാളികളുടെ അധ്വാനത്തിൽ നിന്നുള്ള മിച്ചമൂല്യം കൊണ്ടാണ് അയാൾ മുതലാളിയായി നിലനിൽക്കുന്നതും തന്റെ ലാഭത്തിലെ ഒരു വിഹിതം ഉപയോഗിച്ച് നല്ലതെന്ന് കരുതപ്പെടുന്ന കാര്യങ്ങൾ ചെയ്യുന്നതും. മുതലാളിക്ക്

അയാളുടെ നല്ല പ്രവർത്തികൾക്ക് ആധാരമായ എല്ലാം ലഭിക്കുന്നത് ഉൽപ്പാദന പ്രക്രിയയിൽ നിന്നാണ്, അയാളുടെ പുണ്യപ്രവർത്തികളുടെ ഭാഗമായിട്ടല്ല. എവിടെ നിന്നാണ് മുതലാളിയുടെ സമ്പത്ത് ഉണ്ടാകുന്നത് എന്നതിലാണ് അതിന്റെ കാരണം അന്വേഷിക്കേണ്ടത്. അദൃശ്യമായ ഒരു സ്രോതസ്സിൽ നിന്നാണ് മുതലാളിയുടെ ധനം വരുന്നത് എന്ന കാഴ്ചപ്പാടോടെ അയാളുടെ പ്രവൃത്തികളെ സമീപിച്ചാൽ അത് ഒട്ടും തന്നെ യുക്തിഭദ്രം അല്ല. അത് യാന്ത്രിക ഭൗതികവാദത്തിന്റെ പരിമിതിയാണ്. എന്നിരിക്കിലും, ഭൗതികവാദ സമീപനത്തിന്, അത് യാന്ത്രിക ഭൗതികവാദം ആണെങ്കിൽ പോലും, വലിയ പ്രസക്തിയുണ്ട്.

ഇവിടെ മുതലാളിയുടെയോ തൊഴിലാളിയുടെയോ ബോധമല്ല അയാളെ മുതലാളിയോ തൊഴിലാളിയോ ആക്കുന്നത്. മുതലാളി നല്ലവനാണെങ്കിൽ മുതലാളിത്തവും നല്ലതാവും എന്ന് കരുതുന്നവർ, അവർ യുക്തിവാദികളായി സ്വയം കരുതിയാൽ പോലും, യുക്തിരഹിതമായ ആശയ വാദത്തിന്റെ ചളിക്കുണ്ടിലേക്കാണ് പതിക്കുന്നത്. മുതലാളിവർഗ്ഗം ശത്രു വർഗ്ഗമാണ് എന്ന് പറഞ്ഞാൽ മുതലാളിമാരെ മുഴുവൻ ഉന്മൂലനം ചെയ്തു കളയാം എന്ന് അതിനർത്ഥമില്ല. അത് മാർക്സിസത്തെ തെറ്റായി മനസ്സിലാക്കലാണ്. മുതലാളിമാരോട് അല്ല മുതലാളിത്ത ക്രമത്തോടാണ് കമ്മ്യൂണിസ്റ്റുകാരുടെ എതിർപ്പ്. ഐജാസ് അഹമ്മദ് ഒരിടത്ത് പറയുന്നതുപോലെ, രക്തച്ചൊരിച്ചിലിനോ കലാപത്തിനോ വേണ്ടിയുള്ള ആഹ്വാനത്തിന്റെ ചെറിയ സൂചന പോലും കമ്മ്യൂണിസ്റ്റ് മാനിഫെസ്റ്റോയിൽ എവിടെയും കാണാൻ കഴിയില്ല. ഒരു വ്യവസ്ഥിതിയെ മാറ്റുന്നത് എങ്ങനെയെന്നാണ് കമ്മ്യൂണിസ്റ്റ് മാനിഫെസ്റ്റോ പറയുന്നത്. മുതലാളിത്ത വ്യവസ്ഥ ഇല്ലാതാകണം എന്നുള്ളത് ഒരു ആഗ്രഹം മാത്രമല്ല.

ഓരോ ചരിത്ര ഘട്ടത്തിലും ഭരണകൂടം കൈവശം വെച്ചിരുന്ന വർഗ്ഗങ്ങളുടെ ആധിപത്യം ഇല്ലാതായത് എങ്ങനെയാണോ അതേ രീതിയിൽ മുതലാളിത്ത സമൂഹത്തിലും ഉല്പാദനോപാധികൾ കൈവശം വച്ചിരിക്കുന്ന മുതലാളി വർഗ്ഗത്തിന് അവരുടെ ആധിപത്യം നിലനിർത്താൻ കഴിയാത്ത സവിശേഷ സാഹചര്യം വന്നുചേരുമെന്നാണ് നാളിതുവരെയുള്ള ചരിത്രം സൂക്ഷ്മമായി പഠിച്ചതിൽ നിന്ന് മാർക്സും എംഗൽസും വ്യക്തമാക്കുന്നത്. മുതലാളിത്തത്തിലെ ആന്തരിക വൈരുധ്യങ്ങളാണ് ഈ പതനത്തിലേക്ക് നയിക്കുന്നത്. ഈ ചരിത്രപരമായി അനിവാര്യമായ കാഴ്ചപ്പാട് മാത്രമാണ് കമ്മ്യൂണിസ്റ്റ് മാനിഫെസ്റ്റോ മുന്നോട്ടുവയ്ക്കുന്നത്. മുതലാളിത്ത സമൂഹത്തെ ഈ തകർച്ചയിലേക്ക് നയിക്കാൻ പ്രാപ്തിയുള്ള വർഗ്ഗത്തെ വളർത്തിക്കൊണ്ടുവരേണ്ടത് എങ്ങനെയെന്നു കൂടി കമ്മ്യൂണിസ്റ്റ് മാനിഫെസ്റ്റോ വ്യക്തമാക്കുന്നു.

കമ്യൂണിസ്റ്റ് മാനിഫെസ്റ്റോ എഴുതുന്ന കാലത്ത് മുതലാളിത്തത്തിന്റെ വ്യാപ്തി പൂർണ്ണമായിരുന്നില്ല. ഇംഗ്ലണ്ട്, ബെൽജിയം, ഇറ്റലി, അമേരിക്കൻ ഐക്യനാടുകൾ തുടങ്ങിയ കുറച്ച് രാജ്യങ്ങളിൽ മാത്രമേ മുതലാളിത്തം വളർച്ച മുറ്റിയിരുന്നുള്ളൂ. മുതലാളിത്തം അതിവേഗം വികസിച്ചുകൊണ്ടിരുന്ന ഒരു ഘട്ടത്തിലാണ് മാനിഫെസ്റ്റോ എഴുതപ്പെട്ടതെങ്കിലും വ്യവസ്ഥിതിയുടെ ഘടനാപരമായ സൂക്ഷ്മ തലത്തിലേക്ക് ഇറങ്ങിച്ചെന്ന് അതിനെ വിശകലനം ചെയ്യുകയും അതിനു സംഭവിക്കാനിരിക്കുന്ന പതനം വളരെ വ്യക്തമായി ചൂണ്ടിക്കാണിക്കുകയുമാണ് മാനിഫെസ്റ്റോ ചെയ്തത്.

മാർക്സും എംഗൽസും തുടർന്ന് വിശദീകരിക്കുന്നു:

> സ്വതന്ത്രനും അടിമയും കുലീനനും മ്ലേച്ഛനും ജന്മിയും അടിയാനും ഗിൽഡ്മാസ്റ്ററും വേലക്കാരനും ചുരുക്കിപ്പറഞ്ഞാൽ മർദ്ദകനും മർദ്ദിതനും പരസ്പരം നിതാന്ത എതിരാളികളായി നിലകൊള്ളുകയും ചിലപ്പോൾ ഒളിഞ്ഞും, ചിലപ്പോൾ തെളിഞ്ഞും, ഇടതടവില്ലാതെ പോരാട്ടം നടത്തുകയും ചെയ്തു. സമൂഹത്തിന്റെയാകെയുള്ള വിപ്ലവകരമായ പുനഃസംഘടനയിലോ മത്സരിക്കുന്ന വർഗ്ഗങ്ങളുടെ പൊതുനാശത്തിലോ ആണ് ഈ പോരാട്ടം ഓരോ അവസരത്തിലും അവസാനിച്ചിട്ടുള്ളത്.[191]

അടിമത്ത കാലം തൊട്ട് മുതലാളിത്തം വരെയുള്ള മാനവ ചരിത്രത്തിന്റെ രത്നച്ചുരുക്കമാണ് മാർക്സും എംഗൽസും ഇവിടെ നൽകുന്നത്. ഓരോ കാലഘട്ടത്തിലെയും മനുഷ്യ ചരിത്രം ആ കാലഘട്ടത്തിലെ വ്യത്യസ്ത വർഗ്ഗങ്ങൾക്കിടയിൽ നിലനിന്ന സംഘർഷങ്ങളുടെ ചരിത്രമാണ് എന്ന് മാർക്സും എംഗൽസും പറയുന്നു. ചരിത്രം സംഘർഷത്തിന്റേതാണ് എന്ന് പറയുമ്പോൾ അത് മാത്രമാണെന്ന് ധരിക്കരുത്. വർഗ്ഗങ്ങൾക്കിടയിൽ സംഘർഷം മാത്രമല്ല ഐക്യവുമുണ്ട്. സംഘർഷമാണ് ചരിത്രത്തെ മുന്നോട്ടു നയിക്കുന്നത്. എന്നാൽ, വ്യത്യസ്ത വർഗ്ഗങ്ങൾ അടങ്ങുന്ന ഒരു സാമൂഹ്യ ഘടനയുടെ നിലനിൽപ്പ് സാധ്യമാക്കുന്നത് വർഗ്ഗങ്ങൾക്കിടയിലെ ഐക്യമാണ്. അടിമ തന്റെ യജമാനനെ അനുസരിക്കുന്ന കാലത്തോളം മാത്രമേ അടിമത്തം നിലനിൽക്കൂ. കുടിയാൻ തന്റെ ജന്മിക്ക് വിധേയപ്പെടുന്ന കാലത്തോളം മാത്രമേ ജന്മിത്വം നിലനിൽക്കൂ. അതുപോലെ തന്നെയാണ് മുതലാളിത്തത്തിന്റെ കാര്യവും. തൊഴിലാളി തന്റെ അധ്വാനശക്തി മുതലാളിക്ക് വിൽക്കുകയും ഈ അധ്വാനശക്തിയുടെ പ്രയോഗത്തിലൂടെ തന്റെ മൂലധനം പെരുപ്പിക്കാൻ മുതലാളിക്ക് കഴിയുകയും ചെയ്യുന്ന കാലത്തോളം മാത്രമേ മുതലാളിത്തം നിലനിൽക്കൂ. അപ്പോൾ ചരിത്രത്തെ മുന്നോട്ടുനയിക്കുന്നത് വർഗ്ഗ സംഘർഷങ്ങളാണ് എന്ന് പറയു

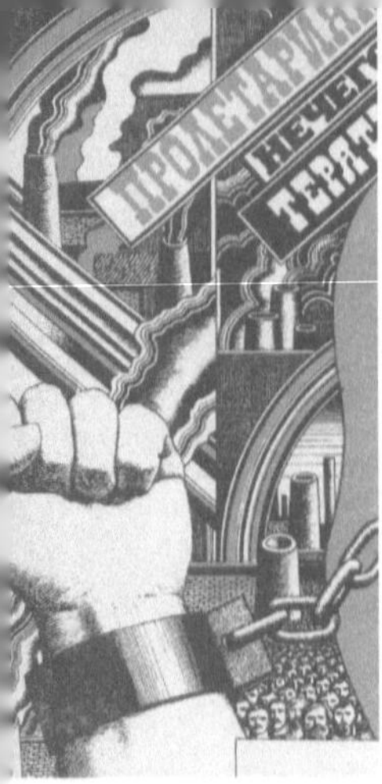

മ്പോൾ തന്നെ, വർഗ്ഗങ്ങളുടെ നിലനിൽപ്പ് സാധ്യമാക്കുന്നത് ഓരോ കാലഘട്ടത്തിലും വ്യത്യസ്ത വർഗ്ഗങ്ങൾക്കിടയിൽ സംഘർഷത്തിന് സമാന്തരമായി നിലനിന്ന ഐക്യമാണ് എന്നുള്ളത് നമ്മൾ കാണണം. വർഗ്ഗ താല്പര്യങ്ങളുടെ ഐക്യം താൽക്കാലികവും സംഘർഷം സ്ഥായിയുമാണ്.

ഈ പോരാട്ടം എങ്ങനെയാണ് അവസാനിക്കുന്നത് എന്നുകൂടി മേലുദ്ധരിച്ച ഭാഗത്ത് മാർക്സും എംഗൽസും വ്യക്തമാക്കുന്നുണ്ട്. ഈ സംഘർഷം ഒന്നുകിൽ മുഴുവൻ സമൂഹത്തിന്റെയും വിപ്ലവകരമായ പുനഃസംഘടനയിൽ കലാശിക്കും. അല്ലെങ്കിൽ, സംഘർഷത്തിൽ ഏർപ്പെടുന്ന വർഗ്ഗങ്ങൾ ഒരുമിച്ച് നശിക്കും. ഇങ്ങനെയാണ് വർഗ്ഗസമരത്തിന്റെ ഓരോ ഘട്ടവും അവസാനിക്കുന്നത്.

> ചരിത്രത്തിന്റെ ആദികാലഘട്ടങ്ങളിൽ വിവിധജാതികളായി, സാമൂഹിക പദവിയുടെ ഒട്ടേറെ ഉച്ചനീചതട്ടുകളായി, തരംതിരിക്കപ്പെട്ടതും സങ്കീർണവുമായ ഒരു സമൂഹസംവിധാനമാണ് ഏറക്കുറെ എവിടേയും കാണുന്നത്. പൗരാണിക റോമിൽ കുലീനരും ക്ഷത്രിയരും, മ്ലേച്ഛന്മാരും അടിമകളും ഉണ്ടായിരുന്നു. മധ്യയുഗത്തിലാകട്ടെ, ഫ്യൂഡൽ പ്രഭുക്കന്മാരും മാടമ്പികളും ഗിൽഡ്മാസ്റ്റർമാരും അപ്രന്റീസുകളും അടിയാന്മാരും ഉണ്ടായിരുന്നു; മിക്കവാറും ഈ എല്ലാ വർഗ്ഗങ്ങളിലും വീണ്ടും പല പല അവാന്തരവിഭാഗങ്ങളും.[191]

ഓരോ കാലഘട്ടത്തിലും വർഗ്ഗങ്ങൾക്കിടയിൽ നിരവധി അവാന്തര വിഭാഗങ്ങൾ ഉണ്ടായിരുന്നു.

താൽക്കാലികമായ ഐക്യവും സ്ഥായിയായ സംഘർഷവും ഈ സംഘർഷത്തിന്റെ ഫലമായി പുതിയ ഒരു ചരിത്ര ഘട്ടത്തിലേക്കുള്ള സമൂഹത്തിന്റെ വികാസവും എന്നുള്ളതാണ് ചരിത്രത്തിന്റെ ഭൗതികവാദ വ്യാഖ്യാനം. നേരത്തേ തന്നെ മറ്റു കൃതികളിലൂടെ മാർക്സും എംഗൽസും വിശദീകരിച്ച ഈ ആശയങ്ങൾ ആറ്റിക്കുറുക്കി ലളിത പദങ്ങൾ ഉപയോഗിച്ച് അവതരിപ്പിക്കുകയാണ് കമ്മ്യൂണിസ്റ്റ് മാനിഫെസ്റ്റോ ചെയ്യുന്നത്.

ജാതി ഒരു വർഗ്ഗമാണോ?

ഫ്യൂഡലിസത്തിൽനിന്നും മുതലാളിത്തത്തിലേക്കുള്ള മാറ്റത്തെ വിലയിരുത്തി മാർക്സും എംഗൽസും ഇങ്ങനെ പറയുന്നു:

> ഫ്യൂഡൽ സമൂഹത്തിന്റെ നഷ്ടാവശിഷ്ടങ്ങളിൽനിന്നും മുളയെടുത്ത ഇന്നത്തെ ബൂർഷ്വാസമൂഹം വർഗ്ഗവൈരങ്ങളെ ഇല്ലായ്മ ചെയ്തിട്ടില്ല. പഴയവയുടെ സ്ഥാനത്ത് പുതിയ വർഗ്ഗങ്ങളെയും പുതിയ മർദ്ദനോപാധികളെയും പുതിയ സമരരൂപങ്ങളെയും പ്രതിഷ്ഠിക്കുക മാത്രമാണ് ചെയ്തിട്ടുള്ളത്.[192]

പഴയ വർഗ്ഗങ്ങൾ ഇല്ലാതായി; അതിന്റെ ഫലമായി വർഗ്ഗ സമരത്തിന്റെ പഴയ രൂപങ്ങളും ഇല്ലാതായി. എന്നാൽ വർഗ്ഗങ്ങൾ ഇല്ലാതായില്ല. വർഗ്ഗ സമരവും ഇല്ലാതായില്ല. പുതിയ വർഗ്ഗങ്ങൾ രംഗത്തു വന്നു. പഴയ മർദ്ദന സംവിധാനങ്ങളുടെ സ്ഥാനത്ത് പുതിയ മർദ്ദന സംവിധാനങ്ങൾ ഉണ്ടായി. വർഗ്ഗസമരത്തിന് പുതിയ രൂപങ്ങൾ കൈവന്നു.

> എന്നാൽ നമ്മുടെ കാലഘട്ടത്തിന് - ബൂർഷ്വാസിയുടെ കാലഘട്ടത്തിന് - ഈയൊരു അനന്യസ്വഭാവമുണ്ട്; അതു വർഗ്ഗവൈരങ്ങളെ കൂടുതൽ ലളിതമാക്കിയിരിക്കുന്നു. സമൂഹമാകെത്തന്നെ രണ്ടു ഗംഭീരശത്രുപാളയങ്ങളായി, പരസ്പരം നേരിട്ട് അഭിമുഖമായി നിൽക്കുന്ന രണ്ടു വലിയ വർഗ്ഗങ്ങളായി, കൂടുതൽ കൂടുതൽ പിളർന്നുകൊണ്ടിരിക്കുകയാണ്; ബൂർഷ്വാസിയും തൊഴിലാളിവർഗ്ഗവുമാണ് അവ.[192]

വർഗ്ഗങ്ങൾക്കിടയിൽ നിരവധി അവാന്തരവിഭാഗങ്ങൾ നിലനിന്ന സ്ഥാനത്ത് മുഴുവൻ സമൂഹവും പരസ്പരം ഏറ്റുമുട്ടുന്ന രണ്ട് വലിയ വർഗ്ഗങ്ങളായി പിരിയുന്നു എന്നുള്ളതാണ് മുതലാളിത്ത കാലഘട്ടത്തിന്റെ പ്രത്യേകതയായി ഇവിടെ ചൂണ്ടിക്കാണിക്കുന്നത്. രണ്ട് വർഗ്ഗങ്ങളേയുള്ളൂ എന്നല്ല. മുഴുവൻ വർഗ്ഗങ്ങളും ഒന്നല്ലെങ്കിൽ ഒരു

ചേരിയിൽ അണിനിരക്കാൻ നിർബന്ധിതമാകുന്ന രീതിയിൽ മുഴുവൻ സമൂഹവും പരസ്പരം മുഖാമുഖം നിൽക്കുന്ന രണ്ട് ശത്രു ചേരികളായി പിരിയുന്നു. അതോടെ, വർഗ്ഗ സംഘർഷത്തിന്റെ ഒരു പുതിയ ഘട്ടം ഉദയം ചെയ്യുന്നു.

വർഗ്ഗം മാത്രമാണോ വിഭജനത്തിന്റെ അടിസ്ഥാനം? വംശീയതയും ജാതിയും അടക്കം ചൂഷണത്തിന്റേയും വിവേചനത്തിന്റേയും എല്ലാ രൂപങ്ങളും മാർക്സിസം കാണുന്നുണ്ട്. വർഗ്ഗം മാത്രം കണ്ടാൽ അത് വരട്ടുതത്വവാദപരമായ സമീപനം ആയിരിക്കും. അതല്ല മാർക്സിസത്തിന്റെ രീതി. സാമൂഹിക അടിത്തറയുടെ നേർ പ്രതിഫലനമായല്ല മാർക്സിസം മേൽപ്പുരയെ, അഥവാ ഉപരിഘടനയെ കാണുന്നത്. മാർക്സിസത്തിന്റെ കാഴ്ചപ്പാടിൽ അടിത്തറയും മേൽപ്പുരയും നിരന്തരമാറ്റത്തിന് വിധേയമാണ്. അവ പരസ്പരം സ്വാധീനിക്കുന്നുണ്ട്. അടിത്തറ മാറിയതുകൊണ്ട് മാത്രം മേൽപ്പുര ഒറ്റയടിക്ക് മാറണമെന്നില്ല. അങ്ങനെ മാറിയിട്ടില്ല എന്നാണ് ചരിത്രത്തിന്റെ അനുഭവം. മാർക്സിസം വംശീയവും ജാതിപരവും സ്വത്വപരവുമായ പ്രശ്നങ്ങളെ വർഗ്ഗപ്രശ്നവുമായി വൈരുദ്ധ്യാത്മകമായി സമന്വയിപ്പിച്ചാണ് കാണുന്നത്. മൂലധനത്തിന്റെ ഒന്നാം വാല്യത്തിൽ മാർക്സ് ഇങ്ങനെ പറയുന്നു:

> അമേരിക്കൻ ഐക്യനാടുകളിൽ അടിമത്വം റിപ്പബ്ലിക്കിനെ കളങ്കപ്പെടുത്തിക്കൊണ്ടിരുന്ന കാലം വരെ തൊഴിലാളികളുടെ സ്വതന്ത്രമായ പ്രസ്ഥാനങ്ങൾക്ക് ചേതനയില്ലാതെ കിടക്കേണ്ടി വന്നു. കറുത്ത തൊലിക്ക് അടിമത്വം കൽപ്പിക്കുമ്പോൾ വെളുത്ത തൊലിക്കകത്ത് മാത്രമായി അധ്വാന ശക്തിയുടെ വിമോചനം നേടാനാവില്ല. ഈ വിവേചനത്തിന് അന്ത്യശ്വാസം ലഭിച്ചപ്പോൾ ഒരു പുതിയ ജീവിതം പെട്ടെന്ന് തന്നെ അവിടെ ഉയർന്നുവന്നു.[192]

വർഗ്ഗസമരത്തോടൊപ്പം അഭിസംബോധന ചെയ്യേണ്ട ഒരു പ്രശ്നമായിട്ടാണ് മാർക്സ് വംശീയതയെ കാണുന്നത്. ഒന്ന് പ്രാഥമികവും മറ്റേത് ദ്വിതീയവും ആണെന്ന് മാർക്സിസം കരുതുന്നില്ല. വംശീയതയാകട്ടെ ജാതി ആകട്ടെ അത് മേൽപ്പുരയുടെ ഭാഗം മാത്രമാണെന്ന വാദം യാന്ത്രികമാണ്. ഈ വാദം ശരിയായിരുന്നുവെങ്കിൽ അടിത്തറ മാറിയതോടെ, അതായത് മുതലാളിത്തം വന്നതോടെ, വംശീയതയും ജാതിയും എല്ലാം വളരെ പെട്ടെന്ന് ഇല്ലാതാവുമായിരുന്നു. അടിമയുടമ കാലത്ത് തുടക്കം കുറിക്കപ്പെട്ട വംശീയത ഫ്യൂഡലിസം വന്നപ്പോഴും നിലനിൽക്കുകയും ഫ്യൂഡലിസത്തിന്റെ തകർച്ചയ്ക്കുശേഷം മുതലാളിത്ത കാലഘട്ടത്തിലും തുടരുകയും ചെയ്യുന്നു. അതുകൊണ്ടാണ് വംശീയ പ്രശ്നത്തിൽ ശരിയായ നിലപാടെടുക്കുക എന്നുള്ളത് വർഗ്ഗപ്രശ്നത്തെ അഭിസംബോധന ചെയ്യുന്നതിനുള്ള ഒരു മുന്നുപാധിയാണ് എന്ന അർ

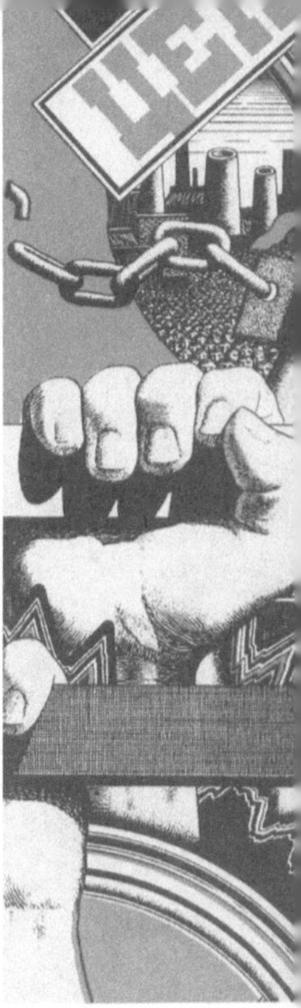

ത്ഥത്തിൽ മാർക്സ് പറയുന്നത്. വംശീയ പ്രശ്നത്തെ അഭിസംബോധന ചെയ്തുകൊണ്ട് നൂറുകണക്കിന് ലേഖനങ്ങൾ മാർക്സും എംഗൽസും എഴുതിയിട്ടുണ്ട്. അമേരിക്കൻ പ്രസിഡന്റായി തിരഞ്ഞെടുക്കപ്പെട്ട എബ്രഹാം ലിങ്കന് മാർക്സ് എഴുതിയ കത്തിലും ഈ സമീപനം കാണാം.

മാർക്സിസ്റ്റ് ചരിത്ര പണ്ഡിതനായ ഡി ഡി കൊസാംബി ഇന്ത്യയുടെ പ്രാചീന ചരിത്രത്തെക്കുറിച്ചുള്ള പഠനങ്ങളിൽ ജാതിയെ ആഴത്തിൽ വിശകലനം ചെയ്യുന്നുണ്ട്. ഇന്ത്യയുടെ പ്രാചീന ചരിത്രത്തിൽ ജാതിയും വർഗ്ഗവും ഒന്നു തന്നെയാണെന്ന് കൊസാംബി വ്യക്തമാക്കുന്നു.

അതുകൊണ്ട്, ജാതി സാമ്പത്തിക ഘടനയുടെ മേൽക്കൂര മാത്രമല്ല. അത് വർഗ്ഗം കൂടിയാണ്. കുറഞ്ഞ ബലപ്രയോഗത്തിലൂടെയുള്ള ചൂഷണത്തിന്റെ ആയുധം കൂടിയാണ് അതെന്ന് കൊസാംബി നിരീക്ഷിക്കുന്നു. ആയുധമെടുക്കാതെ അടിമയാക്കാൻ മേൽക്കോയ്മ വർഗ്ഗങ്ങൾ ജാതിയെ ഉപയോഗിക്കുകയാണ് ചെയ്തത്. ആയുധങ്ങൾക്ക് പകരം ആശയങ്ങൾ ഉപയോഗിച്ചവരുടെ കൈയിൽ ജാതി അതിനുള്ള ആയുധമായി.

കമ്പോളത്തിന്റെ യുഗം

മുതലാളിത്തത്തിന്റെ വികാസം വിശദീകരിച്ചുകൊണ്ട് മാനിഫെസ്റ്റോ തുടരുന്നു:

> അമേരിക്കൻ വൻകര കണ്ടുപിടിച്ചതും ആഫ്രിക്കൻ മുനമ്പു ചുറ്റാൻ കഴിഞ്ഞതും ഉയർന്നുവരുന്ന ബൂർഷ്വാസിക്ക് പുതിയ തുറകൾ തുറന്നുകൊടുത്തു. പൂർവേന്ത്യയിലേയും ചൈനയിലേയും കമ്പോളങ്ങൾ, അമേരിക്കയിലെ കുടിയേറിപ്പാർപ്പ്, കോളനികളുമായുള്ള കച്ചവടം, വിനിമയോപാധികളിലും വിൽപ്പനച്ചരക്കുകളിലും പൊതുവിലുണ്ടായ വർധന ഇതെല്ലാം വ്യാപാരത്തിനും, കപ്പൽ ഗതാഗതത്തിനും വ്യവസായത്തിനും മുമ്പൊരിക്കലും ഉണ്ടായിട്ടില്ലാത്ത വിധം പ്രചോദനം നൽകി. അത് അടി തകർന്ന് ആടിയുലയുന്ന ഫ്യൂഡൽ സമൂഹത്തിനകത്തുള്ള വിപ്ലവശക്തികളുടെ സത്വരമായ വികാസത്തിനും കാരണമായിത്തീർന്നു.[192]

അസംസ്കൃതവസ്തുക്കളും ഉൽപ്പന്നങ്ങൾ വിൽക്കുന്നതിനുള്ള കമ്പോളവും തേടിയാണ് മുതലാളിത്ത ആരംഭത്തിൽ കപ്പലോട്ടങ്ങൾ നടന്നത്. ഏതെങ്കിലും കപ്പിത്താന്റെയോ രാജാവിന്റെയോ ആഗ്രഹങ്ങളും സ്വപ്നങ്ങളുമല്ല, ഉൽപ്പാദന പ്രക്രിയയിൽ വന്ന മാറ്റവും ഉൽപ്പാദനത്തിന്റെ വികാസവുമാണ്, ഈ കപ്പലോട്ടങ്ങളുടെ വസ്തുനിഷ്ഠ സാഹചര്യം. ഉൽപ്പാദനം കൂടുംതോറും മുതലാളിത്തം അസ്വസ്ഥമാകും. അമേരിക്കൻ വൻകര കണ്ടുപിടിച്ചതും കോളനികൾ തേടി ആഫ്രിക്കൻ മുനമ്പ് ചുറ്റി സഞ്ചരിച്ചതും അതിന്റെ പ്രേരണയിലാണ്.

കൊളംബസ് അമേരിക്കയിൽ എത്തിയതും പ്രദേശവാസികളായ റെഡ് ഇന്ത്യക്കാർ അവരെ സ്വീകരിച്ചതും, അമേരിക്കയിലെ തദ്ദേശീയ ജനവിഭാഗങ്ങളെ കൊന്നു തള്ളി വെള്ളക്കാർ ആധിപത്യം

സ്ഥാപിച്ചതും ആഫ്രിക്കയിൽനിന്ന് കറുത്ത വർഗ്ഗക്കാരെ പിടിച്ചു കൊണ്ടുവന്ന് അടിമകളാക്കി പണിയെടുപ്പിച്ച് ഇംഗ്ലീഷുകാരായ തോട്ടമുടമകൾ സമ്പന്നരായതും അമേരിക്ക വെള്ളക്കാരുടെ കോളനിയായി മാറിയതും *എ ബ്രീഫ് ഹിസ്റ്ററി ഓഫ് അമേരിക്ക* എന്ന പുസ്തകത്തിൽ ഹൊവാർഡ് സിൻ വിവരിച്ചിട്ടുണ്ട്. കോളനിവൽക്കരണത്തിന്റെ പൊതു സ്വഭാവം ഈ കൊള്ളയാണ്. കൂടുതൽ വ്യവസായശാലകൾ വരികയും ഉൽപ്പാദനം പുരോഗമിക്കുകയും ചെയ്തതോടെ തൊഴിലാളികളുടെ എണ്ണവും ഒരു വിപ്ലവാത്മക ശക്തിയെന്ന നിലയിൽ തൊഴിലാളി വർഗ്ഗത്തിന്റെ കരുത്തും വർധിച്ചു.

> ഫ്യൂഡലിസത്തിൻകീഴിൽ വ്യാവസായികോൽപ്പാദനം, അന്യർക്ക് പ്രവേശനമില്ലാത്ത ഗിൽഡുകളുടെ കുത്തകയായിരുന്നു. പുതിയ കമ്പോളങ്ങളുടെ വർധിച്ചുവരുന്ന ആവശ്യങ്ങൾ നിറവേറ്റാൻ ഈ സമ്പ്രദായം ഇപ്പോൾ അപര്യാപ്തമായി. ഇതിന്റെ സ്ഥാനത്ത് ഫാക്ടറി തൊഴിൽസമ്പ്രദായം വന്നു. ഫാക്ടറിതൊഴിലിൽ ഏർപ്പെട്ട ഇടത്തരക്കാർ ഗിൽഡുമാസ്റ്റർമ്മാരെ ഒരു ഭാഗത്തേക്കു തള്ളി നീക്കി. ഓരോ തൊഴിൽശാലയ്ക്കകത്തുമുള്ള തൊഴിൽവിഭജനത്തിന്റെ മുമ്പിൽ വ്യത്യസ്ത സംഘടിത ഗിൽഡുകൾ തമ്മിലുള്ള തൊഴിൽവിഭജനം അപ്രത്യക്ഷമായി.[192]

അതോടെ, ഗിൽഡ് മാസ്റ്ററും അടിയാനും എന്നുള്ള പഴയ ഉൽപ്പാദന ബന്ധത്തിൽ മാറ്റം വന്നു. ആധുനിക രീതിയിലുള്ള വൻകിട വ്യവസായശാലകൾ വന്നതോടുകൂടി, പലയിടങ്ങളിൽ ജോലി ചെയ്യുന്ന ആളുകൾ ചേരുന്ന ഗിൽഡ് സമ്പ്രദായം അപ്രസക്തമായി.

> കമ്പോളങ്ങൾ വളർന്നുകൊണ്ടേയിരുന്നു. ആവശ്യങ്ങൾ അനുസ്യൂതം വർധിച്ചുകൊണ്ടേയിരുന്നു. ഫാക്ടറിതൊഴിൽ സമ്പ്രദായം പോലും അപര്യാപ്തമായി. അപ്പോഴാണ് ആവിശക്തിയും യന്ത്രോപകരണങ്ങളും വ്യാവസായികോൽപ്പാദനത്തിൽ വിപ്ലവകരമായ മാറ്റം വരുത്തിയത്. അതോടുകൂടി ഇന്നത്തെ പടുകൂറ്റൻ വ്യവസായങ്ങൾ ഫാക്ടറി തൊഴിലിന്റെ സ്ഥാനംപിടിച്ചു; കോടീശ്വരന്മാരായ വ്യവസായമേധാവികൾ, വ്യവസായപ്പടയുടെയാകെ നേതാക്കന്മാർ, ആധുനിക ബൂർഷ്വാ വ്യവസായികളായ ഇടത്തരക്കാരുടെ സ്ഥാനവും.[192]

മാനിഫെസ്റ്റോ തുടരുന്നു:

> ആധുനികവ്യവസായം ലോകകമ്പോളം സ്ഥാപിച്ചിരിക്കുന്നു. അമേരിക്ക കണ്ടുപിടിക്കപ്പെട്ടതാണ് അതിനു വഴിതെളിച്ചത്. ഈ കമ്പോളം വ്യാപാരത്തിനും കടൽമാർഗ്ഗേണയും

> കരമാർഗ്ഗേണയുമുള്ള ഗതാഗതത്തിനും വമ്പിച്ച വികസനം നൽകി. ഈ വികാസമാകട്ടെ വ്യവസായത്തിന്റെ വിപുലീകരണത്തെ സഹായിച്ചു. മാത്രമല്ല വ്യവസായവും വ്യാപാരവും കപ്പൽഗതാഗതവും റെയിൽവേകളും വളർന്ന തോതിൽ ത്തന്നെ ബൂർഷ്വാസിയും വളർന്നു; അതിന്റെ മൂലധനം പെരുകി; മധ്യയുഗത്തിന്റെ സന്തതികളായ എല്ലാ വർഗ്ഗങ്ങളേയും അത് പിന്നോക്കം തള്ളിനീക്കി.
>
> അപ്പോൾ, ഇന്നത്തെ ബൂർഷ്വാസിതന്നെ എങ്ങനെ ദീർഘകാലത്തെ വികാസത്തിന്റെ, ഉൽപ്പാദനവിനിമയ രീതികളിലുണ്ടായ വിപ്ലവപരമ്പരകളുടെ, സന്താനമാണെന്നു നാം കാണുന്നു.[193]

കോളനിവൽക്കരണം വ്യാപകമായത് ഈ പശ്ചാത്തലത്തിലാണ്. അത് കോളനി രാജ്യങ്ങളിൽ വലിയ തോതിലുള്ള മാറ്റങ്ങൾ ഉണ്ടാക്കി. ഒരു ഉദാഹരണം പറഞ്ഞാൽ, ഉൽപ്പന്നങ്ങളും അസംസ്കൃത വസ്തുക്കളും ഒരു സ്ഥലത്തുനിന്ന് മറ്റൊരു സ്ഥലത്തേക്ക് എത്തിക്കാനുള്ള മാർഗ്ഗമെന്ന നിലയിലാണ് വെള്ളക്കാർ ഇന്ത്യയിൽ റെയിൽവേ ആരംഭിച്ചത്. അത് ഇന്ത്യയുടെ ആധുനികവൽക്കരണത്തെ സഹായിച്ചു. ക്ലാസിക്കൽ മുതലാളിത്തത്തിൽ നിന്ന് വ്യത്യസ്തമായി, കെട്ടിയിറക്കിയ നിലയിൽ ഇവിടെ മുതലാളിത്ത വികാസം ആരംഭിച്ചു. ലോകത്തിന്റെ ഏതു ഭാഗത്തു നിന്നും അസംസ്കൃത വസ്തുക്കൾ തേടിപ്പിടിച്ചും കോളനിവൽക്കരണത്തിലൂടെ ലോകം മുഴുവൻ കമ്പോളമാക്കിയും ആധുനിക സാങ്കേതിക വിദ്യകളുടെയും യന്ത്രവൽക്കരണത്തിന്റെയും സഹായത്തോടെ മുതലാളിത്തം അതിവേഗം വികസിച്ചു.

ചുരുക്കിപ്പറഞ്ഞാൽ മുതലാളിത്ത ഉൽപ്പാദനത്തിന്റെ തുടക്കത്തിലെ ശൈശവദശയിലുള്ള ബൂർഷ്വാസിയല്ല 1848 ൽ നമ്മൾ കാണുന്ന ബൂർഷ്വാസി. മാനിഫെസ്റ്റോയുടെ രചനാ കാലത്ത് മാർക്സും എംഗൽസും അഭിസംബോധന ചെയ്ത ബൂർഷ്വാസിയെയല്ല, ഒന്നര നൂറ്റാണ്ടിന് ശേഷം ഇന്ന് നമ്മൾ കാണുന്നത്. അത് പിന്നെയും ഏറെ വളർന്നിരിക്കുന്നു.

എന്താണ് ഭരണകൂടം?

മുതലാളിത്ത ഉൽപ്പാദനമെന്ന അടിസ്ഥാന ഘടന അതിന്റെ താൽപര്യങ്ങൾക്ക് അനുസൃതമായ ഉപരിഘടനകൾക്ക് രൂപം നൽകി. ജനപ്രതിനിധി ഭരണമടക്കമുള്ളവ ബൂർഷ്വാസിയുടെ താൽപര്യങ്ങളനുസരിച്ച്, ബൂർഷ്വാ ഉൽപ്പാദനമെന്ന അടിത്തറയുടെ മേൽക്കൂരയായി ഉയർന്നുവരികയായിരുന്നു.

> ബൂർഷ്വാസിയുടെ വികാസത്തിലെ ഓരോ കാൽവയ്പ്പോടും കൂടി ആ വർഗ്ഗം അതിനനുസരിച്ച് രാഷ്ട്രീയമായും മുന്നേറി. നാടുവാഴി പ്രഭുക്കന്മാരുടെ വാഴ്ചയിൻകീഴിൽ ഒരു മർദ്ദിതവർഗ്ഗമായും, മധ്യകാലകമ്യൂണുകളിൽ ആയുധമേന്തിയതും സ്വയം ഭരണാവകാശമുള്ളതുമായ ഒരു സമാജമായും, ചിലേടത്ത് (ഉദാ: ഇറ്റലി, ജർമ്മനി) സ്വതന്ത്രമായ നഗരറിപ്പബ്ലിക്കുകളായും, മറ്റു ചിലേടത്ത് (ഉദാ: ഫ്രാൻസിൽ) രാജവാഴ്ചയിൻകീഴിൽ കരം കൊടുക്കുന്ന "മൂന്നാം എസ്റ്റേറ്റാ"യും പിന്നീട് ശരിയായ ഫാക്ടറിത്തൊഴിലിന്റെ കാലഘട്ടത്തിൽ, പ്രാദേശിക പ്രഭുക്കൾക്കെതിരായ ഒരു മറുമരുന്നെന്നോണം ഫ്യൂഡലോ സ്വേച്ഛാധിപത്യപരമോ ആയ രാജവാഴ്ചയെ സേവിച്ച, വാസ്തവത്തിൽ സാമാന്യമായി മഹത്തായ രാജവാഴ്ചകളുടെ നെടുംതൂണായി നിന്നും ബൂർഷ്വാസി അവസാനം ആധുനികവ്യവസായത്തിന്റെയും ലോകകമ്പോളത്തിന്റെയും സ്ഥാപനത്തെത്തുടർന്ന് രാഷ്ട്രീയാധികാരം മുഴുവനും ആധുനിക ജനപ്രതിനിധിഭരണത്തിന്റെ രൂപത്തിൽ സ്വായത്തമാക്കി.[193]

ബൂർഷ്വാ ഭരണകൂടത്തിന്റെ യഥാർത്ഥ സ്വഭാവം വ്യക്തമാക്കിക്കൊണ്ട് മാനിഫെസ്റ്റോ തുടരുന്നു:

> മൊത്തത്തിൽ ബൂർഷ്വാസിയുടെ പൊതു കാര്യങ്ങൾ നടത്തുന്ന ഒരു കമ്മിറ്റി മാത്രമാണ് ആധുനിക ഭരണകൂടം.[193]

ഭരണവർഗ്ഗങ്ങൾ ഭരണകൂടത്തെ ഉപയോഗപ്പെടുത്തി തങ്ങളുടെ മർദ്ദക ഭരണം നടപ്പിലാക്കുന്നത് എങ്ങനെയെന്ന് *കുടുംബം സ്വകാര്യ സ്വത്ത് ഭരണകൂടം എന്നിവയുടെ ഉത്ഭവം* എന്ന കൃതിയിൽ എംഗൽസ് വിശദീകരിക്കുന്നുണ്ട്. ആധുനിക ഭരണകൂടം മുതലാളിത്തത്തിന്റെ മർദ്ദനോപകരണമായി പ്രവർത്തിക്കുന്നത് *ഭരണകൂടവും വിപ്ലവവും* എന്ന കൃതിയിൽ ലെനിൻ ആഴത്തിൽ പരിശോധിക്കുന്നുണ്ട്. ഇന്ത്യയിലേതടക്കമുള്ള ബൂർഷ്വാ ഭരണകൂടങ്ങൾ ഓരോ ഘട്ടത്തിലും കൈക്കൊള്ളുന്ന നയപരമായ തീരുമാനങ്ങൾ ആ പ്രത്യേക ഘട്ടത്തിലെ ബൂർഷ്വാസിയുടെ താൽപര്യമനുസരിച്ചാണ്. തൊണ്ണൂറുകളുടെ തുടക്കത്തിൽ അന്നത്തെ ബൂർഷ്വാസിയുടെ താൽപര്യങ്ങൾക്കു വേണ്ടിയാണ് ആഗോളവൽക്കരണം നടപ്പിലാക്കിയത്. കോവിഡ് സൃഷ്ടിച്ച പ്രതിസന്ധിയെ നേരിടാനെന്ന പേരിൽ സ്വകാര്യവൽക്കരണം തീവ്രമാക്കുകയാണ് ഇന്നത്തെ കേന്ദ്ര സർക്കാർ ചെയ്യുന്നത്.

ഇറ്റാലിയൻ കമ്യൂണിസ്റ്റ് പാർട്ടിയുടെ നേതാവായിരുന്ന അന്റോണിയോ ഗ്രാംഷി മാർക്സിസത്തിന്റെ ഭരണകൂട വിമർശനത്തെ പിന്നെയും വികസിപ്പിച്ചു. അടിച്ചമർത്തൽ കൊണ്ട് മാത്രം ഭരണവർഗ്ഗങ്ങൾക്ക് അവരുടെ ആധിപത്യം നിലനിർത്താൻ കഴിയില്ലെന്നും പ്രത്യയശാസ്ത്രപരമായ ഹെജിമനി (അഥവാ മേൽക്കോയ്മ) യാണ് ഭരണകൂടത്തെ അതിന് സഹായിക്കുന്നതെന്നും ഗ്രാംഷി ചൂണ്ടിക്കാട്ടി. ഭരണകൂടത്തിന് അനുകൂലമായ പൊതുബോധത്തിന്റെ, അഥവാ സമ്മതിയുടെ നിർമ്മാണത്തിലൂടെയാണ് ഈ ഹെജിമനി പ്രവർത്തിക്കുന്നത്. ഫ്രഞ്ച് ചിന്തകനായ ലൂയി അൽത്തൂസർ തന്റെ *പ്രത്യയശാസ്ത്രത്തെപ്പറ്റി* (On Ideology) എന്ന കൃതിയിൽ പ്രത്യയശാസ്ത്ര ഭരണകൂട ഉപകരണങ്ങളെ പറ്റി പറയുന്നുണ്ട്. പൊലീസ്, പട്ടാളം, നീതിന്യായ വ്യവസ്ഥ തുടങ്ങിയവ മർദ്ദക ഭരണകൂട ഉപകരണങ്ങളാണ്. ഇവയിൽ നിന്ന് വ്യത്യസ്തമാണ് പ്രത്യയശാസ്ത്ര ഉപകരണങ്ങളുടെ പ്രവർത്തനം. അവ ജനങ്ങളെ ബലപ്രയോഗത്തിലൂടെ അനുസരിപ്പിക്കുകയല്ല, പ്രത്യക്ഷ ബലപ്രയോഗം ഇല്ലാതെ തന്നെ സമ്മതം മൂളുന്നവരായി മാറ്റുകയാണ് ചെയ്യുന്നത്. മതം, വിദ്യാഭ്യസം തുടങ്ങിയവ ഉദാഹരണം. തങ്ങൾ അനുഭവിക്കുന്ന കഷ്ടപ്പാടുകൾ വിധി കൽപ്പിതങ്ങളാണെന്നും കർമ്മഫലമാണെന്നും ഈശ്വരന്റെ ഇച്ഛയാണെന്നും ജനങ്ങളെ പഠിപ്പിക്കുന്ന മതങ്ങൾ ചൂഷണത്തെ എതിർക്കാത്തവരായി ജനങ്ങളെ മാറ്റുന്നു. മുതലാളിത്ത സമൂഹത്തിലെ വിദ്യാഭ്യാസമാകട്ടെ, മുതലാളിത്തത്തിന് ആവശ്യമുള്ള അച്ചുവാർപ്പിലാണ് പൗരന്മാരെ രൂപപ്പെടുത്തുന്നത്. പുതിയ വിദ്യാഭ്യാസ നയത്തിന്റെ ഭാഗമായി കേന്ദ്ര സർക്കാർ കൊണ്ടുവന്ന മാറ്റങ്ങൾ ഒരു ഹിന്ദുത്വ ദേശീയ, കോർപ്പറേറ്റ് ഭരണകൂടത്തിന്റെ പുതിയ കാലത്തെ താൽപര്യങ്ങൾക്ക് അനു

സരിച്ച് ഇന്ത്യയിലെ വിദ്യാഭ്യാസത്തെ മാറ്റുന്നതാണ്. ഈ ഭരണകൂട താല്പര്യങ്ങൾക്ക് ചേരാത്ത ഭാഗങ്ങൾ മേലിൽ ഇന്ത്യയിലെ പാഠപുസ്തകങ്ങളിൽ ഉണ്ടാകരുത് എന്നത് അവരുടെ നയത്തിന്റെ ഭാഗമാണ്. ജനാധിപത്യം, ലിംഗപരമായ പ്രശ്നങ്ങൾ എന്നിങ്ങനെ പുതിയ കാലഘട്ടത്തിനനുസരിച്ച് സ്വതന്ത്രമായി ചിന്തിക്കാൻ വിദ്യാർത്ഥികളെ പ്രേരിപ്പിക്കുന്ന പാഠഭാഗങ്ങൾ നീക്കം ചെയ്യുന്നത് നോക്കുക. ബൂർഷ്വാ സമൂഹത്തിലെ വിദ്യാഭ്യാസത്തിന് കൃത്യമായി അച്ചുവാർപ്പുണ്ട്. അത് ബൂർഷ്വാസിയുടെ വർഗ്ഗ താല്പര്യം അല്ലാതെ മറ്റൊന്നുമല്ല. ഭരണ വർഗ്ഗ താല്പര്യങ്ങൾക്ക് അനുകൂലമായി ചിന്തിക്കുന്നവരാക്കി ജനങ്ങളെ മാറ്റുക അഥവാ ഭരണകൂടത്തിന് അനുകൂലമായ സമ്മതി ഉൽപ്പാദിപ്പിക്കുക, അതിലൂടെ ഭരണകൂടത്തെ ശക്തിപ്പെടുത്തുക എന്നതാണ് മതമായാലും വിദ്യാഭ്യാസമായാലും, പ്രത്യയശാസ്ത്ര ഭരണകൂട ഉപകരണങ്ങളുടെ ധർമ്മം.

മാധ്യമങ്ങൾ ഈ കാലഘട്ടത്തിൽ വളരെ പ്രാധാന്യമുള്ള മറ്റൊരു പ്രത്യയശാസ്ത്ര ഭരണകൂട ഉപകരണമാണ്. മാധ്യമങ്ങൾ ഭരണകൂട താല്പര്യങ്ങൾക്ക് അനുകൂലമായി പ്രവർത്തിക്കുന്നത് ഒറ്റ നോട്ടത്തിൽ ജനങ്ങൾക്ക് മനസ്സിലാകാത്ത രീതിയിൽ ആണ്. ഭരണകൂട താല്പര്യങ്ങൾക്ക് സഹായകമായ ചെറിയ കാര്യങ്ങളെ അവർ പെരുപ്പിച്ചു കാട്ടും. ഭരണകൂട താല്പര്യങ്ങൾക്ക് എതിരാണെന്ന് വന്നാൽ എത്ര പ്രധാനപ്പെട്ട കാര്യങ്ങളെയും അവർ തമസ്കരിക്കുകയോ പ്രാധാന്യം കുറച്ചു കാട്ടുകയോ ചെയ്യും. ഒറ്റപ്പെട്ട സംഭവങ്ങളെ, അവരുടെ താൽപര്യങ്ങൾക്ക് സഹായകരമാകുമെന്ന് കണ്ടാൽ, സാമാന്യവൽക്കരിക്കും. ഒട്ടും പ്രസക്തമല്ലാത്ത താരതമ്യങ്ങൾ നടത്തും. ഈ വക തന്ത്രങ്ങൾ പ്രയോഗിക്കുന്നതിലൂടെ ഭരണകൂട താല്പര്യങ്ങൾക്ക് അനുകൂലമായ പൊതുസമ്മതി അവർ നിർമ്മിച്ചെടുക്കും. ഈ രീതിയിലാണ് മുതലാളിത്ത മാധ്യമങ്ങൾ പ്രത്യയശാസ്ത്ര ഭരണകൂട ഉപകരണങ്ങളായി പ്രവർത്തിക്കുന്നത്. തങ്ങൾക്ക് കിട്ടിക്കൊണ്ടിരിക്കുന്ന ശമ്പളം വർധിച്ചാൽ അതോടുകൂടി സമൂഹത്തിലെ എല്ലാ പ്രശ്നങ്ങളും പരിഹരിക്കപ്പെടും എന്ന മട്ടിൽ പ്രശ്നത്തെ ലളിതവൽക്കരിച്ച് അവതരിപ്പിക്കുകയോ രാഷ്ട്രീയം പറയാതിരിക്കുകയോ ചെയ്യുന്ന ട്രേഡ് യൂണിയനുകളും, ഭരണകൂടത്തിനെതിരായ പ്രതിഷേധങ്ങൾ ദുർബലപ്പെടുത്തുകയും ഭരണകൂട താല്പര്യങ്ങൾക്ക് അനുകൂലമായ സമ്മതി നിർമ്മിക്കുകയും ചെയ്യുന്ന പ്രത്യയശാസ്ത്ര ഭരണകൂട ഉപകരണങ്ങളായി തന്നെയാണ് പ്രവർത്തിക്കുന്നത്.

ആധുനിക ബൂർഷ്വാസിയുടെ നടത്തിപ്പ് കമ്മിറ്റി മാത്രമാണ് ഭരണകൂടം എന്നുള്ള മാനിഫെസ്റ്റോയിലെ വാചകം ഭരണകൂടത്തെ സംബന്ധിച്ചുള്ള പുതിയ കാലത്തെ വിമർശനങ്ങൾ സാധൂകരിക്കുന്ന ഒന്നാണ്. എന്നാൽ, ഭരണകൂടത്തിന്റെ സ്വഭാവം മാറിക്കൊണ്ടി

രിക്കുന്നതു കൊണ്ടു തന്നെ, ഭരണകൂട വിമർശനവും നിരന്തരം കാലികമാക്കണം. സോവിയറ്റ് യൂണിയനിലെ മാറ്റങ്ങളുടെ പശ്ചാത്തലത്തിൽ ചെന്നൈയിൽ ചേർന്ന സിപിഐ (എം) ന്റെ പതിനാലാം പാർട്ടി കോൺഗ്രസ് അംഗീകരിച്ച പ്രമേയവും അതിന്റെ തുടർച്ചയിൽ നടത്തിയിട്ടുള്ള പ്രത്യയശാസ്ത്ര ഇടപെടലുകൾ സ്വാംശീകരിച്ചുകൊണ്ട് രണ്ടായിരത്തിൽ പാർട്ടി പരിപാടി കാലോചിതമാക്കിയപ്പോൾ അതിൽ ഉൾപ്പെടുത്തിയ സോഷ്യലിസം സമകാലിക ലോകത്തിൽ എന്ന പുതിയ അധ്യായവും അതാണ് ചെയ്യുന്നത്.

ഭരണകൂടം എല്ലായ്പ്പോഴും ഒരേപോലെ നിൽക്കുകയല്ല. ഓരോ കാലഘട്ടത്തിലും, ബൂർഷ്വാസിയുടെ താൽപര്യങ്ങൾ എന്ന പൊതുവായ ഉള്ളടക്കം ഉള്ളപ്പോഴും ഓരോ സ്ഥലത്തും ഓരോ കാലത്തും അതിന്റെ പ്രത്യേകതകൾ അനുസരിച്ചാണ് ബൂർഷ്വാസി സ്വന്തം താൽപര്യങ്ങൾ നടപ്പിലാക്കി എടുക്കുന്നത്. ഈ പ്രത്യേകതകളാണ് ഓരോ രാജ്യത്തും ഭരണകൂടത്തിന്റെ സവിശേഷ രൂപം തീരുമാനിക്കുന്നത്. അതുകൊണ്ടു തന്നെ, ബൂർഷ്വാസിക്കെതിരായ സമരവും ഓരോ സ്ഥലത്തും ഓരോ കാലത്തും വ്യത്യസ്തമായിരിക്കും. ഒരു ഉദാഹരണം പറഞ്ഞാൽ, ഇന്ത്യയിലും സ്വിറ്റ്സർലണ്ടിലും മുതലാളിത്തമാണ്. എന്നാൽ, ഇന്ത്യയിലെ മുതലാളിത്ത ഭരണകൂടത്തിന്റെ രൂപമല്ല സ്വിറ്റ്സർലണ്ടിലെ ഭരണകൂടത്തിനുള്ളത്. പാകിസ്ഥാനിലെ ഭരണകൂടത്തിന്റെ രൂപം മറ്റൊന്നാണ്. ഏതെങ്കിലും മാറാത്ത തത്വം അല്ല, ഓരോ രാജ്യത്തുമുള്ള യഥാർത്ഥ സ്ഥിതിയാണ് നോക്കേണ്ടത്. ഒരു രാജ്യം തന്നെ എടുത്താലും, അവിടുത്തെ ഭരണകൂടത്തിന് എല്ലാ കാലവും ഒരേ സ്വഭാവം ആയിരിക്കണമെന്നില്ല. മുതലാളിത്ത ഭരണകൂടം നിലനിൽക്കുമ്പോൾ തന്നെ, ആ മുതലാളിത്ത ഭരണകൂടത്തിന് കാലാന്തരത്തിൽ വ്യത്യാസങ്ങൾ സംഭവിക്കുന്നു. ഇന്ത്യൻ ഭരണകൂടത്തിന് സ്വാതന്ത്ര്യത്തിനുശേഷം സംഭവിച്ച മാറ്റങ്ങൾ തന്നെ നോക്കുക. സ്വാതന്ത്ര്യത്തിന്റെ ആദ്യ വർഷങ്ങളിലെ ഭരണകൂടത്തിന്റെ സ്വഭാവം അടിയന്തരാവസ്ഥക്കാലത്ത് മാറ്റി. കുറേക്കൂടി സമഗ്രാധിപത്യ സ്വഭാവം കൈവരിച്ച ഭരണകൂടമാണ് ഇന്നുള്ളത്. ഇങ്ങനെ അടിസ്ഥാനപരമായി മുതലാളിത്ത ഭരണകൂടം ആയിരിക്കുമ്പോൾ തന്നെ ഇന്ത്യൻ ഭരണകൂടം മാറ്റങ്ങൾക്കു വിധേയമാകുന്നു. സോഷ്യലിസ്റ്റ് ഭരണകൂടത്തിന്റെ കാര്യത്തിലും ഇതു തന്നെയാണ് സ്ഥിതി. സോഷ്യലിസ്റ്റ് ഭരണകൂടവും ഓരോ രാജ്യത്തും ഓരോ കാലത്തും അന്നത്തെ സ്ഥിതിഗതികൾ അനുസരിച്ച് മാറിയേ തീരൂ.

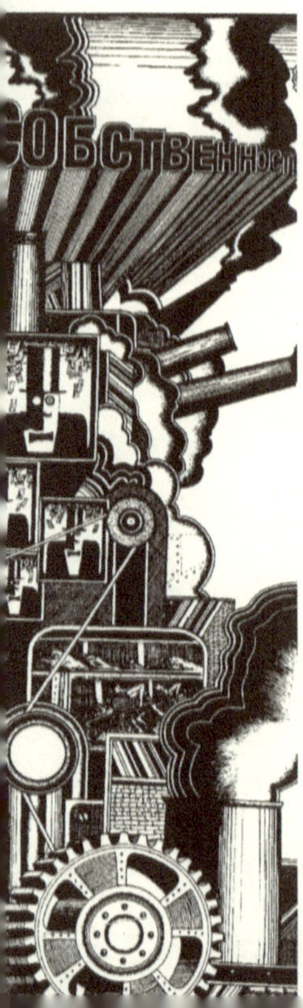

യുദ്ധത്തിന്റെ കാലത്തെ ഭരണകൂടം കൂടുതൽ കേന്ദ്രീകൃതം ആയിരിക്കും. ഫാസിസത്തിനെതിരായ പോരാട്ടത്തിൽ സോവിയറ്റ് യൂണിയൻ നൽകിയ സംഭാവനകൾ നിസ്തുലമാണ്. ഇന്നത്തെ

ലോകത്തിന്റെ നിലനിൽപ്പുതന്നെ ഒരർത്ഥത്തിൽ അതിനോട് കടപ്പെട്ടിരിക്കുന്നു. എന്നാൽ, അന്നത്തെ കേന്ദ്രീകരണം യുദ്ധത്തിനു ശേഷവും അതേപടി തന്നെ നിലനിൽക്കേണ്ടത് ആയിരുന്നില്ല. മാറിവരുന്ന കാലഘട്ടത്തിനനുസരിച്ച് സോഷ്യലിസ്റ്റ് ഭരണകൂടത്തെ നിരന്തരം പുതുക്കാൻ കഴിയേണ്ടിയിരുന്നു. മുതലാളിത്തത്തിന് കീഴിൽ ലഭിച്ചുകൊണ്ടിരുന്നതിനേക്കാൾ അതിവിശാലമായ സ്വാതന്ത്ര്യവും അവകാശങ്ങളുമാണ് ഒരു സോഷ്യലിസ്റ്റ് ഭരണകൂടത്തിന് കീഴിൽ ജനങ്ങൾ പ്രതീക്ഷിക്കുന്നത്. അതവർക്ക് ലഭിക്കണം. അതാണ്, സോഷ്യലിസ്റ്റ് ജനാധിപത്യത്തിന് കരുത്തായി മാറുക. തൊഴിലാളിവർഗ്ഗ സർവ്വാധിപത്യത്തിന്റെ ഘട്ടത്തിൽ സോവിയറ്റ് യൂണിയനിലെ ജനങ്ങൾക്ക് ഈ വിശാലമായ അവകാശങ്ങളും സ്വാതന്ത്ര്യവും നൽകാൻ അവിടുത്തെ സോഷ്യലിസ്റ്റ് ഭരണകൂടത്തിന് കഴിയേണ്ടതായിരുന്നു. ഈ തിരിച്ചറിവ് ഇല്ലാതെ പോയതാണ് സോവിയറ്റ് യൂണിയനിലും കിഴക്കൻ യൂറോപ്യൻ രാജ്യങ്ങളിലും സോഷ്യലിസ്റ്റ് ഭരണകൂടങ്ങളുടെ തകർച്ചയിലേക്ക് നയിച്ച കാരണങ്ങളിലൊന്ന്. ആധുനിക കാലഘട്ടത്തിൽ ഭരണകൂടത്തിന് സംഭവിച്ചുകൊണ്ടിരിക്കുന്ന മാറ്റങ്ങൾ പഠിക്കേണ്ടത് വളരെ പ്രധാനമാണ്.

എല്ലാവരേയും കൂലിവേലക്കാരാക്കുന്ന കാലം

ബൂർഷ്വാസിയോട് കമ്മ്യൂണിസ്റ്റുകാർക്കുള്ള സമീപനം വൈരുദ്ധ്യാത്മകവും ചരിത്രപരവുമായ ഒന്നാണ്. ചരിത്ര വികാസത്തിന്റെ ഒരു സവിശേഷ ഘട്ടത്തിൽ ബൂർഷ്വാസി നിർവഹിക്കുന്ന വിപ്ലവകരമായ പങ്ക് മാനിഫെസ്റ്റോ വിശദീകരിക്കുന്നത് നോക്കുക.

> ബൂർഷ്വാസി ചരിത്രപരമായി വിപ്ലവകരമായ ഒരു പങ്കു വഹിച്ചിട്ടുണ്ട്.[193]

ബൂർഷ്വാസിയുടെ ചരിത്രപരമായ പങ്കാണ് മാർക്സും എംഗൽസും ഇവിടെ വിശദീകരിക്കുന്നത്. അന്നോളം അസാധ്യമായിരുന്ന വിപ്ലവകരമായ മാറ്റങ്ങൾക്ക് അത് നാന്ദി കുറിച്ചു.

മുതലാളിത്തത്തെ പ്രശംസിക്കുന്നതിനാണ് മാനിഫെസ്റ്റോയിലെ പ്രധാനഭാഗങ്ങൾ നീക്കിവെച്ചിട്ടുള്ളതെന്ന വിമർശം ചിലർ ഉന്നയിക്കാറുണ്ട്. യഥാർഥത്തിൽ മുതലാളിത്തത്തെ വൈരുദ്ധ്യാത്മകമായി വിശകലനം ചെയ്യുകയാണ് മാർക്സും എംഗൽസും ചെയ്യുന്നത്. മുതലാളിത്ത പൂർവ്വ സാമൂഹ്യവ്യവസ്ഥകളുമായി താരതമ്യം ചെയ്യുമ്പോൾ മുതലാളിത്തം പുരോഗമനപരമാണ്. ആവിയന്ത്രത്തിന്റെ കണ്ടുപിടിത്തവും വ്യവസായവിപ്ലവവും വേഗതയിലുള്ള മാറ്റങ്ങൾക്ക് വഴിയൊരുക്കി. ഉൽപ്പാദന ഉപകരണങ്ങളിലുള്ള വൻമാറ്റം ഉൽപ്പാദനത്തിന്റെ അളവിലും സ്വഭാവത്തിലും മാറ്റം വരുത്തി. ഫാക്ടറി കേന്ദ്രീകൃതമായ ഉൽപ്പാദനരീതി സവിശേഷമായ സാങ്കേതിക വൈദഗ്ധ്യമുള്ള തൊഴിലാളി വർഗ്ഗത്തെയും അനിവാര്യമാക്കിത്തീർത്തു. ചരിത്രപരമായി വിപ്ലവകരമായ പങ്കാണ് ബൂർഷ്വാസി വഹിച്ചിരിക്കുന്നത് എന്ന വിലയിരുത്തൽ ആപേക്ഷികമാണ്. മാനിഫെസ്റ്റോയുടെ തുടർന്നുള്ള ഭാഗത്ത് ഇത് വിശദീകരിക്കുന്നുണ്ട്.

> ബൂർഷ്വാസി, അതിനു പ്രാബല്യം ലഭിച്ച പ്രദേശങ്ങളിലെല്ലാം തന്നെ, എല്ലാ ഫ്യൂഡൽ, "പാട്രിയാർക്കൽ" (ഗോത്രാധിപത്യ), അകൃത്രിമ ഗ്രാമീണബന്ധങ്ങൾക്കും അറുതിവരുത്തി.

> മനുഷ്യനെ അയാളുടെ "സ്വാഭാവികമേലാളന്മാരു"മായി കൂട്ടിക്കെട്ടിയിരുന്ന നാട്ടുവാഴിത്തച്ചരടുകളുടെ നൂലാമാലയെ അതു നിഷ്കരുണം കീറിപ്പറിച്ചു. മനുഷ്യനും മനുഷ്യനും തമ്മിൽ, നഗ്നമായ സ്വാർഥമൊഴികെ, ഹൃദയശൂന്യമായ "റൊക്കം പൈസ"യൊഴികെ, മറ്റൊരു ബന്ധവും അതു ബാക്കിവച്ചില്ല.[194]

മാനിഫെസ്റ്റോയിൽ ഈ വാചകം ഓരോ ദിവസം ചെല്ലുംതോറും കൂടുതൽ കൂടുതൽ പ്രസക്തമാകുന്നതാണ്. ഫ്യൂഡൽ കാലഘട്ടത്തിൽ മനുഷ്യബന്ധങ്ങൾക്ക് കൃതിമമല്ലാത്തതും സാമ്പത്തിക താൽപര്യങ്ങൾക്കപ്പുറത്തുള്ള മാനങ്ങളുണ്ടായിരുന്നു. എന്നാൽ, മുതലാളിത്തത്തിൽ അത്തരം വികാരങ്ങൾക്ക് ഒന്നും പ്രസക്തിയില്ല. അവിടെ പണമാണ് രാജാവ്. കമ്പോളം നിശ്ചയിക്കുന്നതാണ് നിയമവും മൂല്യങ്ങളും ബന്ധങ്ങളുമെല്ലാം. അത് സ്വാഭാവികമായും ലാഭത്തെ അടിസ്ഥാനപ്പെടുത്തിയാണ്. മത്സരമാണ് കമ്പോളത്തിന്റെ നിയമം. 'Survival of the fittest' എന്ന ലെയ്സസ് ഫെയറിന്റെ സിദ്ധാന്തമാണ് മുതലാളിത്തത്തിന്റേത്. കയ്യൂക്കുള്ളവനു മാത്രമേ നിലനിൽക്കാൻ കഴിയുകയുള്ളൂ. അതുകൊണ്ട് മത്സരത്തിൽ ജയിച്ചേ മതിയാകൂ എന്നതാണ് മുതലാളിത്തത്തിലെ മനുഷ്യരുടെ ചിന്തയെ നിർണയിക്കുന്ന ഭൗതിക സാഹചര്യം. മത്സരത്തിൽ എല്ലാവർക്കും വിജയമില്ല. ഒരാൾ തോൽക്കുമ്പോഴാണ് മറ്റൊരാൾ വിജയിക്കുന്നത്. സ്വാർഥതയുള്ള വ്യക്തികളെ രൂപപ്പെടുത്തുന്നത് ബന്ധത്തിന്റെ ഉള്ളടക്കം 'റൊക്കം പൈസ' യായി, പണമായി മാറുന്ന കാലമാണ്.

ആഗോളവൽക്കരണകാലം ഈ വിലയിരുത്തലിനെ കൂടുതൽ പ്രസക്തമാക്കിയിരിക്കുന്നു. കഴുത്തറപ്പൻ മത്സരമാണ് ധനമൂലധനം സൃഷ്ടിക്കുന്നത്. നേരത്തേ മനുഷ്യൻ മനുഷ്യനോടാണ് മത്സരിക്കേണ്ടിവന്നതെങ്കിൽ ഇപ്പോൾ പുതിയ സാങ്കേതികവിദ്യയുടെ ഉൽപ്പന്നങ്ങളായി വരുന്ന യന്ത്രമനുഷ്യരോട് വരെ മത്സരിച്ച് ജയിച്ചാൽ മാത്രം പിടിച്ചുനിൽക്കാൻ കഴിയുന്ന അവസ്ഥയാണുള്ളത്. കുത്തകയുടെ താൽപര്യമായി ലോകക്രമം മാറുന്നു.

ഇത് എങ്ങനെയാണ് പരിപാവനമെന്ന് കരുതിയിരുന്ന തൊഴിലുകളെ മാറ്റിമറിച്ചതെന്ന് ചിമിഴിലൊതുക്കിയ വാക്കുകളിൽ മാനിഫെസ്റ്റോ വിശദീകരിക്കുന്നത് നോക്കാം.

ബൂർഷ്വാസിക്ക് മുൻപുള്ള സമൂഹത്തിൽ വ്യത്യസ്തങ്ങളായ മൂല്യങ്ങൾക്ക് സവിശേഷ പ്രാധാന്യമുണ്ട്. ഇത്തരം പരമ്പരാഗത മൂല്യങ്ങൾ മുഴുവൻ ബൂർഷ്വാസി ഇല്ലാതാക്കുന്നു.

മതത്തിന്റെ പേരിലുള്ള ആവേശത്തിന്റെയും നിസ്വാർഥമായ വീരശൂരപരാക്രമങ്ങളുടെയും, മൂഢമതികളുടെ വികാരപരതയുടെയും ഏറ്റവും ദിവ്യമായ ആനന്ദനിർവൃതികളെ അതു സ്വാർഥപരമായ

കണക്കുകൂട്ടലിന്റെ മഞ്ഞുവെള്ളത്തിലാഴ്ത്തി. വ്യക്തിയോഗ്യതയെ അതു വിനിമയമൂല്യത്തിൽ അലിയിച്ചു.

വ്യക്തിപരമായ കഴിവുകളും നൻമകളും അത് ചരക്കാക്കി മാറ്റി.

> അലംഘനീയങ്ങളായ അസംഖ്യം പ്രത്യേകാവകാശങ്ങളുടെ സ്ഥാനത്ത് അത് ഹൃദയശൂന്യമായ ഒരൊറ്റ അവകാശത്തെ സ്വതന്ത്രവ്യാപാരത്തെ പ്രതിഷ്ഠിച്ചു. ഒറ്റ വാക്കിൽ പറഞ്ഞാൽ, മതപരവും രാഷ്ട്രീയവുമായ വ്യാമോഹങ്ങളുടെ തിരശ്ശീലകൊണ്ടു മൂടിയ ചൂഷണത്തിനു പകരം നഗ്നവും നിർലജ്ജവും പ്രത്യക്ഷവും മൃഗീയവുമായ ചൂഷണം അതു നടപ്പാക്കി.[194]

വ്യക്തിയെന്ന നിലയിൽ മനുഷ്യനുള്ള സ്വാതന്ത്ര്യമല്ല മുതലാളിത്തത്തിന്റെ കണ്ണിലെ സ്വാതന്ത്ര്യം.

മുതലാളിത്ത ലോകത്ത് സ്വാതന്ത്ര്യമെന്നത് മൂലധനത്തിന്റെ സ്വാതന്ത്ര്യമല്ലാതെ മറ്റൊന്നുമല്ല എന്ന് മാർക്സ് മറ്റൊരിടത്ത് വ്യക്തമാക്കുന്നുണ്ട്. മൂലധനത്തിന്റെ വികാസം തടയുന്ന ദേശീയ സ്വഭാവമുള്ള എല്ലാ പ്രതിബന്ധങ്ങളും ഇല്ലാതാക്കുക എന്നതാണ് സ്വതന്ത്രവ്യാപാരത്തിന്റെ രീതി. അന്നത്തെ സാഹചര്യത്തിൽ അതിന് പുരോഗതിയുടെ സ്വഭാവമുണ്ടെന്ന് മാർക്സ് വ്യക്തമാക്കുന്നു:

> ഇന്നുവരേയും ആദരിക്കപ്പെട്ടുകയും ഭയഭക്തികളോടെ വീക്ഷിക്കപ്പെട്ടുകയും ചെയ്തുപോന്ന എല്ലാ തൊഴിലുകളിൽനിന്നും അവയുടെ പ്രഭാമണ്ഡലത്തെ ബൂർഷ്വാസി പിച്ചിച്ചീന്തി. ഭിഷഗ്വരനെയും അഭിഭാഷകനെയും പുരോഹിതനെയും കവിയെയും ശാസ്ത്രജ്ഞനെയുമെല്ലാം അത് സ്വന്തം ശമ്പളം പറ്റുന്ന കൂലിവേലക്കാരാക്കി മാറ്റി.[194]

മുതലാളിത്തപൂർവ്വ സമൂഹത്തിൽ വിവിധ കർമ്മങ്ങൾ അനുഷ്ഠിക്കുന്നവരായി കരുതിയിരുന്നവരെല്ലാം എങ്ങനെയാണ് തൊഴിലാളികളായി മാറിയെന്ന് മാനിഫെസ്റ്റോ ഈ വാചകങ്ങളിലൂടെ വ്യക്തമാക്കുന്നു. കർമ്മങ്ങളിൽ സമർപ്പിക്കപ്പെട്ടവർക്ക് സമൂഹത്തിൽ സവിശേഷമായ സ്ഥാനമുണ്ടായിരുന്നു. അതാണ് പ്രഭാവലയമുള്ള വ്യക്തികളാക്കി അവരെ മാറ്റിത്തീർത്തത്. എന്നാൽ, മുതലാളിത്തത്തിൽ ഏതും തൊഴിലായി മാറി. ബൗദ്ധികമായ അധ്വാനവും വിൽക്കുന്നവരാണ് ഇവരെല്ലാവരും. താരാശങ്കർ ബാനർജിയുടെ ആരോഗ്യനികേതനിലെ ജീവൻമശായിമാരല്ല മുതലാളിത്തത്തിലെ ഡോക്ടർമാർ. ആഗോളവൽക്കരണകാലം ഇതിനെ കുറെക്കൂടി ശക്തിപ്പെടുത്തി. ആതുരാലയങ്ങൾ കോർപ്പറേറ്റ് വ്യവസായസ്ഥാപനങ്ങളായി മാറി. വിദ്യാഭ്യാസസ്ഥാപനങ്ങളും വ്യവസായമാവുകയും അധ്യാപകർ കൂലിവേലക്കാരായി മാറുകയും ചെയ്തു. ഇതിന് ആവശ്യമായ നിയമപരമായ പിൻബലം ഭരണകൂട ഉപക

രണങ്ങൾ നൽകി. ഇന്ത്യയിലെ ഉദാഹരണമെടുക്കുകയാണെങ്കിൽ സർക്കാരുകളുടെ നിയമനിർമ്മാണങ്ങളിലും കോടതി വിധികളിലും കാണാൻ കഴിയും. വിദ്യാഭ്യാസസ്ഥാപനം നടത്താനുള്ള അവകാശമെന്നത് ഇഷ്ടപ്പെട്ട വ്യവസായം നടത്തുന്നതിന് പൗരനുള്ള മൗലികാവകാശത്തിന്റെ ഭാഗമല്ലെന്ന് ഒരു കാലത്ത് വിധിച്ച സുപ്രീം കോടതി തന്നെ മറ്റൊരു വിധിയിലൂടെ വിദ്യാഭ്യാസസ്ഥാപനത്തേയും വ്യവസായമാക്കി മാറ്റി. എത്ര ദീർഘവീക്ഷണത്തോടെയാണ് മാനിഫെസ്റ്റോ ഇത് അവതരിപ്പിച്ചത്.

ഒന്നും സ്ഥിരമായി നിൽക്കുന്നില്ല

മുതലാളിത്തം കുടുംബത്തിന്റെ സ്വഭാവത്തിൽ വരുത്തുന്ന മാറ്റം മാർക്സും എംഗൽസും വിശദീകരിക്കുന്നതു നോക്കുക.

> ബൂർഷ്വാസി കുടുംബത്തിന്റെ വൈകാരികാവരണം എടുത്തു മാറ്റുകയും കുടുംബബന്ധത്തെ വെറുമൊരു പണത്തിന്റെ ബന്ധമാക്കി ചുരുക്കുകയും ചെയ്തിരിക്കുന്നു.[194]

മനുഷ്യന് എത്രമാത്രം വലിയ കാര്യങ്ങൾ ചെയ്യാൻ കഴിയുമെന്ന് മുതലാളിത്തം കാണിച്ചു തന്നു. മാർക്സും എംഗൽസും തുടരുന്നു.

> പ്രതിലോമവാദികൾ അത്ര വളരെയേറെ പാടിപ്പുകഴ്ത്താറുള്ള മധ്യകാലങ്ങളിലെ ഊർജസ്വലതയുടെ മൃഗീയപ്രകടനങ്ങളുടെ ഉചിതമായ മറുവശം എന്നോണം ഏറ്റവും കർമ്മവിമുഖമായ ആലസ്യം നടമാടാൻ കാരണം എന്താണെന്ന് ബൂർഷ്വാസി വെളിപ്പെടുത്തിയിട്ടുണ്ട്. മനുഷ്യന്റെ പ്രവർത്തനങ്ങൾക്ക് എന്തെല്ലാം നേടാനാകുമെന്ന് ആദ്യമായി കാണിച്ചത് ബൂർഷ്വാസിയാണ്.[194]

മുൻകാല ഉൽപ്പാദന വ്യവസ്ഥിതികളിൽ നിന്ന് മുതലാളിത്തം അടിസ്ഥാനപരമായി വ്യത്യസ്തമാണ്. ഉൽപ്പാദന ബന്ധങ്ങളിലും, കൂടുതൽ വിശാലമായ അർത്ഥത്തിൽ, സാമൂഹിക ബന്ധങ്ങളിൽ മൊത്തത്തിലും വിപ്ലവകരമായ മാറ്റം വരുത്തുക എന്നത് ബൂർഷ്വാസിയുടെ നിലനിൽപ്പിന്റെയും വികാസത്തിന്റെയും അടിസ്ഥാന സ്വഭാവമാണ്.

> ഉൽപ്പാദനോപകരണങ്ങളിലും തദ്വാരാ ഉൽപ്പാദനബന്ധങ്ങളിലും അതോടൊപ്പം സാമൂഹികബന്ധങ്ങളിൽ ഒട്ടാകെയും നിരന്തരം വിപ്ലവകരമായ പരിവർത്തനം വരുത്താതെ, ബൂർഷ്വാസിക്ക് നിലനിൽക്കാനാവില്ല, നേരെമറിച്ച്, ഇതിനു മുമ്പുണ്ടായിരുന്ന എല്ലാ വ്യാവസായികവർഗ്ഗങ്ങളുടെയും

> നിലനിൽപ്പിന്റെ ആദ്യത്തെ ഉപാധി, പഴയ ഉൽപ്പാദനരീതികളെ യാതൊരു മാറ്റവും കൂടാതെ നിലനിർത്തുകയെന്നതായിരുന്നു. ഉൽപ്പാദനത്തിൽ നിരന്തരം വിപ്ലവകരമായ പരിവർത്തനം, എല്ലാ സാമൂഹ്യോപാധികളേയും ഇടതടവില്ലാതെ ഇളക്കിമറിക്കൽ, ശാശ്വതമായ അനിശ്ചിതാവസ്ഥയും പ്രക്ഷോഭവും ഇതെല്ലാം ബൂർഷ്വാകാലഘട്ടത്തെ എല്ലാ പഴയ കാലഘട്ടങ്ങളിൽനിന്നും വേർതിരിക്കുന്നു.[195]

മാർക്സും എംഗൽസും തുടരുന്നു.

> ഉറച്ചു കട്ടപിടിച്ചതും നിശ്ചലവുമായ എല്ലാ ബന്ധങ്ങളും അവയുടെ കൂടപ്പിറപ്പായ പുരാതനവും ആദരണീയവുമായ മുൻവിധികളും അഭിപ്രായങ്ങളും തുടച്ചുനീക്കപ്പെടുന്നു, തൽസ്ഥാനത്ത് പുതുതായി ഉണ്ടാകുന്നവയും ഉറച്ചു കട്ടിയാവാൻ സമയം കിട്ടുന്നതിനുമുമ്പ് പഴഞ്ചനായിത്തീരുന്നു. കട്ടിയായതെല്ലാം വായുവിൽ ഉരുകി ലയിക്കുന്നു; പരിശുദ്ധമായതെല്ലാം അശുദ്ധമായിത്തീരുന്നു. അങ്ങനെ അവസാനം മനുഷ്യൻ തന്റെ ജീവിതത്തിന്റെ യഥാർഥ ഉപാധികളെയും സഹജീവികളുമായുള്ള തന്റെ ബന്ധങ്ങളെയും സമചിത്തതയോടെ നേരിടാൻ നിർബന്ധിതനാകുന്നു.[195]

മുതലാളിത്തത്തിനു മുമ്പുള്ള സാമൂഹ്യവ്യവസ്ഥകളിൽനിന്നും എങ്ങനെയാണ് മുതലാളിത്തം വ്യത്യസ്തമാകുന്നതെന്ന് വ്യക്തമാക്കുന്ന ഈ വാചകങ്ങൾ യഥാർഥത്തിൽ ആ സാമൂഹ്യവ്യവസ്ഥയുടെ മൗലിക സവിശേഷതകളെ അവതരിപ്പിക്കുന്നതാണ്. മറ്റു സാമൂഹ്യവ്യവസ്ഥകളിൽ ഉൽപ്പാദന രീതി മാറ്റമില്ലാതെ നിലനിർത്തുകയായിരുന്നു. എന്നാൽ, മുതലാളിത്തത്തിൽ അത് നിരന്തരം നവീകരിച്ചുകൊണ്ടിരിക്കുന്നു. അങ്ങനെയല്ലാതെ മുതലാളിത്തത്തിനു പിടിച്ചുനിൽക്കാൻ കഴിയില്ല. ഒന്നും സ്ഥിരമായി നിൽക്കുന്നില്ല. ഈ നവീകരണത്തിന് ആവശ്യമായ കണ്ടെത്തലാണ് ഗവേഷണങ്ങളുടെ ലക്ഷ്യം.

ആവിയന്ത്രത്തിന്റെ കണ്ടുപിടുത്തത്തോടെ ആരംഭിച്ച വ്യവസായവിപ്ലവത്തിനു അധികകാലം ആധിപത്യമുണ്ടായില്ല. പിന്നീട് ഓട്ടോമൊബൈൽ, കെമിക്കൽ വ്യവസായങ്ങൾക്ക് പ്രാമുഖ്യമുള്ള രണ്ടാം വ്യവസായ വിപ്ലവം വന്നു. അവിടേയും നിന്നില്ല. ഐടി, ബിടി, വ്യവസായങ്ങൾ ആധിപത്യമുറപ്പിക്കുന്ന മൂന്നാം വ്യവസായ വിപ്ലവത്തിലേക്ക് മുതലാളിത്തം വളർന്നു. അത് ആഗോളവൽക്കരണമെന്ന പുതിയ രൂപത്തിലേക്ക് നയിച്ചു. ഇപ്പോൾ അവിടെനിന്നും നിർമ്മിത ബുദ്ധിയുടേയും റോബോട്ടിക്സിന്റേതുമായ പുതിയ കാലം ആരംഭിച്ചിരിക്കുന്നു. ഒന്നാം വ്യവസായവിപ്ലവത്തിനുശേഷം പുറംതള്ളപ്പെടുന്ന തൊഴിലാളിവർഗ്ഗത്തേക്കാളും കൂടുതൽ തൊഴിൽ അവസരങ്ങൾ രണ്ടാം വ്യവസായ വിപ്ലവം തുറന്നിട്ടിരുന്നു.

എന്നാൽ, മൂന്നാം വ്യവസായവിപ്ലവം കൂടുതൽ തൊഴിൽ സൃഷ്ടിക്കാത്തതാണ്. നിർമ്മിത ബുദ്ധിയുടെ ഈ കാലം മനുഷ്യന്റെ തൊഴിൽ അവസരങ്ങൾ കുറയ്ക്കുന്നു. സാങ്കേതിക വിദ്യയുടെ കുതിച്ചുചാട്ടത്തെ തൊഴിൽ സർഗ്ഗാത്മകമാക്കുന്നതിനും തൊഴിൽ സമയം കുറയ്ക്കുന്നതിനും ഉപയോഗിക്കുന്നതിനുപകരം ചൂഷണം ശക്തിപ്പെടുത്താനാണ് മുതലാളിത്തം ഉപയോഗിക്കുന്നത്.

ഉൽപ്പാദനബന്ധങ്ങളിലും അതുവഴി സാമൂഹ്യബന്ധങ്ങളിലും നിരന്തരം വിപ്ലവകരമായ മാറ്റങ്ങൾ മുതലാളിത്തം വരുത്തുന്നുവെന്നതും മാനിഫെസ്റ്റോ എടുത്തുപറയുന്നു. ഉൽപ്പാദനശക്തികൾ മുന്നോട്ടുപോവുകയും ഉൽപ്പാദനബന്ധങ്ങൾ നിശ്ചലം നിൽക്കുകയും അതുവഴി ഉൽപ്പാദനബന്ധം ഉൽപ്പാദകശക്തികൾക്ക് കാൽച്ചങ്ങലയായിമാറുകയും ചെയ്യുന്ന വിപ്ലവഘട്ടത്തെയാണല്ലോ മാനിഫെസ്റ്റോ അവതരിപ്പിക്കുന്നത്. എന്നാൽ, ബന്ധങ്ങളെ നവീകരിച്ചുകൊണ്ട് ഈ ഘട്ടത്തെ നീട്ടിവെയ്പിക്കുന്നതിനും ആധുനിക മുതലാളിത്തത്തിനു കഴിയുന്നുവെന്നതിലേക്കാണ് ഈ പരാമർശം വിരൽചൂണ്ടുന്നത്.

മുതലാളിത്തത്തിൽ ഒന്നും പുതിയതായോ മികച്ചതായോ അധികകാലം നിൽക്കുന്നില്ല. കമ്പോളത്തിലെ പുത്തൻ സാധ്യതകളിലാണ് അതിന്റെ നിലനിൽപ്പും പുരോഗതിയും.

ഒരു പുതിയ മോഡൽ മൊബൈൽ ഫോൺ എത്ര വേഗം പഴഞ്ചനായിത്തീരുന്നുവെന്നും പുതിയതൊന്ന് എത്ര വേഗം അതിന്റെ സ്ഥാനം ഏറ്റെടുക്കുന്നുവെന്നും ആലോചിച്ചാൽ മാർക്സിന്റെയും എംഗൽസിന്റെയും ഈ വിവരണം എളുപ്പത്തിൽ മനസ്സിലാക്കാനാവും. ഓരോ പുതിയ ഉൽപ്പന്നം വരുമ്പോഴും അത് പുതിയ ഉൽപ്പന്നങ്ങൾക്കുള്ള കമ്പോളം സൃഷ്ടിക്കുക കൂടി ചെയ്യുന്നുണ്ട്.

ലോകമാകുന്ന കാലം

മുതലാളിത്തത്തെ സംബന്ധിച്ചേടത്തോളം, കമ്പോളം കണ്ടെത്തുക എന്നത് പരമപ്രധാനമാണ്. കമ്പോളം നിരന്തരം വികസിച്ചുകൊണ്ടിരിക്കണം. മുതലാളിത്തം താരതമ്യേന അവികസിതമായിരുന്ന ആ കാലത്ത് മാർക്സും എംഗൽസും ലോകകമ്പോളത്തെക്കുറിച്ച് പറയുന്നതു നോക്കുക.

> ഉൽപ്പന്നങ്ങൾക്ക് അനുസ്യൂതം വിപുലപ്പെടുന്ന ഒരു കമ്പോളം കണ്ടുപിടിക്കേണ്ടതിന്റെ ആവശ്യം ബൂർഷ്വാസിയെ ഭൂമണ്ഡലമെങ്ങും ഓടിക്കുന്നു. അതിന് എല്ലായിടത്തും കൂടുകെട്ടണം, എല്ലായിടത്തും പാർപ്പുറപ്പിക്കണം, എല്ലായിടത്തും ബന്ധങ്ങൾ സ്ഥാപിക്കണം. ലോകകമ്പോളത്തെ ചൂഷണം ചെയ്യുന്നതിലൂടെ ബൂർഷ്വാസി ഓരോ രാജ്യത്തിലേയും ഉൽപ്പാദനത്തിനും ഉപഭോഗത്തിനും ഒരു സാർവലൗകികസ്വഭാവം നൽകിയിട്ടുണ്ട്.[195]

വ്യത്യസ്തതകൾ ഇല്ലാതാക്കികൊണ്ടാണ് ഈ സാർവ്വദേശീയ കമ്പോളം വളരുന്നത്. അത് ദേശീയമായ അതിർവരമ്പുകൾ ഇല്ലാതാക്കുന്നു. ആഹാരവും വസ്ത്രവും അടക്കം എല്ലാറ്റിനും ഒരു ആഗോളരൂപം കൈവരുന്നു. ദേശീയതയുടെ അടിത്തറയിലാണ് മുതലാളിത്തം ഒരു ഘട്ടത്തിൽ വികസിക്കുന്നത്. എന്നാൽ, അതിന്റെ തുടർന്നുള്ള വികാസം ലോക കമ്പോളം അനിവാര്യമാക്കുന്നു.

> പ്രതിലോമവാദികളെ വളരെയേറെ വേദനിപ്പിച്ചുകൊണ്ട് വ്യവസായത്തിന്റെ കാൽക്കീഴിൽനിന്ന് അത് നിലയുറപ്പിച്ചിരുന്ന ദേശീയാടിത്തറയെ ബൂർഷ്വാസി വലിച്ചുമാറ്റി. എല്ലാ പരമ്പരാഗത ദേശീയ വ്യവസായങ്ങളെയും അത് നശിപ്പിച്ചു; അഥവാ പ്രതിദിനം നശിപ്പിച്ചു വരികയാണ്. തൽസ്ഥാനം പുതിയ വ്യവസായങ്ങൾ എടുക്കുന്നു. അവ ഏർപ്പെടുത്തേ

> ണ്ടതു് എല്ലാ പരിഷ്കൃതരാജ്യങ്ങൾക്കും ഒരു ജീവന്മരണപ്രശ്നമായിത്തീരുന്നു; ഈ പുതിയ വ്യവസായങ്ങൾ ഉപയോഗിക്കുന്ന അസംസ്കൃതസാധനങ്ങൾ തദ്ദേശീയമല്ല അതിവിദൂരദേശങ്ങളിൽനിന്നു കൊണ്ടുവരുന്നവയാണ്; അവയുടെ ഉൽപ്പന്നങ്ങളാകട്ടെ, അതാതു നാട്ടിൽ മാത്രമല്ല, ലോകത്തിന്റെ ഏതു കോണിലും ഉപയോഗിക്കപ്പെടുന്നുമുണ്ട്. സ്വന്തം രാജ്യത്തെ ഉൽപ്പാദനംകൊണ്ട് നിറവേറിയിരുന്ന പഴയ ആവശ്യങ്ങളുടെ സ്ഥാനത്ത് വിദൂരസ്ഥങ്ങളായ രാജ്യങ്ങളിലെയും കാലാവസ്ഥകളിലെയും ഉൽപ്പന്നങ്ങൾ കൊണ്ടുമാത്രം തൃപ്തിപ്പെടുത്താൻ കഴിയുന്ന പുതിയ ആവശ്യങ്ങൾ നാം കാണുന്നു.[195]

മുതലാളിത്തം എല്ലായിടത്തും കമ്പോളത്തിന്റെ സാധ്യതകളാണ് അന്വേഷിക്കുന്നത്. ശരീരത്തിന്റെ വിയർപ്പുഗന്ധത്തിലും ത്വക്കിന്റെ ഈർപ്പക്കുറവിലും പോലും മുതലാളിത്തം തേടുന്നത് കമ്പോളത്തിൽ വിറ്റഴിക്കാൻ കഴിയുന്ന പുതിയ ഉൽപ്പന്നങ്ങളാണ്.

> പ്രാദേശികവും ദേശീയവുമായ ഏകാന്തതയുടെയും സ്വയംപര്യാപ്തതയുടെയും സ്ഥാനത്ത് രാഷ്ട്രങ്ങൾ തമ്മിലുള്ള നാനാമുഖമായ വ്യാപാരബന്ധങ്ങളും സാർവത്രികമായ പരസ്പരാശ്രയത്വവുമാണ് ഇന്നുള്ളത്.[196]

അടിസ്ഥാന ഘടനയിലെ ഈ മാറ്റം ഉപരിഘടനയിൽ വരുത്തുന്ന മാറ്റത്തിന്റെ സ്വഭാവവും മാർക്സും എംഗൽസും ഇവിടെ സൂചിപ്പിക്കുന്നുണ്ട്.

> ഭൗതികോൽപ്പാദനത്തിലെന്നപോലെ, ബുദ്ധിപരമായ ഉൽപ്പാദനത്തിലും ഇതേ മാറ്റങ്ങളുണ്ടാകുന്നു. പ്രത്യേക രാഷ്ട്രങ്ങളുടെ ബുദ്ധിപരമായ സൃഷ്ടികൾ പൊതുസ്വത്തായിത്തീരുന്നു. ദേശീയ ഏകപക്ഷീയതയും സങ്കുചിതമനഃസ്ഥിതിയും അധികമധികം അസാധ്യമാകുന്നു; ദേശീയവും പ്രാദേശികവുമായ നിരവധി സാഹിത്യങ്ങളിൽ നിന്ന് ഒരു വിശ്വസാഹിത്യം ഉയർന്നുവരുന്നു.[196]

ലോക കമ്പോളം ലോകത്തിലെ സാമൂഹിക, രാഷ്ട്രീയ സാഹചര്യത്തിൽ ഉണ്ടാക്കുന്ന മാറ്റം സംബന്ധിച്ച മാനിഫെസ്റ്റോയിലെ നിരീക്ഷണങ്ങൾ ആഗോളവൽക്കരണത്തിന്റേതായ പുതിയ കാലത്ത് തികച്ചും പ്രധാനമാണ്. സി പി ഐ (എം)ന്റെ ഇരുപതാം പാർട്ടി കോൺഗ്രസ് അംഗീകരിച്ച പ്രത്യയശാസ്ത്ര പ്രമേയമായാലും സോവിയറ്റ് യൂണിയന്റെ തകർച്ചയ്ക്ക് ശേഷം പതിനാലാം പാർട്ടി കോൺഗ്രസ് അംഗീകരിച്ച പ്രത്യയശാസ്ത്ര പ്രശ്നങ്ങളെക്കുറിച്ചുള്ള പ്രമേയമാണെങ്കിലും ഈ പ്രമേയത്തെ കൂടി ആധാരമാക്കിയ സി പിഐ(എം)ന്റെ പാർട്ടി പരിപാടിയുടെ രണ്ടാം അദ്ധ്യായമായാലും ഈ സാഹചര്യം വിശദീകരിക്കുന്നുണ്ട്. സിപിഐ(എം)നെ പുതു

ക്കിയ പരിപാടി 2 ന്റെ 7 ൽ ഇങ്ങനെ പറയുന്നു:

> പഴയ രീതിയിലുള്ള കൊളോണിയലിസം അവസാനിച്ചതിനുശേഷം പുത്തൻ കൊളോണിയൽ തന്ത്രം പിന്തുടരുകയായിരുന്നു സാമ്രാജ്യത്വം. സോവിയറ്റ് യൂണിയന്റെ തകർച്ചയോടെ അത് ആഗോള മേൽക്കോയ്മയ്ക്ക് വേണ്ടിയുള്ള തന്ത്രങ്ങൾ ശക്തിപ്പെടുത്തിയിരിക്കുകയാണ്. സ്വന്തം മേധാവിത്വം സ്ഥാപിക്കുന്നതിനുവേണ്ടി അമേരിക്കൻ സാമ്രാജ്യത്വം അതിന്റെ സാമ്പത്തികവും രാഷ്ട്രീയവും സൈനികവുമായ ശേഷി അക്രമോത്സുകമായി ഉപയോഗപ്പെടുത്തുകയാണ്.

കോളനികൾ ഇല്ലാതായതോടെ മുതലാളിത്തം പുതിയ വിപണികളും അസംസ്കൃതവസ്തുക്കളും കണ്ടെത്തുന്നതിൽ ഒരുപോലെ പ്രതിസന്ധി നേരിട്ടു. ഈ പ്രതിസന്ധി മറികടന്നത് നവകോളനീകരണത്തിലൂടെയാണ്. ലോക വ്യാപാരസംഘടന, ഏറെ ചർച്ച ചെയ്യപ്പെട്ട സ്വതന്ത്ര വ്യാപാര കരാറുകൾ തുടങ്ങിയവ ഇതിനോട് ബന്ധപ്പെടുത്തി കാണണം. കോളനികൾ പ്രത്യക്ഷത്തിൽ ഇല്ലാതായപ്പോഴും, ഫലത്തിൽ, കോളനികൾ നിലനിന്നു.

കോളനി വാഴ്ചക്കാലത്ത് ബൂർഷ്വാസി അതിന്റെ ദേശീയ അടിത്തറയെ മറികടന്ന് ലോക മുതലാളിത്തമായി മാറുകയാണ് ചെയ്തത്. ആഗോളവൽക്കരണ കാലത്ത് ഈ പ്രവണത അന്നത്തേതിലും തീവ്രമാണ്. ഇന്നത്തെ മൂലധനത്തിന് ദേശീയ അടിത്തറ തന്നെ ഇല്ല. നിരവധി രാജ്യങ്ങളിലെ മൂലധനം കൂടിച്ചേരുന്നതാണ് ഇന്നത്തെ ഒരു കോർപ്പറേറ്റ് കമ്പനി. അത് ഏതെങ്കിലും ഒരു ദേശരാഷ്ട്രത്തിന്റെ ഭൂമിശാസ്ത്രപരമായ അതിരുകൾക്കുള്ളിൽ ഒതുങ്ങുന്നില്ല. ഭൂമിശാസ്ത്രപരമായ അതിരുകൾക്കുള്ളിൽ ഒതുങ്ങുന്നതോടെ മൂലധനത്തിന്റെ വളർച്ചയ്ക്കുള്ള സാധ്യത പരിമിതപ്പെടുന്നു. അത് മുതലാളിത്ത വികാസത്തിന്റെ സ്വഭാവത്തിന് എതിരാണ്.

ഒരു കോർപ്പറേറ്റ് കമ്പനി ഉൽപ്പാദനം നടത്തുന്നത് ഏതെങ്കിലും ഒരു രാജ്യത്ത് മാത്രമായിട്ടല്ല. സാമ്രാജ്യത്വ ഘട്ടത്തിലേക്കുള്ള മുതലാളിത്തത്തിന്റെ വികാസം പ്രതിപാദിക്കുന്ന *സാമ്രാജ്യത്വം മുതലാളിത്തത്തിന്റെ പരമോന്നത ഘട്ടം* എന്ന കൃതിയിൽ മുതലാളിത്തത്തിലെ സാമ്രാജ്യ ഘട്ടത്തിന്റെ അഞ്ച് സവിശേഷതകൾ ലെനിൻ വിശദീകരിക്കുന്നുണ്ട്. ചരക്കിനോടൊപ്പം മൂലധനവും കയറ്റുമതി ചെയ്യപ്പെടുന്നു എന്നുള്ളതാണ് അതിൽ പ്രധാനപ്പെട്ട ഒന്ന്. കോളനി വാഴ്ചക്കാലത്തേതിൽ നിന്ന് വ്യത്യസ്തമായി, നവകോളനീകരണ കാലത്ത് ചരക്ക് മാത്രമല്ല മൂലധനവും കൂടി കൊണ്ടുപോകുന്നു എന്നു പറയാം. അസംസ്കൃതവസ്തുക്കൾ തേടിപ്പിടിച്ച് എത്തിച്ചിരുന്ന സ്ഥാനത്ത്, എവിടെയാണോ കുറഞ്ഞ വിലയ്ക്ക് അസംസ്കൃതവസ്തുക്കളും അധ്വാനശേഷിയും യഥേഷ്ടം ലഭ്യമാകുന്നത് അവിടെത്തന്നെ ഉൽ

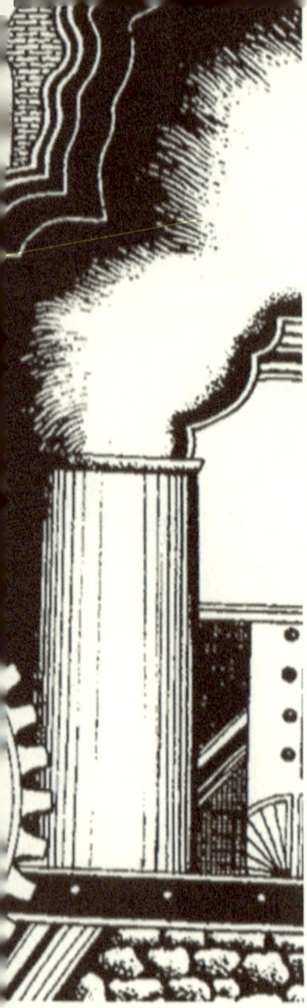

പ്പാദനം നടത്താമെന്ന പുതിയ സാധ്യതയാണ് നവകൊളോണിയൽ കാലത്ത് സാമ്രാജ്യത്വശക്തികൾ ഉപയോഗപ്പെടുത്തുന്നത്. സ്വന്തമായി ഒന്നും ഉണ്ടാക്കാതെ പലയിടത്തായി ഉണ്ടാക്കുന്ന ഉപകരണ ഭാഗങ്ങൾ അസംബിൾ ചെയ്ത് സ്വന്തം ലോഗോ പതിച്ച് വിൽക്കുന്ന വൻ കമ്പനികൾ നിരവധിയുണ്ട്. ആവശ്യം ഉയരുമ്പോൾ ഉൽപ്പാദനം നടത്തുന്ന രീതിയല്ല, ആവശ്യം തന്നെ ഉൽപ്പാദിപ്പിക്കുന്ന രീതിയാണ് ആധുനിക മുതലാളിത്തത്തിന്റേത്. വിനോദ വ്യവസായവും പരസ്യ വ്യവസായവും മറ്റും അങ്ങനെയാണ് പ്രവർത്തിക്കുന്നത്. പല കമ്പനികളും അവരുടെ മൊത്തം തൊഴിലാളികൾക്കു നൽകുന്നതിനേക്കാൾ ഉയർന്ന തുകയാണ് ബ്രാന്റ് അംബാസഡർമാർക്ക് നൽകുന്നത്. മുതലാളിത്തത്തിന്റെ മൗലിക സ്വഭാവം സംബന്ധിച്ച് മാനിഫെസ്റ്റോയിൽ മാർക്സും എംഗൽസും നടത്തുന്ന നിരീക്ഷണങ്ങൾ എത്രമാത്രം ക്രാന്തദർശിത്വത്തോടെ ഉള്ളതായിരുന്നുവെന്ന് അതിന്റെ പുതിയ കാല ആശയ രൂപങ്ങൾ വ്യക്തമാക്കുന്നു.

നഗരാധിപത്യ വ്യവസ്ഥ

കേന്ദ്രീകൃത വൻകിട ഉൽപ്പാദനത്തിന്റെ പ്രത്യേകത കുറഞ്ഞ വിലയ്ക്ക് ഉൽപ്പന്നങ്ങൾ നിർമ്മിക്കാൻ കഴിയുന്നു എന്നുള്ളതാണ്. കുറഞ്ഞ വിലയ്ക്ക് ചരക്കുകൾ വിറ്റ് തദ്ദേശീയ ഉൽപ്പന്നങ്ങളെ വിപണിയിൽ നിന്ന് തുരത്തി കുത്തക സ്ഥാപിച്ചു കഴിയുന്നതോടെ, വില ഉയർന്നു തുടങ്ങുന്നു.

> എല്ലാ ഉൽപ്പാദനോപകരണങ്ങളേയും അതിവേഗം മെച്ചപ്പെടുത്തിക്കൊണ്ടും ഗതാഗതസൗകര്യങ്ങൾ പരമാവധി വർധിപ്പിച്ചുകൊണ്ടും, ബൂർഷ്വാസി എല്ലാ രാഷ്ട്രങ്ങളെയും ഏറ്റവും അപരിഷ്കൃതങ്ങളായവയെ പോലും, നാഗരികതയിലേക്കു കൊണ്ടുവരുന്നു. എല്ലാ ചൈനീസ് മതിലുകളെയും ഇടിച്ചു നിരപ്പാക്കാനും, വിദേശീയരോട് അപരിഷ്കൃത ജനങ്ങൾക്കുള്ള വിടാപ്പിടിയായ വെറുപ്പിനെ കീഴടങ്ങാൻ നിർബന്ധിക്കുന്നതിനും ബൂർഷ്വാസി പ്രയോഗിക്കുന്ന കനത്ത പീരങ്കി സ്വന്തം ചരക്കുകളുടെ കുറഞ്ഞ വിലയാണ്. ബൂർഷ്വാ ഉൽപ്പാദനരീതി സ്വീകരിക്കാൻ അത് എല്ലാ രാഷ്ട്രങ്ങളെയും നിർബന്ധിക്കുന്നു. അല്ലെങ്കിൽ അവയ്ക്കു സ്വയം നശിക്കുകയേ ഗതിയുള്ളൂ. നാഗരികതയെന്നു അതു വിളിക്കുന്നതിനെ തങ്ങൾക്കിടയിലും നടപ്പാക്കാൻ അഥവാ സ്വയം ബൂർഷ്വായാവാൻ എല്ലാ രാഷ്ട്രങ്ങളെയും ബൂർഷ്വാസി നിർബന്ധിക്കുന്നു. ഒറ്റ വാക്കിൽ പറഞ്ഞാൽ, അതു സ്വന്തം പ്രതിച്ഛായയുള്ള ഒരു ലോകം സൃഷ്ടിക്കുന്നു.[196]

രാജ്യങ്ങളുടെയും സംസ്കാരങ്ങളുടെയും വ്യക്തിത്വം ഇല്ലാതാവുകയും മുതലാളിത്തത്തിന്റെ പ്രതിച്ഛായയിലേക്ക് എല്ലാ ബന്ധങ്ങളും മാറുകയും ചെയ്യുന്നു. മാനിഫെസ്റ്റോ തുടരുന്നു:

> ബൂർഷ്വാസി നഗരങ്ങളുടെ വാഴ്ചയ്ക്കു ഗ്രാമങ്ങളെ കീഴ്പ്പെടുത്തി

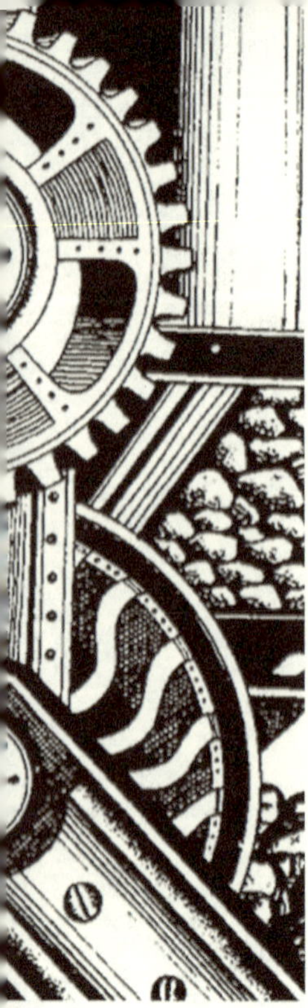

> യിരിക്കുന്നു. വമ്പിച്ച നഗരങ്ങളെ സൃഷ്ടിക്കുകയും ഗ്രാമീണ ജനതയെ അപേക്ഷിച്ച് നഗരങ്ങളിലെ ജനസംഖ്യ ഗണ്യമായി വർധിക്കുകയും ചെയ്തിരിക്കുന്നു; അങ്ങനെ ജനസംഖ്യയിൽ വലിയൊരു വിഭാഗത്തെ ഗ്രാമീണജീവിതത്തിന്റെ മൗഢ്യത്തിൽനിന്നും രക്ഷിച്ചിരിക്കുന്നു! ഗ്രാമങ്ങളെ നഗരങ്ങൾക്കു വിധേയമാക്കിയതുപോലെതന്നെ ബൂർഷ്വാസി അപരിഷ്കൃതവും അർധപരിഷ്കൃതവുമായ രാജ്യങ്ങളെ പരിഷ്കൃതരാജ്യങ്ങൾക്കും, കർഷകപ്രധാനമായ ജനതകളെ ബൂർഷ്വാ രാഷ്ട്രങ്ങൾക്കും, പൗരസ്ത്യരെ പാശ്ചാത്യർക്കും വിധേയമാക്കിയിരിക്കുന്നു.[196]

സാമ്പത്തികവും ദേശീയവും സാംസ്കാരികവും വംശപരവുമായ അസമത്വങ്ങളുടെ ഒരു ശൃംഖല ഈ മുതലാളിത്ത വികാസത്തിന്റെ ഫലമായി രൂപംകൊള്ളുന്നു. അസമത്വത്തിന്റേതായ കൂടുതൽ സങ്കീർണ്ണ സ്വഭാവമുള്ള ബന്ധങ്ങൾക്ക് അത് രൂപം നൽകുന്നു.

> ജനസംഖ്യയുടെയും ഉൽപ്പാദനോപാധികളുടെയും സ്വത്തുക്കളുടെയും ഛിന്നഭിന്നാവസ്ഥയെ ബൂർഷ്വാസി കൂടുതൽ കൂടുതൽ ഇല്ലാതാക്കിക്കൊണ്ടിരിക്കുകയാണ്. അതു ജനസംഖ്യയെ ഒന്നിച്ചു കൂട്ടിച്ചേർത്തിരിക്കുന്നു. ഉൽപ്പാദനോപാധികളെ കേന്ദ്രീകരിക്കുകയും, സ്വത്ത് ഒരുപിടി ആളുകളുടെ കൈകളിൽ സ്വരൂപിക്കുകയും ചെയ്തിരിക്കുന്നു.[196]

തോമസ് പിക്കറ്റി തന്റെ *ഇരുപത്തൊന്നാം നൂറ്റാണ്ടിലെ മുതലാളിത്തം* എന്ന കൃതിയിൽ മുതലാളിത്ത കാലത്തെ അസമത്വത്തിന്റെ വളർച്ച കണക്കുകൾ സഹിതം വ്യക്തമാക്കുന്നുണ്ട്. മാർക്സിസത്തോട് യോജിപ്പില്ലാത്ത പിക്കറ്റി, മുതലാളിത്ത കാലത്ത് നിരന്തരം വർധിച്ചു വരുന്ന അസമത്വം കണക്കുകൾ നിരത്തി സ്ഥാപിക്കുമ്പോഴും ആ അസമത്വത്തിന്റെ യഥാർത്ഥ കാരണങ്ങൾ കണ്ടെത്തുന്നതിൽ പരാജയപ്പെടുന്നു എന്നു മാത്രം.

കാൽച്ചങ്ങലയാകുന്ന ഉൽപ്പാദകബന്ധങ്ങൾ

അതിതീവ്രമായ അസമത്വത്തിന്റെ വ്യാപനം മുതലാളിത്തത്തിന്റെ കൂടപ്പിറപ്പാണ്. ഒരു വ്യവസ്ഥിതി എന്ന നിലയിൽ മുതലാളിത്തം നിലനിൽക്കുന്ന കാലത്തോളം അസമത്വം ശാശ്വതമായി ഇല്ലാതാക്കാൻ കഴിയില്ല. മുതലാളിത്തത്തിലെ അസമത്വം മുതലാളിത്ത ഉൽപ്പാദന ഘടനയുമായി അഭേദ്യമായി ബന്ധപ്പെട്ടിരിക്കുന്നു. മുതലാളിത്തത്തെ ഇല്ലാതാക്കുക എന്നുള്ളതാണ് അസമത്വം ശാശ്വതമായി അവസാനിപ്പിക്കാനുള്ള ഒരേയൊരു മാർഗ്ഗം. ഈ കാഴ്ചപ്പാട് കമ്മ്യൂണിസ്റ്റ് മാനിഫെസ്റ്റോ അസന്ദിഗ്ധമായി പ്രഖ്യാപിക്കുന്നുണ്ട്. മുതലാളിത്തം അതിന്റെ ദേശീയ അതിരുകൾ ലംഘിച്ച് കൊളോണിയലിസമായി വളർന്നതോടെ അതിന്റെ കൂടപ്പിറപ്പായ അസമത്വത്തിന്റെ രൂപങ്ങൾ കൂടുതൽ തീവ്രമായി ലോകമെങ്ങും വ്യാപിച്ചു. കോളനികൾ ദേശീയ സ്വാതന്ത്ര്യം പ്രാപിക്കുകയും കൊളോണിയലിസം ഇല്ലാതാവുകയും ചെയ്തതോടെ, വിപണികളും അസംസ്കൃതവസ്തുക്കളും കുറഞ്ഞവിലയ്ക്ക് അധ്വാനശേഷിയും കണ്ടെത്താൻ കഴിയാതെ മുതലാളിത്തം പ്രതിസന്ധിയിലായതും നവകൊളോണിയലിസത്തിലൂടെ മൂലധന ശക്തികൾ ഈ പ്രതിസന്ധി മറികടന്നതും നമ്മൾ പരിശോധിച്ചു.

വാസ്തവം പറഞ്ഞാൽ, നവ കോളനീകരണം അസമത്വം കൂടുതൽ തീവ്രമാക്കുകയാണ് ചെയ്തത്. ഒരു വശത്ത് സ്വത്തിനെ കേന്ദ്രീകരണവും മറുവശത്ത് പാപ്പരീകരണവും നടക്കുന്നു. സാമ്പത്തിക ജീവിതത്തിൽ മാത്രമല്ല, രാഷ്ട്രീയ സാമൂഹിക സാംസ്കാരിക രംഗങ്ങളിലും ഇതിന്റെ സ്വാധീനം പ്രതിഫലിക്കും. മാർക്സും എംഗൽസും തുടർന്ന് പറയുന്നത് നോക്കുക:

> ഇതിന്റെയെല്ലാം അനിവാര്യഫലം രാഷ്ട്രീയാധികാരത്തിന്റെ കേന്ദ്രീകരണമായിരുന്നു. പ്രത്യേകം പ്രത്യേകമായ താൽപ്പര്യങ്ങളും, നിയമങ്ങളും, ഭരണക്രമങ്ങളും, നികുതിസമ്പ്രദായങ്ങളുമുള്ള, സ്വതന്ത്രമോ അഥവാ അയഞ്ഞ ബന്ധങ്ങൾ മാത്രമുള്ളതോ ആയ സംസ്ഥാനങ്ങളെ ബൂർഷ്വാസി ഒരൊറ്റ ഗവൺമെന്റും, ഒരൊറ്റ നിയമസംഹിതയും, ഒരൊറ്റ ദേശീയ വർഗ്ഗതാൽപ്പര്യവും, ഒരൊറ്റ അതിർത്തിയും, ഒരൊറ്റ ചുങ്കവ്യവസ്ഥയുമുള്ള ഒരൊറ്റ ദേശീയരാഷ്ട്രത്തിൽ കൂട്ടിച്ചേർത്തു.[197]

കൊച്ചുകൊച്ചു നാട്ടുരാജ്യങ്ങളായി വിഭജിക്കപ്പെട്ട പ്രദേശങ്ങളാണ് മുതലാളിത്ത ഉൽപ്പാദനം വ്യാപകമായതോടെ ദേശരാഷ്ട്രങ്ങളായി ഏകീകരിക്കപ്പെട്ടത്. ഒരു രാജ്യത്തിനകത്ത് തന്നെ സമാന്തരമായി നിലനിന്ന വ്യത്യസ്ത ഭരണ സംവിധാനങ്ങൾ ദേശരാഷ്ട്രങ്ങളിൽ ഏകോപിപ്പിക്കപ്പെട്ടു.

ചിലയിടങ്ങളിൽ നാട്ടുരാജ്യങ്ങൾ ഒരു സാമ്രാജ്യ സംവിധാനത്തിൽ കോർത്തിണക്കപ്പെട്ടിരുന്നു. എന്നാൽ, ഭരണപരമായ കേന്ദ്രീകരണത്തിന്റെ സ്വഭാവം അതിനുണ്ടായിരുന്നില്ല. നാട്ടുരാജ്യങ്ങളും പ്രാദേശിക ഭരണ സംവിധാനങ്ങളും പ്രായേണ സ്വതന്ത്രമായിരുന്നു. മുതലാളിത്തത്തിന് എല്ലായിടത്തും വിപണി പിടിക്കണം; എല്ലായിടത്തും ചരക്കുകൾ എത്തിക്കണം. എവിടെയാണോ അസംസ്കൃത വസ്തുക്കൾ കുറഞ്ഞവിലയ്ക്ക് ലഭ്യമാകുന്നത്, അവിടെനിന്ന് അവ ശേഖരിച്ച് ഉൽപ്പാദനം നടത്തുന്ന കേന്ദ്രങ്ങളിൽ എത്തിക്കണം. ഉൽപ്പന്നങ്ങൾ വിൽക്കുന്നതിനും അസംസ്കൃതവസ്തുക്കൾ ശേഖരിക്കുന്നതിനും അവ കടത്തുന്നതിനും ഉൽപ്പാദനം നടത്തുന്നതിനും ഭൂമിശാസ്ത്രപരമായ പ്രതിബന്ധങ്ങളോ ഭരണപരമായ വിഘാതങ്ങളോ ഉണ്ടാകുന്നത് വൻകിട മൂലധനശക്തികളുടെ താൽപര്യങ്ങൾക്ക് എതിരാണ്. അതുകൊണ്ടാണ് മുതലാളിത്തം ചെറിയ നാട്ടുരാജ്യങ്ങളും പ്രാദേശിക ഭരണ സംവിധാനങ്ങളും ഇല്ലാതാക്കി അവയുടെ സ്ഥാനത്ത് ദേശീയ ഭരണകൂടങ്ങൾ ഉയർത്തിക്കൊണ്ടു വന്നത്.

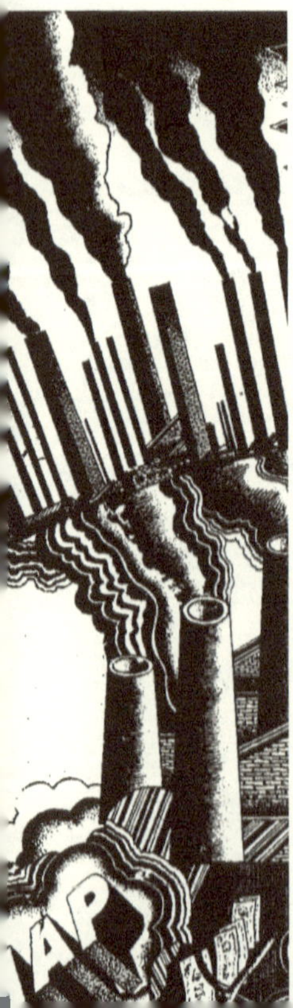

കേന്ദ്രസർക്കാർ കൊണ്ടുവന്ന ജി എസ് ടിക്ക് അനുകൂലമായി ഉന്നയിക്കപ്പെടുന്ന ചില വാദങ്ങളുടെ പശ്ചാത്തലത്തിൽ മുകളിൽ ഉദ്ധരിച്ച വാക്യങ്ങൾ മനസ്സിലാക്കാവുന്നതാണ്. ഒരൊറ്റ ചുങ്കവ്യവസ്ഥയാണ് മുതലാളിത്തത്തിന് ആവശ്യം. അമേരിക്കയിലെ ഫെഡറൽ സംസ്ഥാനങ്ങളുടെ എതിർപ്പിനെ തുടർന്ന് അവിടെ ജി എസ് ടി നടപ്പാക്കാനുള്ള ശ്രമങ്ങൾ വിജയിച്ചിട്ടില്ല. ഇന്ത്യയിൽ ശക്തമായ എതിർപ്പുകൾ ഉയർന്നു വരാതിരുന്നതുകൊണ്ട് ഇവിടെ എളുപ്പത്തിൽ ജി എസ് ടി സംവിധാനം നടപ്പിലാക്കാൻ കഴിഞ്ഞു. ഒരു രാജ്യത്ത് ഒരൊറ്റ നിയമമേ പാടുള്ളൂ എന്നാണ് മുതലാളിത്തം ആഗ്രഹിക്കുന്നത്.

അതുപോലെ തന്നെയാണ് ഒരൊറ്റ തെരഞ്ഞെടുപ്പ് എന്നുള്ള ആവശ്യവും. അധികാരം പൂർണ്ണമായി കേന്ദ്ര സർക്കാരിന്റെ കയ്യിലേക്ക് വരികയാണ് മുതലാളിത്തത്തിന്റെ ആവശ്യം. ഫെഡറൽ സംവിധാനങ്ങൾ ദുർബലമാവുകയും കേന്ദ്രീകൃത ഭരണസംവിധാനത്തിലേക്ക് കൂടുതൽ അധികാരങ്ങൾ എത്തുകയും ചെയ്യുന്നതാണ് ആഗോളവൽക്കരണ കാലത്തെ പൊതു പ്രവണത. മാർക്സും എംഗൽസും അന്നുതന്നെ ക്രാന്തദർശിത്വത്തോടെ ചൂണ്ടിക്കാണിച്ച ഈ മാറ്റങ്ങൾ മുതലാളിത്ത വികാസത്തിന്റെ അനിവാര്യ ഫലമാണ്. ഒരൊറ്റ രാജ്യം ഒരൊറ്റ നികുതി എന്ന ബിജെപി മുന്നോട്ടുവയ്ക്കുന്ന മുദ്രാവാക്യം, വാസ്തവത്തിൽ, മുതലാളിത്തത്തിന്റെ ദേശീയ വർഗ്ഗ താൽപര്യത്തിന്റെ ഭാഗമാണ്. മുതലാളിത്തത്തിന്റെ മൗലിക സ്വഭാവം വിശകലനം ചെയ്തുകൊണ്ട് മാർക്സും എംഗൽസും അന്ന് ചൂണ്ടിക്കാണിച്ച കാര്യങ്ങൾ എത്രമാത്രം ശരിയായിരുന്നുവെന്നും അത് ഇന്നെത്ര മാത്രം പ്രസക്തമാണെന്നും മുതലാളിത്ത താൽപര്യങ്ങൾക്ക് അനുസൃതമായി ഇന്ന് ലോകത്ത് നടപ്പിലാക്കപ്പെട്ടുകൊണ്ടിരിക്കുന്ന ഇത്തരത്തിലുള്ള പരിഷ്കാരങ്ങൾ വ്യക്തമാക്കുന്നു. മുതലാളിത്ത വികാസത്തിന്റെ ഫലമായി ദേശീയ കമ്പോളം സൃഷ്ടിക്കപ്പെടുന്നതോടെയാണ് ദേശരാഷ്ട്രങ്ങൾ ഉയർന്നുവരുന്നത് എന്നുള്ള അർത്ഥത്തിൽ ദേശരാഷ്ട്രങ്ങൾ മുതലാളിത്തത്തിന് ആവശ്യമാണെങ്കിലും മൂലധനത്തിന്റെ ദേശീയ അതിർവരമ്പുകൾ അതിന്റെ ഒരു ഘട്ടത്തിന് ശേഷമുള്ളവ തടയുന്നു. മുതലാളിത്ത വികാസം മൂലധനത്തിന്റെ ദേശീയ സ്വഭാവം ഇല്ലാതാക്കിയത് നേരത്തെ നമ്മൾ പ്രതിപാദിച്ചു.

> കഷ്ടിച്ച് ഒരു നൂറ്റാണ്ടുകാലത്തെ വാഴ്ചയ്ക്കിടയിൽ ബൂർഷ്വാസി സൃഷ്ടിച്ചിട്ടുള്ള ഉൽപ്പാദനശക്തികൾ, കഴിഞ്ഞുപോയ എല്ലാ തലമുറകളും ചേർന്ന് സൃഷ്ടിച്ചിട്ടുള്ളതിനേക്കാൾ എത്രയോ വമ്പിച്ചതാണ്. ഭീമമാണ് പ്രകൃതിയുടെ ശക്തികളെ മനുഷ്യനു കീഴ്പ്പെടുത്തൽ, യന്ത്രസാമഗ്രികൾ, വ്യവസായത്തിലും കൃഷിയിലും രസതന്ത്രത്തിന്റെ ഉപയോഗം, ആവിക്കപ്പലും തീവണ്ടിയും കമ്പിത്തപാലും, ഭൂഖണ്ഡങ്ങളെയാകെ കൃഷിക്കുവേണ്ടി വെട്ടിത്തെളിക്കൽ, നദികളെ ചാലുകീറി ഉപയോഗയോഗ്യമാക്കൽ, ഇന്ദ്രജാലപ്രയോഗത്താലെന്നപോലെ വലിയ ജനസമൂഹങ്ങളെ മണ്ണിനടിയിൽനിന്ന് ഉണർത്തിക്കൊണ്ടുവരൽ സാമൂഹ്യാധ്വാനത്തിന്റെ മടിത്തട്ടിൽ ഇത്തരം ഉൽപ്പാദനശക്തികൾ ഉറങ്ങിക്കിടക്കുന്നുണ്ടെന്ന് മുമ്പേതൊരു നൂറ്റാണ്ടാണ് സ്വപ്നം കാണുകപോലും ചെയ്തിട്ടുള്ളത്?[197]

ഉൽപ്പാദന ബന്ധങ്ങൾ ഉൽപ്പാദനശക്തികളുടെ തുടർവികാസത്തിന് കാൽച്ചങ്ങലയായി മാറുന്ന സാഹചര്യം മാർക്സും

എംഗൽസും തുടർന്ന് വിശദീകരിക്കുന്നു.

> ബൂർഷ്വാസി സ്വയം പടുത്തുയർത്തിയത് ഏതൊരടിത്തറയിന്മേലാണോ ആ ഉൽപ്പാദന വിനിമയോപാധികൾ ഉടലെടുത്തത് ഫ്യൂഡൽ സമൂഹത്തിലാണ്. ഈ ഉൽപ്പാദനവിനിമയോപാധികളുടെ വികാസം ഒരു പ്രത്യേക ഘട്ടത്തിലെത്തിയപ്പോൾ, ഫ്യൂഡലിസത്തിൻ കീഴിൽ ഉൽപ്പാദനവും വിനിമയവും നടത്തിയിരുന്ന സാഹചര്യങ്ങൾ, കൃഷിയുടെയും ഫാക്ടറിതൊഴിൽ വ്യവസായത്തിന്റെയും ഫ്യൂഡൽസംഘടന, ചുരുക്കിപ്പറഞ്ഞാൽ ഫ്യൂഡൽ സ്വത്തുടമബന്ധങ്ങൾ, വളർന്നുകഴിഞ്ഞ ഉൽപ്പാദനശക്തികളുമായി പൊരുത്തപ്പെടാത്ത നില വന്നു. അവ ചങ്ങലക്കെട്ടുകളായി മാറി. അവയെ ഭേദിക്കേണ്ടതായിവന്നു; അവ ഭേദിക്കപ്പെട്ടുകയും ചെയ്തു. അവയുടെ സ്ഥാനത്തേക്ക് സ്വതന്ത്രമത്സരം കടന്നുവന്നു; അതേത്തുടർന്ന് അതിന് അനുയോജ്യമായ ഒരു സാമൂഹ്യ രാഷ്ട്രീയസംവിധാനവും ബൂർഷ്വാവർഗ്ഗത്തിന്റെ സാമ്പത്തിക രാഷ്ട്രീയാധിപത്യവും സ്ഥാപിതമായി.
>
> തത്തുല്യമായ ഒരു പ്രസ്ഥാനം നമ്മുടെ കൺമുമ്പിൽത്തന്നെ നടന്നുകൊണ്ടിരിക്കുന്നു. ഉൽപ്പാദനത്തിന്റെയും വിനിമയത്തിന്റെയും സ്വത്തുടമസ്ഥതയുടെയും സ്വന്തമായ ബന്ധങ്ങളോടുകൂടിയ ആധുനിക ബൂർഷ്വാസമൂഹം, ഇത്രയും വമ്പിച്ച ഉൽപ്പാദനവിനിമയോപാധികളെ ആവാഹിച്ചുവരുത്തിയ ഒരു സമൂഹം, സ്വന്തം മന്ത്രശക്തികൊണ്ട് പാതാളലോകത്തിൽനിന്ന് വിളിച്ചുകൊണ്ടുവന്ന ശക്തികളെ നിയന്ത്രിച്ചുനിർത്താൻ കഴിയാതായ ഒരു മന്ത്രവാദിയെപ്പോലെയാണ്.[197]

ഈ ശക്തികളെ ഉണർത്തിയത് മുതലാളിത്തമാണ്. എന്നാൽ, മുതലാളിത്തത്തിന് അതിനെ നിയന്ത്രിക്കാൻ കഴിയുന്നില്ല. അങ്ങനെ മുതലാളിത്ത വികാസത്തിന്റെ തന്നെ അനിവാര്യതയായ സംഘർഷങ്ങളും രാഷ്ട്രീയ പ്രതിസന്ധിയും ഉടലെടുക്കുന്നു. മുതലാളിത്തത്തിന്റെ തുടർവികാസത്തിന് മുതലാളിത്തം തന്നെ രൂപം കൊടുത്ത ഉൽപ്പാദന ബന്ധങ്ങൾ കാൽച്ചങ്ങലകൾ ആയിത്തീരുന്നു. ഈ സവിശേഷ പ്രതിസന്ധിഘട്ടത്തെ എങ്ങനെ മറികടക്കാമെന്നതാണ് തുടർന്നുള്ള ഭാഗങ്ങളിൽ മാർക്സും എംഗൽസും വിശദീകരിക്കുന്നത്.

മുതലാളിത്തം തകരുമോ?

മനുഷ്യന്റെ അധ്വാനശേഷി നിരന്തരം മാറിക്കൊണ്ടിരിക്കുന്ന ഒന്നാണ്. ഉൽപ്പാദന പ്രക്രിയയുടെ പുരോഗതിക്കൊപ്പം മനുഷ്യന്റെ അധ്വാനശേഷി നിരന്തരം പുതുക്കപ്പെടുന്നുണ്ട്. മനുഷ്യൻ ഓരോ കാലഘട്ടത്തിലും അവന്റെ ജീവിതത്തിന് ആവശ്യമായ ഉല്പന്നങ്ങൾ നിർമ്മിക്കുകയും പുതിയ അനുഭവങ്ങൾ ആർജ്ജിക്കുന്ന മുറയ്ക്ക് കൂടുതൽ ഉല്പന്നങ്ങളും ഉപകരണങ്ങളും വികസിപ്പിക്കുകയും, അതിനനുസരിച്ച് സ്വയം നവീകരിക്കുകയും ചെയ്യുന്നു. കൂർപ്പിച്ച കല്ലുകൾ ഉപയോഗിച്ച് വേട്ടയാടിയ കാലത്തെ അധ്വാനശേഷി അതിനു മുൻപ് ജീവിച്ചിരുന്ന മനുഷ്യരുടെ അധ്വാനശേഷിയുമായി തട്ടിച്ചു നോക്കിയാൽ വികാസം പ്രാപിച്ചതാണ്. എന്നാൽ, ലോഹങ്ങൾ കണ്ടുപിടിച്ചതിനു ശേഷം മനുഷ്യന്റെ അധ്വാനശേഷി അതുമായി താരതമ്യം ചെയ്യാൻ പോലും കഴിയാത്ത വിധം കൂടുതൽ വികസിച്ചു.

പെറുക്കിത്തീറ്റയുടെ കാലത്തെ അധ്വാനശേഷി താരതമ്യേന അവികസിതമായിരുന്നുവെങ്കിൽ, കൃഷി കണ്ടുപിടിക്കുകയും ജലസേചന സൗകര്യങ്ങളും മറ്റും ഏർപ്പെടുത്താൻ മനുഷ്യൻ ശീലിക്കുകയും ചെയ്തതിനുശേഷമുള്ള അധ്വാനശേഷിയും അതുമായി താരതമ്യം പോലും സാധ്യമല്ല. ശാസ്ത്രത്തിന്റെയും സാങ്കേതിക വിദ്യയുടെയും പുരോഗതിക്കൊപ്പം അധ്വാനത്തിന്റെ സ്വഭാവം തന്നെ മാറുകയും കൂടുതൽ മികവാർന്ന അധ്വാനശേഷി മനുഷ്യൻ സ്വായത്തമാക്കുകയും ചെയ്യുന്നു.

മുതലാളിത്ത കാലത്ത് ശാസ്ത്രവും സാങ്കേതിക വിദ്യയും നടത്തിയ കുതിച്ചു ചാട്ടം നമ്മൾ പരിശോധിച്ചു. ഈ ശാസ്ത്ര സാങ്കേതിക പുരോഗതിക്ക് ആധാരമായിട്ടുള്ളത് മുതലാളിത്ത ബന്ധങ്ങളാണോ എന്ന ചോദ്യം ഉയർന്നുവരാം. വാസ്തവത്തിൽ, ശാസ്ത്രത്തിന്റെയും സാങ്കേതികവിദ്യയുടെയും വികാസം മുതലാളിത്തത്തിന്റെ ഉൽപ്പ

ന്നമല്ല. ഈ വികാസം മുഴുവൻ സമൂഹത്തിനും അവകാശപ്പെട്ടതാണ് എന്നാൽ, ഈ നേട്ടങ്ങളെ മുഴുവൻ സമൂഹത്തിനുംവേണ്ടി ഉപയോഗിക്കുന്നതിന് പകരം സ്വന്തം സാമ്പത്തിക താല്പര്യങ്ങൾക്ക് വേണ്ടി അതിനെ നിയന്ത്രിക്കുകയാണ് മുതലാളിത്തം ചെയ്യുന്നത്. മുതലാളിത്ത ബന്ധങ്ങൾ ഫ്യൂഡൽ ബന്ധങ്ങളെ മാറ്റിമറിച്ച് സമൂഹത്തിൽ മേൽക്കോയ്മ സ്ഥാപിച്ച സവിശേഷ ഘട്ടത്തിൽ അന്ന് വിപ്ലവാത്മകവും പുരോഗമനപരവും ആയിരുന്ന മുതലാളിത്ത ബന്ധങ്ങൾ ഫ്യൂഡൽ ചങ്ങലക്കെട്ടുകൾ തകർത്ത് ശാസ്ത്രത്തിന്റെയും സാങ്കേതിക വിദ്യയുടെയും കുതിപ്പിന് കളമൊരുക്കി. എന്നാൽ തുടർന്നുള്ള വികാസഘട്ടത്തിൽ ശാസ്ത്ര സാങ്കേതിക നേട്ടങ്ങൾ മുഴുവൻ സമൂഹത്തിന്റെ നന്മയ്ക്കു വേണ്ടി പ്രയോജനപ്പെടുത്തുന്നതിന് മുതലാളിത്തം തടസ്സം നിൽക്കുന്നു. ശാസ്ത്ര സാങ്കേതിക വികാസം മനുഷ്യന്റെ ബുദ്ധിപരമായ അധ്വാനത്തിന്റെ ഉൽപ്പന്നം കൂടിയാണ്. ഉൽപ്പാദനോപാധികൾ നിരന്തരം പുതുക്കിക്കൊണ്ടേയിരിക്കുക എന്നുള്ളതാണ് മുതലാളിത്തത്തിന്റെ ഒരു സവിശേഷത. അതിന് നിരന്തരം കണ്ടുപിടുത്തങ്ങൾ നടത്തേണ്ടതുണ്ട്. ആ അർത്ഥത്തിലാണ് മുതലാളിത്തം കണ്ടുപിടുത്തങ്ങളെ പ്രോത്സാഹിപ്പിക്കുന്നത്.

ഉല്പാദനോപാധികൾ നിരന്തരം നവീകരിച്ചു കൊണ്ടു മാത്രമേ മുതലാളിത്തത്തിന് വളരാനാവൂ. മുതലാളിത്തത്തിന്റെ ഈ പ്രത്യേകത ശാസ്ത്രത്തിന്റെയും സാങ്കേതികവിദ്യകളുടെയും വികാസത്തിന് അനുകൂലമായ പരിസരം ഒരുക്കുന്നു. അതുകൊണ്ട്, മുതലാളിത്തം സാങ്കേതിക ഗവേഷണ രംഗത്ത് കൂടുതൽ മുതൽമുടക്ക് നടത്തിക്കൊണ്ടിരിക്കും. മത്സരാധിഷ്ഠിതമായ കമ്പോളത്തിൽ പിടിച്ചു നിൽക്കാൻ വ്യത്യസ്തതയാർന്ന ഉൽപ്പന്നങ്ങൾ വിപണിയിൽ ഇറക്കേണ്ടതിന്റെ ആവശ്യകത, ഒരു കമ്പനിയെ സംബന്ധിച്ചിടത്തോളം, വളരെ പ്രധാനമാണ്. അതിനാവശ്യമായ അന്വേഷണങ്ങൾക്കും ഗവേഷണങ്ങൾക്കും വേണ്ടി എത്ര വേണമെങ്കിലും മൂലധനം മുടക്കാൻ അവർ തയ്യാറാവുകയും ചെയ്യും. എൻക്ലോഷർ ഓഫ് ട്രഷർ ബൈ എൻക്ലോഷർ ഓഫ് നോളജ് എന്നതാണ് ആഗോളവൽക്കരണ കാലത്തെ മുതലാളിത്തത്തിന്റെ ഒരു മോട്ടോ. അറിവിനെ നിയന്ത്രണത്തിൽ ആക്കിയാൽ സമ്പത്തിനെയും നിയന്ത്രണത്തിലാക്കാം. മുതലാളിത്ത കാലത്ത് മൂലധനത്തെ വരുതിയിലാക്കുന്നതിനുള്ള ഒരു ഉപാധിയായി കൂടിയാണ് അറിവ് പ്രവർത്തിക്കുന്നത്. ഒരർത്ഥത്തിൽ, അറിവ് ഒരു മൂലധന രൂപം തന്നെയാണ്. പരമ്പരാഗത നിർവചനത്തിന്റെ പരിധിക്കുള്ളിൽ നിൽക്കാത്ത ഒന്നായി ആഗോളവൽക്കരണകാലത്ത് മൂലധനം മാറുന്നു. നോളജ് ബേസ്ഡ് ഇക്കണോമി എന്നാണ് പുതിയ കാലഘട്ടത്തിൽ ഇതിനെ പറയുക. അറിവിന്റെ അടിസ്ഥാനത്തിലുള്ള സമ്പദ്ഘടന. ഉൽപ്പാദനോപാധികളെ നിരന്തരം പുതുക്കിക്കൊണ്ടിരിക്കുക എന്നുള്ള മുതലാളിത്ത

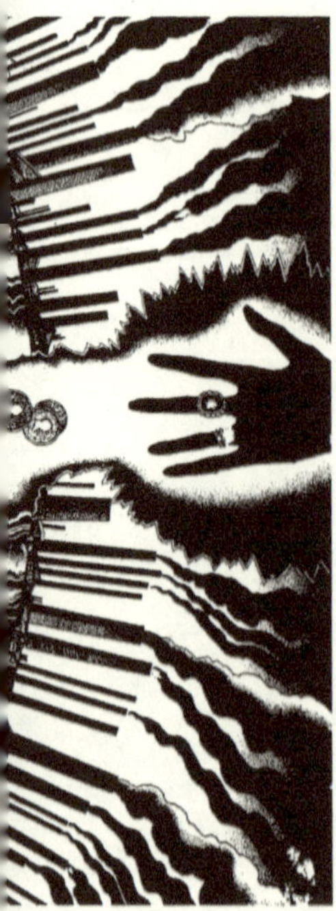

ത്തിന്റെ അനിവാര്യമായ സവിശേഷത, ശാസ്ത്ര സാങ്കേതിക വികാസത്തിന് പൊതുവിൽ സഹായകമാവുന്നു. എന്നാൽ, ഈ ശാസ്ത്ര സാങ്കേതിക നേട്ടങ്ങളെ ചൂഷണം ശക്തിപ്പെടുത്തുന്നതിനും കൂടുതൽ സൂക്ഷ്മതലങ്ങളിലേക്ക് വ്യാപിപ്പിക്കുന്നതിനും വേണ്ടിയാണ് മുതലാളിത്തം ഉപയോഗപ്പെടുത്തുന്നത്.

മുഴുവൻ സമൂഹത്തിനും ഉപയോഗപ്പെടേണ്ട ശാസ്ത്രസാങ്കേതിക നേട്ടങ്ങൾ മുതലാളിത്തം മൂലധന വികാസ താല്പര്യങ്ങൾക്കുവേണ്ടി ഉപയോഗപ്പെടുത്തുന്നു. പ്രത്യക്ഷത്തിൽ വളരെ പുരോഗമനപരമെന്ന് തോന്നാവുന്ന മുതലാളിത്ത മുദ്രാവാക്യങ്ങൾ വൈരുദ്ധ്യാത്മകമായി മനസ്സിലാക്കുക എന്നുള്ളത് വളരെ പ്രധാനമാണ്. ഉദാഹരണം പറഞ്ഞാൽ, എല്ലാവർക്കും വിദ്യാഭ്യാസം, ഭൂപരിഷ്ക്കരണം എന്നിവ അടിസ്ഥാനപരമായി മുതലാളിത്ത മുദ്രാവാക്യങ്ങളാണ്. എന്നാൽ, അവ ഫ്യൂഡൽ കാലത്തെ അവസ്ഥയിൽനിന്നും ലോകത്തെ മുമ്പോട്ടുകൊണ്ടുപോകുന്നതിന് അനിവാര്യമായ മുദ്രാവാക്യങ്ങളാണ് എന്നതുകാണാതിരുന്നുകൂട. അതുകൊണ്ടുതന്നെ അത്രത്തോളം അത് വിപ്ലവകരമാണ്. അതേസമയം ഈ മുദ്രാവാക്യങ്ങൾ മുതലാളിത്ത ചൂഷണത്തിന് എതിരായ വർഗ്ഗങ്ങൾ ശക്തിപ്പെടുന്നതിന് ഇടയാക്കുകയും ചെയ്യുന്നു. മുതലാളിത്തബന്ധങ്ങളുടെ വൈരുദ്ധ്യാത്മക സ്വഭാവമാണ് ഇത് വെളിവാക്കുന്നത്. മുതലാളിത്ത പൂർവ സാമൂഹ്യ വ്യവസ്ഥകളിൽ നിന്ന് വ്യത്യസ്തമായ രീതിയിലാണ് മുതലാളിത്തം നിലനിൽക്കുന്നത്. വിദ്യാഭ്യാസമുള്ള തൊഴിലാളി ആധുനിക മുതലാളിത്തത്തിന് അനിവാര്യമാണ്. ആധുനിക ഉൽപ്പാദന രീതി താരതമ്യേന കൂടുതൽ കേന്ദ്രീകൃതമാണ്. കൂടുതൽ വികസിതമായ ഉപകരണങ്ങൾ അതിന് ആവശ്യമുണ്ട്. പുതിയ കാലഘട്ടത്തിലെ തൊഴിലാളിക്ക് ഈ ഉപകരണങ്ങൾ പ്രവർത്തിപ്പിക്കുന്നതിന് ആവശ്യമായ വൈദഗ്ധ്യം ഉണ്ടാവണം. അതിനവർക്ക് പരിശീലനം ലഭിക്കണം. അതിനനുസരിച്ചുള്ള വിദ്യാഭ്യാസ ക്രമമാണ് മുതലാളിത്തത്തിൻകീഴിൽ രൂപപ്പെടുക.

ജന്മിത്വ കാലത്ത് 'ജന്മിയുടെ' മണ്ണിൽ പണിയെടുത്തിരുന്ന കുടിയാന് ആവശ്യമുണ്ടായിരുന്നതിനെ അപേക്ഷിച്ച് വളരെ കൂടിയ വൈദഗ്ദ്ധ്യവും പരിശീലനവും പുതിയ കാലത്തെ ഉൽപ്പാദന പ്രക്രിയയുടെ ഭാഗമായി അധ്വാനത്തിൽ ഏർപ്പെടുന്ന തൊഴിലാളിക്ക് ഉണ്ടാകേണ്ടതുണ്ട്. ഈ രീതിയിൽ വൈദഗ്ധ്യവും പരിശീലനവും നേടുന്ന തൊഴിലാളി തന്റെ അധ്വാനശേഷി ഏത് രീതിയിലാണ് ചൂഷണം ചെയ്യപ്പെടുന്നത് എന്നുള്ള കാര്യത്തിൽ കൂടുതൽ വികസിതമായ ഒരു ബോധം ആർജ്ജിക്കുകയും അങ്ങനെ കൂടുതൽ വികസിതവും കൂടുതൽ വിപ്ലവോത്സുകവുമായ ഒരു തൊഴിലാളിവർഗ്ഗം ഉരുത്തിരിഞ്ഞുവരുന്നതിന് ഈ വൈരുദ്ധ്യം ഇടയാക്കുകയും ചെയ്യുന്നു. മുതലാളിത്തം അതിന്റെ വർഗ്ഗതാല്പര്യങ്ങൾക്കു വേണ്ടി

ചെയ്യുന്നത്, ഫലത്തിൽ, മുതലാളിത്തത്തിന്റെ ശവക്കുഴി തോണ്ടുന്ന വർഗ്ഗത്തിന്റെ വികസനത്തിന് സഹായകമായിത്തീരുന്നു.

കുടിയാന്റെ മകൻ കുടിയാൻ ആയിത്തീർന്നത് പോലെയല്ല ആധുനികകാലത്തെ ഒരു തൊഴിലാളിയുടെ മകൻ തൊഴിലാളിയായിത്തീരുന്നത്. തൊഴിലാളികളുടെ ഓരോ പുതിയ തലമുറയും കൂടുതൽ വികസിതമായ ഉൽപ്പാദന രീതികളും ഉൽപ്പാദന സങ്കേതങ്ങളുമാണ് കാണുന്നത്. സ്വാഭാവികമായും, ആവശ്യമായ പരിശീലനവും വൈദഗ്ധ്യവും നേടിയാൽ മാത്രമേ പുതിയ കാലഘട്ടത്തിൽ ഒരാൾക്ക് നല്ല തൊഴിലാളി ആയിരിക്കാൻ കഴിയുകയുള്ളൂ. ഇത് വികസിത മുതലാളിത്ത കാലഘട്ടത്തിന്റെ ഒരു സവിശേഷതയാണ്. ആധുനിക മുതലാളിത്തത്തിന് ഉൽപ്പാദനം നടത്താൻ സാങ്കേതിക നൈപുണ്യമുള്ള തൊഴിലാളി ഉണ്ടാവണം.

അതുപോലെ തന്നെയാണ് ഭൂപരിഷ്ക്കരണത്തിന്റെ കാര്യവും. മുതലാളിത്തത്തിന് സദാ വികസിക്കുന്ന കമ്പോളം വേണം. ഭൂമി മുഴുവൻ ജന്മിമാരുടെ സ്വന്തമായിരിക്കുന്നത് കമ്പോളത്തിന്റെ വികാസത്തിന് ഒട്ടും അനുയോജ്യമല്ല. ഭൂമിയുടെ ഉടമസ്ഥത വീതിക്കപ്പെടുമ്പോൾ മാത്രമാണ് ജനങ്ങളുടെ ജീവിതനിലവാരത്തിൽ മാറ്റം വരികയും അവർക്ക് വാങ്ങൽശേഷി കൈവരികയും ചെയ്യുന്നത്. ജനങ്ങൾക്ക് വാങ്ങൽശേഷി ഉണ്ടായിരിക്കുന്നിടത്തോളം മാത്രമേ മുതലാളിത്തത്തിന് അതിന്റെ ഉൽപ്പന്നങ്ങൾ വിൽക്കാൻ കഴിയൂ. ഉൽപ്പന്നങ്ങൾക്കുള്ള വിപണി വികസ്വരമാക്കുന്നതിലൂടെ മുതലാളിത്തത്തിന്റെ ചലനാത്മകത വർദ്ധിപ്പിക്കാൻ ഭൂപരിഷ്കരണത്തിന് കഴിയും. മുൻപുള്ള അവസ്ഥകളുമായി തട്ടിച്ചുനോക്കുമ്പോൾ മാത്രമാണ് ഈ പറഞ്ഞ മുദ്രാവാക്യങ്ങൾ പുരോഗമനപരമായിരിക്കുന്നത്. ഇതിന്റെ പുരോഗമനപരവും വിപ്ലവാത്മകവുമായ അംശത്തെ നിരാകരിക്കാൻ മുതലാളിത്തം നിരന്തരം ശ്രമിച്ചുകൊണ്ടിരിക്കുകയും ചെയ്യും.

കമ്പോളം വികസിക്കുമ്പോൾ ഉൽപ്പാദനവും വികസിക്കും. വളർച്ച വേഗത്തിലാവും. ഇത് ക്രമേണ അമിതോൽപ്പാദനത്തിലേക്കും പ്രതിസന്ധിയിലേക്കും നയിക്കും. തുടർന്നുള്ള ഭാഗത്ത് മാർക്സും എംഗൽസും പറയുന്നത് നോക്കുക.

> കഴിഞ്ഞ പല ദശാബ്ദങ്ങളിലേയും വ്യാപാരത്തിന്റെയും വ്യവസായത്തിന്റെയും ചരിത്രം ആധുനികോൽപ്പാദന ശക്തികൾ ആധുനികോൽപ്പാദനസാഹചര്യങ്ങൾക്കെതിരായി, ബൂർഷ്വാസിയുടെ നിലനിൽപ്പിന്റെയും ഭരണത്തിന്റെയും ഉപാധികളായ സ്വത്തുടമ ബന്ധങ്ങൾക്കെതിരായി, നടത്തുന്ന കലാപത്തിന്റെ ചരിത്രമാണ്. വ്യാപാരപ്രതിസന്ധികളുടെ ഉദാഹരണമെടുത്തു നോക്കിയാൽ മതി. ആനുകാലികമായി ആവർത്തിക്കുന്ന ഈ പ്രതിസന്ധികൾ ഓരോ

> തവണയും മുമ്പത്തേക്കാൾ കൂടുതൽ ഭീഷണമായ രൂപത്തിൽ ബൂർഷ്വാസമൂഹത്തിന്റെയാകെ നിലനിൽപ്പിനെ പ്രതിക്കൂട്ടിൽ കയറ്റുന്നു. ഈ പ്രതിസന്ധികളിൽ നിലവിലുള്ള ഉൽപ്പന്നങ്ങളുടെ മാത്രമല്ല, മുമ്പ് ഉണ്ടായിട്ടുള്ള ഉൽപ്പാദനശക്തികളുടെതന്നെ ഒരു വലിയ ഭാഗം ആനുകാലികമായി നശിപ്പിക്കപ്പെടുന്നു. മുൻകാലഘട്ടങ്ങളിലെല്ലാം അസംബന്ധമായി തോന്നിയേക്കാവുന്ന ഒരു പകർച്ചവ്യാധി, അമിതോൽപ്പാദനമെന്ന പകർച്ചവ്യാധി ഈ പ്രതിസന്ധികളിൽ പൊട്ടിപ്പുറപ്പെടുന്നു.[197]

പ്രതിസന്ധി മുതലാളിത്തത്തിന്റെ കൂടപ്പിറപ്പാണ്. ഒരു ഉയർച്ചയ്ക്ക് ശേഷം തളർച്ചയും തകർച്ചയും, വീണ്ടും അതിൽനിന്നുള്ള ഉയിർത്തെഴുന്നേല്പും വികാസവും, വീണ്ടും തളർച്ചയും തകർച്ചയും എന്നിങ്ങനെയാണ് മുതലാളിത്തത്തിന്റെ വികാസ ഗതി. മുതലാളിത്തം നിലനിൽക്കുന്ന കാലത്തോളം പ്രതിസന്ധിയുമുണ്ടാകും. അമിത ഉൽപ്പാദനമാണ് പ്രതിസന്ധിയിലേക്ക് നയിക്കുന്നത്. മത്സരാധിഷ്ഠിതമായ മുതലാളിത്ത ക്രമത്തിൽ ഒരിക്കലും ആവശ്യം കണക്കാക്കി മാത്രമുള്ള ഉൽപ്പാദനം സാധ്യമേയല്ല. വിപണി കീഴടക്കുന്നതിനു വേണ്ടിയും മറ്റു കമ്പനികളുമായി മത്സരിക്കുന്നതിന് വേണ്ടിയും കൂടുതൽ ഉൽപ്പന്നങ്ങൾ വിപണിയിൽ ഇറക്കാൻ ഓരോ കോർപ്പറേറ്റും ശ്രമിച്ചുകൊണ്ടിരിക്കും. ഇതിന്റെ ഫലമായി ഉണ്ടാവുന്ന വളർച്ച ഒരു ഘട്ടത്തിൽ എത്തുന്നതോടെ വിപണി പ്രതിസന്ധിയിൽ ആവാതെ തരമില്ല. അങ്ങനെയുള്ള ഇടവേളകളിൽ ആവർത്തിച്ചാവർത്തിച്ചു വരുന്ന ഒന്നാണ് മുതലാളിത്തത്തിലെ ചാക്രിക പ്രതിസന്ധി.

ഈ പ്രതിസന്ധികൾ കണ്ടറിയാനും അത് നീട്ടിവെക്കാനും മുതലാളിത്തത്തിന് കഴിയും എന്നതാണ് എടുത്തു പറയേണ്ട മറ്റൊരു കാര്യം. അമേരിക്കയെ പിടിച്ചുലച്ച 2008 ലെ സബ് പ്രൈം ക്രൈസിസ് അത്തരത്തിലൊന്നാണ്. വായ്പകളിലൂടെ കൃത്രിമമായ വാങ്ങൽശേഷി സൃഷ്ടിക്കുകയാണ് അമേരിക്ക ചെയ്തത്. വായ്പ സംബന്ധിച്ച സാധാരണ മാനദണ്ഡങ്ങളൊന്നും പാലിക്കാതെ തന്നെ കുറഞ്ഞ പലിശ നിരക്കിൽ വായ്പ പ്രോത്സാഹിപ്പിക്കുക എന്നതാണ് അമേരിക്ക സ്വീകരിച്ച നയം. വാങ്ങൽശേഷി നിലനിൽക്കുന്ന കാലത്തോളം മുതലാളിത്തത്തിന് അതിന്റെ പ്രതിസന്ധികളെ അതിജീവിച്ച് മുന്നോട്ട് പോകാനാകും. എന്നാൽ, ഇത് ദീർഘകാലാടിസ്ഥാനത്തിൽ ഫലപ്രദമാവുകയില്ല.

വായ്പയെടുത്ത് വാങ്ങിയ വീടും കാറും മറ്റും, വായ്പ തിരിച്ചടയ്ക്കാൻ നിവൃത്തിയില്ലാതെ തിരികെ വിൽക്കാൻ മാർക്കറ്റിൽ എത്തുന്നതോടെ പ്രതിസന്ധിക്ക് ആക്കം കൂടുകയേ ഉള്ളൂ. ഈ രീതിയിൽ അമേരിക്കയിൽ ആരംഭിച്ച പ്രതിസന്ധിയാണ് ലോകം മുഴുവൻ വ്യാപിച്ച്, ഒരു ആഗോള സാമ്പത്തിക പ്രതിസന്ധി ആയി മാറിയത്. *മാനി*

ഫെസ്റ്റോക്ക് ശേഷം എഴുതിയ *മൂലധനം* മുതലായ കൃതികളിൽ മുതലാളിത്തത്തിന്റെ സഹജസ്വഭാവമായ സാമ്പത്തിക പ്രതിസന്ധികളുടെ ശരിയായ സ്വഭാവം മാർക്സ് വിശദീകരിക്കുന്നുണ്ട്. അങ്ങനെ, അതിവേഗം വളർന്നുകൊണ്ടിരിക്കുന്ന സാഹചര്യത്തിൽ, അതിന്റെ തന്നെ ആന്തരിക വൈരുധ്യം മുതലാളിത്തത്തെ പ്രതിസന്ധിയിലാക്കുന്നു. പ്രതിസന്ധിയെത്തുടർന്ന് തളർച്ചയിലേക്കും തകർച്ചയിലേക്കും അത് കൂപ്പുകുത്തുന്നു.

> സമൂഹം പെട്ടെന്ന് ക്ഷണികമായ കാടത്തത്തിന്റെ ഒരു സ്ഥിതിവിശേഷത്തിലേക്ക് സ്വയം പുറകോട്ടു പിടിച്ചുതള്ളപ്പെട്ടതായി കാണുന്നു. ഒരു ക്ഷാമമോ സർവസംഹാരിയായ ഒരു സാർവലൗകികയുദ്ധമോ, ഉപജീവനമാർഗ്ഗങ്ങളുടെയെല്ലാം ലഭ്യതയെ അറുത്തുകളഞ്ഞതായും, വ്യവസായവും വ്യാപാരവും നശിപ്പിക്കപ്പെട്ടതായും തോന്നിപ്പോകുന്നു. എന്തുകൊണ്ട്? വളരെ കൂടുതൽ നാഗരികതയും വളരെ കൂടുതൽ ഉപജീവനമാർഗ്ഗങ്ങളും വളരെ കൂടുതൽ വ്യവസായങ്ങളും വളരെ കൂടുതൽ വ്യാപാരവും വളർന്നുവന്നതുകൊണ്ട്.[198]

എന്നാൽ, തകർന്നടിഞ്ഞു എന്ന് തോന്നുന്നിടത്തു നിന്ന് അത് വീണ്ടെടുപ്പ് നടത്തി തിരിച്ചു വരുന്നു. അങ്ങനെ തിരിച്ചു വരുന്നതിനുള്ള ആന്തരികമായ ഒരു കഴിവ് മുതലാളിത്തത്തിന് ഉണ്ട്. ഈ പ്രതിസന്ധിഘട്ടത്തെ ഏത് രീതിയിൽ ഉപയോഗപ്പെടുത്തുന്നു എന്നുള്ളതാണ് വിപ്ലവ പുരോഗമന ശക്തികളെ സംബന്ധിച്ചിടത്തോളം നിർണായകവും ഏറ്റവും പ്രധാനവുമായ കാര്യം.

> സമൂഹത്തിന്റെ ചൊൽപ്പടിയിലുള്ള ഉൽപ്പാദനശക്തികൾ ബൂർഷ്വാ സ്വത്തുടമവ്യവസ്ഥകളുടെ വികാസത്തെ ഇനിയും മുന്നോട്ടുകൊണ്ടു പോകാനുള്ള പ്രവണത കാട്ടാതായിരിക്കുന്നു. നേരേമറിച്ച്, അവ ഈ ഉപാധികൾക്ക് താങ്ങാനാവാത്തവിധം കരുത്തേറിയവയായിത്തീർന്നിരിക്കുന്നു. ആ ഉപാധികൾ അവയുടെ കാൽച്ചങ്ങലയായിത്തീർന്നിരിക്കുന്നു. അവ ഈ ചങ്ങലക്കെട്ടുകളെ കീഴടക്കേണ്ട താമസം, ബൂർഷ്വാ സമൂഹത്തിലാകെ കുഴപ്പമുണ്ടാക്കുന്നു, ബൂർഷ്വാസമൂഹത്തിന്റെ ഉപാധികൾ അവ സൃഷ്ടിച്ചിരിക്കുന്ന സമ്പത്തിനെ ഉൾക്കൊള്ളാൻ കഴിയാത്തവിധം സങ്കുചിതമാണ്. എങ്ങനെയാണ് ബൂർഷ്വാസി ഈ പ്രതിസന്ധികളിൽനിന്ന് കരകയറുന്നത്? ഒരു വശത്ത് ഉൽപ്പാദനശക്തികളിൽ വലിയൊരു ഭാഗത്തെ കൽപ്പിച്ചുകൂട്ടി നശിപ്പിച്ചിട്ടും മറുവശത്ത് പുതിയ കമ്പോളങ്ങൾ വെട്ടിപ്പിടിച്ചിട്ടും പഴയവയെ കൂടുതൽ സമഗ്രമായി ചൂഷണം ചെയ്തിട്ടും; എന്നുവെച്ചാൽ, കൂടുതൽ വ്യാപകവും കൂടുതൽ വിനാശകാരിയുമായ പ്രതിസന്ധികൾക്ക് വഴിതെളിച്ചുകൊണ്ടും പ്രതിസന്ധികളെ തടയാ

> നുള്ള മാർഗ്ഗങ്ങൾ അധികമധികം അടച്ചുകൊണ്ടും. ഫ്യൂഡലിസത്തെ വെട്ടിവീഴ്ത്താൻ ബൂർഷ്വാസി ഉപയോഗിച്ച അതേ ആയുധങ്ങൾതന്നെ ഇന്ന് ബൂർഷ്വാസിയുടെ നേർക്ക് തിരിഞ്ഞിരിക്കുന്നു.[198]

പ്രതിസന്ധി ഘട്ടങ്ങളെ വേണ്ടരീതിയിൽ ഉപയോഗപ്പെടുത്താൻ വിപ്ലവ പുരോഗമന ശക്തികൾക്ക് കഴിയാതെ വരുമ്പോൾ, ആ അവസരം മുതലെടുത്ത്, പ്രതിസന്ധിയെ മറികടന്ന് തിരിച്ചുവരാനുള്ള മാർഗ്ഗങ്ങൾ മുതലാളിത്തം കണ്ടെത്തും. ഈ പ്രക്രിയ ആവർത്തിച്ചുകൊണ്ടേയിരിക്കും. മുതലാളിത്തത്തിന്റെ ഈ വീണ്ടെടുപ്പ് താൽക്കാലികമാണ്. മുതലാളിത്തം ഒരു പ്രതിസന്ധിയെ മറികടക്കുന്നത് അതിനേക്കാൾ രൂക്ഷമായ മറ്റൊരു പ്രതിസന്ധിക്കുള്ള സാധ്യത തുറന്നിട്ടുകൊണ്ടാണ്. മുതലാളിത്തത്തിന് മുന്നിൽ മറ്റ് വഴികളില്ല. ഉൽപ്പാദനോപാധികളെ പുതുക്കികൊണ്ടാണ് മുതലാളിത്തം പ്രതിസന്ധികളെ അതിജീവിക്കുന്നത്.

പരമ്പരാഗത ഉൽപ്പാദനരീതികളുടെ കാലം, ശാസ്ത്രസാങ്കേതിക വിപ്ലവം ഉൽപ്പാദന പ്രക്രിയയിൽ മാറ്റങ്ങൾ വരുത്തിയ കാലഘട്ടം, വിവര സാങ്കേതികവിദ്യയുടെ ഘട്ടം, അതിന്റെ തുടർച്ചയായ നിർമ്മിതബുദ്ധിയുടെ ഘട്ടം എന്നിങ്ങനെ ഒന്നിനൊന്ന് വികസിതമായ പുതിയ ഘട്ടങ്ങളിലൂടെ മുതലാളിത്ത ഉൽപ്പാദനോപാധികൾ അടിക്കടി പുതുക്കി കൊണ്ടിരിക്കുന്നു. ഇത്തരം പുതുക്കലുകളിലൂടെ അനിവാര്യമായ പ്രതിസന്ധികളെ അതിജീവിച്ച് മുതലാളിത്തം മുന്നോട്ടു പോവുന്നു.

മുതലാളിത്തത്തിലെ പ്രതിസന്ധി ബാഹ്യമായ ഒന്നല്ല. അത് മുതലാളിത്ത ഉൽപ്പാദനത്തിന്റെ ആന്തരികഘടനയുമായി ബന്ധപ്പെട്ടിരിക്കുന്നു. മുതലാളിത്തം ഉള്ള കാലത്തോളം ഈ പ്രതിസന്ധി ഒഴിവാക്കാൻ കഴിയില്ല എന്നാണ് അനുഭവം നമ്മെ പഠിപ്പിക്കുന്നത്. പ്രതിസന്ധി ശാശ്വതമായി ഇല്ലാതാക്കാനുള്ള ഒരേയൊരു മാർഗ്ഗം മുതലാളിത്തത്തെ മറികടക്കുക എന്നുള്ളതാണ്.

മാനിഫെസ്റ്റോ തുടരുന്നു.

> എന്നാൽ സ്വന്തം മരണത്തെ വിളിച്ചുവരുത്താനുള്ള ആയുധങ്ങൾ ഊട്ടിയുണ്ടാക്കുക മാത്രമല്ല ബൂർഷ്വാസി ചെയ്തിരിക്കുന്നത്: ഈ ആയുധങ്ങളെടുത്തു പ്രയോഗിക്കുവാനുള്ള ആളുകളെക്കൂടി ആധുനിക തൊഴിലാളിവർഗ്ഗത്തെ അത് സൃഷ്ടിച്ചിട്ടുണ്ട്.
>
> ബൂർഷ്വാസി അതായത് മൂലധനം വികാസം പ്രാപിക്കുന്ന അതേ അനുപാതത്തിൽത്തന്നെ ആധുനികതൊഴിലാളി വർഗ്ഗവും വളരുന്നു.[199]

വിപ്ലവകാരിയായ തൊഴിലാളി വർഗ്ഗം മുതലാളിത്തത്തെ മറിച്ചിടുമെന്ന് കമ്യൂണിസ്റ്റ് അസന്ദിഗ്ധമായി പ്രഖ്യാപിക്കുന്നു.

യന്ത്രമനുഷ്യരാകുന്ന തൊഴിലാളി

തൊഴിലാളി വർഗ്ഗത്തിന്റെ പങ്ക് വിശദീകരിക്കുന്നതിന്റെ തുടക്കമെന്ന നിലയിൽ മാനിഫെസ്റ്റോ തുടരുന്നു.

> ബൂർഷ്വാസി, അതായത് മൂലധനം, വികാസം പ്രാപിക്കുന്ന അതേ അനുപാതത്തിൽ ആധുനിക തൊഴിലാളി വർഗ്ഗം വളരുന്നു.[199]

യന്ത്രയുഗത്തിലെ തൊഴിലാളി വർഗ്ഗത്തിന്റെ സ്വഭാവം മാർക്സും എംഗൽസും ഇങ്ങനെ വിശദീകരിക്കുന്നു.

ചില്ലറയായി സ്വയം വിൽക്കേണ്ടിവരുന്ന ഈ വേലക്കാർ മറ്റേതു വ്യാപാരസാമഗ്രിയെയും പോലെ ഒരു ചരക്കാണ്; തൽഫലമായി, മത്സരത്തിന്റെ എല്ലാ ഗതിവിഗതികൾക്കും കമ്പോളത്തിലെ എല്ലാ ചട്ടങ്ങൾക്കും അവർ ഇരയായിത്തീരുന്നു. വിപുലമായ തോതിൽ യന്ത്രങ്ങൾ ഉപയോഗിക്കുന്നതുകൊണ്ടും തൊഴിൽ വിഭജനം നിമിത്തവും തൊഴിലാളികളുടെ വേലയ്ക്ക് എല്ലാ വ്യക്തിത്വവും, തൽഫലമായി തൊഴിലാളിയെ സംബന്ധിച്ചിടത്തോളം എല്ലാ ആകർഷകത്വവും നശിച്ചിരിക്കുന്നു. അവൻ യന്ത്രത്തിന്റെ വെറുമൊരു അനുബന്ധമായിത്തീരുന്നു.

അധ്വാനത്തിന്റെ സർഗ്ഗാത്മകത അടിമുടി ചോർത്തിക്കളഞ്ഞുകൊണ്ട് മുതലാളിത്തം തൊഴിലാളിയെ അന്യവൽക്കരണത്തിന് വിധേയമാക്കുന്നു.

> ഏറ്റവും ലളിതവും ഏറ്റവും മുഷിപ്പനും ഏറ്റവും എളുപ്പത്തിൽ നേടാവുന്നതുമായ സാമർഥ്യം മാത്രം അവനുണ്ടായാൽ മതി. അതുകൊണ്ട്, ഒരു തൊഴിലാളിയുടെ ഉൽപ്പാദനച്ചെലവ് അവന്റെ നിലനിൽപ്പിനും വംശവർധനവിനും വേണ്ട ഉപജീ

> വനമാർഗ്ഗങ്ങളിൽ ഒട്ടുമുക്കാലും പൂർണമായി ഒതുങ്ങിനിൽക്കുന്നു. പക്ഷേ, ഒരു ചരക്കിന്റെ വിലയും അതുകൊണ്ട് അധ്വാനത്തിന്റെ വിലയും അതിന്റെ ഉൽപ്പാദനച്ചെലവിനു സമമാണല്ലോ.[199]

മാർക്സിന്റെ പിന്നീടുള്ള കൃതികളിൽ അധ്വാനം എന്നതിനു പകരം അധ്വാനശേഷിയെ സംബന്ധിച്ച വിശകലനങ്ങളിലൂടെ ഈ പ്രമേയം കൂടുതൽ സൂക്ഷ്മമായി അവതരിപ്പിക്കുന്നുണ്ട്.

> തൊഴിലിന്റെ അനാകർഷകത്വം എത്രത്തോളം വർധിക്കുന്നുവോ, അതേ തോതിൽ കൂലി കുറയുന്നു. യന്ത്രങ്ങളുടെ ഉപയോഗവും തൊഴിൽവിഭജനവും വർധിക്കുന്നതോതിൽ തന്നെ അധ്വാനത്തിന്റെ ഭാരവും കൂടിവരുന്നു. ഒന്നുകിൽ തൊഴിൽസമയം നീട്ടിയിട്ട്, അല്ലെങ്കിൽ നിശ്ചിതസമയത്തിനുള്ളിൽ ഈടാക്കുന്ന അധ്വാനം വർധിപ്പിച്ചിട്ട്, അതുമല്ലെങ്കിൽ യന്ത്രങ്ങളുടെ വേഗത കൂട്ടിയിട്ട്, മറ്റു തരത്തിലും.[199]

യന്ത്രങ്ങളുടെ പുതുക്കലുകൾ സാധാരണഗതിയിൽ അധ്വാനഭാരം കുറയ്ക്കുന്നതിനാണ് സഹായിക്കേണ്ടത്. കമ്പ്യൂട്ടർ വരുന്നതോടെ തൊഴിലാളിയുടെ അധ്വാനസമയവും അധ്വാനഭാരവും കുറയ്ക്കുന്നതിനും സഹായിക്കേണ്ടതാണ്. എന്നാൽ, മാനിഫെസ്റ്റോയൽ വിശദീകരിക്കുന്നതുപോലെ സംഭവിക്കുന്നത് നേരെ തിരിച്ചാണ്. പുതിയ യന്ത്രങ്ങൾ വരുന്നതോടെ തൊഴിലാളികൾ പുറംതള്ളപ്പെടുന്നു. കുറച്ചുതൊഴിലാളികളെവെച്ച് കൂടുതൽ സമയം ജോലിചെയ്യിക്കുന്നു. അതുവഴി തൊഴിലാളിക്ക് നൽകേണ്ട ശമ്പളത്തിൽ കുറവ് വരുത്തുന്നതിനും ലാഭം വർധിപ്പിക്കുന്നതിനും മുതലാളി ശ്രമിക്കുന്നു. മറുവശത്ത് തൊഴിലാളി കൂടുതൽ ഭാരം പേറേണ്ടിവരുന്നു. അവനെ സംബന്ധിച്ചിടത്തോളം തൊഴിൽ എന്നത് അങ്ങേയറ്റം അനാകർഷകമായ ഒന്നായി മാറുന്നു. ഫലത്തിൽ അവനും യന്ത്രത്തിന്റെ അനുബന്ധമായി മാറുന്നു.

ഫ്യൂഡൽകാല യജമാനന്റെ ചെറിയ തൊഴിൽശാലകളുടെ സ്ഥാനത്ത് ആധുനിക വ്യാവസായിക മുതലാളിയുടെ കൂറ്റൻ ഫാക്ടറികൾ നിലവിൽ വന്നു. ഫാക്ടറികളിൽ പ്രവേശിക്കുന്നതോടെ തൊഴിലാളി അടിമസമാനമായ ഒരവസ്ഥയിലാവുന്നു. മാനിഫെസ്റ്റോ ഈ സാഹചര്യം വിശദീകരിക്കുന്നതു നോക്കുക.

> ഫാക്ടറിയിൽ തള്ളിനിറയ്ക്കപ്പെടുന്ന തൊഴിലാളികളെ പട്ടാളക്കാരെപ്പോലെയാണ് സംഘടിപ്പിച്ചിരിക്കുന്നത്. വ്യവസായസൈന്യത്തിലെ സാധാരണപടയാളികളായ ഇവരെ ഓഫീസർമ്മാരുടെയും സാർജന്റുമാരുടെയും ഒരു പിശകറ്റ ശ്രേണി നിയന്ത്രിക്കുന്നു. അവർ ബൂർഷ്വാവർഗ്ഗത്തിന്റേയും ബൂർഷ്വാസർക്കാരിന്റേയും മാത്രം അടിമകളല്ല, ഫാക്ടറിയിലെ യന്ത്രവും അവിടത്തെ മേസ്തിരിയും, സർവോപരി ഫാക്ടറി

ഉടമസ്ഥനായ മുതലാളിതന്നെയും അവരെ ഓരോ ദിവസവും, ഓരോ മണിക്കൂറും അടിമപ്പെടുത്തുന്നു. ലാഭമാണ് സ്വന്തം പരമലക്ഷ്യമെന്ന് ഈ സ്വേച്ഛാധികാരം എത്രത്തോളം കൂടുതൽ പരസ്യമായി പ്രഖ്യാപിക്കുന്നുവോ, അത്രത്തോളം അത് കൂടുതൽ ക്ഷുദ്രവും കൂടുതൽ ഗർഹണീയവും കൂടുതൽ തിക്തവുമായിത്തീരുന്നു.[200]

ചാപ്ലിന്റെ മോഡേൺ ടൈംസ്

ചാർളി ചാപ്ലിന്റെ *മോഡേൺ ടൈംസ്* എന്ന ക്ലാസിക് സിനിമ യന്ത്രയുഗത്തിൽ തൊഴിലാളി നേരിടുന്ന അന്യവൽക്കരണം മനോഹരമായി ചിത്രീകരിച്ചിട്ടുണ്ട്. അന്യവൽക്കരണത്തിലൂടെ ഭ്രാന്തമായ അവസ്ഥയിൽ എത്തുന്ന തൊഴിലാളിയെ 1936 ൽ പുറത്തിറങ്ങിയ ഈ ചിത്രത്തിൽ കാണാം.

മനുഷ്യനെ യന്ത്രത്തിന്റെ അനുബന്ധമാക്കി മാറ്റുന്ന മുതലാളിത്ത കാലത്തെയാണ് ഫോർഡിസം പ്രതിനിധാനം ചെയ്യുന്നത്. വലിയ രീതിയിലുള്ള ഉൽപ്പാദനത്തിനായി യന്ത്രവൽകൃത സംവിധാനത്തെയാണ് ഉപയോഗിക്കുന്നത്. അസംബ്ലി ലൈനുകളിൽ നിൽക്കുന്ന തൊഴിലാളി തന്നിൽ അർപ്പിതമായ ജോലി യന്ത്രത്തിന്റെ ഭാഗമെന്ന മട്ടിലാണ് ചെയ്യുന്നത്. ചാപ്ലിന്റെ കഥാപാത്രം ആ അസംബ്ലി ലൈനിന്റെ ഭാഗമായി അതിലൂടെ ഒഴുകിപ്പോകുന്നതിന്റെ ആവിഷ്കാരത്തെപോലെ അന്യവൽക്കരിക്കപ്പെടുന്ന തൊഴിലാളിയെ അവതരിപ്പിക്കുന്ന മറ്റൊന്നു കാണുക അസാധ്യമായിരിക്കും.

> കായികാധ്വാനത്തിൽ ഉൾച്ചേർന്നിട്ടുള്ള സാമർഥ്യവും അതു ചെയ്യാനാവശ്യമായ കരുത്തും ചുരുങ്ങിവരുന്തോറും, അതായത് ആധുനികവ്യവസായം കൂടുതൽ വികസിതമാകുന്തോറും, പുരുഷന്മാർക്ക് പകരം സ്ത്രീകളെക്കൊണ്ടു പണിയെടുപ്പിക്കുകയെന്ന രീതി വർധിച്ചുവരുന്നു. തൊഴിലാളിവർഗ്ഗത്തെ സംബന്ധിച്ചിടത്തോളം പ്രായവ്യത്യാസത്തിനോ, സ്ത്രീപുരുഷഭേദത്തിനോ യാതൊരു സവിശേഷമായ സാമൂഹികസാധുതയുമില്ലാതായിത്തീരുന്നു.[200]

മുതലാളിത്തം തൊഴിലാളികളെ അവരുടെ വ്യക്തിത്വവും സർഗ്ഗാത്മ

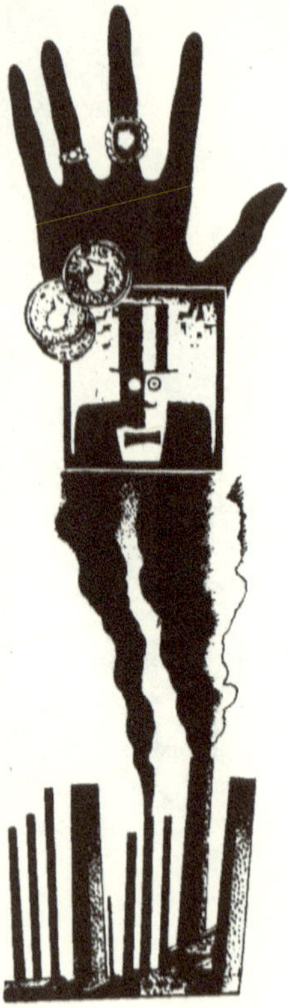

കതയും ഇല്ലാതാക്കി വെറും അധ്വാനോപകരണങ്ങളാക്കി ചുരുക്കുന്നു.

> എല്ലാവരും അധ്വാനോപകരണങ്ങളാണ്; പ്രായഭേദമനുസരിച്ചും, സ്ത്രീപുരുഷഭേദമനുസരിച്ചും ചെലവു കൂടുകയോ, കുറയുകയോ ചെയ്യുമെന്നുമാത്രം. വ്യവസായമുതലാളിയുടെ അതുവരെയുള്ള ചൂഷണം അവസാനിക്കുകയും, തൊഴിലാളികൾക്ക് അവരുടെ കൂലി രൊക്കം പണമായിട്ടു കിട്ടുകയും ചെയ്യേണ്ട താമസം, ബൂർഷ്വാസിയുടെ മറ്റു വിഭാഗങ്ങൾ, വീട്ടുടമസ്ഥനും ഷാപ്പുടമസ്ഥനും ഹുണ്ടികക്കാരനും മറ്റും മറ്റും, അവന്റെമേൽ ചാടി വീഴുകയായി.[200]

കൂലി കൂടുതൽ കിട്ടുന്നതു കൊണ്ടു മാത്രം തൊഴിലാളിയുടെ പ്രശ്നങ്ങൾ പരിഹരിക്കപ്പെടും എന്നു കരുതുന്നവരുണ്ട്. അവർ മുതലാളിത്തത്തിൻ കീഴിൽ തൊഴിലാളി നേരിടുന്ന ചൂഷണത്തിന്റെ സ്വഭാവം വേണ്ടത്ര മനസ്സിലാക്കാത്തവരാണ്. അൽത്തൂസറുടെ നിരീക്ഷണം കടമെടുത്താൽ, ഭരണകൂടത്തിന്റെ പ്രത്യയശാസ്ത്ര ഉപകരണങ്ങളായി പ്രവർത്തിക്കുന്ന ട്രേഡ് യൂണിയനുകൾ ഇത്തരത്തിൽ ഉള്ളവയാണ്.

> ചെറുകച്ചവടക്കാർ, ചെറിയ ഷാപ്പുടമസ്ഥർ, പൊതുവിൽ പറഞ്ഞാൽ, ജോലിയിൽനിന്നും പിരിഞ്ഞ ചെറുകിട വ്യാപാരികൾ, കൈവേലക്കാർ, കൃഷിക്കാർ തുടങ്ങി ഇടത്തരക്കാരിൽത്തന്നെ കീഴേത്തട്ടിൽ ഉള്ളവരെല്ലാം ക്രമേണ തൊഴിലാളി വർഗ്ഗമായി അധഃപതിക്കുന്നു. കാരണം, ഭാഗികമായി, അവരുടെ ചുരുങ്ങിയ മൂലധനം ആധുനികവ്യവസായം നടത്തിക്കൊണ്ടുപോകാൻ അപര്യാപ്തമാണ്; വൻകിട മുതലാളികളുമായുള്ള മത്സരത്തിൽ അത് മുങ്ങിപ്പോകുന്നു. ഭാഗികമായി, പുതിയ ഉൽപ്പാദനരീതികൾ അവരുടെ പ്രത്യേക വൈരുധ്യത്തിനു വിലയില്ലാതാക്കിയിരിക്കുന്നു. ഇങ്ങനെ ജനസംഖ്യയിലെ എല്ലാ വിഭാഗങ്ങളിൽനിന്നും തൊഴിലാളി വർഗ്ഗത്തിലേക്ക് ആളുകൾ ചേർന്നുകൊണ്ടിരിക്കുന്നു.[200]

ഉൽപ്പാദനരീതികളും സങ്കേതങ്ങളും വികസിക്കുകയും യന്ത്രങ്ങൾ ഉപയോഗത്തിൽ വരികയും ചെയ്യുന്ന മുറയ്ക്ക് തൊഴിലാളികളിൽ ഒരു വിഭാഗം തൊഴിൽ ശാലകളിൽ നിന്ന് പുറന്തള്ളപ്പെടുകയും പുതിയ രീതികളിൽ വൈദഗ്ധ്യമുള്ള തൊഴിലാളികൾ രംഗപ്രവേശം ചെയ്യുകയും ചെയ്യുന്നു. തൊഴിൽ ബന്ധത്തിന്റെ സ്വഭാവത്തിലും മാറ്റം വരുന്നു. കരാർ തൊഴിലാളികൾ, സ്കീം തൊഴിലാളികൾ, ഓണറേറിയം പറ്റുന്നവർ എന്നിങ്ങനെ പുതിയ തൊഴിൽ ഘടനകൾ വരുന്നു. അപ്പോഴും, ദീർഘകാലാടിസ്ഥാനത്തിൽ, മൊത്തം തൊഴിലാളികളുടെ എണ്ണം കുറയുകയല്ല, വർധിക്കുകയാണ് ചെയ്യുന്നത്. ഒരു വിപ്ലവവർഗ്ഗമെന്ന നിലയിൽ തൊഴിലാളി വർഗ്ഗം കൂടുതൽ ശക്തിപ്പെടുകയും ചെയ്യുന്നു.

കെട്ടിയിറക്കപ്പെട്ട ഇന്ത്യൻമുതലാളിത്തം

മാനിഫെസ്റ്റോ വ്യത്യസ്തങ്ങളായ വിശകലനങ്ങൾക്ക് സാധ്യതയുള്ള ഒരു ചരിത്രരേഖയാണ്. അതിനെ എല്ലാവരും ഒരേ രീതിയിൽ കാണണമെന്നോ ഒരേ വിലയിരുത്തൽ പിൻപറ്റണമെന്നോ പറയാനാവില്ല. ഒരു ചരിത്രരേഖയെന്ന നിലയിൽ മാനിഫെസ്റ്റോയെ സ്വതന്ത്രമായി കാണാനും വ്യത്യസ്ത വിശകലന രീതികൾ സ്വീകരിച്ച് മാനിഫെസ്റ്റോയുടെ ആശയങ്ങളെ അപഗ്രഥിക്കാനും ഏതൊരാൾക്കും സ്വാതന്ത്ര്യമുണ്ട്. എന്നിരുന്നാലും, പ്രായോഗിക പ്രവർത്തനങ്ങളും രാഷ്ട്രീയവും സാമൂഹ്യവുമായ പ്രതികരണങ്ങളും വിപ്ലവസിദ്ധാന്തത്തെ എങ്ങനെ ശക്തിപ്പെടുത്തി എന്നുള്ള ഇത്രയും കാലത്തെ അനുഭവങ്ങളുടെ പശ്ചാത്തലത്തിൽ വേണം ഇന്ന് *മാനിഫെസ്റ്റോ* വായിക്കാൻ. കൃത്യമായ മുൻ,പിൻ ബന്ധങ്ങളുടെ അടിസ്ഥാനത്തിലുള്ള വായനയിലൂടെ മാത്രമേ മാർക്സും എംഗൽസും മാനിഫെസ്റ്റോയിലൂടെ മുന്നോട്ടുവെച്ച ആശയത്തിന്റെ വ്യാപ്തിയും പ്രസക്തിയും ശരിയായി ഉൾക്കൊള്ളാൻ കഴിയൂ. ചരിത്ര പുരോഗതിയുടെയും ആ പുരോഗതി ഇന്ന് എത്തി നിൽക്കുന്ന ഘട്ടത്തിന്റെയും പ്രത്യേകതകൾ മനസ്സിലാക്കി വായിച്ചാൽ മാനിഫെസ്റ്റോ മുന്നോട്ടു വയ്ക്കുന്ന ചരിത്ര വീക്ഷണം എളുപ്പത്തിൽ ഗ്രഹിക്കാനാവും. മുതലാളിത്ത വികാസ ഘട്ടം സംബന്ധിച്ച ധാരണയും മുതലാളിത്ത വികസന പാതയോടുള്ള വൈരുധ്യാത്മക സമീപനവും മുതലാളിത്തം അതിന്റെ വിപ്ലവാത്മക കടമകൾ പൂർത്തീകരിച്ചിട്ടില്ലാത്ത ഇന്ത്യയടക്കമുള്ള രാജ്യങ്ങളിലെ സ്ഥിതി സംബന്ധിച്ച വിശകലനത്തിൽ വളരെ പ്രധാനമാണ്.

ഓരോ രാജ്യത്തും മുതലാളിത്തം വികസിച്ചു വരുന്നത് ആ രാജ്യ

ത്തിന്റേതായ സവിശേഷതകളോടെയാണ്. ക്ലാസിക്കൽ മുതലാളിത്തത്തെ സംബന്ധിച്ച് പറഞ്ഞാൽ, ഫ്യൂഡൽ ബന്ധങ്ങൾ ഇല്ലാതാക്കി അതിന്റെ ചാരത്തിൽ നിന്നാണ് മുതലാളിത്തം ഉയർന്നുവരുന്നത്. ഇന്ത്യയടക്കമുള്ള രാജ്യങ്ങളിലെ സ്ഥിതി ഇതല്ല. ഇവിടുത്തെ മുതലാളിത്തം കോളനി വാഴ്ചക്കാലത്ത് കെട്ടിഇറക്കപ്പെട്ടതാണ്. അത് മാത്രമല്ല, ഇന്ത്യയിലെ മുതലാളിത്തം ഇവിടുത്തെ ഫ്യൂഡലിസവുമായി സന്ധി ചെയ്താണ് നിൽക്കുന്നത്. ഇതിന്റെ ഫലമായിട്ടാണ് ഭൂപരിഷ്കരണം, എല്ലാവർക്കും വിദ്യാഭ്യാസം തുടങ്ങിയ വിപ്ലവാത്മക സ്വഭാവമുള്ള ലക്ഷ്യങ്ങൾ പൂർത്തീകരിക്കാൻ അത് കൂട്ടാക്കാത്തത്. കമ്മ്യൂണിസ്റ്റ് പാർട്ടി ഓഫ് ഇന്ത്യ (മാർക്സിസ്റ്റ്) പരിപാടി ഇന്ത്യൻ ഭരണകൂടത്തിന്റെ ഈ പ്രത്യേകത കൃത്യമായി പരിശോധിക്കുകയും രേഖപ്പെടുത്തുകയും ചെയ്തിട്ടുണ്ട്.

ഇന്ത്യയിലെ മുതലാളിത്തം ഇവിടുത്തെ ഫ്യൂഡലിസവുമായി സന്ധി ചെയ്തതിന്റെ ഫലമായി രാജ്യത്തെ കാർഷിക വികസനം മുരടിച്ചു. പേരിന് മാത്രമാണ് പലയിടത്തും ഭൂപരിഷ്കരണം നടപ്പിലാക്കിയിട്ടുള്ളത്. തത്വത്തിൽ ഭൂപരിഷ്കരണം നടപ്പിലായി എന്ന് പറയപ്പെടുന്ന പല സംസ്ഥാനങ്ങളിലും ഇപ്പോഴും ജന്മികുടിയാൻ ബന്ധങ്ങൾ, ഒരു രൂപത്തിൽ അല്ലെങ്കിൽ മറ്റൊരു രൂപത്തിൽ, നിലനിൽക്കുന്നുണ്ട്. മുതലാളിത്തം ഫ്യൂഡൽ ബന്ധങ്ങൾ നശിപ്പിക്കുന്നു എന്ന പൊതുതത്വത്തിന്റെ അടിസ്ഥാനത്തിലാണ് ഭൂപരിഷ്കരണം മുതലാളിത്ത മുദ്രാവാക്യമാണ് എന്ന് പറയുന്നത്. കുത്തക മൂലധനവും ജാതി ജന്മി ഗോത്ര മേധാവിത്വവും തമ്മിലുള്ള സവിശേഷമായ ഒരു സംയോജനമാണ് ഇന്ത്യയിൽ സംഭവിച്ചിട്ടുള്ളത്. നമ്മുടേതു പോലൊരു രാജ്യത്ത് സമരമോ തൊഴിലാളിവർഗ്ഗ വിപ്ലവാത്മക ഇടപെടലുകളോ ഇല്ലാതെ ഭരണകൂട താൽപര്യപ്രകാരം ഭൂപരിഷ്കരണം നടപ്പിലാവും എന്ന് കരുതരുത്. ജന്മിഭൂവുടമസ്ഥത ഇല്ലാതാക്കി കൃഷിഭൂമി കർഷകർക്കിടയിൽ വീതിക്കുന്നത് ആഭ്യന്തര കമ്പോളം വികസിപ്പിക്കും. അത് മുതലാളിത്ത വളർച്ചയെ സഹായിക്കുകയും ചെയ്യും. തത്വത്തിൽ, ജനാധിപത്യ വിപ്ലവം തന്നെ ബൂർഷ്വാസിയുടേതാണ്. ഇന്ത്യയിലെ ബൂർഷ്വാസി ഫ്യൂഡലിസവുമായി സന്ധി ചെയ്യുകയും ജനാധിപത്യ വിപ്ലവ കടമകളിൽ നിന്ന് പിറകോട്ടു പോവുകയും ചെയ്യുന്നതുകൊണ്ടാണ് തൊഴിലാളിവർഗ്ഗം അത് ഏറ്റെടുക്കുന്നത്. വിപ്ലവത്തിന്റെ നേതൃത്വത്തിലേക്ക് തൊഴിലാളിവർഗ്ഗം വരുമ്പോൾ ജനാധിപത്യവിപ്ലവം ജനകീയ ജനാധിപത്യവിപ്ലവം ആയി മാറുന്നു. കമ്യൂണിസ്റ്റ് മാനിഫെസ്റ്റോ നൽകുന്ന ഉൾക്കാഴ്ചകൾ ഇന്ത്യൻ വിപ്ലവത്തിന്റെ കടമകൾ സംബന്ധിച്ച അന്വേഷണത്തിൽ വളരെ പ്രസക്തമാണ്.

സംഘടിത തൊഴിലാളിവർഗ്ഗം

ഒരു സംഘടിത തൊഴിലാളി വർഗ്ഗം ഉയർന്നു വന്നതിന്റെ ചിത്രം മാർക്സും എംഗൽസും വരച്ചു കാട്ടുന്നതു നോക്കുക.

> തൊഴിലാളിവർഗ്ഗം വികാസത്തിന്റെ പല ഘട്ടങ്ങളിലൂടെ കടന്നുപോകുന്നു. ബൂർഷ്വാസിയുമായുള്ള സമരം അതിന്റെ പിറവിയോടുകൂടി ആരംഭിക്കുന്നു; ആദ്യമൊക്കെ ഈ പോരാട്ടം നടത്തുന്നത് തൊഴിലാളികൾ ഒറ്റയ്ക്കാണ്, പിന്നീട് ഒരു ഫാക്ടറിയിലെ തൊഴിലാളികളെല്ലാം ചേർന്നും, തുടർന്ന് ഒരു പ്രദേശത്തുള്ള ഒരു വ്യവസായത്തിലെ തൊഴിലാളികളെല്ലാം ചേർന്ന് തങ്ങളെ നേരിട്ടു ചൂഷണം ചെയ്യുന്ന മുതലാളിക്കെതിരായും. ഉൽപ്പാദനത്തിന്റെ ബൂർഷ്വാ സാഹചര്യങ്ങൾക്ക് എതിരായിട്ടല്ല, ഉൽപ്പാദനോപകരണങ്ങളുടെ നേർക്കാണ് അവർ അവരുടെ ആക്രമണം തിരിച്ചു വിടുന്നത്.[200]

മുതലാളിത്ത ചൂഷണത്തിനെതിരായ ആദ്യകാല സമരങ്ങൾക്ക് ആ കാലഘട്ടത്തിന്റേതായ പരിമിതികൾ ഉണ്ടായിരുന്നു. മാനിഫെസ്റ്റോ തുടരുന്നു.

> തങ്ങളുടെ അധ്വാനവുമായി മത്സരിക്കുന്ന ഇറക്കുമതി സാധനങ്ങളെ അവർ നശിപ്പിക്കുന്നു; യന്ത്രങ്ങൾ തല്ലിത്തകർക്കുന്നു; ഫാക്ടറികൾ കൊള്ളിവയ്ക്കുന്നു; മധ്യകാലത്തിലെ തൊഴിലാളിയുടെ മൺമറഞ്ഞ മാന്യസ്ഥാനം ബലാൽക്കാരമായി വീണ്ടെടുക്കാൻ അവർ ശ്രമിക്കുന്നു.[201]

*മാനിഫെസ്റ്റോയു*ടെ രചനയ്ക്കും വിപ്ലവ സിദ്ധാന്തത്തിന്റെ വികാസത്തിനും മുമ്പുതന്നെ തൊഴിലാളി വർഗ്ഗം സംഘർഷഭരിതമായ

സമരങ്ങളിലും തീവ്രമായ പ്രതിഷേധങ്ങളിലും ഏർപ്പെട്ടിരുന്നു.

> ഈ ഘട്ടത്തിൽ തൊഴിലാളികൾ അപ്പോഴും രാജ്യത്താകമാനം ചിന്നിച്ചിതറിക്കിടക്കുന്നതും അന്യോന്യമുള്ള കിടമത്സരത്താൽ പിളർന്നതുമായ, കെട്ടുറപ്പില്ലാത്ത ഒരു കൂട്ടമാണ്. എവിടെയെങ്കിലും അവർ കൂടുതൽ ഭദ്രമായ സംഘങ്ങൾ ഉണ്ടാക്കാൻ ഏകോപിച്ചുവെങ്കിൽ അത് ഇനിയും അവരുടെ സ്വന്തം സജീവ സഹകരണത്തിന്റെ ഫലമല്ല, നേരേമറിച്ച്, ബൂർഷ്വാസിയുടെ ഏകീകരണത്തിന്റെ ഫലമാണ്. കാരണം, സ്വന്തം രാഷ്ട്രീയലക്ഷ്യങ്ങൾ നേടുന്നതിനുവേണ്ടി, തൊഴിലാളിവർഗ്ഗത്തെ ആകമാനം ഇളക്കിവിടാൻ ബൂർഷ്വാസി നിർബന്ധിതമാവുന്നു. അവർക്ക് അപ്പോഴും അങ്ങനെ ചെയ്യാൻ കഴിയുകയും ചെയ്യുന്നു. അതുകൊണ്ട് ഈ ഘട്ടത്തിൽ തൊഴിലാളിവർഗ്ഗം തങ്ങളുടെ ശത്രുക്കളോടല്ല, ശത്രുക്കളുടെ ശത്രുക്കളോടാണ് സ്വേച്ഛാപ്രഭുത്വപരമായ രാജവാഴ്ചയുടെ അവശിഷ്ടങ്ങളുടെയും വ്യവസായികളല്ലാത്ത ബൂർഷ്വാസിയുടെയും പെറ്റിബൂർഷ്വാസിയുടെയും നേർക്കാണ് സമരം നടത്തുന്നത്.[201]

ബൂർഷ്വാസിയുടെ നേതൃത്വത്തിൽ നടന്ന വിപ്ലവാത്മക സമരങ്ങളിൽ തൊഴിലാളി വർഗ്ഗം വഹിച്ച പങ്ക് നേരത്തേ തന്നെ നമ്മൾ പരിശോധിച്ചു.

> അങ്ങനെ ചരിത്രപരമായ പ്രസ്ഥാനമാകെ ബൂർഷ്വാസിയുടെ കൈകളിൽ കേന്ദ്രീകരിച്ചിരിക്കുന്നു; ആ സമരത്തിൽ നേടുന്ന ഓരോ വിജയവും ബൂർഷ്വാസിയുടെ വിജയമാണ്.[94]

ഫ്യൂഡൽ ബന്ധങ്ങൾക്കെതിരായ സമരം മുതലാളിത്തത്തിന്റെ നേതൃത്വത്തിലാണ് നടക്കുന്നത്. എന്നാൽ, തൊഴിലാളികളുടെ പിന്തുണയും പങ്കാളിത്തവുംകൊണ്ടു കൂടിയാണ് ബൂർഷ്വാസി വിജയം നേടുന്നത്.

> പക്ഷേ, വ്യവസായത്തിന്റെ വികാസത്തോടുകൂടി തൊഴിലാളിവർഗ്ഗം എണ്ണത്തിൽ പെരുകുക മാത്രമല്ല ചെയ്യുന്നത്; കൂടുതൽ വലിയ സമൂഹങ്ങളിൽ കേന്ദ്രീകൃതമായിത്തീരുകയും അവരുടെ കരുത്തു വളരുകയും, ആ കരുത്തിനെപ്പറ്റി അവർക്കു കൂടുതൽ ബോധമുണ്ടാവുകയും ചെയ്യുന്നു.[201]

തൊഴിലാളി വർഗ്ഗത്തിന്റെ ചരിത്രപരമായ വികാസമാണ് ഇവിടെ അവതരിപ്പിക്കുന്നത്. ഫ്യൂഡലിസത്തിൽ ഉൽപ്പാദന ഉപകരണങ്ങളുടെ വികാസം മുതലാളിത്ത ഉൽപ്പാദനരീതിയെ കൂടി ഉൾക്കൊള്ളാൻ തുടങ്ങുന്നു. എന്നാൽ ഫ്യൂഡൽ ബന്ധങ്ങൾ മുതലാളിത്ത വളർച്ചയ്ക്ക് വിലങ്ങുതടിയാണ്. കൂലിയെ അടിസ്ഥാനമാക്കുന്നതാണ് മുതലാളിത്ത ബന്ധമെങ്കിൽ പാട്ടത്തെ ആധാരമാക്കിയാണ് ഫ്യൂഡൽകാലബന്ധം നിൽക്കുന്നത്. ഇതിനെ തകർക്കേണ്ടത് മുതലാളിത്തത്തിന്റെ ആവശ്യമാണ്. മുതലാളിത്തം തൊഴിലാളിവർഗ്ഗ

ത്തെ കൂടി സൃഷ്ടിച്ചിട്ടുണ്ട്. അതും ആ വ്യവസ്ഥയുടെ ഭാഗമാണ്. അവ തമ്മിലുള്ള ഐക്യമാണ് മുതലാളിത്തത്തെ അതായി നിലനിർത്തുന്നത്. അവ തമ്മിലുള്ള സമരമാണ് മുതലാളിത്തത്തെ അതല്ലാതാക്കാൻ പോകുന്നതും.

എന്നാൽ, ഫ്യൂഡലിസത്തെ ഇല്ലാതാക്കേണ്ട മുതലാളിത്ത ആവശ്യം ആ ഘട്ടത്തിൽ തൊഴിലാളിവർഗ്ഗത്തിന്റെ കൂടി ആവശ്യമാണ്. അതുകൊണ്ട് തൊഴിലാളിവർഗ്ഗവും മുതലാളിത്തത്തോട് ചേർന്നുനിന്നാണ് പൊരുതിയത്. എന്നാൽ, മുതലാളിത്തത്തിന്റെ വളർച്ച തൊഴിലാളികളെയും വളർത്തി. പക്ഷേ, അതോടൊപ്പം മുതലാളിത്ത താൽപര്യം നഗ്നമായ ചൂഷണത്തിലേക്ക് നയിച്ചു. ഈ ചൂഷണം ഒരു യാഥാർത്ഥ്യമാണ്. എന്നാൽ, അത് ബോധമായി മാറണമെന്നില്ല. മറച്ചുവെയ്ക്കപ്പെട്ട ചൂഷണത്തെ പുറത്തുകൊണ്ടുവന്നു തൊഴിലാളിയെ തിരിച്ചറിവിലേക്കും വർഗ്ഗബോധത്തിലേക്കും നയിക്കുന്നതിന് ശക്തമായ സംഘടന അനിവാര്യമായ മുന്നുപാധിയാണ്. അതാണ് ഇവിടെ മാർക്സും എംഗൽസും വിദശീകരിക്കുന്നത്.

തോറ്റ ചരിത്രം കേട്ടിട്ടില്ല

മുതലാളിമാർ തമ്മിലുള്ള തീവ്രമായ കിടമത്സരവും അതിന്റെ ഫലമായ പ്രതിസന്ധികളും ആത്യന്തികമായി ബാധിക്കുന്നത് തൊഴിലാളികളെയാണ്. മുതലാളിത്തം അതു നേരിടുന്ന പ്രതിസന്ധിയുടെ ഭാരം തൊഴിലാളികളുടെ ചുമലിൽ ഇറക്കി വയ്ക്കുന്നു.

> യന്ത്രോപകരണങ്ങൾ തൊഴിലുകൾ തമ്മിലുള്ള വ്യത്യാസങ്ങളെ തേച്ചുമാച്ചുകളയുകയും മിക്കവാറും എല്ലായിടത്തും കൂലിനിരക്ക് ഒരേ താഴ്ന്ന നിലവാരത്തിലേക്കു ചുരുക്കുകയും ചെയ്യുന്നതിനനുസരിച്ച് തൊഴിലാളിവർഗ്ഗത്തിന്റെ അണികൾക്കുള്ളിലുള്ള വിവിധ താൽപ്പര്യങ്ങളും വ്യത്യസ്ത ജീവിത സാഹചര്യങ്ങളും അധികമധികം സമീകരിക്കപ്പെടുന്നു. മുതലാളികൾ തമ്മിൽ മൂത്തുവരുന്ന കിടമത്സരവും തൽഫലമായ വ്യാപാര പ്രതിസന്ധികളും തൊഴിലാളികളുടെ കൂലി അധികമധികം അസ്ഥിരമാക്കിത്തീർക്കുന്നു. അധികമധികം വേഗത്തിൽ വികസിച്ചുകൊണ്ടിരിക്കുന്ന യന്ത്രോപകരണങ്ങളുടെ അവിരാമമായ അഭിവൃദ്ധി തൊഴിലാളികളുടെ ഉപജീവനത്തെ വർധമാനമായ അളവിൽ അപകടത്തിലാക്കുന്നു.[201]

കംപ്യൂട്ടർവൽക്കരണത്തിനെതിരായി തൊഴിലാളി സംഘടനകൾ ഉയർത്തിക്കൊണ്ടു വന്ന പ്രതിഷേധങ്ങൾ തെറ്റായി വ്യാഖ്യാനിക്കപ്പെട്ട ഒന്നാണ്. നിങ്ങൾ കമ്പ്യൂട്ടറിനെ എതിർത്തവർ അല്ലേ എന്ന ചോദ്യം ഇപ്പോഴും തൊഴിലാളി സംഘടനകളുടെ പ്രവർത്തകന്മാർ നേരിടുന്നുണ്ട്. വാസ്തവത്തിൽ, കംപ്യൂട്ടറിനെയല്ല, കംപ്യൂട്ടർവൽക്കരണത്തെയാണ് അന്നത്തെ തൊഴിലാളി സംഘടനകൾ എതിർത്തത്. ഉൽപ്പാദന പ്രക്രിയയുടെ ആധുനികവൽക്കരണത്തിനും തൊഴിൽ സാഹചര്യങ്ങൾ മെച്ചപ്പെടുത്തുന്നതിനും ഉല്പാദനക്ഷ

മത വർധിപ്പിക്കുന്നതിനും, ഉൽപ്പന്നങ്ങളുടെ വൈവിധ്യവൽക്കരണത്തിനും വേണ്ടി കംപ്യൂട്ടർ ഉപയോഗിക്കാം എന്നിരിക്കെ, അതിനു പകരം, തൊഴിലാളികളെ ഉപയോഗിച്ച് ചെയ്യേണ്ടിയിരുന്ന പല ജോലികളും കമ്പ്യൂട്ടറിന്റെ സഹായത്തോടുകൂടി ചെയ്യുകയും അത്രയും തൊഴിലാളികളെ പിരിച്ചുവിട്ട് ലാഭം വർധിപ്പിക്കാനുള്ള മാർഗ്ഗങ്ങൾ ആരായുകയുമാണ് കമ്പനികൾ ചെയ്തത്. കമ്യൂണിസ്റ്റുകാർ മാത്രമല്ല അതിനെതിരെ സമരം ചെയ്തത്. യന്ത്രവൽക്കരണത്തെ കുറിച്ച് കമ്യൂണിസ്റ്റുകാർക്കും ഇടതുപക്ഷ തൊഴിലാളി സംഘടനകൾക്കുമുള്ള നിലപാട് പൊതുവിൽ ഇതു തന്നെയാണ്. കമ്മ്യൂണിസ്റ്റ് മാനിഫെസ്റ്റോ വിശദീകരിക്കുന്നതും ഇതേ തൊഴിലാളിവർഗ്ഗ നിലപാട് തന്നെയാണ്. തൊഴിലാളി സംഘടനകൾ ശക്തിയാർജിച്ച സാഹചര്യം മാർക്സും എംഗൽസും വിശദീകരിക്കുന്നതു നോക്കുക.

> മുതലാളിയും തൊഴിലാളിയും തമ്മിൽ ഒറ്റയ്ക്കൊറ്റയ്ക്കുണ്ടാവുന്ന സംഘട്ടനങ്ങൾ രണ്ടു വർഗ്ഗങ്ങൾ തമ്മിലുള്ള സംഘട്ടനങ്ങളുടെ സ്വഭാവം അധികമധികം കൈക്കൊള്ളുന്നു. അതോടെ, തൊഴിലാളികൾ ബൂർഷ്വാസിക്കെതിരായി സംഘങ്ങൾ (ട്രേഡ് യൂണിയനുകൾ) രൂപീകരിക്കുവാൻ തുടങ്ങുന്നു; കൂലിനിരക്കു നിലനിർത്തുവാൻ വേണ്ടി അവർ ഒന്നിച്ചു ചേരുന്നു. ഇടയ്ക്കുണ്ടാവുന്ന ഈ കലാപങ്ങൾ നടത്താൻ മുൻകൂട്ടി തയ്യാറെടുക്കുന്നതിനുവേണ്ടി അവർ സ്ഥിരം സംഘങ്ങൾ രൂപീകരിക്കുന്നു. ചിലേടത്ത് ഈ മത്സരങ്ങൾ ലഹളകളായി പൊട്ടിപ്പുറപ്പെടുന്നു. ചിലപ്പോൾ തൊഴിലാളികൾ വിജയിക്കും; പക്ഷേ, തൽക്കാലത്തേക്കുമാത്രം. അവർ നടത്തുന്ന പോരാട്ടങ്ങളുടെ യഥാർഥ ഫലം കിടക്കുന്നത് അടിയന്തരനേട്ടങ്ങളിലല്ല; നേരേമറിച്ച്, തൊഴിലാളികളുടെ നിത്യേന വിപുലപ്പെടുന്ന യൂണിയനിലാണ്.[202]

ഈ സമരങ്ങളിലൂടെ തൊഴിലാളികൾ കൂടുതൽ കൂടുതൽ സംഘടിതരായിത്തീരുന്നു എന്നതിന് സമരങ്ങളുടെ താൽക്കാലിക ജയപരാജയങ്ങളേക്കാൾ രാഷ്ട്രീയ പ്രാധാന്യമുണ്ട്.

> ആധുനികവ്യവസായം സൃഷ്ടിക്കുന്നതും, വിഭിന്നപ്രദേശങ്ങളിലെ തൊഴിലാളികൾക്ക് പരസ്പരം ബന്ധംവയ്ക്കാൻ സൗകര്യമുണ്ടാക്കുന്നതുമായ മെച്ചപ്പെട്ട ഗതാഗതമാർഗ്ഗങ്ങൾ ഈ ഏകീകരണത്തെ സഹായിക്കുന്നു. ഒരേ സ്വഭാവത്തിലുള്ള അനേകം പ്രാദേശികസമരങ്ങളെ വർഗ്ഗങ്ങൾ തമ്മിലുള്ള ഒരൊറ്റ ദേശീയസമരത്തിന്റെ രൂപത്തിൽ കേന്ദ്രീകരിക്കാൻ ഈ ബന്ധം തന്നെയാണ് വേണ്ടിയിരിക്കുന്നത്. എന്നാൽ ഓരോ വർഗ്ഗസമരവും രാഷ്ട്രീയസമരമാണ്.[202]

മുതലാളിത്തം അതിന്റെ ആവശ്യത്തിനു വേണ്ടി വികസിപ്പിച്ച

ഗതാഗത, വാർത്താ വിനിമയ സൗകര്യങ്ങൾ തൊഴിലാളികളുടെ സംഘാടനം എളുപ്പമാക്കിത്തീർത്തു.

> ദയനീയമായ പെരുവഴികളോടുകൂടിയ മധ്യയുഗത്തിൽ നഗരനിവാസികൾക്ക് ഇത്തരമൊരു ഏകീകരണം നേടാൻ നൂറ്റാണ്ടുകൾ വേണ്ടിവന്നപ്പോൾ ഇന്നത്തെ തൊഴിലാളി വർഗ്ഗം റെയിൽവെയുടെ സഹായത്താൽ ഏതാനും കൊല്ലംകൊണ്ട് അതു നേടി.[202]

മുതലാളിത്ത വികാസം തൊഴിലാളി വർഗ്ഗത്തിന് രാഷ്ട്രീയ ആയുധങ്ങൾ നൽകുന്നു എന്നതാണ് അതിലെ വൈരുധ്യാത്മകത. മാർക്സും എംഗൽസും തുടരുന്നു.

> തൊഴിലാളിവർഗ്ഗത്തിന് രാഷ്ട്രീയവും സാമാന്യവുമായ വിദ്യാഭ്യാസത്തിന്റെ സ്വന്തം ആദ്യപാഠങ്ങൾ നൽകുന്നത് ബൂർഷ്വാസി തന്നെയാണ്. മറ്റൊരു വിധത്തിൽ പറയുകയാണെങ്കിൽ, ബൂർഷ്വാസിയാണ് അതിനെതിരായി പോരാടാൻ ആവശ്യമായ ആയുധങ്ങൾ തൊഴിലാളിവർഗ്ഗത്തിനു നൽകുന്നത്.[203]

തൊഴിലാളിവർഗ്ഗ വിമോചനം

മുതലാളിത്തം നൽകുന്ന ആയുധങ്ങൾ തന്നെയാണ് തൊഴിലാളിവർഗ്ഗം മുതലാളിത്തത്തിന് എതിരായി ഉപയോഗിക്കുന്നത്. വ്യവസായങ്ങൾ പെരുകുന്നതോടെ തൊഴിലാളിവർഗ്ഗം എണ്ണം കൊണ്ട് ശക്തിപ്പെടുന്നു. അതോടൊപ്പം തന്നെ, സ്വന്തം കൈവശമുള്ള പരിമിതമായ സ്വത്ത് നഷ്ടപ്പെട്ട് കൂടുതൽ വിഭാഗങ്ങൾ തൊഴിലാളികളായി മാറാൻ നിർബന്ധിക്കപ്പെടുന്നു.

അധ്വാനശക്തി അല്ലാതെ മറ്റൊന്നും സ്വന്തമല്ലാത്ത അവസ്ഥയിലെത്തുന്ന ഒരാൾക്ക് അധ്വാനശക്തി വിറ്റ് ഉപജീവനം നടത്തുന്ന തൊഴിലാളിയായി മാറുകയല്ലാതെ പോംവഴികളില്ല.

> വ്യവസായപുരോഗതിയുടെ ഫലമായി ഭരണവർഗ്ഗങ്ങളിൽ ചില വിഭാഗങ്ങൾ ഒന്നടങ്കം തൊഴിലാളിവർഗ്ഗത്തിലേക്ക് ഇറങ്ങിവരുന്നു; അഥവാ അവരുടെ നിലനിൽപ്പിന്റെ സാഹചര്യങ്ങൾ അപകടത്തിലാക്കുന്ന സ്ഥിതി വന്നുചേരുകയെങ്കിലും ചെയ്യുന്നു. ഈ വിഭാഗങ്ങളും തൊഴിലാളിവർഗ്ഗത്തിനു പുരോഗതിയുടെയും വിജ്ഞാനത്തിന്റെയും നവബീജങ്ങൾ പ്രദാനം ചെയ്യുന്നു. അവസാനമായി, വർഗ്ഗസമരത്തിന്റെ നിർണായകഘട്ടം ആസന്നമാകുമ്പോൾ, ഭരണവർഗ്ഗത്തിനകത്ത് വാസ്തവം പറഞ്ഞാൽ, പഴയ സമൂഹത്തിൽ അടിമുടി നടക്കുന്ന ശിഥിലീകരണപ്രക്രിയ പ്രത്യക്ഷവും അതിരൂക്ഷവുമായ രൂപം കൈക്കൊള്ളുകയും, തൽഫലമായി ആ വർഗ്ഗത്തിലെ ഒരു ചെറിയ വിഭാഗം അതിൽനിന്നു സ്വയം വേർപ്പെട്ടു പോവുകയും, വിപ്ലവകാരിയായ വർഗ്ഗത്തിന്റെ ഭാവിയുടെ ഭാഗധേയം സ്വന്തം കരങ്ങ

ളിൽ വഹിക്കുന്ന വർഗ്ഗത്തിന്റെ ഭാഗത്തു ചേരുകയും ചെയ്യുന്നു.[203]

തൊഴിലാളിവർഗ്ഗവും മുതലാളി വർഗ്ഗവും പരസ്പരം ഏറ്റുമുട്ടുന്ന രണ്ട് വർഗ്ഗങ്ങളായി നേർക്കുനേർ നിൽക്കുന്ന അവസ്ഥയിലേക്ക് സമൂഹം വിഭജിക്കപ്പെടുന്നത് മാർക്സും എംഗൽസും തുടർന്ന് വിവരിക്കുന്നു. തൊഴിലാളിവർഗ്ഗത്തിന്റെ ചേരിയിലേക്ക് കൂടുതൽ കൂടുതൽ വിഭാഗങ്ങൾ എത്തിച്ചേരുന്നു.

> മുമ്പൊരു ഘട്ടത്തിൽ നാടുവാഴി പ്രഭുക്കന്മാരിൽ ഒരു വിഭാഗം ബൂർഷ്വാസിയുടെ ഭാഗത്ത് ചേർന്നതുപോലെ തന്നെ ബൂർഷ്വാസിയിൽ ഒരു ഭാഗം വിശേഷിച്ചും, ചരിത്രപരമായ ഈ പ്രസ്ഥാനത്തെയൊട്ടാകെ താത്വികമായി ഗ്രഹിക്കാൻ കഴിവുണ്ടാകത്തക്ക നിലയിലേക്ക് സ്വയം ഉയർന്നിട്ടുള്ള ബൂർഷ്വാ പ്രത്യയശാസ്ത്രജ്ഞന്മാരിൽ ഒരു വിഭാഗം തൊഴിലാളിവർഗ്ഗത്തിന്റെ ഭാഗത്തേക്കു പോകുന്നു.[203]

ഇത് വർഗ്ഗ സമരത്തിന്റെ ശാക്തിക ബലാബലത്തിൽ മാറ്റം വരുത്തുന്നു. ബൂർഷ്വാസിക്ക് ആശയപരമായ ആയുധങ്ങൾ പ്രദാനം ചെയ്തിരുന്ന പ്രത്യയശാസ്ത്രകാരന്മാർക്കിടയിൽ പോലും തൊഴിലാളിവർഗ്ഗത്തിന്റെ ഭാഗത്തേക്ക് ചായുന്ന പ്രവണത പ്രകടമാവുന്നു.

> ഇന്ന് ബൂർഷ്വാസിക്ക് അഭിമുഖമായി നിൽക്കുന്ന എല്ലാ വർഗ്ഗങ്ങളിലും വച്ച് യഥാർത്ഥത്തിൽ വിപ്ലവകാരിയായ ഒരേയൊരു വർഗ്ഗം തൊഴിലാളിവർഗ്ഗമാണ്. ആധുനികവ്യവസായത്തിന്റെ മുമ്പിൽ മറ്റു വർഗ്ഗങ്ങളെല്ലാം ക്ഷയിക്കുകയും, ഒടുവിൽ തിരോഭവിക്കുകയും ചെയ്യുന്നു. തൊഴിലാളിവർഗ്ഗമാണ് അതിന്റെ സവിശേഷവും സാരവത്തുമായ ഉൽപ്പന്നം.[204]

മുതലാളിത്ത കാലഘട്ടത്തിലെ വർഗ്ഗസമരത്തിന്റെ നേതൃസ്ഥാനം ആരെങ്കിലും തൊഴിലാളി വർഗ്ഗത്തിന് കല്പ്പിച്ചു കൂട്ടി കൊടുക്കുന്നതല്ല. ഉൽപ്പാദന പ്രക്രിയയിലെ സവിശേഷമായ സ്ഥാനം കൊണ്ട് വർഗ്ഗസമരത്തിന്റെ നേതൃത്വമായി മാറാൻ ചരിത്രത്താൽ നിയോഗിക്കപ്പെട്ട വർഗ്ഗമാണ് തൊഴിലാളിവർഗ്ഗം. തൊഴിലാളിവർഗ്ഗത്തിന് ചരിത്രപരമായി കൈവന്ന പദവിയാണിത്.

> ഇടത്തരം വർഗ്ഗത്തിന്റെ വിഭാഗങ്ങളെന്ന നിലയ്ക്കുള്ള തങ്ങളുടെ നിലനിൽപ്പിനെ നാശത്തിൽ നിന്നും രക്ഷിക്കാൻവേണ്ടി താഴേക്കിടയിലുള്ള ഇടത്തരക്കാർ, ചെറുകിട വ്യവസായികൾ, ഷാപ്പുടമകൾ, കൈവേലക്കാർ, കൃഷിക്കാർ തുടങ്ങിയവരെല്ലാം തന്നെ ബൂർഷ്വാസിക്കെതിരായി പോരാടുന്നു. എന്നാൽ അവർ വിപ്ലവകാരികൾ അല്ല, യാഥാസ്ഥിതികന്മാരാണ്. പോരാ, പിന്തിരിപ്പന്മാരാണ്. കാരണം, അവർ ചരിത്രത്തിന്റെ ചക്രം പുറകോട്ടു തിരിക്കാനാണു ശ്രമിക്കുന്നത്.[204]

ഫ്യൂഡൽ കാലഘട്ടത്തിലെ ഇടത്തരം വർഗ്ഗങ്ങളിൽ അപ്പോഴും തുടച്ച് നീക്കപ്പെടാതെ ബാക്കി നിന്ന വിഭാഗങ്ങളെയാണ് മാർക്സും എംഗൽസും ഇവിടെ സൂചിപ്പിക്കുന്നത്. ബൂർഷ്വാസിക്ക് എതിരാണെങ്കിലും അവർ വിപ്ലവകാരികളല്ല. അവർ മുതലാളിത്തത്തോട് പോരാടുന്നത് ഫ്യൂഡൽ നിലപാടുകൾ ഉയർത്തിപ്പിടിച്ചാണ്.

> തൊഴിലാളിവർഗ്ഗത്തിന്റെ സാഹചര്യങ്ങളിൽ, പഴയ സമൂഹത്തിന്റെ സാഹചര്യങ്ങളെല്ലാം ഇപ്പോൾത്തന്നെ ഫലത്തിൽ മുങ്ങിപ്പോയിരിക്കുന്നു. തൊഴിലാളിക്ക് സ്വത്തില്ല; ഭാര്യയും കുട്ടികളുമായുള്ള അവന്റെ ബന്ധത്തിന് ബൂർഷ്വാകുടുംബബന്ധങ്ങളുമായി യാതൊരു സാദൃശ്യവുമില്ലാതായിത്തീർന്നിരിക്കുന്നു. ആധുനികവ്യവസായങ്ങളിലെ അധ്വാനം, മൂലധനത്തിൻകീഴിലുള്ള ആധുനിക അടിമത്തം, ഫ്രാൻസിലെന്ന പോലെ ഇംഗ്ലണ്ടിലും, ജർമ്മനിയിലെന്നപോലെ അമേരിക്കയിലും ഒന്നുതന്നെയാണ്.[204]

ചരിത്രത്തിൽ ഇതിന് മുൻപ് ഉണ്ടായിട്ടുള്ള വിപ്ലവകാരിയായ വർഗ്ഗങ്ങളിൽ നിന്ന് തൊഴിലാളി വർഗ്ഗത്തിനുള്ള അടിസ്ഥാനപരമായ വ്യത്യാസം മാർക്സും എംഗൽസും വ്യക്തമാക്കുന്നു:

> ഇതിനുമുമ്പ് ആധിപത്യം നേടിയിട്ടുള്ള എല്ലാ വർഗ്ഗങ്ങളും, തങ്ങൾ നേടിക്കഴിഞ്ഞ പദവിയെ ഉറപ്പിച്ചു നിർത്തുവാൻവേണ്ടി സമൂഹത്തെ ആകെ തങ്ങളുടെ ധനസമ്പാദനോപാധികൾക്ക് കീഴ്പ്പെടുത്തുവാൻ നോക്കി. തങ്ങളുടെ സ്വന്തം പഴയ ധനസമ്പാദനരീതിയെയും തദ്വാരാ അതിനുമുമ്പുള്ള മറ്റെല്ലാ ധനസമ്പാദനരീതികളെയും നിർമ്മാർജനം ചെയ്യുന്നതിലൂടെയല്ലാതെ തൊഴിലാളിവർഗ്ഗത്തിന് സമൂഹത്തിന്റെ ഉൽപ്പാദനശക്തികളുടെ നാഥന്മാരാകാൻ സാധിക്കുകയില്ല.[205]

തൊഴിലാളിക്ക് വിമോചനം സാധ്യമാകണമെങ്കിൽ സ്വന്തം വർഗ്ഗത്തോടൊപ്പം മറ്റെല്ലാ ചൂഷിത വർഗ്ഗങ്ങളേയും ചൂഷണത്തിൽ നിന്ന് മോചിപ്പിക്കാൻ കഴിയണം എന്നർത്ഥം.

ശവക്കുഴിതോണ്ടുന്ന വർഗ്ഗം

ഇതുവരെയുള്ള വിമോചന പ്രസ്ഥാനങ്ങളിൽ നിന്ന് തൊഴിലാളിവർഗ്ഗ പ്രസ്ഥാനം വ്യത്യസ്തമാകുന്നത് എങ്ങനെയെന്ന് മാർക്സും എംഗൽസും വിശദീകരിക്കുന്നു:

> ഇതുവരെ ചരിത്രത്തിലുണ്ടായിട്ടുള്ള എല്ലാ പ്രസ്ഥാനങ്ങളും ന്യൂനപക്ഷങ്ങളുടെതോ, ന്യൂനപക്ഷതാൽപ്പര്യങ്ങൾക്കുവേണ്ടിയുള്ളതോ ആയ പ്രസ്ഥാനങ്ങളായിരുന്നു. തൊഴിലാളി പ്രസ്ഥാനമാകട്ടെ, ബഹുഭൂരിപക്ഷത്തിന്റെ താൽപ്പര്യത്തിനുവേണ്ടിയുള്ള, ബഹുഭൂരിപക്ഷത്തിന്റെ സ്വതന്ത്രവും ബോധപൂർവവുമായ പ്രസ്ഥാനമാണ്.
>
> തങ്ങളുടെ മുകളിലുള്ള ഔദ്യോഗിക സമൂഹത്തിന്റെ എല്ലാ അട്ടികളെയും വായുവിലേക്കു എടുത്തെറിയാതെ, ഇന്നത്തെ സമൂഹത്തിന്റെ ഏറ്റവും താഴ്ന്ന തട്ടായ തൊഴിലാളിവർഗ്ഗത്തിന് അനങ്ങാനാവില്ല, സ്വയം എഴുന്നേൽക്കാനാവില്ല.[205]

ഇത് മുതലാളിത്ത സമൂഹത്തിന്റെ ഘടനാപരമായ പ്രത്യേകതയാണ്. ചൂഷണാധിഷ്ഠിതമായ ഒരു ഘടനയിൽ അതിന്റെ ഏറ്റവും താഴെ സ്ഥിതി ചെയ്യുന്ന അടരാണ് തൊഴിലാളിവർഗ്ഗം. മുകളിലുള്ള അടരുകൾ എടുത്തെറിയേണ്ടത് തൊഴിലാളിവർഗ്ഗത്തിന്റെ മോചനത്തിന് അനിവാര്യമാണ്. ആ അർത്ഥത്തിൽ തൊഴിലാളിവർഗ്ഗത്തിന്റെ മോചനം മുഴുവൻ സമൂഹത്തിന്റേയും മോചനമാണ്. എന്നാൽ, ഇത് സാമാന്യമായി പറഞ്ഞതുകൊണ്ടായില്ല. ഓരോ ദേശീയ പരിതസ്ഥിതിയിലും ചൂഷണത്തിന്റെ സ്വഭാവം സവിശേഷമായിരിക്കും.

തൊഴിലാളിവർഗ്ഗം ബൂർഷ്വാസിക്കെതിരെ നടത്തുന്ന

> സമരം, ഭാവത്തിലല്ലെങ്കിലും രൂപത്തിൽ ആദ്യം ഒരു ദേശീയസമരമാണ്. ഓരോ നാട്ടിലെയും തൊഴിലാളിവർഗ്ഗത്തിന് ആദ്യമായി സ്വന്തം ബൂർഷ്വാസിയുമായി കണക്കു തീർക്കേണ്ടതുണ്ടല്ലോ.[205]

ഓരോ ദേശീയ പരിതസ്ഥിതിയിലും അതിന്റെ സവിശേഷതകൾക്ക് അനുസരിച്ചാണ് തൊഴിലാളിവർഗ്ഗം അതിന്റെ വിപ്ലവ തന്ത്രം രൂപപ്പെടുത്തുന്നത്.

"സമൂഹത്തിനകത്ത് നീറിപ്പിടിച്ചു കൊണ്ടിരിക്കുന്നതും ഏറക്കുറെ തെളിഞ്ഞതുമായ ആഭ്യന്തരയുദ്ധത്തെ, അതൊരു തുറന്ന വിപ്ലവമായി പൊട്ടിപ്പുറപ്പെടുന്ന ഘട്ടംവരെ, ബൂർഷ്വാസിയെ ബലാൽക്കാരേണ അട്ടിമറിക്കുന്നതിലൂടെ തൊഴിലാളിവർഗ്ഗത്തിന്റെ ആധിപത്യത്തിനുള്ള അടിത്തറയിടുകയെന്ന ഘട്ടം'' വരെയെത്തുന്ന വിപ്ലവത്തിന്റെ വികാസമാണ് ഈ അധ്യായത്തിൽ മാർക്സും എംഗൽസും വിശദീകരിക്കുന്നത്. ദേശീയ ബൂർഷ്വാസിയുമായുള്ള തൊഴിലാളി വർഗ്ഗത്തിന്റെ ഏറ്റുമുട്ടൽ ഒരു തുറന്ന വിപ്ലവമായി മാറും.

ചൂഷണാധിഷ്ഠിതമായ ഒരു ഘടന ഉയർന്നുവരുന്നത് ഉൽപ്പാദന പ്രക്രിയയുടെ ഒരു സവിശേഷ ഘട്ടം അത് ആവശ്യപ്പെടുന്നത് കൊണ്ടാണ്. ഉല്പാദന ഘടനയുടെ സ്വാഭാവിക ഫലമായി നിലനിൽക്കാൻ കഴിയുന്ന കാലം വരെ മാത്രമേ ഏതൊരു സാമൂഹിക ക്രമത്തിനും സുനിശ്ചിതമായ നിലനിൽപ്പുള്ളൂ. മറ്റൊരു സവിശേഷ സാഹചര്യം രൂപപ്പെടുമ്പോൾ ഈ ഭരണകൂടം തകരാതെ വയ്യ.

> ഇതുവരെയുണ്ടായിട്ടുള്ള സമൂഹത്തിന്റെ എല്ലാ രൂപങ്ങളുടെയും അടിസ്ഥാനം മർദ്ദകവർഗ്ഗങ്ങളും മർദ്ദിതവർഗ്ഗങ്ങളും തമ്മിലുള്ള പരസ്പര ശത്രുതയാണ്.............. ഒരു വർഗ്ഗത്തെ മർദ്ദിക്കണമെങ്കിൽ, അടിമയായിട്ടെങ്കിലും ജീവിതം തുടർന്നുപോകാൻ വേണ്ട ചില ഉപാധികൾ അതിന് ഉറപ്പുവരുത്തണം.[205]

മുതലാളിത്തത്തിന്റെ അനിവാര്യമായ വൈരുധ്യം അതിന് ഉൾക്കൊള്ളാൻ കഴിയാത്ത അളവിലെത്തുന്നത് എണ്ണത്തിൽ അതിവേഗം വളരുന്ന തൊഴിലാളി വർഗ്ഗത്തിന്റെ പാപ്പരീകരണത്തിലൂടെയാണ്. ചരിത്രത്തിലെ മറ്റു ഘട്ടങ്ങളുമായി താരതമ്യം ചെയ്താൽ ഇത് എളുപ്പത്തിൽ മനസ്സിലാക്കാം.

> അടിയായ്മയുടെ കാലഘട്ടത്തിൽ, അടിയാൻ നഗരസഭാംഗമായി സ്വയം ഉയർന്നു; അതുപോലെ തന്നെ ഫ്യൂഡൽസ്വേച്ഛാപ്രഭുത്വത്തിന്റെ നുകത്തിൻ കീഴിൽ പെറ്റിബൂർഷ്വാ ബൂർഷ്വായായി വളരാൻ കഴിഞ്ഞു. നേരെമറിച്ച്, ഇന്നത്തെ തൊഴിലാളിയാകട്ടെ, വ്യവസായം പുരോഗമിക്കുന്നതോടൊപ്പം ഉയരുന്നതിനുപകരം സ്വന്തം വർഗ്ഗത്തിന്റെ

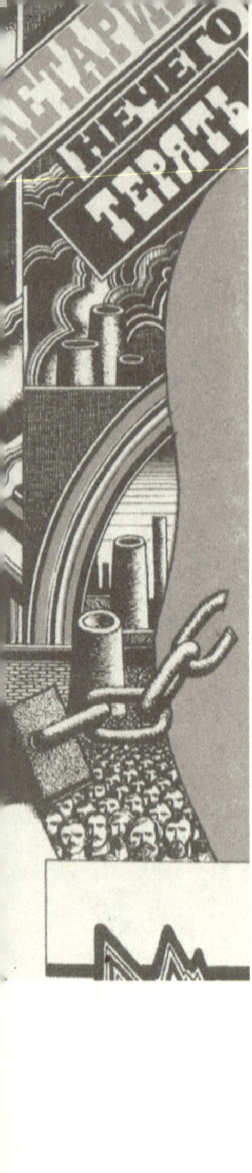

> ജീവിതസാഹചര്യങ്ങളിൽ നിന്നുപോലും അധികമധികം അധഃപതിക്കുകയാണ് ചെയ്യുന്നത്. അവൻ പാപ്പരായിത്തീരുന്നു. ജനസംഖ്യയെക്കാളും സമ്പത്തിനെക്കാളും എത്രയോ കൂടുതൽ വേഗത്തിൽ പാപ്പരത്തം വളരുന്നു.[206]

ബൂർഷ്വാസിയുടെ ആധിപത്യം തകരാതെ നിർവാഹമില്ലെന്ന് മാർക്സും എംഗൽസും അസന്നിഗ്ധമായി പ്രഖ്യാപിക്കുന്നു.

> മേലിൽ സമൂഹത്തിലെ ഭരണവർഗ്ഗമായി നിലനിൽക്കാനും അതിന്റെ ജീവിതോപാധികളെ ഒരു പരമോന്നത നിയമമെന്നോണം സമൂഹത്തിന്റെ മേൽ അടിച്ചേൽപ്പിക്കുവാനും ബൂർഷ്വാസിക്ക് യോഗ്യതയില്ല..... അതിനു ഭരിക്കാൻ അർഹതയില്ല; കാരണം അതിന്റെ അടിമയ്ക്ക് ആ അടിമത്തത്തിൻകീഴിൽപ്പോലും ഉപജീവനത്തിന് ഉറപ്പുനൽകാൻ അതിനു കഴിവില്ല. .... അത്രയും ആഴത്തിലേക്ക് അവൻ ആണ്ടുപോകുന്നതിനെ തടഞ്ഞുനിർത്താൻ ബൂർഷ്വാസിക്ക് സാധിക്കാതായിരിക്കുന്നു. ഈ ബൂർഷ്വാസിയുടെ കീഴിൽ സമൂഹത്തിനു ജീവിക്കാൻ ഇനി സാധ്യമല്ല. മറ്റൊരുവിധത്തിൽ പറഞ്ഞാൽ, അതിന്റെ നിലനിൽപ്പ് സമൂഹവുമായി പൊരുത്തപ്പെടാതായിക്കഴിഞ്ഞു.[206]

മൂലധനത്തിന്റെ രൂപീകരണവും വർദ്ധനവും ആണ് മുതലാളിത്തത്തെ നിലനിർത്തുന്നത്. മുതലാളിത്തത്തിലെ രൂപീകരണവും തുടർന്നുള്ള വർധനവും അസാധ്യമാകുന്ന ഘട്ടത്തിൽ മുതലാളിത്തത്തിന്റെ നിലനിൽപ്പുതന്നെ അസാധ്യമാവുന്നു.

> ബൂർഷ്വാസിയുടെ നിലനിൽപ്പിനും ആധിപത്യത്തിനുമുള്ള അനുപേക്ഷണീയമായ ഉപാധി മൂലധനത്തിന്റെ രൂപീകരണവും വർധനവുമാണ്. മൂലധനത്തിന്റെ ഉപാധിയാകട്ടെ, കൂലിവേലയും. കൂലിവേല തൊഴിലാളികൾക്കിടയിലുള്ള മത്സരത്തെ മാത്രമാണ് ആശ്രയിച്ചിരിക്കുന്നത്. വ്യവസായത്തിന്റെ മുന്നേറ്റം, ഇതിനെ അറിയാതെ പ്രോത്സാഹിപ്പിക്കുന്നതു ബൂർഷ്വാസിയാണ്. മത്സരം നിമിത്തമായ തൊഴിലാളികളുടെ തമ്മിൽ തമ്മിലുള്ള അകൽച്ചയുടെ സ്ഥാനത്ത്, സഹകരണത്തിന്റെ ഫലമായുണ്ടാകുന്ന വിപ്ലവകരമായ കൂട്ടുകെട്ടിനെ കൊണ്ടുവരുന്നു. അതുകൊണ്ട് ബൂർഷ്വാസി ഉൽപ്പാദിപ്പിക്കുകയും ഉൽപ്പന്നങ്ങൾ സ്വായത്തമാക്കുകയും ചെയ്യുന്നതിന്റെ അടിസ്ഥാനത്തെ തന്നെ ആധുനികവ്യവസായത്തിന്റെ വികാസം തട്ടിമാറ്റുന്നു.[206]

ഏറ്റവും മനോഹരവും ദീർഘവീക്ഷണത്തോടെയുള്ളതുമായ ഒരു വാചകത്തോടെയാണ് *മാനിഫെസ്റ്റോയു*ടെ ഈ അധ്യായം മാർക്സും എംഗൽസും അവസാനിപ്പിക്കുന്നത്.

അതുകൊണ്ട് ബൂർഷ്വാസി സൃഷ്ടിക്കുന്നത്, സർവോപരി,

അതിന്റെ സ്വന്തം ശവക്കുഴി തോണ്ടുന്നവരെയാണ്. അതിന്റെ പതനവും തൊഴിലാളിവർഗ്ഗത്തിന്റെ വിജയവും ഒരുപോലെ അനിവാര്യമാണ്.

ആഴത്തിലുള്ള ചിന്തകൾ ഈ വാചകങ്ങളിലുണ്ട്. മുതലാളിത്തം വിപ്ലവകരമായ മാറ്റങ്ങളാണ് കൊണ്ടുവന്നതെങ്കിലും അത് ഒരു കാര്യത്തിൽ അടിമത്തത്തേക്കാൾ മോശമാണ്. അടിമ/ഉടമ ബന്ധത്തിൽ അടിമയ്ക്ക് ജീവൻ നിലനിർത്തുന്നതിനുള്ള ഭക്ഷണമെങ്കിലും ലഭിച്ചിരുന്നു. എന്നാൽ, മുതലാളിത്തത്തിൽ തൊഴിലാളിക്ക് പലപ്പോഴും അതുപോലും ലഭിക്കാതെ വരുന്നു. മുതലാളിത്തം വളരുംതോറും തൊഴിലാളിവർഗ്ഗത്തിൽ നല്ലൊരുവിഭാഗം പട്ടിണിക്കാരായി മാറുന്നുവെന്നതാണ് വാസ്തവം.

മുതലാളിത്ത വളർച്ചയിൽ തൊഴിലാളിവർഗ്ഗത്തിനുണ്ടാകുന്ന മറ്റൊരു സവിശേഷതയും ഇവിടെ ചൂണ്ടിക്കാണിക്കുന്നു. ആദ്യം തൊഴിലാളികൾ തമ്മിൽ തമ്മിലുള്ള ഏറ്റുമുട്ടലുകളായിരുന്നു നടത്തിയിരുന്നത്. എന്നാൽ, ബൂർഷ്വാസിതന്നെ സംഘടിക്കാനുള്ള സാഹചര്യം ഒരുക്കിക്കൊടുത്തു. മുതലാളിത്ത ഉൽപ്പാദനരീതി കേന്ദ്രീകൃതമാണ്. തൊഴിലാളികൾ ഒന്നിച്ച് ചെലവഴിക്കാൻ നിർബന്ധിതരാണ്. മാർക്സ് തന്നെ ചൂണ്ടിക്കാണിക്കുന്നതുപോലെ തൊഴിലാളി തന്റെ കുടുംബത്തിൽ ചെലവഴിക്കുന്ന സമയത്തേക്കാൾ കൂടുതൽ തന്റെ വർഗ്ഗത്തോടൊപ്പം തൊഴിലിടത്തിൽ ചെലവഴിക്കുന്നു. ഇത് സംഘബോധത്തെ ശക്തിപ്പെടുത്തുന്നു. അത് വർഗ്ഗബോധത്തിലേക്ക് നയിക്കുന്നു.

മുതലാളിത്തത്തിന്റെ മറ്റൊരു സവിശേഷത നേരത്തെയുള്ള അധ്യായങ്ങളിൽ പ്രതിപാദിച്ചിട്ടുള്ളതുപോലെ തൊഴിലാളിയില്ലാതെ മുതലാളിത്ത ഉൽപ്പാദനം നടക്കില്ലയെന്നതാണ്. എന്നാൽ, ആഗോളവൽക്കരണകാലത്ത് തൊഴിലാളികളുടെ എണ്ണം വല്ലാതെ കുറയുന്നുവെന്നും പുതിയ സാങ്കേതിക രൂപങ്ങൾ തൊഴിലാളിയെ മാറ്റിസ്ഥാപിക്കുന്നുവെന്നുള്ള പ്രചാരവേല ശക്തമാണ്. പക്ഷേ, തൊഴിലാളിയില്ലാതെ ഒരു പുതിയ യന്ത്രവും കണ്ടുപിടിക്കപ്പെട്ടില്ല. എണ്ണത്തിന്റെ അടിസ്ഥാനത്തിലല്ല തൊഴിലാളിവർഗ്ഗം വിപ്ലവനേതൃത്വത്തിലേക്ക് ഉയരുന്നത്. അത് ഉൽപ്പാദനത്തിൽ വഹിക്കുന്ന അനിവാര്യമായ പങ്കിനെ അടിസ്ഥാനമാക്കിയാണ്. ഇതിനെ ഇല്ലാതാക്കുന്നതിന് ഒരു സാങ്കേതിക മുന്നേറ്റത്തിനും കഴിഞ്ഞിട്ടില്ല.

എണ്ണത്തിന്റെ കാര്യത്തിലല്ല ഇപ്പോഴത്തെ മാറ്റങ്ങൾ വരുന്നത്. തൊഴിലിന്റെ സ്വഭാവത്തിലും മാറ്റമാണ്. സ്ഥിരം തൊഴിലാളികളുടെ എണ്ണത്തിൽ വലിയ കുറവ് വികസിത രാജ്യങ്ങളിൽ മാത്രമല്ല ലോകത്താകെ ഉണ്ടാകുന്നുണ്ട്. എന്നാൽ, കോൺട്രാക്ട്, കാഷ്വൽ തൊഴിലാളികളുടെ എണ്ണം വല്ലാതെ വർധിക്കുന്നു. തൊഴിലിന്റെ സ്ഥിരം സ്വഭാവം നഷ്ടപ്പെടുന്നതോടെ ജീവിതം കൂടുതൽ അനിശ്ചി

തത്വത്തിലേക്ക് വലിച്ചെറിയപ്പെടുന്നു. മാനിഫെസ്റ്റോയിൽ സൂചിപ്പിച്ച അടിമയേക്കാൾ മോശമായ അവസ്ഥയിലേക്ക് തൊഴിലാളി വർഗ്ഗത്തിലെ നല്ലൊരു വിഭാഗവും മാറുന്നു.

ഐടി അധിഷ്ഠിത വ്യവസായങ്ങളുടെ വ്യാപനവും വെള്ളക്കോളർ തൊഴിലാളികളുടെ വർധനവും തൊഴിലാളി എന്ന കാഴ്ചപ്പാടിൽ മാറ്റം വരുത്തിയെന്ന് വാദിക്കുന്നവരുണ്ട്. എന്നാൽ, ലോക സാമ്പത്തിക മാന്ദ്യവും കോവിഡ് മഹാമാരിയും എല്ലാ മേഖലയിലും പിരിച്ചുവിടലുകൾ വ്യാപകമാക്കി. മൂലധനത്തിന് താൽപര്യമുള്ളിടത്തോളം മാത്രമേ വെള്ളക്കോളറിനും തൊഴിൽ ഉണ്ടാവുകയുള്ളെന്ന തിരിച്ചറിവിലേക്ക് നയിച്ചു. അത് തൊഴിലാളിവർഗ്ഗത്തിന്റെ വിശാലയോജിപ്പോടെയുള്ള പ്രക്ഷോഭങ്ങൾക്കും വഴിയൊരുക്കി.

ചുരുക്കത്തിൽ, മുതലാളിത്തത്തിന്റെ ശവക്കുഴിതോണ്ടുന്ന വർഗ്ഗമാണ് തൊഴിലാളിവർഗ്ഗമെന്ന മാനിഫെസ്റ്റോയുടെ നിഗമനം ആഗോളവൽക്കരണകാലത്ത് കൂടുതൽ പ്രസക്തമായി.

തൊഴിലാളി വർഗ്ഗവും കമ്യൂണിസ്റ്റുകാരും

തൊഴിലാളികളും കമ്മ്യൂണിസ്റ്റുകാരും എന്നതാണ് *മാനിഫെസ്റ്റോ* രണ്ടാം അധ്യായത്തിന്റെ തലക്കെട്ട്. കമ്മ്യൂണിസ്റ്റ് പാർട്ടിയുടെ ഘടനയും സംഘടനാരൂപവും എന്തായിരിക്കണം എന്നതു സംബന്ധിച്ച കൂടുതൽ വ്യക്തമായ ധാരണകൾ വികസിച്ചു വന്നത് ലെനിന്റെ കാലത്താണ്. പാർട്ടിയെ പറ്റിയുള്ള പ്രാഥമിക ധാരണകൾ മാത്രമേ *കമ്മ്യൂണിസ്റ്റ് മാനിഫെസ്റ്റോ*യുടെ രചനാവേളയിൽ ഉണ്ടായിരുന്നുള്ളൂ. എന്നിരുന്നാലും തൊഴിലാളി വർഗ്ഗ രാഷ്ട്രീയ പാർട്ടിയുടെ ചരിത്രപരമായ അടിത്തറയും പ്രസക്തിയും മുതലാളിത്ത ചൂഷണം ഇല്ലാതാക്കുന്നതിൽ അതിനുള്ള പങ്കും *മാനിഫെസ്റ്റോ* തെളിമയോടെ വ്യക്തമാക്കുന്നുണ്ട്. *മാനിഫെസ്റ്റോ* രചിക്കപ്പെട്ടതു തന്നെ കമ്മ്യൂണിസ്റ്റ് പാർട്ടിയുടെ പ്രവർത്തന പരിപാടി ആയിട്ടാണ് എന്ന് ഓർമ്മിക്കുക. ഇത്രയും മനസ്സിൽ വച്ചുകൊണ്ട് വേണം തൊഴിലാളിവർഗ്ഗ സംഘടനയെ പറ്റിയുള്ള *കമ്മ്യൂണിസ്റ്റ് മാനിഫെസ്റ്റോ*യിലെ പരാമർശങ്ങൾ മനസ്സിലാക്കാൻ. മറ്റ് പാർട്ടികളിൽ നിന്ന് വ്യത്യസ്തമായി, തൊഴിലാളികളുമായുള്ള ബന്ധത്തിൽ, കമ്യൂണിസ്റ്റുകാർ എവിടെ നിൽക്കുന്നു എന്നതാണ് ഈ അധ്യായത്തിന്റെ തുടക്കത്തിൽ പരിശോധിക്കുന്നത്.

> മറ്റു തൊഴിലാളിവർഗ്ഗപ്പാർട്ടിക്കെതിരായ ഒരു പ്രത്യേക പാർട്ടിയായല്ല കമ്യൂണിസ്റ്റുകാർ നിലകൊള്ളുന്നത്. തൊഴിലാളി വർഗ്ഗത്തിന്റെ ഒട്ടാകെ താൽപ്പര്യങ്ങളിൽനിന്നു വിഭിന്നവും വ്യത്യസ്തവുമായ യാതൊരു താൽപ്പര്യവും അവർക്കില്ല.[208]

കമ്യൂണിസ്റ്റുകാരെ മറ്റു തൊഴിലാളിവർഗ്ഗപ്പാർട്ടികളിൽനിന്ന് വേർതിരിക്കുന്നത് രണ്ടു കാര്യങ്ങളാണെന്ന് *മാനിഫെസ്റ്റോ* വ്യക്തമാക്കുന്നു.

ഒന്നാമതായി:

> വിവിധ രാജ്യങ്ങളിലുള്ള തൊഴിലാളികളുടെ ദേശീയസമരങ്ങളിൽ, ദേശഭേദം നോക്കാതെ, തൊഴിലാളിവർഗ്ഗത്തിന്റെ ആകമാനമുള്ള പൊതുതാൽപ്പര്യങ്ങളെ അവർ ചൂണ്ടിക്കാണിക്കുകയും മുന്നോട്ടു കൊണ്ടുവരുകയും ചെയ്യുന്നു.[208]

രണ്ടാമതായി:

> ബൂർഷ്വാസിക്കെതിരായി തൊഴിലാളിവർഗ്ഗം നടത്തുന്ന സമരത്തിന്റെ വിവിധ ഘട്ടങ്ങളിൽ പ്രസ്ഥാനത്തിന്റെ ഒട്ടാകെയുള്ള താൽപ്പര്യങ്ങളെ എങ്ങും എന്നും അവർ പ്രതിനിധാനം ചെയ്യുന്നു.[209]

പ്രായോഗികമായി നോക്കിയാലും താത്വികമായി നോക്കിയാലും, പൊതുവിൽ തൊഴിലാളി ബഹുജനങ്ങൾക്കില്ലാത്ത മെച്ചം അവർക്കുണ്ട്.

> ഒരു വശത്ത്, കമ്യൂണിസ്റ്റുകാർ പ്രായോഗികമായി ഏതൊരു രാജ്യത്തും തൊഴിലാളിവർഗ്ഗപ്പാർട്ടികളിൽവച്ച് ഏറ്റവും മുന്നണിയിൽ നിൽക്കുന്നതും, ഏറ്റവും നിശ്ചയദാർഢ്യമുള്ളതും, മറ്റുള്ളവരെയെല്ലാം മുന്നോട്ടു തള്ളി നീക്കുന്നതുമായ വിഭാഗമാണ്;[209]

മറുവശത്താകട്ടെ:

> താത്വികമായി തൊഴിലാളിവർഗ്ഗപ്രസ്ഥാനത്തിന്റെ മുന്നോട്ടു പോകുവാനുള്ള വഴി, ഉപാധികൾ, പരമമായ പൊതുഫലങ്ങൾ എന്നിവയെപ്പറ്റി അവർക്ക് വ്യക്തമായ ധാരണയുണ്ട്.[209]

മറ്റെല്ലാ തൊഴിലാളി ബഹുജന പ്രസ്ഥാനങ്ങളിൽ നിന്നും അകലം പാലിച്ചു നിൽക്കേണ്ട ഒന്നാണ് കമ്മ്യൂണിസ്റ്റ് പാർട്ടി എന്ന ധാരണ മാർക്സും എംഗൽസും അംഗീകരിക്കുന്നില്ല. കമ്മ്യൂണിസ്റ്റ് പാർട്ടിയുടെ ലക്ഷ്യങ്ങൾ മറ്റ് തൊഴിലാളിവർഗ്ഗ പാർട്ടികളുടേതിൽ നിന്ന് ഭിന്നമല്ല. എന്നാൽ മറ്റു പാർട്ടികളിൽ നിന്ന് വ്യത്യസ്തമായി, ഈ ലക്ഷ്യങ്ങൾ നേടുന്നതിനു സഹായകമായ ശാസ്ത്രീയ കർമ്മപരിപാടിയും താത്വിക കാഴ്ചപ്പാടും കമ്മ്യൂണിസ്റ്റ് പാർട്ടിക്കുണ്ട്.

> കമ്യൂണിസ്റ്റുകാരുടെ അടിയന്തരലക്ഷ്യം മറ്റെല്ലാ തൊഴിലാളിവർഗ്ഗപ്പാർട്ടികൾക്കുമുള്ള ലക്ഷ്യംതന്നെയാണ്. അതായത് തൊഴിലാളികളെ ഒരു വർഗ്ഗമായി സംഘടിപ്പിക്കുക, ബൂർഷ്വാ മേൽക്കോയ്മകളെ മറിച്ചിടുക. തൊഴിലാളിവർഗ്ഗം രാഷ്ട്രീയാധികാരം പിടിച്ചുപറ്റുക.[209]

മറ്റ് തൊഴിലാളി പാർട്ടികളുടേതിൽ നിന്ന് ഭിന്നമായി, കമ്മ്യൂണിസ്റ്റ് പാർട്ടിയുടെ നയവും നിലപാടുകളും ചരിത്രപരമായി സാധുവാണ്. എന്തെങ്കിലും സാങ്കല്പിക ആശയങ്ങൾ അവതരിപ്പിക്കുകയല്ല കമ്മ്യൂണിസ്റ്റുകാർ ചെയ്യുന്നത്. ചരിത്രപരമല്ലാത്ത കാഴ്ചപ്പാടുകൾക്ക് ചരി

ത്രത്തിന്റെ ഗതിയെ സ്വാധീനിക്കുന്നതിൽ കാര്യമായി യാതൊന്നും ചെയ്യാനാവില്ല. നാളിതുവരെയുള്ള മനുഷ്യവംശത്തിന്റെ ചരിത്രം വർഗ്ഗസമരത്തിന്റേതാണെന്ന ചരിത്രപരവും ശാസ്ത്രീയവുമായ ധാരണയുടെ അടിസ്ഥാനത്തിൽ, ആധുനിക ബൂർഷ്വാസാമൂഹ്യ ക്രമത്തെ മാറ്റിമറിക്കാൻ കെൽപ്പുള്ള വർഗ്ഗത്തിന്റെ സവിശേഷതകളും ചരിത്രപരമായ കടമകളും വ്യക്തമാക്കുകയാണ് *മാനിഫെസ്റ്റോ* ചെയ്യുന്നത്.

> കമ്യൂണിസ്റ്റുകാരുടെ താത്വികനിഗമനങ്ങൾ സർവലോകപരിഷ്കർത്താവാകാനാഗ്രഹിക്കുന്ന ഏതെങ്കിലുമൊരാൾ കൽപ്പിച്ചുണ്ടാക്കിയതോ, കണ്ടുപിടിച്ചതോ ആയ ആശയങ്ങളെയോ പ്രമാണങ്ങളെയോ ആസ്പദമാക്കിയുള്ളതല്ല. നിലവിലുള്ള ഒരു വർഗ്ഗസമരത്തിൽനിന്ന്, നമ്മുടെ കൺമുന്നിൽ നടക്കുന്ന ചരിത്രപരമായ ഒരു പ്രസ്ഥാനത്തിൽനിന്ന്, പൊന്തിവരുന്ന യഥാർഥബന്ധങ്ങൾക്ക് സാമാന്യരൂപം നൽകുകയാണ് ആ നിഗമനങ്ങൾ ചെയ്യുന്നത്. നിലവിലുള്ള സ്വത്തുടമാബന്ധങ്ങളെ അവസാനിപ്പിക്കുകയെന്നത് കമ്യൂണിസത്തിന്റെ ഒരു പ്രത്യേക സ്വഭാവവിശേഷമൊന്നുമല്ല.[209]

സ്വകാര്യസ്വത്ത് ഇല്ലാതാക്കാൻ കഴിയുമോ?

കമ്യൂണിസ്റ്റുകാരുടെ സിദ്ധാന്തത്തെ ഒരൊറ്റ വാചകത്തിൽ ഇങ്ങനെ ചുരുക്കിപ്പറയാം: സ്വകാര്യസ്വത്ത് ഇല്ലാതാക്കൽ.

ഇത് ഏറെ തെറ്റിദ്ധരിക്കപ്പെടുന്ന ഒരു മുദ്രാവാക്യമാണ്. *മാനിഫെസ്റ്റോ* വിശദീകരിക്കുന്നു.

> പൊതുവിൽ സ്വത്തില്ലാതാക്കുകയല്ല, ബൂർഷ്വാസ്വത്ത് ഇല്ലാതാക്കുകയാണ് കമ്യൂണിസത്തിന്റെ സവിശേഷ സ്വഭാവം.

അഥവാ, സ്വത്തിന്റെ വർഗ്ഗ സ്വഭാവം ഇല്ലാതാവും.

> കുറച്ചുപേർ വളരെപ്പേരെ ചൂഷണം ചെയ്യുന്നതിന്റെ അടിസ്ഥാനത്തിൽ ഉൽപ്പാദനം നടത്തുകയും ഉൽപ്പന്നങ്ങൾ സ്വായത്തമാക്കുകയും ചെയ്യുക എന്ന സമ്പ്രദായത്തിന്റെ ഏറ്റവും പൂർണവും അന്തിമവുമായ രൂപമാണ് ആധുനിക ബൂർഷ്വാസ്വകാര്യസ്വത്ത്.[209]

വാസ്തവത്തിൽ, ഇതൊരു പുതിയ കാര്യമല്ല. ഒരു ചരിത്ര വികാസഘട്ടത്തിൽ നിന്ന് മറ്റൊന്നിലേക്ക് കടന്നപ്പോഴെല്ലാം അന്ന് നിലവിലിരുന്ന സ്വത്തിന്റെ വർഗ്ഗ സ്വഭാവം ഇല്ലാതായിട്ടുണ്ട്.

> കഷ്ടപ്പെട്ടു നേടിയ, സ്വയമാർജിച്ച, സ്വന്തമായി സമ്പാദിക്കുന്ന സ്വത്ത്! സ്വത്തിന്റെ ബൂർഷ്വാരൂപത്തിനു മുമ്പുണ്ടായിരുന്ന, ചെറിയ കൈവേലക്കാരന്റെയും ചെറുകർഷകന്റെയും സ്വത്തിനെപ്പറ്റിയാണോ നിങ്ങൾ പറയുന്നത്? അതു നശിപ്പിക്കേണ്ട ആവശ്യമില്ല; വ്യവസായത്തിന്റെ വികാസം അതിനെ ഒരു വലിയ പരിധിവരെ നശിപ്പിച്ചുകഴിഞ്ഞിരിക്കുന്നു; ദിവസംപ്രതി ഇന്നും നശിപ്പിച്ചുവരുകയാണ്.[210]

ഫ്യൂഡൽ സ്വത്ത് ഇല്ലാതാക്കിക്കൊണ്ടാണ് മുതലാളിത്തം വന്നത്. ബൂർഷ്വാ ക്രമം ഇല്ലാതാകുന്നതോടെ, ബൂർഷ്വാ സ്വത്തും ഇല്ലാതാവും.

> ഒരാൾക്ക് സ്വന്തം പ്രയത്നത്തിന്റെ ഫലം എന്ന നിലയിൽ സ്വന്തമായി സ്വത്തു സമ്പാദിക്കാനുള്ള അവകാശത്തെ നശിപ്പിക്കാനാഗ്രഹിക്കുന്ന എന്നു കമ്മ്യൂണിസ്റ്റുകാരായ ഞങ്ങളെ കുറ്റപ്പെടുത്താറുണ്ട്. വ്യക്തിപരമായ എല്ലാ സ്വാതന്ത്ര്യത്തിന്റെയും പ്രവർത്തനങ്ങളുടെയും സ്വാശ്രയത്വത്തിന്റെയും അടിത്തറയാണ് ഈ സ്വത്തെന്നു പറയുന്നു.[210]

ഇത് ശരിയല്ലെന്ന് *മാനിഫെസ്റ്റോ* വ്യക്തമാക്കുന്നു. സാമൂഹ്യമായ ഉൽപ്പാദനവും സ്വകാര്യമായ സ്വായത്തമാക്കലും എന്ന രീതി മാറും. ഉൽപ്പാദനത്തിന്റെ സാമൂഹ്യസ്വഭാവം നിലനിൽക്കുകയും കൂടുതൽ ശക്തമാവുകയും ചെയ്യും. സാമൂഹ്യമായ സ്വായത്തമാക്കലിലേക്ക് സമൂഹം വികസിക്കും.

യഥാർഥത്തിൽ വർഗ്ഗരഹിത സമൂഹത്തിലേക്കുള്ള പ്രയാണത്തെ സംബന്ധിച്ചാണ് മാനിഫെസ്റ്റോ സൂചിപ്പിക്കുന്നത്. മാനവസമൂഹം ആദ്യം പൊതുഉടമ സംവിധാനത്തിലൂടെയാണ് പോയിരുന്നത്. ആർക്കും സ്വകാര്യസ്വത്തുണ്ടായിരുന്നില്ല. അല്ലെങ്കിൽ അതിലേക്ക് വഴിയൊരുക്കുന്ന മിച്ചംവെയ്ക്കാവുന്നതിലേക്ക് ഉൽപ്പാദനം വികസിച്ചിരുന്നില്ല. ഇതിൽ വന്ന മാറ്റം മിച്ചം കൈയടക്കുന്നതിലേക്കും സ്വത്ത് സ്വകാര്യമാക്കുന്നതിലേക്കും വികസിച്ചു. സാമൂഹ്യവ്യവസ്ഥ മുതലാളിത്തത്തിലേക്ക് എത്തിയതോടെ അതിന്റെ കേന്ദ്രീകരണം ശക്തിപ്പെട്ടു. ചെറുകിട കർഷകർ ഉൾപ്പെടെയുള്ളവർക്ക് ഇപ്പോഴെ ഭൂമിയുടെ ഉടമസ്ഥത നഷ്ടപ്പെട്ടിരിക്കുന്നു എന്ന വസ്തുത മാനിഫെസ്റ്റോ വിശദീകരിക്കുന്നു.

ഇപ്പോൾ ഇന്ത്യയിൽ നടക്കുന്ന കർഷക പ്രക്ഷോഭങ്ങളുമായി ഇത് ചേർത്തുവച്ച് വായിക്കുന്നത് കൗതുകകരമായിരിക്കും. കോൺട്രാക്ട് കൃഷിയുടെ നിയമസാധുത എന്ത് കൃഷിചെയ്യണമെന്ന് നിശ്ചയിക്കുന്നതിനുള്ള അവകാശം കോർപ്പറേറ്റുകൾക്ക് നൽകും. അല്ലെങ്കിൽ അവർ പറയുന്നത് കൃഷിചെയ്യുന്നതിന് കർഷകർ നിർബന്ധിതമാകും. പതുക്കെ പതുക്കെ ഭൂമിയുടെ ഉടമസ്ഥത പേരിൽ മാത്രം കർഷകനിൽ അവശേഷിക്കും. ഉപയോഗ അവകാശം വഴി കുത്തകകൾ ഭൂമിയുടെ യഥാർഥ ഉടമകളായി മാറും. ഇന്നത്തെ ഇന്ത്യക്കുപോലും ബാധകമാകുന്ന ദീർഘവീക്ഷണം മാനിഫെസ്റ്റോക്ക് ഉണ്ടായി എന്നുകാണാം.

ഈ കുത്തകവൽക്കരണം വൈരുദ്ധ്യങ്ങളെ ശക്തമാക്കും. അത് ഉൽപ്പാദനത്തിന്റേയും സമൂഹത്തിന്റേയും മുന്നോട്ടുള്ള പ്രയാണത്തെ ദുർബലപ്പെടുത്തും. ആ കെട്ടുപൊട്ടിക്കുന്നത് മുൻകാലങ്ങളിലേതുപോലെ പുതിയ സ്വത്തുടമ സമ്പ്രദായത്തിലേക്ക് മാറിക്കൊ

ണ്ടല്ല എന്നതാണ് ശ്രദ്ധേയം. വിപ്ലവവർഗ്ഗമായി കാണുന്ന തൊഴിലാളിവർഗ്ഗം തങ്ങളുടെ മാത്രം മോചനത്തെയല്ല കാംക്ഷിക്കുന്നത്. അത് മുഴുവൻ മാനവരാശിയുടേതുമാണ്. അതുകൊണ്ടുതന്നെ സ്വത്തിനെ തങ്ങളുടെ താൽപര്യങ്ങൾക്കായി കൈയടക്കുന്നതിനുപകരം മുഴുവൻ മനുഷ്യർക്കും വേണ്ടി ക്രിയാത്മകമായി ഉപയോഗിക്കുന്നതിനാണ് ശ്രമിക്കുന്നത്. ഇത് സ്വകാര്യസ്വത്ത് ഇല്ലാതാക്കുന്നതിലേക്ക് നയിക്കും.

മൂലധനം ഒരു സാമൂഹ്യോൽപ്പന്നമാണ്. സമൂഹത്തിലെ ബഹുഭൂരിപക്ഷവും ഒരുമിച്ച് പ്രവർത്തിച്ചാൽ മാത്രമേ അതിനെ ചലിപ്പിക്കാനാവൂ. സ്വായത്തമാക്കലിന്റെ കാര്യത്തിൽ അതിന്റെ സ്വഭാവം ചൂഷണമാണ്. *മാനിഫെസ്റ്റോ* തുടർന്ന് വിശദീകരിക്കുന്നു.

> മൂലധനം വ്യക്തിപരമായ ഒരു ശക്തിയല്ല, ഒരു സാമൂഹിക ശക്തിയാണ്. അതുകൊണ്ട്, മൂലധനത്തെ പൊതുസ്വത്താക്കി, സമൂഹത്തിലെ എല്ലാ അംഗങ്ങളുടെയും സ്വത്താക്കി മാറ്റുമ്പോൾ, വ്യക്തിപരമായ സ്വത്ത് തന്മൂലം സമൂഹത്തിന്റെ സ്വത്തായി മാറുന്നില്ല. സ്വത്തിന്റെ സാമൂഹ്യസ്വഭാവത്തിനു മാത്രമേ മാറ്റം വരുന്നുള്ളൂ. സ്വത്തിന് അതിന്റെ വർഗ്ഗസ്വഭാവം ഇല്ലാതാവുന്നു.[210]

ഭൂതത്തെ ഭരിക്കുന്ന വർത്തമാനം

മുതലാളിത്ത ഉൽപ്പാദനം കൂലിവേലക്കാരായ തൊഴിലാളികൾക്ക് യാതൊരു സ്വത്തും ഉണ്ടാക്കിക്കൊടുക്കുന്നില്ല. തൊഴിലാളിയുടെ അദ്ധ്വാന മിച്ചം കൊണ്ട് മൂലധനം വളരുക മാത്രമാണ് ചെയ്യുന്നത്.

മൂലധനവും കൂലിവേലയും തമ്മിലുള്ള വൈരുധ്യമാണ് ബൂർഷ്വാ സ്വത്തിന്റെ അടിസ്ഥാനം. ഈ വൈരുധ്യം ഇല്ലാതാക്കുന്നതിലൂടെയാണ് കമ്യൂണിസ്റ്റുകാർ ബൂർഷ്വാ സ്വത്ത് ഇല്ലാതാക്കുക.

കൂലിവേലയുടെ കാര്യം വിശദീകരിച്ചുകൊണ്ട് മാർക്സും എംഗൽസും പറയുന്നു.

> കൂലിവേലയുടെ ശരാശരി വില ഏറ്റവും ചുരുങ്ങിയ കൂലിയാണ്. അതായത്, ഒരു തൊഴിലാളിയെ തൊഴിലാളി എന്ന നിലയ്ക്ക് കഷ്ടിച്ചു നിലനിർത്താൻ കേവലം ആവശ്യമായ ഉപജീവനാംശമാണ്. അപ്പോൾ ഒരു കൂലിവേലക്കാരൻ തന്റെ അധ്വാനംകൊണ്ടു സമ്പാദിക്കുന്നത് കഷ്ടിച്ച് അവന്റെ ജീവിതത്തെ നിലനിർത്താനും പുനരുൽപ്പാദിപ്പിക്കാനും മാത്രമേ മതിയാകുന്നുള്ളു.[210]

സ്വന്തം അധ്വാനത്തിന്റെ ഉൽപ്പന്നങ്ങളെ ഒരാൾ വ്യക്തിപരമായി സ്വായത്തമാക്കുന്നതിനെ *മാനിഫെസ്റ്റോ* എതിർക്കുന്നില്ല. സാമൂഹികമായ അധ്വാനത്തിന്റെ ഫലങ്ങളെ വ്യക്തിപരമായി സ്വായത്തമാക്കുന്ന മുതലാളിത്ത സ്വത്തുസമ്പാദന രീതിയോടാണ് കമ്യൂണിസ്റ്റുകാരുടെ എതിർപ്പ്.

> തൊഴിലാളി മൂലധനം വർധിപ്പിക്കാൻവേണ്ടി മാത്രം ജീവിക്കുകയും ഭരണാധികാരിവർഗ്ഗത്തിന്റെ താൽപ്പര്യം ആവശ്യപ്പെടുന്ന കാലത്തോളം മാത്രം അവനെ ജീവിക്കാൻ അനു

> വദിക്കുകയും ചെയ്യുന്ന ഈ സ്വായത്തമാക്കലിന്റെ ദയനീയസ്വഭാവം ഇല്ലാതാക്കണമെന്നേ ഞങ്ങൾ ആഗ്രഹിക്കുന്നുള്ളൂ. ബൂർഷ്വാസമൂഹത്തിൽ, ജീവിക്കുന്ന അധ്വാനം സംഭൃതമായ അധ്വാനത്തെ വർധിപ്പിക്കാനുള്ള ഒരു ഉപായം മാത്രമാണ്. കമ്യൂണിസ്റ്റ് സമൂഹത്തിലാകട്ടെ, സംഭൃതമായ അധ്വാനം തൊഴിലാളിയുടെ ജീവിതത്തെ വിശാലമാക്കാനും സമ്പുഷ്ടമാക്കാനും വികസിപ്പിക്കാനുമുള്ള ഒരു ഉപായമാണ്.[211]

ഉൽപ്പാദനശക്തികളുടെ വികാസത്തിന് കാൽച്ചങ്ങലയായിത്തീർന്ന ഉൽപ്പാദന ബന്ധങ്ങളെയാണ് മുതലാളിത്തം താലോലിക്കുന്നത്. ഈ കാൽച്ചങ്ങലകൾ ഭേദിക്കുകയാണ് വേണ്ടതെന്ന് കമ്യൂണിസ്റ്റുകാർ കരുതുന്നു.

> ബൂർഷ്വാ സമൂഹത്തിൽ ഭൂതകാലം വർത്തമാനത്തെ ഭരിക്കുന്നു. കമ്യൂണിസ്റ്റ് സമൂഹത്തിലാകട്ടെ വർത്തമാനം ഭൂതകാലത്തെ ഭരിക്കുന്നു.[211]

മൂലധനാധിപത്യ സമൂഹത്തിൽ വ്യക്തിക്ക് സ്വാതന്ത്ര്യമോ വ്യക്തിത്വമോ ഉണ്ടായിരിക്കാൻ സാധ്യമല്ല. മുതലാളിത്തത്തെ സംബന്ധിച്ചേടത്തോളം സ്വാതന്ത്ര്യമെന്നാൽ അത് മൂലധനശക്തികളുടെ സ്വാതന്ത്ര്യമാണ്. ക്രയവിക്രയ സ്വാതന്ത്ര്യമാണ്. സ്വാതന്ത്ര്യമെന്നാൽ അത് മൂലധനത്തിന്റെ സ്വാതന്ത്ര്യമാണ്. ഇതിനോട് മാർക്സും എംഗൽസും പ്രതികരിക്കുന്നത് നോക്കുക.

> ബൂർഷ്വാസമൂഹത്തിൽ മൂലധനം സ്വതന്ത്രമാണ്; അതിനു വ്യക്തിത്വമുണ്ട്; അതേസമയം ജീവിക്കുന്ന മനുഷ്യൻ പരാശ്രയനാണ്, അവന് യാതൊരു വ്യക്തിത്വവുമില്ല.
>
> ഈ സ്ഥിതിവിശേഷത്തെ നിർമ്മാർജനം ചെയ്യുന്നത് വ്യക്തിത്വത്തെ നശിപ്പിക്കലാണെന്നും സ്വാതന്ത്ര്യത്തെ നശിപ്പിക്കലാണെന്നും പറഞ്ഞ് ബൂർഷ്വാസി അധിക്ഷേപിക്കുന്നു! അത് ശരിയാണ്, ബൂർഷ്വാ വ്യക്തിത്വവും ബൂർഷ്വാ സ്വാതന്ത്ര്യവും ബൂർഷ്വാ സ്വാശ്രയത്വവും നശിപ്പിക്കുക തന്നെയാണ് ലക്ഷ്യം.
>
> ബൂർഷ്വാ ഉൽപ്പാദനസാഹചര്യങ്ങളിൽ സ്വാതന്ത്ര്യത്തിന്റെ അർഥം സ്വതന്ത്രവ്യാപാരമെന്നാണ്, സ്വതന്ത്രമായ ക്രയവിക്രയമെന്നാണ്.[211]

കമ്യൂണിസ്റ്റുകാർ വ്യക്തികളുടെ സ്വത്ത് ഇല്ലാതാക്കും എന്ന പ്രചാരവേലയുടെ പൊള്ളത്തരം മാർക്സും എംഗൽസും തുറന്നു കാട്ടുന്നു.

> സ്വകാര്യസ്വത്ത് ഇല്ലാതാക്കാൻ ഞങ്ങൾ ഉദ്ദേശിക്കുന്നു എന്നു കേൾക്കുമ്പോൾ നിങ്ങൾ ഞെട്ടുന്നു. പക്ഷേ, നിലവിലുള്ള നിങ്ങളുടെ സമൂഹത്തിൽ ജനസംഖ്യയുടെ പത്തിലൊ

> മ്പതു പേരുടെയും സ്വകാര്യസ്വത്ത് നശിപ്പിക്കപ്പെട്ടിരിക്കുന്നു. പത്തിലൊമ്പതു പേരുടെ കൈവശം സ്വകാര്യസ്വത്തില്ലാത്തതുകൊണ്ടുമാത്രമാണ് ഒരുപിടിയാളുകൾക്ക് അതുണ്ടാവുന്നത്.[212]

ബൂർഷ്വായുടെ വ്യക്തിത്വം ഇല്ലാതാകുമെന്നുവന്നാൽ വ്യക്തിത്വത്തിനുവേണ്ടിയും മൂലധനത്തിന്റെ സ്വാതന്ത്ര്യം ഇല്ലാതാകുമെന്നാൽ സ്വാതന്ത്ര്യത്തിനു വേണ്ടിയും മുതലാളിത്തം മുറവിളി കൂട്ടും.

> മൂലധനമോ പണമോ പാട്ടമോ ആയി, കുത്തകയാക്കി വയ്ക്കാവുന്ന ഒരു സാമൂഹ്യശക്തിയായി, അധ്വാനത്തെ മേലിൽ രൂപാന്തരപ്പെടുത്താൻ കഴിയാത്ത നിമിഷം മുതൽ, അതായത്, വ്യക്തികളുടെ സ്വത്തിനെ ബൂർഷ്വാസ്വത്താക്കി, മൂലധനമാക്കി, മാറ്റാനാവാത്ത നിമിഷം മുതൽ, ആ നിമിഷം മുതൽ വ്യക്തിത്വം അസ്തമിക്കുന്നുവെന്ന് നിങ്ങൾ പറയുന്നു. അതുകൊണ്ട് 'വ്യക്തി' എന്നുവെച്ചാൽ നിങ്ങൾ ഉദ്ദേശിക്കുന്നത് ബൂർഷ്വായെയോ ഇടത്തരക്കാരനായ സ്വത്തുടമയെയോ അല്ലാതെ മറ്റാരെയുമല്ലെന്നു നിങ്ങളും തുറന്നു സമ്മതിക്കണം.[212]

തീർച്ചയായും, ബൂർഷ്വാസിയെ മറിച്ചിടുക തന്നെയാണ് കമ്യൂണിസ്റ്റുകാരുടെ പദ്ധതി. ഒരാൾക്ക് ബൂർഷ്വാ ആകാൻ കഴിയുന്ന സാഹചര്യം പൂർണ്ണമായി ഇല്ലാതാവണം.

> സമൂഹത്തിന്റെ ഉൽപ്പന്നങ്ങളെ സ്വന്തമാക്കാനുള്ള അധികാരത്തെ കമ്യൂണിസം ആർക്കും അടിയറവയ്ക്കുന്നില്ല; അത്തരം സ്വന്തമാക്കൽകൊണ്ട് മറ്റുള്ളവരുടെ അധ്വാനത്തെ അടിമപ്പെടുത്താനുള്ള അധികാരം മാത്രമേ എടുത്തുകളയുന്നുള്ളു.[212]

സ്വകാര്യസ്വത്ത് ഇല്ലാതായാൽ എല്ലാ അധ്വാനവും നിലയ്ക്കുമെന്നും ആലസ്യം നടമാടുമെന്നുമുള്ള വാദം *മാനിഫെസ്റ്റോ* തള്ളിക്കളയുന്നു.

> ഈ വാദമനുസരിച്ച് ബൂർഷ്വാസമൂഹം വെറും ആലസ്യം നിമിത്തം എത്രയോ മുമ്പുതന്നെ തുലഞ്ഞുപോകേണ്ടതായിരുന്നു, കാരണം, ആ സമൂഹത്തിലെ പണിയെടുക്കുന്ന അംഗങ്ങൾ യാതൊന്നും സമ്പാദിക്കുന്നില്ല. എന്തെങ്കിലും സമ്പാദിക്കുന്നവർ യാതൊരു പണിയുമെടുക്കുന്നില്ല. മൂലധനമെന്നത് ഇല്ലാതായിക്കഴിഞ്ഞാൽ കൂലിവേല സാധ്യമല്ലാതാവും എന്ന പുനരുക്തിയുടെ മറ്റൊരു പ്രകടരൂപം മാത്രമാണ് ഈ ആക്ഷേപമാകെത്തന്നെ.[213]

ദേശീയതയെപ്പറ്റി

കമ്മ്യൂണിസത്തെ സംബന്ധിച്ചും കമ്മ്യൂണിസ്റ്റ് പാർട്ടിയെ സംബന്ധിച്ചും ഉയർന്നുവന്ന വിമർശനങ്ങളോടുള്ള അന്നത്തെ കമ്മ്യൂണിസ്റ്റുകാരുടെ പ്രതികരണം *കമ്മ്യൂണിസ്റ്റ് മാനിഫെസ്റ്റോ*യിൽ കാണാം. *മാനിഫെസ്റ്റോ*യിൽ പരാമർശിക്കുന്ന വിമർശനങ്ങളിൽ പലതും അന്നത്തെ സവിശേഷ സാഹചര്യത്തിൽ ഉയർന്നുവന്നതാണ്. അന്ന് നിലനിന്ന മൂർത്ത സാഹചര്യങ്ങളോടാണ് മാർക്സും എംഗൽസും പ്രതികരിച്ചത്. എന്നാൽ, അതിന്റെ ഭാഗമായി മാർക്സും എംഗൽസും മുന്നോട്ടു വയ്ക്കുന്ന മൗലിക കാഴ്ചപ്പാട് ഇന്നും പ്രസക്തമാണ്. അതുകൊണ്ടു തന്നെയാണ് അന്നത്തേതുപോലെയോ അതിലും കൂടുതലായോ ഇന്നും *മാനിഫെസ്റ്റോ* വായിക്കപ്പെടുകയും ചർച്ചചെയ്യപ്പെടുകയും ചെയ്യുന്നത്.

മനുഷ്യന്റെ അധ്വാനം കൂടുതൽ സർഗ്ഗാത്മകവും ഉല്പാദനപരവും ഉയർന്ന നിലവാരത്തിലുള്ളതും ആക്കുക എന്ന ലക്ഷ്യത്തോടെ ഉൽപ്പാദന ശക്തിയെ കെട്ടഴിച്ചുവിടാനാണ് കമ്മ്യൂണിസ്റ്റ് പാർട്ടികൾ ലക്ഷ്യമിടുന്നത്. ഈ പ്രക്രിയ ഏതുതരം സ്വത്താണ് ഇല്ലാതാക്കുക. കമ്മ്യൂണിസ്റ്റ് വിപ്ലവത്തോടുകൂടി, സ്വത്തിന്റെ ബൂർഷ്വാ വർഗ്ഗസ്വഭാവം ഇല്ലാതാവുകയും അത് സാമൂഹിക സ്വത്തായി മാറുകയും ചെയ്യുന്നു. സാമൂഹിക ഉൽപ്പാദനത്തിന്റെ ഫലങ്ങൾ വ്യക്തിപരമായി സ്വായത്തമാക്കുന്ന ചൂഷണാധിഷ്ഠിത ക്രമം അവസാനിക്കുകയും ബഹുഭൂരിപക്ഷം ജനങ്ങൾക്കും സ്വത്ത് നിഷേധിക്കപ്പെടുന്ന സാഹചര്യം ഇല്ലാതാവുകയും ചെയ്യും. മനുഷ്യന്റെ സ്വാതന്ത്ര്യവും വ്യക്തിത്വവും മൂലധനത്തിനും മുകളിൽ പ്രതിഷ്ഠിക്കപ്പെടും.

ബൂർഷ്വാ കുടുംബത്തോടുള്ള കമ്യൂണിസ്റ്റുകാരുടെ സമീപനവും തെറ്റായി വ്യാഖ്യാനിക്കാൻ ശ്രമമുണ്ടായി. സ്വകാര്യസ്വത്ത് ഇല്ലാതാക്കി ഉൽപ്പാദനോപകരണങ്ങൾ പൊതു ഉടമസ്ഥതയിലാക്കുക

എന്ന കമ്യൂണിസ്റ്റുകാരുടെ സിദ്ധാന്തത്തെ ദുർവ്യാഖ്യാനം ചെയ്ത് കമ്യൂണിസ്റ്റുകാർ ഭാര്യമാരെ പൊതുവായി ഉപയോഗിക്കണമെന്ന അഭിപ്രായക്കാരാണെന്ന് എതിരാളികൾ പ്രചരിപ്പിച്ചു.

> കമ്യൂണിസ്റ്റുകാരായ നിങ്ങൾ സ്ത്രീകളെ പൊതുവായി ഉപയോഗിക്കുമെന്നു ബൂർഷ്വാസി ഏകസ്വരത്തിൽ മുറവിളികൂട്ടുന്നു. ബൂർഷ്വാ തന്റെ ഭാര്യയെ വെറുമൊരു ഉൽപ്പാദനോപകരണമായിട്ടാണ് കാണുന്നത്. ഉൽപ്പാദനോപകരണങ്ങളെ പൊതുവായി ഉപയോഗിക്കാൻ പോവുകയാണെന്ന് അയാൾ കേൾക്കുന്നു. അപ്പോൾ സ്വാഭാവികമായി എല്ലാവർക്കും പൊതുവിലുള്ളതായിത്തീരുകയെന്ന ഗതി സ്ത്രീകൾക്കും വന്നുചേരുമെന്ന നിഗമനത്തിലെത്താനേ അയാൾക്കു കഴിയുന്നുള്ളൂ. വെറും ഉൽപ്പാദനോപകരണങ്ങൾ ആയിരിക്കുക എന്ന സ്ത്രീകളുടെ ഇന്നത്തെ നില അവസാനിപ്പിക്കുകയാണ് യഥാർഥ ലക്ഷ്യമെന്ന് ഒരു നേരിയ സംശയം പോലും അയാൾക്കില്ല. പോരെങ്കിൽ, കമ്യൂണിസ്റ്റുകാർ സ്ത്രീകളെ പരസ്യമായും ഔദ്യോഗികമായും പൊതുവായും ഉപയോഗിക്കാൻ പോവുകയാണെന്ന ഭാവത്തിൽ നമ്മുടെ ബൂർഷ്വാകൾ പ്രകടിപ്പിക്കുന്ന ധാർമ്മികരോഷത്തെക്കാൾ പരിഹാസ്യമായി മറ്റൊന്നുമില്ല,[215]

മാനിഫെസ്റ്റോ രചിക്കപ്പെട്ട് വർഷങ്ങൾക്കുശേഷം എംഗൽസ് എഴുതിയ *കുടുംബം സ്വകാര്യസ്വത്ത് ഭരണകൂടം എന്നിവയുടെ ഉത്ഭവം* എന്ന കൃതിയിൽ കുടുംബം എങ്ങനെയാണ് രൂപപ്പെട്ടതെന്നും കുടുംബഘടന ഏത് രീതിയിലാണ് ഉരുത്തിരിഞ്ഞു വന്നതെന്നും ഓരോ കാലഘട്ടത്തിലും അതിന് ഏതൊക്കെ രീതിയിലുള്ള മാറ്റങ്ങൾ സംഭവിച്ചുവെന്നും കുടുംബത്തെ നിലനിർത്തുന്ന സാമൂഹിക സാഹചര്യവും കുടുംബത്തിനുള്ളിലെ ചൂഷണത്തിന്റെ സ്വഭാവവും വിശദീകരിക്കുകയുണ്ടായി.

ബൂർഷ്വാ സ്വത്തുടമസ്ഥത ഇല്ലാതാവണമെന്ന വാദത്തെ കമ്യൂണിസ്റ്റുകാർ എല്ലാ സ്വത്തും പിടിച്ചെടുക്കുമെന്നും ബൂർഷ്വാ കുടുംബവ്യവസ്ഥയ്ക്കെതിരായ വാദത്തെ കുടുംബം തന്നെ ഇല്ലാതാക്കുമെന്നും തെറ്റായി വ്യാഖ്യാനിച്ചതുപോലെ, ബൂർഷ്വാ വിദ്യാഭ്യാസ ക്രമത്തിനെതിരായ നിലപാടിനെ എല്ലാത്തരം വിദ്യാഭ്യാസത്തെയും കമ്യൂണിസ്റ്റുകാർ എതിർക്കുന്നു എന്ന മട്ടിൽ പ്രചരിപ്പിക്കുകയുണ്ടായി.

> വിദ്യാഭ്യാസത്തിൽ സമൂഹം ഇടപെടുന്നതു കമ്യൂണിസ്റ്റുകാരുടെ കണ്ടുപിടുത്തമൊന്നുമല്ല; ആ ഇടപെടലിന്റെ സ്വഭാവം മാറ്റാനും ഭരണാധികാരി വർഗ്ഗത്തിന്റെ സ്വാധീനത്തിൽ നിന്ന് വിദ്യാഭ്യാസത്തെ രക്ഷിക്കാനും മാത്രമാണ് അവർ ശ്രമിക്കുന്നത്.[214]

ബൂർഷ്വാസി ഏതൊരു പ്രശ്നത്തെയും കാണുന്നത് അതിന്റെ

വർഗ്ഗ കാഴ്ചപ്പാടിൽ നിന്നുകൊണ്ടാണ്. ഉല്പാദന ഉപകരണങ്ങൾ കൈകാര്യം ചെയ്യുന്നതിന് വൈദഗ്ധ്യമുള്ള തൊഴിലാളി ആവശ്യമാണ്. ആ നിലയ്ക്കാണ് ബൂർഷ്വാ വിദ്യാഭ്യാസ രീതികൾ വികസിച്ചു വരുന്നത്. പിന്നീട് അതിന്റെ സ്വഭാവത്തിൽ മാറ്റം വന്നു. ഭരണകൂടത്തെ സംബന്ധിച്ച ലെനിന്റെ കാഴ്ചപ്പാടുകൾ വികസിപ്പിച്ചുകൊണ്ട്, ലൂയി അൽത്തൂസർ ഇക്കാര്യം വ്യക്തമാക്കുകയുണ്ടായി. വിദ്യാഭ്യാസം ഭാവി തലമുറയെ വാർത്തെടുക്കുന്ന പ്രക്രിയയാണ്. ഇത് നടക്കുന്നത് ഭരണകൂട താല്പര്യങ്ങളുടെ അച്ചുവാർപ്പിനുള്ളിലാണ്. ഭരണകൂടത്തിന് അനുകൂലമായി ജനങ്ങളുടെ സമ്മതി രൂപീകരിക്കുന്ന പ്രത്യയശാസ്ത്ര ഭരണകൂട ഉപകരണങ്ങളിൽ ഒന്നാണ് വിദ്യാഭ്യാസവും. ഭരണവർഗ്ഗ താൽപര്യങ്ങൾക്ക് അനുസരിച്ചാണ് ബൂർഷ്വാ സമൂഹത്തിൽ വിദ്യാഭ്യാസത്തിന്റെ ഘടനയും ഉള്ളടക്കവും നിശ്ചയിക്കപ്പെടുന്നത്. ഭരണകൂടത്തിന് അനുകൂലമായി ചിന്തിക്കാൻ ജനങ്ങളെ പ്രേരിപ്പിക്കുക എന്നതാണ് ബൂർഷ്വാ വിദ്യാഭ്യാസ ക്രമത്തിന്റെ ധർമ്മം. ഇതിനർത്ഥം വിദ്യാഭ്യാസം ലഭിക്കുന്ന ആളുകൾ മുഴുവൻ ഭരണകൂടത്തിന് അനുകൂലമായി ചിന്തിക്കുമെന്നല്ല. അതിനും ഒരു വൈരുദ്ധ്യാത്മക ഉള്ളടക്കമുണ്ട്. ബൂർഷ്വാസി അതിന്റെ താൽപര്യത്തിനുവേണ്ടി സൃഷ്ടിക്കുന്ന തൊഴിലാളിവർഗ്ഗം ബൂർഷ്വാസിയുടെ ശവക്കുഴി തോണ്ടുന്നവരായി മാറുന്നതുപോലെ, ബൂർഷ്വാ താൽപര്യത്തിനുവേണ്ടിയുള്ള വിദ്യാഭ്യാസത്തിന്റെ ഗുണഭോക്താക്കളിൽ നിന്ന് ബൂർഷ്വാസിക്ക് എതിരായ ഒരു വിഭാഗം ഉയർന്നു വരാതെ തരമില്ല.

വിദ്യാഭ്യാസത്തെ നിയന്ത്രിക്കുന്ന ആധിപത്യ താൽപര്യങ്ങളിൽ നിന്ന് എങ്ങനെ മോചനം നേടാം എന്നുള്ളത് പ്രധാനമാണ്. വിദ്യാഭ്യാസ സ്വാതന്ത്ര്യത്തിനുവേണ്ടിയുള്ള സാംസ്കാരിക പ്രവർത്തനം എന്ന ശ്രീനാരായണഗുരുവിന്റെ കാഴ്ചപ്പാട് ഇവിടെ പ്രസക്തമാണ്. ലോകത്തിലാദ്യമായി ഇത്തരത്തിൽ ഒരു ആശയം മുന്നോട്ട് വെച്ചത് ഗുരുവാണ്. ശ്രീനാരായണഗുരു അന്തരിച്ച് ഏതാനും വർഷങ്ങൾക്കു ശേഷം ജനിച്ച വിദ്യാഭ്യാസ ചിന്തകനായ പൗലോ ഫ്രയർ വിദ്യാഭ്യാസത്തെ ആധിപത്യ വർഗ്ഗ താൽപര്യങ്ങളിൽ നിന്ന് മോചിപ്പിക്കുന്നത് സംബന്ധിച്ച ആശയങ്ങൾ വികസിപ്പിക്കുകയുണ്ടായി. അദ്ദേഹത്തിന്റെ *മർദ്ദിതരുടെ ബോധനശാസ്ത്രം* എന്ന കൃതി ലോകപ്രസിദ്ധമാണ്. ദേശീയതയോടുള്ള കമ്യൂണിസ്റ്റുകാരുടെ സമീപനവും വൈരുദ്ധ്യാത്മക സ്വഭാവത്തിലുള്ളതാണ്. മുതലാളിത്ത വികാസത്തിന്റെ ഭാഗമായാണ് ദേശീയത രൂപം കൊള്ളുന്നത്. അത് മുതലാളിത്തത്തിന്റെ താൽപര്യങ്ങൾക്ക് അനുസൃതമാണ്. വികാസത്തിന്റെ ഒരു ഘട്ടത്തിൽ സങ്കുചിത ദേശീയതയായി മാറും.

കമ്യൂണിസ്റ്റുകാരെക്കുറിച്ചുള്ള മറ്റൊരു ആക്ഷേപം, അവർ രാജ്യങ്ങളെയും ദേശീയജനസമൂഹങ്ങളെയും ഇല്ലാതാക്കാൻ

> ആഗ്രഹിക്കുന്നു എന്നതാണ്. തൊഴിലാളികൾക്കു രാജ്യമില്ല. അവർക്കില്ലാത്തത് അവരിൽനിന്ന് നമുക്ക് എടുക്കാനാവില്ല. തൊഴിലാളിവർഗ്ഗത്തിന് ആദ്യമായി രാഷ്ട്രീയാധിപത്യം നേടേണ്ടതുള്ളതുകൊണ്ട്, രാഷ്ട്രത്തിന്റെ നേതൃത്വവർഗ്ഗമായി ഉയരേണ്ടതുള്ളതുകൊണ്ട്, സ്വയം രാഷ്ട്രമായി തീരേണ്ടതുള്ളതുകൊണ്ട്, അത് അത്രത്തോളം ദേശീയമാണ് പക്ഷേ, ആ വാക്കിന്റെ ബൂർഷ്വാ അർഥത്തിലല്ല.[215]

ദേശീയത സംബന്ധിച്ച് ജനകീയ കാഴ്ചപ്പാടിൽ നിന്നുകൊണ്ടുള്ള ബദൽ സങ്കല്പങ്ങൾ ഉയർന്നു വന്നിട്ടുണ്ട്. രബീന്ദ്രനാഥടാഗോർ ഉൾപ്പെടെയുള്ളവർ മുതലാളിത്തം മുന്നോട്ടുവയ്ക്കുന്ന സങ്കുചിത ദേശീയതയിൽ നിന്ന് വ്യത്യസ്തമായി, മാനവികതയുടെ അടിസ്ഥാനത്തിലുള്ള വിശാല ദേശീയതയ്ക്ക് വേണ്ടി വാദിക്കുകയുണ്ടായി. അദ്ദേഹത്തിന്റെ *നാഷണലിസം* എന്ന കൃതിയിൽ ദേശീയത സംബന്ധിച്ച നിരീക്ഷണങ്ങൾ കാണാം.

ബൂർഷ്വാസി അതിന്റെ ദേശരാഷ്ട്ര സങ്കല്പം സ്വന്തം ആധിപത്യ താൽപര്യങ്ങൾക്കു വേണ്ടി ഉപയോഗപ്പെടുത്തുകയാണ് ചെയ്യുന്നത്. അത് തൊഴിലാളിവർഗ്ഗത്തിന്റെ താൽപര്യങ്ങൾക്കോ മുഴുവൻ ജനവിഭാഗങ്ങളുടേയും വിശാല താൽപര്യങ്ങൾക്കോ യോജിച്ചതല്ല. അതുകൊണ്ടാണ് തൊഴിലാളിവർഗ്ഗം ദേശീയതയെ സംബന്ധിച്ച് ബദൽ ആശയങ്ങൾ മുന്നോട്ടുവയ്ക്കുന്നത്. ബൂർഷ്വാ ദേശീയത മുതലാളിത്ത ചൂഷണത്തിനും മുതലാളിത്ത ആധിപത്യ താൽപ്പര്യങ്ങൾക്കും അനുസൃതമാണെങ്കിൽ, തൊഴിലാളിവർഗ്ഗം മുന്നോട്ടുവയ്ക്കുന്ന ദേശീയത മാനവികതയിലൂന്നിയ ഒന്നാണ്. അതൊരിക്കലും സാർവ്വദേശീയതയ്ക്ക് എതിരല്ല. മാനവരാശിയുടെ താൽപര്യങ്ങളോട് ചേർന്ന് നിൽക്കുന്ന ഒന്നാണത്. അത് ശത്രുതാപരമല്ല. *മാനിഫെസ്റ്റോ* വ്യക്തമാക്കുന്നു.

> ഒരു വ്യക്തി മറ്റൊരു വ്യക്തിയെ ചൂഷണം ചെയ്യുന്നതിന് അറുതിവരുത്തുന്ന അതേ തോതിൽത്തന്നെ ഒരു രാഷ്ട്രം മറ്റൊരു രാഷ്ട്രത്തെ ചൂഷണം ചെയ്യുന്നതിനും അറുതിവരും. ഒരു രാജ്യത്തെ വർഗ്ഗങ്ങൾ തമ്മിലുള്ള വൈരമില്ലാതാവുന്ന അതേ തോതിൽത്തന്നെ ഒരു രാഷ്ട്രത്തിന് മറ്റൊരു രാഷ്ട്രത്തോടുള്ള ശത്രുതയുമില്ലാതാകും.[216]

കൊളോണിയൽ ആധിപത്യ കാലത്ത് ഇന്ത്യയുൾപ്പെടെയുള്ള രാജ്യങ്ങളിൽ ഉയർന്നുവന്ന ദേശീയ വികാരവും ദേശീയ പ്രസ്ഥാനങ്ങളുടെ സ്വഭാവവും മനസ്സിലാക്കാൻ മാർക്സിന്റെയും എംഗൽസിന്റെയും ഈ നിരീക്ഷണങ്ങൾ സഹായകരമാണ്.

വിദ്യാഭ്യാസം ആയാലും, സ്വത്തുടമസ്ഥത ആയാലും, ദേശീയത ആയാലും, മറ്റു തരത്തിലുള്ള സാമൂഹ്യ സ്ഥാപനങ്ങൾ ആയാലും അതിനെയെല്ലാം മുഴുവൻ മാനവരാശിയുടെ താൽപര്യങ്ങൾക്ക്

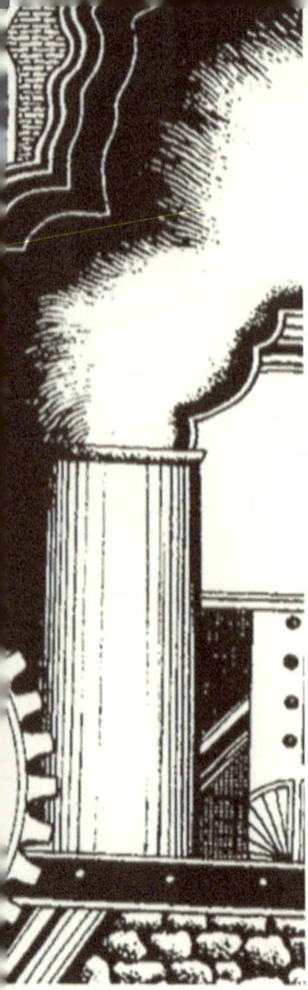

അനുസൃതമായി മാറ്റിമറിക്കുക എന്നുള്ള കാഴ്ചപ്പാടാണ് *മാനിഫെസ്റ്റോ*യിലൂടെ മാർക്സും എംഗൽസും മുന്നോട്ടുവയ്ക്കുന്നത്.

പൊതുബോധനിർമ്മാണം

മാർക്സിസത്തിന്റെ സിദ്ധാന്തം അനുസരിച്ച്, മനുഷ്യന്റെ ബോധമല്ല അവന്റെ അസ്തിത്വത്തെ നിർണയിക്കുന്നത്; മനുഷ്യന്റെ അസ്തിത്വം അവന്റെ ബോധത്തെ നിർണയിക്കുകയാണ് ചെയ്യുന്നത്. 'ഞാൻ ചിന്തിക്കുന്നു അതുകൊണ്ട് ഞാൻ ഉണ്ട്' എന്ന ദെക്കാർത്തെയുടെ ആശയം മാർക്സിസ്റ്റുകാർ പിൻപറ്റുന്നില്ല. 'ഞാൻ ഉണ്ട് അതുകൊണ്ട് എനിക്ക് ചിന്തിക്കാൻ കഴിയുന്നു' എന്നതാണ് മാർക്സിസത്തിന്റെ കാഴ്ചപ്പാട്.

> മനുഷ്യന്റെ ഭൗതികജീവിതത്തിൽ, അവന്റെ സമൂഹബന്ധങ്ങളിലും സാമൂഹ്യജീവിതത്തിലും, ഉണ്ടാവുന്ന ഓരോ മാറ്റത്തോടും കൂടി അവന്റെ ആശയങ്ങളും അഭിപ്രായങ്ങളും ധാരണകളും ഒറ്റ വാക്കിൽ പറഞ്ഞാൽ, അവന്റെ ബോധം, മാറുന്നുണ്ടെന്നു മനസിലാക്കാൻ അഗാധമായ അന്തർജ്ഞാനം ആവശ്യമാണോ?[216]

ഓരോ കാലഘട്ടത്തിലെയും ഭൗതിക ഉൽപ്പാദനമാണ് ആ കാലഘട്ടത്തിലെ ആശയങ്ങളുടെ സ്വഭാവം നിർണയിക്കുന്നത്. ഇതിനർത്ഥം ആശയങ്ങൾക്ക് ഭൗതികസാഹചര്യങ്ങൾ രൂപപ്പെടുത്തുന്നതിൽ യാതൊരു പങ്കുമില്ല എന്നല്ല. ആശയങ്ങൾ ബഹുജനങ്ങളെ ഗ്രസിക്കുമ്പോൾ അവ ഭൗതിക ശക്തിയായി തീരുന്നു. ഈയവസ്ഥയിൽ ആശയങ്ങൾക്ക് ഭൗതിക പരിസ്ഥിതിയെ തിരിച്ചും സ്വാധീനിക്കാനുള്ള കഴിവുണ്ട്.

> ഭൗതികോൽപ്പാദനം മാറുന്നതനുസരിച്ച ബുദ്ധിപരമായ ഉൽപ്പാദനത്തിന്റെ സ്വഭാവവും മാറുന്നുണ്ടെന്നല്ലേ ആശയങ്ങളുടെ ചരിത്രം തെളിയിക്കുന്നത്? ഓരോ കാലഘട്ടത്തിലെയും ഭരിക്കുന്ന ആശയങ്ങൾ എല്ലായ്പ്പോഴും അന്നത്തെ ഭരണാധികാരിവർഗ്ഗത്തിന്റെ ആശയങ്ങളായിരുന്നു.[216]

സമൂഹത്തിൽ ആധിപത്യമുള്ള വർഗ്ഗത്തിന്റെ ബോധമാണ് ആ സമൂഹത്തിന്റെ പൊതുബോധമായി മാറുന്നതെന്ന വൈരുദ്ധ്യാത്മ

കമായ കാഴ്ചപ്പാട് 'ജർമ്മൻ പ്രത്യയശാസ്ത്ര'ത്തിൽ തന്നെ അവത രിപ്പിച്ചുവെന്നതും ഇത്തരുണത്തിൽ പ്രസക്തമാണ്. " ഭരണവർഗ്ഗ ത്തിന്റെ ആശയങ്ങളാണ് സമൂഹത്തിൽ ആധിപത്യ ആശയങ്ങൾ. സമൂഹത്തിൽ ഭൗതികശക്തികളെ ഭരിക്കുന്ന വർഗ്ഗം തന്നെയായി രിക്കും ബൗദ്ധികശക്തികളേയും ഭരിക്കുന്നത്. ഭൗതികോൽപ്പാദന ഉപാധികളുടെ നിയന്ത്രണമുള്ള വർഗ്ഗം തന്നെയാണ് ബൗദ്ധികോൽ പ്പാദനശക്തികളേയും നിയന്ത്രിക്കുന്നത്. ആധിപത്യ ആശയമെന്ന ത് ആധിപത്യ ഭൗതികബന്ധങ്ങളുടെ ആശയാവിഷ്കാരമല്ലാതെ മറ്റൊന്നുമല്ല." (പേജ് 21, ജർമ്മൻ പ്രത്യയശാസ്ത്രം. https://www.marxists.org/archive/marx/works/download/Marx_The_German_Ideology.pdf

സ്വഭാവികമായി മാത്രമാണോ ആധിപത്യആശയങ്ങൾ പൊതു ബോധമായി മാറുന്നതെന്ന ചോദ്യവും പ്രസക്തമാണ്. അതിൽ ഭരണകൂടത്തിന്റെ പങ്ക് എന്താണെന്ന ചർച്ചയും പലഘട്ടങ്ങളിൽ ഉയരുന്നുണ്ട്. കുടുംബം, സ്വകാര്യസ്വത്ത്, ഭരണകൂടം ഇവയുടെ ഉത്ഭ വത്തെ പറ്റിയുള്ള കൃതിയിൽ വിശദീകരിക്കുന്ന സന്ദർഭത്തിൽ എംഗൽസ് ആശയ ഉൽപ്പാദനത്തിൽ ഭരണകൂടത്തിന്റെ പങ്ക് സൂചിപ്പിക്കുന്നത് പ്രസക്തമാണ്. 'സ്വകാര്യവ്യക്തികൾ പുതുതായി നേടിയ സ്വത്തിനെ ഗണവ്യവസ്ഥയുടെ കമ്യൂണിസ്റ്റ് പാരമ്പര്യങ്ങ ളിൽനിന്നും പരിരക്ഷിക്കുകയും മുൻകാലത്ത് നിഷിദ്ധമായി എണ്ണ പ്പെട്ടിരുന്ന സ്വകാര്യസ്വത്തിനെ പാവനത്വം കൽപ്പിച്ചുകൊടുക്കുക യും അങ്ങനെ ചെയ്യുന്നത് മാനവരാശിയുടെ പരമോന്നതലക്ഷ്യമാ ണെന്ന് വിധിക്കുകയും ക്രമപ്രവൃദ്ധമായി വരുന്ന പുതിയ ധനസ മ്പാദനമാർഗ്ഗങ്ങൾക്ക് അംഗീകാരം നൽകുകയും സർവ്വസമ്മതമാ യി സമ്പത്തിന്റെ വർധനവിന് നിരന്തരമായി ആക്കം കൂട്ടുകയും ചെയ്യുക മാത്രമല്ല, സമൂഹത്തിൽ പുതുതായി തലയുയർത്താൻ തു ടങ്ങിയിരുന്ന വർഗ്ഗവിഭജനത്തേയും സമ്പന്നവർഗ്ഗത്തിന് നിസ്വവർ ഗ്ഗത്തെ ചൂഷണം ചെയ്യാനും ഭരിക്കാനുമുള്ള അവകാശത്തേയും ശാശ്വതീകരിക്കുകയുംകൂടി ചെയ്യുന്ന ഒരു സ്ഥാപനം, അതുമാത്രമാ ണ് ഇല്ലാതിരുന്നത്. അവസാനം, ആ സ്ഥാപനവും വന്നുചേർന്നു. ഭരണകൂടം കണ്ടുപിടിക്കപ്പെട്ടു. [എംഗൽസ് കുടുംബം, സ്വകാര്യസ്വ ത്ത്, ഭരണകൂടം ഇവയുടെ ഉത്ഭവം, പേജ്67, ചിന്ത പബ്ലിഷേഴ്സ്, 2007]

മാർക്സിസത്തിലെ നിഷേധത്തിന്റെ നിഷേധ നിയമം പഴയ ആശയങ്ങളുടെ തകർച്ചയ്ക്കും പുതിയ ആശയങ്ങളുടെ രൂപവത്കരണത്തിനും വികാസത്തിനും ബാധകമാണ്. പഴയ സാമൂഹ്യ ഘടനകളുടെ തകർച്ചയും പുതിയവയുടെ ഉയർച്ചയുമായി ബന്ധപ്പെട്ടാണ് പഴയ ആശയങ്ങൾ തക രുകയും പുതിയ ആശയങ്ങൾ നിലവിൽ വരികയും ചെയ്യ

> ന്നത്. പഴയതിനെ അപ്പാടെ നിരാകരിച്ചു കൊണ്ടല്ല പുതിയവ രംഗത്തു വരുന്നത്. പഴയത് തകരുന്നത് അതിലടങ്ങിയിട്ടുള്ള ആന്തരിക വൈരുദ്ധ്യങ്ങളുടെ ഫലമായാണ്. അതിൽ നിന്നും രൂപം കൊള്ളുന്ന പുതിയ ആശയങ്ങൾക്കും പുതിയ ഘടനകൾക്കും വളരാൻ ആവശ്യമുള്ളവ സംഭാവന ചെയ്തു കൊണ്ടാണ് ഈ തകർച്ച സംഭവിക്കുന്നത്.
> സമൂഹത്തിൽ വിപ്ലവകരമായ മാറ്റങ്ങളുണ്ടാക്കുന്ന ആശയങ്ങളെപ്പറ്റി ആളുകൾ പറയുമ്പോൾ, പഴയ സമൂഹത്തിനകത്തു പുതിയ ഒന്നിന്റെ ബീജങ്ങൾ സൃഷ്ടിക്കപ്പെട്ടിട്ടുണ്ടെന്നും പഴയ ജീവിതസാഹചര്യങ്ങളുടെ ശിഥിലീകരണത്തിനു ചുവടൊപ്പിച്ചുകൊണ്ട് പഴയ ആശയങ്ങളും തകരുന്നുവെന്നുമുള്ള പരമാർഥത്തെ വെളിപ്പെടുത്തുക മാത്രമാണ് അവർ ചെയ്യുന്നത്.[216]

അടിമത്തത്തെ നിഷേധിച്ചുകൊണ്ട് ഫ്യൂഡലിസം വരുമ്പോഴും ഫ്യൂഡലിസത്തെ നിഷേധിച്ചുകൊണ്ട് മുതലാളിത്തം വരുമ്പോഴും മുതലാളിത്തത്തെ നിഷേധിച്ചുകൊണ്ട് സോഷ്യലിസം വരുമ്പോഴും പഴയതിനെ അപ്പാടെ നിരാകരിക്കുകയല്ല ചെയ്യുന്നത്. പഴയതിലെ വൈരുധ്യങ്ങളുടെ ഭാഗമായ പുരോഗമന സ്വഭാവമുള്ള ഘടകങ്ങളെ സ്വാംശീകരിച്ചുകൊണ്ടാണ് പുതിയ ഘട്ടത്തിലേക്കുള്ള വികാസം സംഭവിക്കുന്നത്. ലെനിൻ തന്റെ *ഓൺ ലോജിക്* എന്ന കൃതിയിൽ ഇത് വിശദീകരിക്കുന്നുണ്ട്. പഴയതിനെ സൂക്ഷ്മമായി നിരീക്ഷിച്ച് അതിൽ നിന്ന് എന്തെല്ലാം സ്വീകരിക്കാൻ കഴിയും എന്ന് കണ്ടെത്തേണ്ടത് പ്രധാനമാണെന്ന് ലെനിൻ വ്യക്തമാക്കുന്നു. സാന്ദർഭികമായി പറയട്ടെ, പൗരാണിക ഭാരതത്തിന്റെ സംഭാവനകളെ കമ്മ്യൂണിസ്റ്റുകാർ കാണുന്നതും ഇതേ വൈരുധ്യാത്മക കാഴ്ചപ്പാടിലാണ്. ഭാരതത്തിന്റെ സാംസ്കാരിക, ചരിത്രപാരമ്പര്യം പൂർണമായും നിഷേധിക്കുന്നവരാണ് കമ്മ്യൂണിസ്റ്റുകാർ എന്നുള്ള ആക്ഷേപം ചിലർ ഉന്നയിക്കുന്നുണ്ട്. പഴയതിനെ പൂർണമായും നിഷേധിക്കുക എന്നുള്ള കാഴ്ചപ്പാട് കമ്മ്യൂണിസ്റ്റുകാരുടേതല്ല. അത് കമ്മ്യൂണിസത്തിന്റെ തത്വങ്ങൾക്ക് എതിരാണ്. പഴയതിൽ ഉള്ളടങ്ങിയ പുരോഗമനപരമായ എല്ലാറ്റിനെയും കമ്മ്യൂണിസ്റ്റുകാർ അംഗീകരിക്കുന്നു. എന്നാൽ, യാഥാസ്ഥിതികമായതിനെ നിഷേധിക്കുകയും ചെയ്യുന്നു. പാരമ്പര്യത്തോടും സംസ്കാരത്തോടുമുള്ള കമ്മ്യൂണിസ്റ്റുകാരുടെ കാഴ്ചപ്പാടിന്റെ വൈരുദ്ധ്യാത്മക സ്വഭാവം ഇതാണ്. പുരാണങ്ങളും ഐതിഹ്യങ്ങളും പഴയകാല ചിത്രകലയും സാഹിത്യവും എല്ലാം തന്നെ ആ കാലത്തെ മനസ്സിലാക്കാൻ സഹായകമാണ്. ഒരു വരയിൽ നിന്നോ വാക്കിൽ നിന്നോ അത് പ്രതിനിധീകരിക്കുന്ന കാലഘട്ടത്തെ കുറിച്ച് മനസ്സിലാക്കാൻ കഴിയുമെന്ന് കൊസാംബി പറയുകയുണ്ടായി.

പഴയതിൽ നിന്നാണ് പുതിയത് വളർന്നു വരുന്നത്. പുതിയതിന്റെ വളർച്ചയ്ക്ക് സഹായകമായ നാമ്പുകൾ അതിലാണ് അടങ്ങിയിരിക്കുന്നത്. പഴയതിനെ അപ്പാടെ മാറ്റുമ്പോൾ അതിൽ അടങ്ങിയിരിക്കുന്ന പുതിയതിന്റെ നാമ്പുകൾ കൂടി ഇല്ലാതാവും. അത് കമ്മ്യൂണിസ്റ്റുകാരുടെ രീതിയല്ല.

ആശയങ്ങളുടെ തകർച്ചയും പുതിയ ആശയങ്ങളുടെ വികാസവും ഒരു കാലഘട്ടത്തിലെ ഭൗതിക പരിതസ്ഥിതിയിൽ സംഭവിക്കുന്ന മാറ്റവുമായി അഭേദ്യമായി ബന്ധപ്പെട്ടിരിക്കുന്നു.

> പൗരാണികലോകം ഊർധ്വശ്വാസം വലിച്ചുകൊണ്ടിരുന്നപ്പോഴാണ് ക്രിസ്തുമതം പൗരാണിക മതങ്ങളെ കീഴടക്കിയത്.[216]

വർഗ്ഗരഹിത സമൂഹം

ഭൗതികാടിത്തറ മാറുന്നതനുസരിച്ച് ആശയങ്ങൾക്കും മാറ്റം വരുന്നുവെന്ന വസ്തുത നമ്മൾ കണ്ടു. അപ്പോഴും ഒരു ചോദ്യം ബാക്കിയാണ്. സമൂഹത്തിന്റെ എല്ലാ അവസ്ഥകൾക്കും സാമാന്യമായ ചില സനാതന സത്യങ്ങളില്ലേ? സ്വാതന്ത്ര്യം, നീതി മുതലായവ. കമ്യൂണിസം എല്ലാ മതത്തെയും സദാചാരത്തെയും നശിപ്പിക്കുകയും ഈ സനാതനസത്യങ്ങളെ ഇല്ലാതാക്കുകയുമല്ലേ ചെയ്യുന്നത്. മാർക്സും എംഗൽസും ഈ ചോദ്യത്തിന് നൽകുന്ന ഉത്തരം ശ്രദ്ധിക്കുക.

> എല്ലാ ഭൂതകാലസമൂഹത്തിന്റെയും ചരിത്രം വർഗ്ഗവൈരങ്ങളുടെ, വിവിധ കാലഘട്ടങ്ങളിൽ വിവിധ രൂപങ്ങൾ കൈക്കൊണ്ടിട്ടുള്ള വൈരങ്ങളുടെ, വളർച്ചയിൽ അടങ്ങിയിരിക്കുന്നു. എന്നാൽ അവ കൈക്കൊണ്ടിട്ടുള്ള രൂപം എന്തുതന്നെയായിരുന്നാലും കഴിഞ്ഞ കാലഘട്ടങ്ങൾക്കെല്ലാം ഒരു പൊതുസ്വഭാവമുണ്ട്, സമൂഹത്തിന്റെ ഒരു വിഭാഗം മറ്റേ വിഭാഗത്തെ ചൂഷണം ചെയ്തിരുന്നു എന്ന വസ്തുത.[217]

ആശയങ്ങളുടെ ബാഹുല്യവും വൈവിധ്യവും നിലനിൽക്കത്തന്നെ മുതലാളിത്ത, മുതലാളിത്ത പൂർവ്വ സമൂഹങ്ങളിലെ സാമൂഹ്യബോധത്തിന് ഒരു പൊതുരൂപമുണ്ടാകുന്നത് സ്വകാര്യ സ്വത്തും അതിന്റെ അടിസ്ഥാനത്തിലുള്ള ചൂഷണവും എന്ന യാഥാർത്ഥ്യം പൊതുവായി നിലനിൽക്കുന്നതു കൊണ്ടാണ്. സമ്പൂർണ്ണമായ വിച്ഛേദം സാധ്യമാവുന്നത് വർഗ്ഗവൈരങ്ങൾ പൂർണമായും ഇല്ലാതാവുന്നതോടെ മാത്രമാണ്. പരമ്പരാഗത സ്വത്തുടമബന്ധങ്ങളിൽ നിന്നുള്ള സമൂല വിച്ഛേദത്തിലൂടെയേ അത് സാധ്യമാവൂ. അതുകൊണ്ട് കമ്യൂണിസ്റ്റുകാർ എന്താണ് ചെയ്യേണ്ടത്. *കമ്യൂണിസ്റ്റ് മാനിഫെസ്റ്റോ* പറയുന്നു.

> തൊഴിലാളിവർഗ്ഗത്തെ ഭരണാധികാരിവർഗ്ഗത്തിന്റെ നിലയിലേക്ക് ഉയർത്തുക, ജനാധിപത്യത്തിനു വേണ്ടിയുള്ള

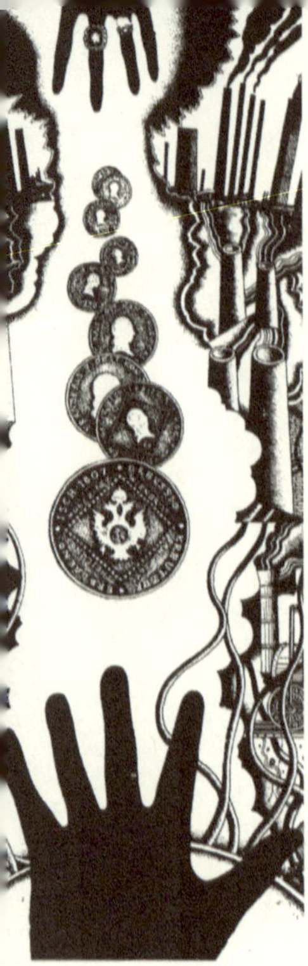

> സമരത്തിൽ വിജയം നേടുക ഇതാണ് തൊഴിലാളിവർഗ്ഗത്തിന്റെ വിപ്ലവത്തിലെ ആദ്യത്തെ പടി.[217]

ബൂർഷ്വാസിയുടെ പക്കൽനിന്ന് മൂലധനം പടിപടിയായി പിടിച്ചെടുക്കുക, ഭരണാധികാരിവർഗ്ഗമായി സംഘടിച്ചിട്ടുള്ള തൊഴിലാളിവർഗ്ഗത്തിന്റെ കൈകളിൽ എല്ലാ ഉൽപ്പാദനോപകരണങ്ങളും കേന്ദ്രീകരിക്കുക, ഉൽപ്പാദനശക്തികളുടെ ആകത്തുക ആവുന്നത്ര വർധിപ്പിക്കാൻ വേണ്ടി തൊഴിലാളിവർഗ്ഗത്തിന്റെ രാഷ്ട്രീയാധിപത്യത്തെ ഉപയോഗിക്കുക ഇതാണ് വിപ്ലവത്തിന്റെ രീതി.

> സ്വത്തവകാശങ്ങളിന്മേലും ബൂർഷ്വാ ഉൽപ്പാദനവ്യവസ്ഥകളിന്മേലും സ്വേച്ഛാധിപത്യപരമായി കൈകടത്താതെ, അതുകൊണ്ടുതന്നെ, സാമ്പത്തികമായി അപര്യാപ്തവും അസ്വീകാര്യവുമായി തോന്നുമെങ്കിലും, പ്രസ്ഥാനം വളരുന്നതോടുകൂടി സ്വയം വളരുന്നതും പഴയ സാമൂഹിക ക്രമത്തിലേക്ക് അധികമധികം കൈകടത്തൽ ആവശ്യമാക്കിത്തീർക്കുന്നതും ഉൽപ്പാദന; രീതിയിൽ സമൂലപരിവർത്തനം വരുത്താനുള്ള ഉപാധി എന്ന നിലയ്ക്ക് അനുപേക്ഷണീയവുമായ നടപടികളെടുക്കാതെ, തീർച്ചയായും ഇത് തുടക്കത്തിൽ നേടാനാവില്ല. ഈ നടപടികൾ പല രാജ്യത്തും പല തരത്തിലായിരിക്കുമെന്നതിൽ സംശയമില്ല.[218]

സ്വകാര്യസ്വത്ത് ഇല്ലാതാക്കുക; ഭൂമിയിൽനിന്ന് പാട്ടമായി കിട്ടുന്ന വരുമാനമെല്ലാം പൊതു ആവശ്യങ്ങൾക്കു വിനിയോഗിക്കുക, ആദായനികുതി അനുക്രമം വർധിപ്പിക്കുക, എല്ലാ പിന്തുടർച്ചാവകാശങ്ങളും റദ്ദാക്കുക, പണമിടപാടുകൾ സ്റ്റേറ്റിന്റെ കൈകളിൽ കേന്ദ്രീകരിക്കുക, ഗതാഗതത്തിന്റെയും വാർത്താവിനിമയത്തിന്റെയും ഉപാധികൾ സ്റ്റേറ്റിന്റെ കൈകളിൽ കേന്ദ്രീകരിക്കുക, സ്റ്റേറ്റുടമയിലുള്ള ഫാക്ടറികളും ഉൽപ്പാദനോപകരണങ്ങളും വിപുലീകരിക്കുക, ഒരു പൊതുപദ്ധതിയനുസരിച്ച് തരിശുനിലങ്ങൾ കൃഷിക്ക് ഉപയോഗപ്പെടുത്തുക. കാർഷികോൽപ്പാദനത്തെ വ്യാവസായികോൽപ്പാദനവുമായി കൂട്ടിയിണക്കുക, ജനസംഖ്യാവിതരണം കുറെക്കൂടി സമീകരിച്ച് നാടും നഗരവും തമ്മിലുള്ള വ്യത്യാസം ക്രമേണ ഇല്ലാതാക്കുക, പൊതുവിദ്യാലയങ്ങളിൽ എല്ലാ കുട്ടികൾക്കും സൗജന്യ വിദ്യാഭ്യാസം നൽകുക - ഈ പ്രക്രിയയ്ക്ക് പൊതുവായി ബാധകമാവുന്ന ചില കാര്യങ്ങൾ മാർക്സും എംഗൽസും എണ്ണിപ്പറയുന്നുണ്ട്. ഈ പ്രക്രിയയിലൂടെ വർഗ്ഗവ്യത്യാസങ്ങൾ ഇല്ലാതാവും. രാഷ്ട്രത്തിന്റെ കൈകളിൽ ഉൽപ്പാദനം കേന്ദ്രീകരിക്കപ്പെടും. അതോടെ, ഭരണാധികാരത്തിന് അതിന്റെ രാഷ്ട്രീയസ്വഭാവം നഷ്ടപ്പെടും. രാഷ്ട്രീയാധികാരത്തിന്റെ സ്വഭാവം വ്യക്തമാക്കിക്കൊണ്ട് മാർക്സും എംഗൽസും തുടരുന്നു.

> രാഷ്ട്രീയാധികാരം, ശരിയായി പറഞ്ഞാൽ, മറ്റൊരു വർഗ്ഗ

ത്തെ മർദ്ദിക്കുവാനുള്ള ഒരു വർഗ്ഗത്തിന്റെ സംഘടിതശക്തി മാത്രമാണ്. ബൂർഷ്വാസിയുമായുള്ള പോരാട്ടത്തിനിടയിൽ, പരിതഃസ്ഥിതികളുടെ നിർബന്ധംകൊണ്ട് തൊഴിലാളിവർഗ്ഗത്തിന് ഒരു വർഗ്ഗമെന്ന നിലയ്ക്ക് സ്വയം സംഘടിക്കേണ്ടിവരുന്നുണ്ടെങ്കിൽ, ഒരു വിപ്ലവം മൂലം അതു സ്വയം ഭരണാധികാരി വർഗ്ഗമായിത്തീരുകയും ആ നിലയ്ക്ക് ഉൽപ്പാദനത്തിന്റെ പഴയ സാഹചര്യങ്ങളെ ബലം പ്രയോഗിച്ചു തുടച്ചു നീക്കുകയും ചെയ്യുന്നുവെങ്കിൽ, ഈ സാഹചര്യങ്ങളോടൊപ്പം വർഗ്ഗവൈരങ്ങളുടെയും പൊതുവിൽ വർഗ്ഗങ്ങളുടെയും നിലനിൽപ്പിനുള്ള സാഹചര്യങ്ങളും അതു തുടച്ചു നീക്കുന്നതായിരിക്കും.[219]

ബൂർഷ്വാ വ്യവസ്ഥിതിയിൽ നിന്ന് സോഷ്യലിസ്റ്റ് സമൂഹത്തിനുള്ള വ്യത്യാസം മാർക്സും എംഗൽസും ഒരൊറ്റ വാചകത്തിൽ ഇങ്ങനെ സംഗ്രഹിക്കുന്നു.

വർഗ്ഗങ്ങളും വർഗ്ഗവൈരങ്ങളുമുള്ള പഴയ ബൂർഷ്വാസമൂഹത്തിന്റെ സ്ഥാനത്ത്, ഓരോരുത്തരും സ്വതന്ത്രമായി വളർന്നുവന്നാൽ മാത്രം എല്ലാവരും സ്വതന്ത്രമായി വളരുന്ന ഒരു സമൂഹം നമുക്കു ലഭിക്കുന്നതായിരിക്കും.[219]

ശാസ്ത്രീയ സോഷ്യലിസം

മാനിഫെസ്റ്റോ രചിക്കപ്പെടുന്നതിനു മുമ്പ് നിലനിന്നിരുന്ന സാങ്കല്പിക സോഷ്യലിസത്തിന്റെ കാഴ്ചപ്പാടുകളാണ് *മാനിഫെസ്റ്റോ*യുടെ മൂന്നാമത്തെ അധ്യായത്തിൽ പരിശോധിക്കുന്നത്. ഈ കാഴ്ചപ്പാടുകളും അവ ഉയർത്തിപ്പിടിച്ച പ്രസ്ഥാനങ്ങളും ചരിത്രത്തിൽ നിർവഹിച്ചു കൊണ്ടിരുന്ന ദൗത്യം മാർക്സും എംഗൽസും നിരീക്ഷണ വിധേയമാക്കുന്നു. അന്ന് നിലനിന്ന ചില ദാർശനിക പ്രവണതകളെ മനസ്സിലാക്കാൻ ഈ അധ്യായത്തിന്റെ വായന സഹായിക്കും. ശാസ്ത്രീയ സോഷ്യലിസത്തിന്റെ ശാസ്ത്രീയതയും ആധികാരികതയും ഉറപ്പിക്കുന്നതിന് ഈ താരതമ്യം ഉപയോഗപ്പെടുത്താനും കഴിയും. *മാനിഫെസ്റ്റോ*യുടെ മൂന്നാം അധ്യായത്തിൽ മാർക്സും എംഗൽസും അതാണ് ചെയ്യുന്നത്.

സോഷ്യലിസ്റ്റ് സാഹിത്യവും കമ്മ്യൂണിസ്റ്റ് സാഹിത്യവും എന്നതാണ് ഈ അധ്യായത്തിന് തലക്കെട്ട്. അതിന്റെ ഉപ തലക്കെട്ടുകൾ ആയി മറ്റു പ്രധാനപ്പെട്ട വിഷയങ്ങൾ വരുന്നു. പിന്തിരിപ്പൻ സോഷ്യലിസം എന്ന ഇതിന്റെ ആദ്യഭാഗത്തെ മൂന്ന് ഉപമേഖലകളായി, ഫ്യൂഡൽ സോഷ്യലിസം, പെറ്റി ബൂർഷ്വാ സോഷ്യലിസം, ജർമ്മൻ അഥവാ സത്യ സോഷ്യലിസം എന്നിവ വിശദീകരിച്ചിരിക്കുന്നു. രണ്ടാം ഭാഗമായി, യാഥാസ്ഥിതിക സോഷ്യലിസം അഥവാ, ബൂർഷ്വാ സോഷ്യലിസം വരുന്നു. ബൂർഷ്വാ താല്പര്യങ്ങൾക്ക് ആധിപത്യം വരുന്നതിനു മുൻപുള്ള ഫ്യൂഡൽ താൽപര്യങ്ങളെയും പെറ്റി ബൂർഷ്വാ താൽപര്യങ്ങളെയും പ്രതിനിധീകരിക്കുന്ന പ്രവണതകളാണ് ആദ്യഭാഗത്ത് വിശദീകരിച്ചിരിക്കുന്നത്. രണ്ടാം ഭാഗത്ത് ആകട്ടെ, ബൂർഷ്വാ താൽപര്യങ്ങളെ പ്രതിനിധീകരിക്കുന്ന സോഷ്യലിസ്റ്റ് പ്രവണതകൾ വിശദീകരിച്ചിരിക്കുന്നു. ബൂർഷ്വാസി തന്നെ മുന്നോട്ടുവയ്ക്കുന്ന സോഷ്യലിസത്തെക്കുറിച്ചുള്ള കാഴ്ചപ്പാടുകളാണ്

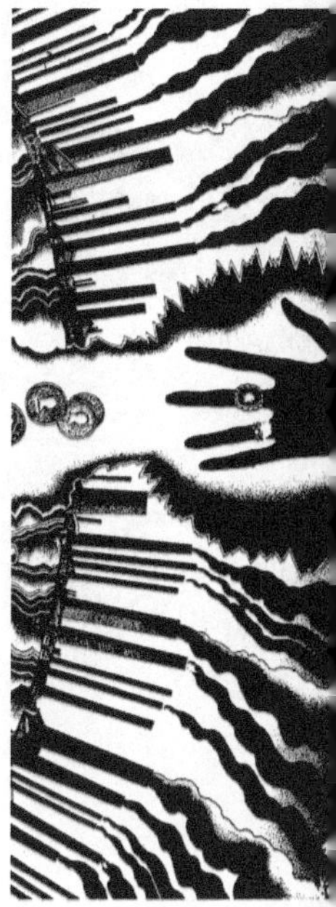

ബൂർഷ്വാ സോഷ്യലിസം എന്ന് മാർക്സും എംഗൽസും വിശേഷിപ്പിക്കുന്ന പ്രവണത. സാങ്കല്പിക സോഷ്യലിസവും കമ്മ്യൂണിസവും തമ്മിലുള്ള താരതമ്യമാണ് ഈ അദ്ധ്യായത്തിലെ മൂന്നാം ഭാഗത്ത് മാർക്സും എംഗൽസും നിർവ്വഹിച്ചിരിക്കുന്നത്. എംഗൽസിന്റെ *സോഷ്യലിസം സാങ്കൽപ്പികവും ശാസ്ത്രീയവും* എന്ന കൃതിയിലും മാർക്സ് രചിച്ച *ഗോദാ പരിപാടിയുടെ വിമർശനത്തിലും* സാങ്കല്പിക സോഷ്യലിസത്തിൽ നിന്ന് വ്യത്യസ്തമായി, ശാസ്ത്രീയ സോഷ്യലിസത്തിന്റെ യഥാർത്ഥ സ്വഭാവം വിശദീകരിച്ചിട്ടുണ്ട്. ഇതിൽ പ്രസ്താവിക്കുന്ന പല പ്രവണതകളും ഇതിനകം കാലഹരണപ്പെട്ടു കഴിഞ്ഞിട്ടുണ്ട്.

ഫ്യൂഡൽ സോഷ്യലിസം എന്താണെന്ന് അത് രൂപപ്പെട്ട ചരിത്ര പശ്ചാത്തലത്തിൽ മാർക്സും എംഗൽസും വിശദീകരിക്കുന്നു.

> ചരിത്രപരമായ തങ്ങളുടെ സവിശേഷസ്ഥാനം കാരണം, ആധുനിക ബൂർഷ്വാ സമൂഹത്തിനെതിരായ ലഘുലേഖകൾ എഴുതുക എന്നത് ഫ്രാൻസിലേയും ഇംഗ്ലണ്ടിലേയും പ്രഭുക്കന്മാരുടെ ജോലിയായിത്തീർന്നു. 1830 ജൂലായിൽ നടന്ന ഫ്രഞ്ചുവിപ്ലവത്തിലും ഇംഗ്ലണ്ടിലെ ഭരണപരിഷ്കാര പ്രക്ഷോഭത്തിലും ഈ പ്രഭുക്കന്മാർ വീണ്ടും വെറുക്കപ്പെട്ട പുത്തൻ പണക്കാരുടെ മുമ്പിൽ മുട്ടുകുത്തി.[220]

അധികാരം നഷ്ടപ്പെട്ട ഫ്യൂഡൽ ശക്തികളുടെ മുറവിളി ആയിട്ടാണ് ഫ്യൂഡൽ സോഷ്യലിസത്തെ മാർക്സും എംഗൽസും ഇവിടെ വിശദീകരിക്കുന്നത്. മുതലാളിത്തം വന്നതോടുകൂടി അട്ടിമറിക്കപ്പെട്ട ഫ്യൂഡൽ ശക്തികൾ മുതലാളിത്തത്തിനെതിരായ നിലപാടെടുക്കുകയും അത് പുരോഗമനപരം ആണെന്ന് നടിക്കുകയും ചെയ്തു. ഇതാണ് ഫ്യൂഡൽ സോഷ്യലിസത്തിന്റെ യഥാർത്ഥ വർഗ്ഗസ്വഭാവം. ഫ്യൂഡൽ സോഷ്യലിസം മുതലാളിത്തത്തിനും മുൻപുള്ള ഒരു അവസ്ഥയിലേക്ക് ചരിത്രത്തെ തിരിച്ചുകൊണ്ടു പോകാനാണ് ശ്രമിച്ചത്. അതുകൊണ്ടുതന്നെ കമ്മ്യൂണിസത്തിന്റെ കാഴ്ചപ്പാടിൽ അത് അറുപിന്തിരിപ്പൻ ആണ്.

തൊഴിലാളികളുടെ കഷ്ടപ്പാടുകൾ ഉയർത്തിക്കാട്ടി തങ്ങളുടെ വർഗ്ഗ താൽപര്യങ്ങൾക്കുവേണ്ടി വാദിക്കുകയാണ് ഫ്യൂഡൽ ശക്തികൾ ചെയ്തത്. തൊഴിലാളിവർഗ്ഗത്തിന്റെ ഉന്നമനം അവരുടെ ലക്ഷ്യമായിരുന്നില്ല. ഈ പ്രമേയം മാർക്സും എംഗൽസും വിശദീകരിക്കുന്നു

> അത് പകുതി വിലാപമാണ്, പകുതി പരിഹാസമാണ്, പകുതി ഭൂതകാലത്തിന്റെ പ്രതിധ്വനിയാണ്, പകുതി ഭാവിയെപ്പറ്റിയുള്ള ഭീഷണിയും. ചിലപ്പോഴൊക്കെ അതിന്റെ രൂക്ഷവും സരസവും മൂർച്ചയേറിയതുമായ വിമർശനം വഴി ബൂർഷ്വാസിയുടെ ഹൃദയത്തിന്റെ മർമ്മത്തിൽ തന്നെ

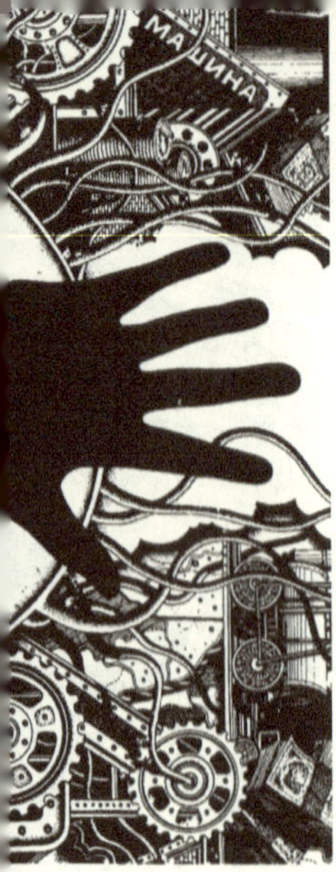

> ആഞ്ഞടിക്കുന്നുണ്ടെങ്കിലും, ആധുനിക ചരിത്രത്തിന്റെ ഗതി മനസ്സിലാക്കുവാനുള്ള തികഞ്ഞ കഴിവുകേടു നിമിത്തം അതു ഫലത്തിൽ എന്നും പരിഹാസ്യമായിരുന്നു. ജനങ്ങളെ സ്വന്തം ഭാഗത്ത് അണിനിരത്താൻവേണ്ടി നാടുവാഴിപ്രഭുക്കന്മാർ തൊഴിലാളികളുടെ പിച്ചപ്പാളയാണ് പതാകയ്ക്കുപകരം മുമ്പിൽ പിടിച്ചത്. പക്ഷേ, ജനങ്ങൾ അവരുടെകൂടെ ചേർന്നപ്പോഴെല്ലാം നാടുവാഴി പ്രഭുത്വത്തിന്റെ പഴയ കുലചിഹ്നങ്ങൾ അവരുടെ പിന്നാമ്പുറത്തു കാണുകയാൽ, തീരെ അനാദരവോടെ ഉറക്കെ ചിരിച്ചുകൊണ്ട് അവരെ ഉപേക്ഷിക്കുകയാണുണ്ടായത്.[221]

വാസ്തവത്തിൽ, സംഘടിത തൊഴിലാളി വർഗ്ഗത്തിന്റെ ശക്തിയും വിലപേശൽ ശേഷിയും വർധിക്കുന്നതിന് ഇടയാക്കി എന്നതാണ് ബൂർഷ്വാസിയുടെ നേർക്ക് അവർക്കുള്ള പ്രധാന ആക്ഷേപം.

> അവരുടെ വിമർശനത്തിന്റെ പിന്തിരിപ്പൻ സ്വഭാവത്തെ അവർ വളരെ കുറച്ചു മാത്രമേ മറച്ചു വയ്ക്കുന്നുള്ളൂ. പഴയ സാമൂഹ്യക്രമത്തെ വേരോടെ പിഴുതെറിയാൻ വിധിക്കപ്പെട്ട ഒരു വർഗ്ഗം ബൂർഷ്വാഭരണത്തിൻ കീഴിൽ വളർന്നുകൊണ്ടിരിക്കുന്നുവെന്നുള്ളതാണ് ബൂർഷ്വാസിയുടെ പേരിലുള്ള അവരുടെ മുഖ്യ ആരോപണം. ഒരു തൊഴിലാളിവർഗ്ഗത്തെ സൃഷ്ടിക്കുന്നു എന്നതിലുമധികം, വിപ്ലവകാരിയായ ഒരു തൊഴിലാളിവർഗ്ഗത്തെ സൃഷ്ടിക്കുന്നു എന്നതിനാണ് അവർ ബൂർഷ്വാസിയെ പഴിക്കുന്നത്.[221]

പ്രായോഗിക രാഷ്ട്രീയപ്രവർത്തനത്തിന്റെ കാര്യം വരുമ്പോൾ തൊഴിലാളിവർഗ്ഗത്തിനെതിരായ എല്ലാ അടിച്ചമർത്തലുകൾക്കും കൂട്ടുനിൽക്കുന്നവരാണ് ഈ കൂട്ടർ. പൗരോഹിത്യ സോഷ്യലിസം, ക്രിസ്ത്യൻ സോഷ്യലിസം എന്നീ പേരുകളിൽ അറിയപ്പെട്ട പ്രവണതകളും ഇതിന്റെ കൂടെയാണെന്ന് മാർക്സും എംഗൽസും വ്യക്തമാക്കുന്നു.

ആധുനികനാഗരികത വളർന്നുകഴിഞ്ഞ രാജ്യങ്ങളിലെ പെറ്റിബൂർഷ്വാവർഗ്ഗ താൽപര്യങ്ങളെയാണ് പെറ്റി ബൂർഷ്വാ സോഷ്യലിസം പ്രതിനിധീകരിച്ചത്. തൊഴിലാളിവർഗ്ഗത്തിനും ബൂർഷ്വാസിക്കുമിടയ്ക്ക് ആടിക്കളിക്കുന്ന ഒന്നാണ് ഈ വർഗ്ഗം. പാപ്പരായി തൊഴിലാളി വർഗ്ഗത്തിന്റെ ശ്രേണിയിലേക്ക് പതിക്കേണ്ടി വന്നേക്കാമെന്ന ആശങ്ക കൊണ്ടുനടക്കുന്നവരാണ് ഇവർ. ബൂർഷ്വാസിയുടെ ഒരു അനുബന്ധമായാണ് ഈ പ്രവണത നിലനിൽക്കുന്നത്. സിസ്സ്മോണ്ടി ആയിരുന്നു ഈ ചിന്താഗതിയുടെ പ്രധാന നേതാവ്.

> സോഷ്യലിസത്തിന്റെ ഈ രൂപത്തിന്റെ ക്രിയാത്മകമായ ലക്ഷ്യം, ഒന്നുകിൽ പഴയ ഉൽപ്പാദനവിനിമയോപാധികളെ

> യും അതോടൊന്നിച്ച് പഴയ സ്വത്തുടമ ബന്ധങ്ങളെയും, പഴയ സമൂഹത്തെയും പുനഃസ്ഥാപിക്കുക, അല്ലെങ്കിൽ ഇന്നത്തെ ഉൽപ്പാദനവിനിമയോപാധികളെ പഴയ സ്വത്തുടമ ബന്ധങ്ങളുടെ ഈ ഉപാധികൾ തകർത്തു കഴിഞ്ഞതും തകർക്കാതിരിക്കാൻ തരമില്ലാത്തതുമായ സ്വത്തുടമ ബന്ധങ്ങളേതോ അവയുടെ ചട്ടക്കൂടിനുള്ളിൽ ഞെക്കിഞെരുക്കി നിർത്തുക, എന്നതാണ്. രണ്ടായാലും അതു പിന്തിരിപ്പനും സാങ്കൽപ്പികവുമാണ്.[223]

പെറ്റി ബൂർഷ്വാ സോഷ്യലിസ്റ്റുകളുടെ മുദ്രാവാക്യം *മാനിഫെസ്റ്റോ* ഇങ്ങനെ സംഗ്രഹിക്കുന്നു.

> ഫാക്ടറിത്തൊഴിൽ നടത്താൻ പണ്ടത്തെ ഗിൽഡുകൾ, കൃഷിയിൽ ഗോത്രാധിപത്യബന്ധങ്ങൾ.

അപ്രായോഗികങ്ങളായ ഈ ലക്ഷ്യങ്ങളുടെ കാപട്യം തുറന്നു കാട്ടിക്കൊണ്ട് ഇതിന്റെ പരിണാമം മാർക്സും എംഗൽസും വ്യക്തമാക്കുന്നു.

> അവസാനം, കടുത്ത ചരിത്രവസ്തുതകൾ ആത്മവഞ്ചനയുടെ ഈ മത്തുപിടിച്ച ഫലങ്ങളെയെല്ലാം അടിച്ചിറക്കിയപ്പോൾ ഈ സോഷ്യലിസം നൈരാശ്യത്തിന്റെ ദയനീയമായ ഒരു അപസ്മാരവികൃതിയിൽ ചെന്നുകലാശിച്ചു.[224]

തുടർന്ന്, ജർമ്മൻ അഥവാ 'സത്യ'സോഷ്യലിസത്തെ കുറിച്ചാണ് മാർക്സും എംഗൽസും പരിശോധിക്കുന്നത്. ഫ്രാൻസിൽ രൂപീകരിക്കപ്പെട്ട ഈ ആശയം, ജർമ്മനിയിലേക്കു കടന്നുചെന്നപ്പോൾ ജർമ്മൻ തത്വജ്ഞാനികളും തത്വജ്ഞാനികളാകാൻ ആഗ്രഹിക്കുന്നവരും സുന്ദരശൈലിപ്രണയികളും അതിനെ ആവേശത്തോടെ ആശ്ലേഷിച്ചതായി *മാനിഫെസ്റ്റോ* നിരീക്ഷിക്കുന്നു.

> സോഷ്യലിസ്റ്റ് ആവശ്യങ്ങൾ ഉന്നയിച്ചുകൊണ്ട് രാഷ്ട്രീയപ്രസ്ഥാനത്തെ നേരിടാനും ലിബറലിസത്തിനും പ്രതിനിധിഭരണത്തിനും ബൂർഷ്വാ മത്സരത്തിനും ബൂർഷ്വാ പത്രസ്വാതന്ത്ര്യത്തിനും ബൂർഷ്വാനിയമനിർമ്മാണത്തിനും ബൂർഷ്വാ സമത്വസ്വാതന്ത്ര്യങ്ങൾക്കുമെതിരായി പരമ്പരാഗതമായ ശാപവചനങ്ങൾ വർഷിക്കുവാനും ഈ ബൂർഷ്വാപ്രസ്ഥാനം നിമിത്തം സർവതും നഷ്ടപ്പെടാമെന്നല്ലാതെ യാതൊന്നും നേടാനില്ലെന്നു ബഹുജനങ്ങൾക്കിടയിൽ പ്രചരണം നടത്താനും 'സത്യ' സോഷ്യലിസത്തിന് ആറ്റുനോറ്റു കൊണ്ടിരുന്ന അവസരം ഇതുമൂലം ലഭിച്ചു.[225]

ആലങ്കാരികമായ വാഗ്ധോരണികളിലൂടെ ജനങ്ങൾക്കിടയിൽ സ്വാധീനമുണ്ടാക്കാൻ ഇതിനു കഴിഞ്ഞു. എന്നാൽ, ഇതിലടങ്ങിയ ദാർശനിക വിഡ്ഢിത്തം പെട്ടെന്നു തന്നെ തുറന്നു കാട്ടപ്പെട്ടു.

> വാഗ്ധോരണിയുടെ പുഷ്പങ്ങൾ തുന്നിപ്പിടിപ്പിച്ചതും നിർജീ

> വവികാരങ്ങളുടെ മഞ്ഞുതുള്ളികളിൽ മുക്കിയെടുത്തതുമായ ഊഹാപോഹ ചിലന്തിവലയുടെ പട്ടുടയാട - വെറും എല്ലും തോലുമായി തീർന്നിട്ടുള്ള തങ്ങളുടെ ദയനീയ 'സനാതനസത്യ'ങ്ങളെ കെട്ടിപ്പൊതിയാൻ ജർമ്മൻ സോഷ്യലിസ്റ്റുകാർ ഉപയോഗിച്ച ആധ്യാത്മിക പട്ടുടയാട - അത്തരക്കാരായ പൊതുജനങ്ങൾക്കിടയിൽ അവരുടെ ചരക്കിന്റെ ചെലവു വർധിപ്പിക്കുവാൻ അത്ഭുതകരമാം വിധം സഹായിച്ചു.[226]

കമ്യൂണിസം മൃഗീയമാം വിധം നശീകരണാത്മകമാണെന്ന് പ്രഖ്യാപിച്ച ഇവർ അതിനെ ശക്തിയുക്തം എതിർത്തു. കമ്യൂണിസ്റ്റ് സാഹിത്യമെന്നും സോഷ്യലിസ്റ്റ് സാഹിത്യമെന്നുമുള്ള പേരുകളിൽ അന്ന് ജർമ്മനിയിൽ പ്രചരിച്ചതിൽ അൽപ്പം ചിലതൊഴിച്ച് ബാക്കിയുള്ളതെല്ലാം ഇവരുടെ നാറിപ്പുളിച്ചതും ചുണകെട്ടതുമായ ഈ സാഹിത്യമായിരുന്നുവെന്ന് *മാനിഫെസ്റ്റോ* പറയുന്നു.

തത്വശാസ്ത്രത്തിന്റെ ദാരിദ്ര്യം

ബൂർഷ്വാസിയിൽ ഒരു വിഭാഗം സാമൂഹ്യമായ പരാതികൾ പരിഹരിക്കണമെന്ന് ആഗ്രഹിക്കുന്നു. അവരുടെ ചിന്താഗതിയാണ് യാഥാസ്ഥിതിക അഥവാ ബൂർഷ്വാ സോഷ്യലിസം. ഇതിന്റെ വക്താക്കൾ ആരൊക്കെയെന്ന് വ്യക്തമാക്കിക്കൊണ്ട് മാർക്സും എംഗൽസും പറയുന്നു.

> ധനശാസ്ത്രജ്ഞന്മാർ, പരോപകാരികൾ, മനുഷ്യസ്നേഹികൾ, തൊഴിലാളിവർഗ്ഗത്തിന്റെ സ്ഥിതി ഭേദപ്പെടുത്തുന്നവർ, ധർമ്മസ്ഥാപനസംഘാടകർ, ജന്തുഹിംസാനിവാരണ സംഘക്കാർ, മദ്യവർജന ഭ്രാന്തന്മാർ, എല്ലാ തരത്തിലും പെട്ട തട്ടിപ്പുകാരായ പരിഷ്കരണവാദികൾ എല്ലാം ഈ വിഭാഗത്തിൽപ്പെട്ടവരാണ്. ഈ രൂപത്തിലുള്ള സോഷ്യലിസത്തെ സമ്പൂർണവ്യവസ്ഥകളായി രൂപപ്പെടുത്തുകയും ചെയ്തിട്ടുണ്ട്.[228]

ബൂർഷ്വാസമൂഹത്തിന്റെ തുടർച്ചയായ നിലനിൽപ്പ് സുരക്ഷിതമാക്കുകയാണ്, ഫലത്തിൽ, ഇവർ ചെയ്യുന്നത്.

ബൂർഷ്വാ സോഷ്യലിസത്തെ കുറിച്ച് പറയുമ്പോൾ മാർക്സും എംഗൽസും എടുത്തുപറയുന്ന ഒരു പേര് പ്രൂധോണിന്റേതാണ്. അദ്ദേഹത്തിന്റെ *ദാരിദ്ര്യത്തിന്റെ തത്വശാസ്ത്രം* എന്ന കൃതിയെക്കുറിച്ച് മാർക്സും എംഗൽസും *മാനിഫെസ്റ്റോ*യിൽ പരാമർശിക്കുന്നുണ്ട്. പ്രൂധോണിന്റെ *ദാരിദ്ര്യത്തിന്റെ തത്വശാസ്ത്രം* എന്ന കൃതിക്കുള്ള മറുപടിയായിട്ടാണ് 1847 ൽ മാർക്സ് തത്വശാസ്ത്രത്തിന് ദാരിദ്ര്യം എഴുതിയത്. വർഗ്ഗ സമരമാണ് ചരിത്രത്തെ മുന്നോട്ടുനയിക്കുന്നത് എന്നുള്ള വസ്തുത കാണുകയോ വർഗ്ഗപരമായ ഭിന്നതകളുടെ സാ

ഹചര്യം ഉൾക്കൊള്ളുകയോ ചെയ്യാതെ, തൊലിപ്പുറമേയുള്ള ചികിൽസ കൊണ്ടും മനോഭാവത്തിലെ മാറ്റം കൊണ്ടും ഒരു സമത്വാധിഷ്ഠിത സമൂഹത്തിലേക്ക് എത്താൻ കഴിയും എന്നുള്ള അദ്ദേഹത്തിന്റെ കാഴ്ചപ്പാടിനെ മാർക്സ് ശക്തിയുക്തം വിമർശിച്ചു. ഫ്രഞ്ച് ഭാഷയിൽ രചിച്ച *തത്വശാസ്ത്രത്തിന്റെ ദാരിദ്ര്യം* മാർക്സിന്റ മരണശേഷം 1885 ലാണ് ജർമ്മൻ ഭാഷയിൽ പ്രസിദ്ധീകരിച്ചത്. അതിന്റെ ആദ്യ ഇംഗ്ലീഷ് പതിപ്പ് പുറത്തിറങ്ങാൻ 1900 വരെ കാത്തിരിക്കേണ്ടിവന്നു. ബൂർഷ്വാ സോഷ്യലിസത്തിന്റെ പരിമിതി ആഴത്തിൽ മനസ്സിലാക്കാൻ ഈ കൃതി സഹായകമാണ്.

> തങ്ങൾ പരമാധികാരികളായിട്ടുള്ള ലോകമാണ് ഏറ്റവും മെച്ചപ്പെട്ടിട്ടുള്ളതെന്നു ബൂർഷ്വാസി സ്വാഭാവികമായും ധരിക്കുന്നു. സുഖകരമായ ഈ ധാരണയെ ബൂർഷ്വാസോഷ്യലിസം ഏതാണ്ട് സമ്പൂർണമായ വിവിധ വ്യവസ്ഥകളാക്കി വളർത്തിയിട്ടുണ്ട്. ഇത്തരമൊരു വ്യവസ്ഥ നടപ്പാക്കണമെന്നും അങ്ങനെ പുതിയൊരു സാമൂഹ്യ യറുശലേമിലേക്ക് നേരിട്ട് മാർച്ചുചെയ്യണമെന്നും അത് തൊഴിലാളിവർഗ്ഗത്തോട് ആവശ്യപ്പെടുന്നു.[228]

തൊഴിലാളിവർഗ്ഗം പുതിയൊരു വ്യവസ്ഥിതിക്കു വേണ്ടിയുള്ള ആഹ്വാനം ഉപേക്ഷിക്കണമെന്നും നിലവിലുള്ള സമൂഹത്തിന്റെ നാലതിരുകൾക്കുള്ളിൽ ഒതുങ്ങണമെന്നുമാണ്, ഫലത്തിൽ, ബൂർഷ്വാ സോഷ്യലിസം ആവശ്യപ്പെടുന്നത്.

ഇതിന്റെ തന്നെ മറ്റൊരു രൂപത്തെ കുറിച്ചും ഈ അധ്യായത്തിൽ മാർക്സും എംഗൽസും പറയുന്നുണ്ട്. ഈ വിഭാഗക്കാർ:

> വെറും രാഷ്ട്രീയമായ പരിഷ്കാരങ്ങൾകൊണ്ടൊന്നും ഗുണമില്ലെന്നും ഭൗതികജീവിതസാഹചര്യങ്ങൾക്ക്, സാമ്പത്തികബന്ധങ്ങൾക്ക്, മാറ്റം വന്നാൽ മാത്രമേ മെച്ചമുള്ളൂവെന്നും കാണിക്കുന്നതിലൂടെ തൊഴിലാളിവർഗ്ഗത്തിന്റെ കണ്ണിൽ എല്ലാ വിപ്ലവ പ്രസ്ഥാനങ്ങളെയും കരിതേച്ചുകാണിക്കാൻ ശ്രമിച്ചു.
>
> എന്നാൽ, ഈ സോഷ്യലിസത്തിന്റെ വിവക്ഷയിൽ, ഭൗതിക ജീവിതസാഹചര്യങ്ങളിൽ മാറ്റം വരുത്തുകയെന്നതിന്റെ അർഥം, ഉൽപ്പാദനത്തിന്റെ ബൂർഷ്വാ ബന്ധങ്ങളെ അവസാനിപ്പിക്കുകയല്ല, അതിന് ഒരു വിപ്ലവംതന്നെ വേണമല്ലോ. നേരെമറിച്ച്, ഈ ബന്ധങ്ങൾ തുടർന്നു നിലനിർത്തിക്കൊണ്ടുള്ള ഭരണപരിഷ്കാരങ്ങളെന്നാണ്; അതായത്, മൂലധനവും അധ്വാനവും തമ്മിലുള്ള ബന്ധങ്ങളെ ഒരു വിധത്തിലും ബാധിക്കാത്തതും, എന്നാൽ കുറഞ്ഞപക്ഷം ബൂർഷ്വാഗവൺമെന്റിന്റെ ചെലവുചുരുക്കാനും ഭരണനിർവഹണ ജോലിയെ ലഘൂകരിക്കാനും മാത്രം ഉതകുന്ന

> ത്തുമായ പരിഷ്കാരങ്ങൾ.[229]

വെറുമൊരു അലങ്കാരശബ്ദമായി മാത്രമാണ്, ബൂർഷ്വാ സോഷ്യലിസം നിൽക്കുന്നത്. അതിന് ഒരു പരിപാടിയോ ശാസ്ത്രീയ കാഴ്ചപ്പാടോ ഒന്നും തന്നെയില്ല. എന്തു ചെയ്താലും അത് തൊഴിലാളിക്കു വേണ്ടിയാണെന്ന് ഇക്കൂട്ടർ പറയും.

> സ്വതന്ത്രവ്യാപാരം തൊഴിലാളിവർഗ്ഗത്തിന്റെ ഗുണത്തിനു വേണ്ടി. സംരക്ഷണ ചുങ്കങ്ങൾ തൊഴിലാളിവർഗ്ഗത്തിന്റെ ഗുണത്തിനു വേണ്ടി. ജയിൽ പരിഷ്കാരം തൊഴിലാളിവർഗ്ഗത്തിന്റെ ഗുണത്തിനുവേണ്ടി. ഇതാണ് ബൂർഷ്വാ സോഷ്യലിസത്തിന്റെ അവസാനവാക്ക്, അതിൽ കാര്യമായെടുത്തിട്ടുള്ള ഒരൊറ്റ വാക്ക്. ഇതിനെ ഇങ്ങനെ ചുരുക്കിപ്പറയാം: ബൂർഷ്വാ ബൂർഷ്വായായിരിക്കുന്നത് തൊഴിലാളിവർഗ്ഗത്തിന്റെ ഗുണത്തിനു വേണ്ടിയാണ്.[229]

വിമർശന സാങ്കൽപ്പിക സോഷ്യലിസത്തിന്റെ പരിമിതികളാണ് തുടർന്നുള്ള ഭാഗത്ത് പരിശോധിക്കുന്നത്. സാൻസിമോൺ, ഫുര്യേ, ഓവൻ തുടങ്ങിയവർ മുന്നോട്ടു വച്ച സാങ്കല്പിക സോഷ്യലിസത്തെ ഈ ഭാഗത്ത് മാർക്സും എംഗൽസും വിമർശന വിധേയമാക്കുന്നു.

> എല്ലാ രാഷ്ട്രീയപ്രവർത്തനത്തെയും, വിശേഷിച്ച് എല്ലാ വിപ്ലവപ്രവർത്തനത്തെയും, നിരസിക്കുന്നു. സമാധാനപരമായ മാർഗ്ഗങ്ങൾ ഉപയോഗിച്ച് സ്വന്തം ലക്ഷ്യം നേടാമെന്ന് അവർ ആഗ്രഹിക്കുന്നു. പരാജയപ്പെടാതിരിക്കാൻ നിർവാഹമില്ലാത്ത ചെറുപരീക്ഷണങ്ങൾ നടത്തിയും മാതൃകാപരമായ പ്രവർത്തനത്തിന്റെ ബലംകൊണ്ടും ഈ പുതിയ സാമൂഹ്യ 'സുവിശേഷ'ത്തിലേക്കു വഴി തെളിക്കാൻ അവർ ശ്രമിക്കുന്നു.[231]

എല്ലാത്തരം വിപ്ലവ രാഷ്ട്രീയ പ്രവർത്തനത്തെയും എതിർക്കുമ്പോൾ പോലും തൊഴിലാളി വർഗ്ഗത്തിന് ദീർഘകാലാടിസ്ഥാനത്തിൽ പ്രയോജനകരമായിത്തീർന്ന ചില മുദ്രാവാക്യങ്ങൾ സംഭാവന ചെയ്തതിൽ അവർക്കുള്ള പങ്ക് *മാനിഫെസ്റ്റോ* തുറന്ന് അംഗീകരിക്കുന്നുണ്ട്.

> ഈ സോഷ്യലിസ്റ്റ് കമ്യൂണിസ്റ്റ് പ്രസിദ്ധീകരണങ്ങളിൽ വിമർശനത്തിന്റെ ഒരംശവും അടങ്ങിയിട്ടുണ്ട്. നിലവിലുള്ള സമൂഹത്തിന്റെ എല്ലാ പ്രമാണങ്ങളെയും അവ എതിർക്കുന്നു. അതുകൊണ്ട് തൊഴിലാളിവർഗ്ഗത്തിന്റെ ഉദ്ബുദ്ധതയ്ക്ക് ഏറ്റവും വിലപിടിച്ച സംഗതികൾ അവയിൽ നിറയെ ഉണ്ട്. ഗ്രാമവും നഗരവും തമ്മിലുള്ള വ്യത്യാസത്തെയും കുടുംബത്തെയും സ്വകാര്യവ്യക്തികളുടെ ഗുണത്തിനുവേണ്ടി വ്യവസായം നടത്തുന്നതിനെയും കൂലി സമ്പ്രദായത്തെയും ഉച്ചാടനം ചെയ്യുക; സാമൂഹ്യമൈത്രി പ്രഖ്യാപിക്കുക,

> ഭരണകൂടത്തിന്റെ കർത്തവ്യങ്ങൾ ഉൽപ്പാദനത്തിന്റെ മേൽനോട്ടം വഹിക്കൽമാത്രമായി മാറ്റുക.[231]

എന്നാൽ, തൊഴിലാളിവർഗ്ഗത്തിന്റെ മോചനത്തിനാവശ്യമായ യഥാർത്ഥ ഭൗതികോപാധികൾ കാണാൻ അവർക്ക് കഴിഞ്ഞില്ല.

സർവ്വരാജ്യത്തൊഴിലാളികളെ സംഘടിക്കുവിൻ

മാനിഫെസ്റ്റോയുടെ അവസാന അധ്യായം ആ കാലഘട്ടത്തിലെ പ്രതിപക്ഷ പാർട്ടികളോടുള്ള കമ്യൂണിസ്റ്റുകാരുടെ സമീപനമാണ് വ്യക്തമാക്കുന്നത്. 1872 ലെ ജർമ്മൻ പതിപ്പിനുള്ള മുഖവുരയിൽ മാർക്സും എംഗൽസും ഇതിന്റെ സവിശേഷ സാഹചര്യം വ്യക്തമാക്കുന്നുണ്ട്. വിവിധ പ്രതിപക്ഷ പാർട്ടികളോടുള്ള കമ്യൂണിസ്റ്റുകാരുടെ നിലപാട് എന്ന ഈ അധ്യായത്തിൽ പരാമർശിക്കുന്ന പാർട്ടികൾ പലതും അതിനകം ഇല്ലാതായി കഴിഞ്ഞിരുന്നു. ഒരു ചരിത്ര രേഖയായി മാറിയതിനു ശേഷം *മാനിഫെസ്റ്റോയിൽ* തിരുത്തൽ വരുത്തുന്നത് ശരിയല്ല എന്നതുകൊണ്ടു മാത്രമാണ് തുടർന്നുള്ള പതിപ്പുകളിൽ ഇതടക്കമുള്ള ഭാഗങ്ങൾ അതേപടി നിലനിർത്തിയത്. എന്നാൽ, ആദ്യം മാർക്സും എംഗൽസും ചേർന്നും, പിന്നീട് മാർക്സിന്റെ മരണശേഷം, എംഗൽസ് തനിച്ചും എഴുതിയ മുഖവുരകൾ ഈ കുറവ് നികത്തി.

മാനിഫെസ്റ്റോയുടെ ഈ ഭാഗത്ത് അന്നത്തെ പ്രതിപക്ഷ പാർട്ടികളെ കുറിച്ച് പറയുന്ന ഭാഗങ്ങൾ ഇന്ന് പ്രസക്തമല്ല. എന്നാൽ ഓരോ കാലഘട്ടത്തിലും പ്രതിപക്ഷ പാർട്ടികളോട് കമ്മ്യൂണിസ്റ്റുകാർ സ്വീകരിക്കുന്ന ബന്ധത്തിന്റെ മൗലിക സ്വഭാവം സംബന്ധിച്ചേടത്തോളം ഈ ഭാഗം പ്രസക്തമാണ്. അത്രമാത്രമേ ഇതിന് പ്രസക്തിയുള്ളൂ.

> എല്ലാ രാജ്യങ്ങളിലുമുള്ള ജനാധിപത്യപ്പാർട്ടികൾ തമ്മിൽ യോജിപ്പും ധാരണയും ഉണ്ടാക്കുന്നതിനു വേണ്ടിയാണ് കമ്യൂണിസ്റ്റുകാർ എല്ലായിടത്തും പരിശ്രമിക്കുക.[235]

ജർമ്മനിയിലെ ബൂർഷ്വാസിയോട് അന്ന് തൊഴിലാളി വർഗ്ഗം

സ്വീകരിച്ച നിലപാടു നോക്കുക..

> സ്വേച്ഛാധിപത്യപരമായ രാജവാഴ്ചയ്ക്കും ഫ്യൂഡൽ ദുഷ്പ്രഭുത്വത്തിനും പെറ്റിബൂർഷ്വാസിക്കും എതിരായി വിപ്ലവകരമായ രീതിയിൽ ജർമ്മനിയിലെ ബൂർഷ്വാസി എപ്പോഴെല്ലാം പ്രവർത്തിക്കുന്നുവോ അപ്പോഴെല്ലാം കമ്യൂണിസ്റ്റുകാർ അവരോടൊപ്പം പോരാടുന്നു.[235]

ഈ സഖ്യംചേരൽ അതീവ ജാഗ്രതയോടെ ചെയ്യേണ്ട ഒന്നാണ്. മാർക്സും എംഗൽസും തുടർന്ന് പറയുന്നത് നോക്കുക.

> ബൂർഷ്വാസിക്ക് ആധിപത്യം കിട്ടുന്നതോടുകൂടി നിലവിൽ വരുത്താതിരിക്കാൻ നിർവാഹമില്ലാത്ത സാമൂഹിക രാഷ്ട്രീയ സാഹചര്യങ്ങളെ ഉടൻതന്നെ ബൂർഷ്വാസിക്കെതിരായി അത്രയും ആയുധങ്ങളാക്കി മാറ്റാനും ജർമ്മനിയിൽ പിന്തിരിപ്പൻ വർഗ്ഗങ്ങൾ നിലംപതിച്ചു കഴിഞ്ഞാൽ ഉടനടി ബൂർഷ്വാസിക്കെതിരായ പോരാട്ടം ആരംഭിക്കുവാനും വേണ്ടി ബൂർഷ്വാസിയും തൊഴിലാളിവർഗ്ഗവും തമ്മിലുള്ള വർഗ്ഗവൈരത്തെക്കുറിച്ച് സാധ്യമായത്ര ഏറ്റവും വ്യക്തമായ ബോധം തൊഴിലാളിവർഗ്ഗത്തിൽ ഉളവാക്കുന്നതിന് അവർ അനവരതം പ്രവർത്തിക്കും.[235]

ഇത് ഇന്നും പ്രസക്തമായ മൗലിക നിലപാടാണ്. ആരുമായി ചേർന്ന് സമരം ചെയ്യുന്നു എന്നുള്ളത് ഓരോ കാലഘട്ടത്തിലും വ്യത്യാസപ്പെട്ടിരിക്കും. എന്നാൽ ഇതിന് ആധാരമായ മൗലിക സമീപനം എപ്പോഴും ഒന്നുതന്നെയായിരിക്കും; അതാണ് പ്രധാന കാര്യം.

ബൂർഷ്വാസിയും തൊഴിലാളി വർഗ്ഗവും തമ്മിലുള്ള നികത്താനാവാത്ത വർഗ്ഗ വൈരം എന്ന അടിസ്ഥാന യാഥാർത്ഥ്യം സംബന്ധിച്ച അവബോധം ഊട്ടിയുറപ്പിച്ചുകൊണ്ട് പ്രായോഗിക നിലപാടുകൾ സ്വീകരിച്ച് പ്രവർത്തിക്കുകയാണ് കമ്യൂണിസ്റ്റുകാർ ചെയ്യുന്നത്.

ഓരോ സമയത്തും തൊഴിലാളി വർഗ്ഗത്തിന്റെ വിശാല താൽപര്യങ്ങൾക്കും ദീർഘകാലാടിസ്ഥാനത്തിലുള്ള വിപ്ലവ ലക്ഷ്യങ്ങൾക്കും പ്രായോഗികമായി സഹായകരമാകുന്നതെന്തോ ആ നിലപാടാണ് കമ്മ്യൂണിസ്റ്റുകാർ സ്വീകരിക്കുന്നത്. പ്രായപൂർത്തി വോട്ടവകാശത്തിന്റെ പ്രശ്നം ഉയർന്നു വന്നപ്പോൾ, അത് തൊഴിലാളി വർഗ്ഗത്തിന് പുതിയൊരു ആയുധം നൽകും എന്നാണ് എംഗൽസ് അഭിപ്രായപ്പെട്ടത്. സ്വത്തിന്റേയും ലിംഗപദവിയുടെയും മറ്റും അടിസ്ഥാനത്തിൽ വിവേചനം ഉണ്ടായിരുന്ന കാലത്തു പോലും, പ്രായപൂർത്തി വോട്ടവകാശ തത്ത്വം തൊഴിലാളി വർഗ്ഗത്തിന്റെ കൈയിലെ ആയുധമായി ഉപയോഗിക്കാനുള്ള മാർഗ്ഗം ആരായുകയാണ് കമ്യൂണിസ്റ്റുകാർ ചെയ്തത്.

ദേശീയ വിമോചന സമരങ്ങൾ ശക്തിപ്പെട്ട 1920 കളിൽ പ്രവി

ശ്യകളിൽ മത്സരിച്ച് ജയിച്ച് ഗവൺമെന്റ് രൂപീകരിക്കാൻ ലഭിക്കുന്ന അവസരമടക്കം ഉപയോഗപ്പെടുത്തുകയെന്ന പ്രായോഗിക സമീപനമാണ് കമ്മ്യൂണിസ്റ്റ് ഇന്റർനാഷണൽ ചർച്ചചെയ്ത് അംഗീകരിച്ചത്. ജനങ്ങൾക്ക് പരമാവധി ആശ്വാസം നൽകാൻ ഇത്തരം അവസരം ഉപയോഗപ്പെടുത്തുന്നതോടൊപ്പം, അതിലൂടെ ശാശ്വതമായ പരിഹാരം സാധ്യമല്ലെന്ന അവബോധം ശക്തിപ്പെടുത്താനും കമ്യൂണിസ്റ്റുകാർ ശ്രമിച്ചു. അധികാരം കൈയാളുന്ന വർഗ്ഗത്തിന്റെ സ്വഭാവവും തൊഴിലാളിവർഗ്ഗത്തിന് ഒരു വർഗ്ഗമെന്ന നിലയിലുള്ള വികാസത്തിന്റെ നിലവാരവും അനുസരിച്ച് ഓരോഘട്ടത്തിലും പ്രായോഗിക നിലപാടുകൾ സ്വീകരിച്ചു കൊണ്ടാണ് കമ്മ്യൂണിസ്റ്റ് പാർട്ടികൾ പ്രവർത്തിക്കുന്നത്.

ഇന്ത്യയിൽ, സ്വാതന്ത്ര്യ സമര കാലത്തും, പിന്നീട് കോൺഗ്രസിന്റെ നേതൃത്വത്തിലുള്ള ബൂർഷ്വാ ഭൂപ്രഭു വാഴ്ചയ്ക്ക് എതിരായ സമരത്തിന്റെ വ്യത്യസ്ത ഘട്ടങ്ങളിലും കമ്മ്യൂണിസ്റ്റ് പാർട്ടികൾ സ്വീകരിച്ച പ്രായോഗിക നിലപാടുകൾ ഈ തത്വത്തിന്റെ അടിസ്ഥാനത്തിൽ മനസ്സിലാക്കാൻ കഴിയും.

1964 ലെ പാർട്ടി പരിപാടിയിൽ ആയാലും, ഏറ്റവുമൊടുവിൽ അംഗീകരിച്ച പുതുക്കിയ പരിപാടിയിൽ ആയാലും, കമ്മ്യൂണിസ്റ്റ് പാർട്ടി ഓഫ് ഇന്ത്യ (മാർക്സിസ്റ്റ്) സ്വീകരിക്കുന്ന നിലപാടും മൗലികമായി ഇതേ സമീപനത്തോടെ ഉള്ളതാണ്. കമ്യൂണിസ്റ്റുകാർ വൈരുദ്ധ്യാത്മക സമീപനം പ്രായോഗിക നിലപാടായി സ്വീകരിക്കുന്നത് ഇങ്ങനെയാണ്.

> കമ്യൂണിസ്റ്റുകാർ എല്ലായിടത്തും നിലവിലുള്ള സാമൂഹിക രാഷ്ട്രീയക്രമങ്ങൾക്കെതിരായ എല്ലാ വിപ്ലവ പ്രസ്ഥാനങ്ങളേയും പിന്താങ്ങുന്നു. ഈ പ്രസ്ഥാനങ്ങളിലെല്ലാം തന്നെ കമ്യൂണിസ്റ്റുകാർ ആ സമയത്ത് പ്രസ്ഥാനം എത്രത്തോളം വളർന്നിട്ടുണ്ടെന്ന് നോക്കാതെ സ്വത്തുടമയുടെ പ്രശ്നത്തെ പ്രമുഖ പ്രശ്നമായി മുന്നോട്ടു കൊണ്ടുവരുന്നു.
>
> അവസാനമായി അവർ സ്വാഭിപ്രായങ്ങളെയും ലക്ഷ്യങ്ങളെയും മൂടിവയ്ക്കുന്നതിനെ കമ്യൂണിസ്റ്റുകാർ വെറുക്കുന്നു. നിലവിലുള്ള സാമൂഹ്യോപാധികളെയാകെ ബലം പ്രയോഗിച്ച് മറിച്ചിട്ടാൽ മാത്രമേ തങ്ങളുടെ ലക്ഷ്യങ്ങൾ നേടാനാവൂ എന്ന് അവർ പരസ്യമായി പ്രഖ്യാപിക്കുന്നു.[236]

ഈ പ്രസിദ്ധമായ ആഹ്വാനത്തോടെയാണ് *കമ്യൂണിസ്റ്റ് മാനിഫെസ്റ്റോ* അവസാനിക്കുന്നത്.

> കമ്യൂണിസ്റ്റ് വിപ്ലവത്തെ ഓർത്ത് ഭരണാധികാരിവർഗ്ഗങ്ങൾ കിടിലം കൊള്ളട്ടെ. തൊഴിലാളികൾക്കു സ്വന്തം ചങ്ങലക്കെട്ടുകളല്ലാതെ മറ്റൊന്നും നഷ്ടപ്പെടാനില്ല. അവർക്കു നേടാനോ ഒരു ലോകമുണ്ടുതാനും.[236]

സർവ്വരാജ്യത്തൊഴിലാളികളേ, ഏകോപിക്കുവിൻ!

ബൂർഷ്വാസിയെ അധികാര ഭ്രഷ്ടമാക്കിയതുകൊണ്ട് മാത്രം കമ്മ്യൂണിസം നിലവിൽ വരികയില്ല. ഓരോരുത്തരും അവരവരുടെ കഴിവിനനുസരിച്ച് അധ്വാനിക്കുകയും ഓരോരുത്തർക്കും അവരവരുടെ ആവശ്യത്തിനനുസരിച്ച് ലഭിക്കുകയും ചെയ്യുന്ന കമ്മ്യൂണിസ്റ്റ് സമൂഹത്തിലേക്കുള്ള വികാസം ദീർഘകാലാടിസ്ഥാനത്തിൽ മാത്രം പൂർത്തിയാകുന്ന പ്രക്രിയയാണ്. മൂലധന താൽപര്യങ്ങളുടെ സ്ഥാനത്ത്, ആവശ്യങ്ങൾക്ക് അനുസരിച്ചുള്ള ഉൽപ്പാദനം നിലവിൽ വരണം. ഈ വികാസം എപ്പോഴും നേർരേഖയിൽ ആവണമെന്നില്ല. പ്രതിസന്ധികളെ അതിജീവിച്ചും തിരിച്ചടികളെ നേരിട്ടുമാണ് അത് മുന്നോട്ടു പോവുക. മുകളിലോട്ട് കയറുന്ന പടികൾ മാത്രമുള്ള ഒന്നല്ല ചരിത്രത്തിന്റെ പ്രയാണം. ആത്യന്തികമായി നോക്കിയാൽ, ഈ പ്രയാണം മുന്നോട്ടു തന്നെ ആയിരിക്കും എന്നുള്ളതാണ് ചരിത്രം നൽകുന്ന പാഠം.

കമ്യൂണിസ്റ്റ് മാനിഫെസ്റ്റോ

മാർക്സ്
എംഗൽസ്

കമ്യൂണിസ്റ്റ് മാനിഫെസ്റ്റോ
സുനിൽ പി ഇളയിടത്തിന്റെ ശബ്ദത്തിൽ

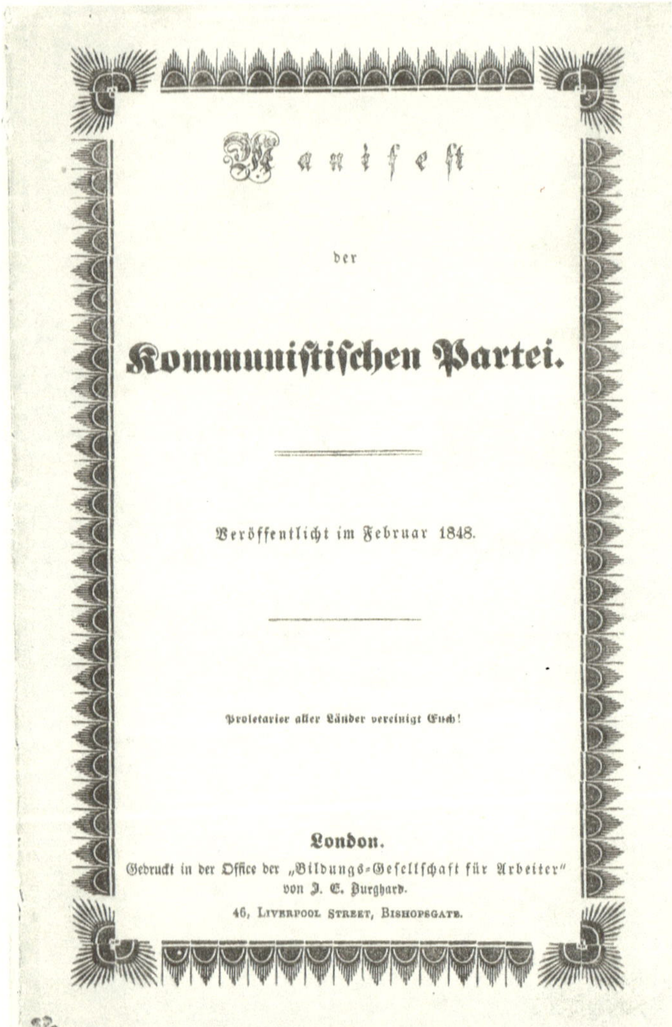

Manifest

der

Kommunistischen Partei.

Veröffentlicht im Februar 1848.

Proletarier aller Länder vereinigt Euch!

London.

Gedruckt in der Office der „Bildungs-Gesellschaft für Arbeiter"
von J. E. Burghard.
46, Liverpool Street, Bishopsgate.

കമ്യൂണിസ്റ്റ് മാനിഫെസ്റ്റോ
ആദ്യപതിപ്പിന്റെ മുഖചിത്രം

1872 ലെ
ജർമ്മൻ പതിപ്പിനുള്ള മുഖവുര

തൊഴിലാളികളുടെ ഒരു സാർവദേശീയ സംഘടനയായ കമ്യൂണിസ്റ്റ് ലീഗ്—അന്നത്തെ സാഹചര്യത്തിൽ അത് നിശ്ചയമായും ഒരു രഹസ്യസംഘടനയാവാനേ വഴിയുണ്ടായിരുന്നുള്ളൂ—പ്രസ്തുത പാർട്ടിയുടെ താത്വികവും പ്രായോഗികവുമായ ഒരു വിശദപരിപാടി പ്രസിദ്ധീകരണാർഥം തയാറാക്കുന്നതിന് 1847 നവംബറിൽ ലണ്ടനിൽ ചേർന്ന കോൺഗ്രസിൽവച്ച് ഈ മുഖവുര എഴുതിയവരെ ചുമതലപ്പെടുത്തുകയുണ്ടായി. ഈ മാനിഫെസ്റ്റോയുടെ ഉത്ഭവം അവിടെനിന്നാണ്. ഫെബ്രുവരി വിപ്ലവത്തിന് [1] ഏതാനും ആഴ്ചകൾക്കുമുമ്പ് അതിന്റെ കയ്യെഴുത്തുപ്രതി മുദ്രണത്തിനായി ലണ്ടനിലെത്തിച്ചേർന്നു. ആദ്യത്തെ പതിപ്പ് ജർമ്മൻഭാഷയിലായിരുന്നു; അതിനുശേഷം ജർമ്മനിയിലും ഇംഗ്ലണ്ടിലും അമേരിക്കയിലുമായി അതേ ഭാഷയിൽത്തന്നെ കുറഞ്ഞത് പന്ത്രണ്ട് വിവിധ പതിപ്പുകൾ പുറത്തിറങ്ങിയിട്ടുണ്ട്. 1850 ൽ മിസ് ഹെലൻ മാക്ഫർലേയിൻ അത് ആദ്യമായി ഇംഗ്ലീഷിലേക്കു വിവർത്തനം ചെയ്യുകയും ലണ്ടനിലെ റെഡ് റിപ്പബ്ലിക്കി[2]ൽ പ്രസിദ്ധപ്പെടുത്തുകയും ചെയ്തു. പിന്നീട് 1871 ൽ അമേരിക്കയിൽ അതിനു കുറഞ്ഞത് മൂന്നു വിവർത്തനങ്ങൾ ഉണ്ടായി. 1848 ലെ ജൂൺ കലാപത്തിന് അൽപ്പംമുമ്പ് പാരീസിലും ഈയിടെയായി ന്യൂയോർക്കിലെ സോഷ്യലിസ്റ്റി[3]ലും അതിന്റെ ഫ്രഞ്ചുപരിഭാഷകൾ പ്രത്യക്ഷപ്പെട്ടു. ഒരു പുതിയ വിവർത്തനം തയാറാക്കപ്പെട്ടുകൊണ്ടിരിക്കുകയാണ്. ജർമ്മൻ ഭാഷയിലുള്ള ആദ്യത്തെ പതിപ്പിനെത്തുടർന്ന് ലണ്ടനിൽ ഒരു പോളിഷ് വിവർത്തന വും ഈ നൂറ്റാണ്ടിന്റെ ആറാം ദശകത്തിൽ[4] ജനീവയിൽ ഒരു റഷ്യൻ വിവർത്തനവും പുറത്തിറങ്ങി. കൂടാതെ ആദ്യമേതന്നെ ഡാനിഷ് ഭാഷയിലേക്കും അതു വിവർത്തനം ചെയ്യപ്പെട്ടിരുന്നു.

കഴിഞ്ഞ കാൽനൂറ്റാണ്ടിനിടയിൽ സ്ഥിതിഗതികൾക്കെത്രതന്നെ മാറ്റം വന്നിട്ടുണ്ടെങ്കിലും ഈ മാനിഫെസ്റ്റോ ഉൾക്കൊള്ളുന്ന പൊതുതത്വങ്ങൾ മൊത്തത്തിൽ അന്നത്തെപ്പോലെതന്നെ ഇന്നും ശരിയാണ്. വിശദാംശങ്ങളിൽ അങ്ങുമിങ്ങും ചില ഭേദഗതികൾ വരുത്താമായിരിക്കാം. മാനിഫെസ്റ്റോയിൽത്തന്നെ പ്രസ്താവിച്ചിട്ടുള്ളതുപോലെ, എവിടെ എപ്പോഴായാലും ശരി, ഈ തത്വങ്ങൾ പ്രയോഗത്തിൽ വരുത്തുന്ന കാര്യം അപ്പോൾ നിലവിലുള്ള ചരിത്രപരമായ സ്ഥിതിഗതികളെ ആശ്രയിച്ചാണിരിക്കുക. അതുകൊണ്ടാണ് രണ്ടാം ഭാഗത്തിന്റെ അവസാനത്തിൽ നിർദ്ദേശിച്ചിട്ടുള്ള വിപ്ലവനടപടികളുടെ കാര്യത്തിൽ പ്രത്യേകം ഊന്നൽ കൊടുക്കാതിരുന്നിട്ടുള്ളത്. ഇന്നായിരുന്നുവെങ്കിൽ ആ ഭാഗം പല പ്രകാരത്തിലും വ്യത്യസ്തരീതിയിലാവും എഴുതുക. കഴിഞ്ഞ കാൽനൂറ്റാണ്ടിനിടയിൽ ആധുനികവ്യവസായത്തിലുണ്ടായിട്ടുള്ള വമ്പിച്ച പുരോഗതി, അതിനെത്തുടർന്ന് തൊഴിലാളി വർഗ്ഗത്തിന്റെ പാർട്ടി സംഘടനയ്ക്കു കൈവന്നിട്ടുള്ള അഭിവൃദ്ധിയും വികാസവും, ആദ്യം ഫെബ്രുവരിവിപ്ലവത്തിൽനിന്നും, പിന്നീട്, അതിലും ഉപരിയായ തൊഴിലാളിവർഗ്ഗത്തിനു ചരിത്രത്തിലാദ്യമായി രണ്ടുമാസം തികച്ചും രാഷ്ട്രീയാധികാരം കൈവശംവെക്കാൻ ഇടയാക്കിയ പാരീസ് കമ്യൂണിൽ നിന്നും ലഭിച്ച പ്രായോഗികാനുഭവങ്ങൾ ഇതെല്ലാം വെച്ചു നോക്കുമ്പോൾ ഈ പരിപാടി ചില വിശദാംശങ്ങളിൽ പഴഞ്ചനായിത്തീർന്നിട്ടുണ്ട്. പാരീസ് കമ്യൂൺ പ്രത്യേകിച്ചും തെളിയിച്ചത് ഒരു സംഗതിയാണ്: "മുമ്പുള്ളവർ തയാർചെയ്തുവച്ചിട്ടുള്ള ഭരണകൂടം വെറുതെയങ്ങ് കൈവശപ്പെടുത്തി സ്വന്തം ആവശ്യങ്ങൾക്കുവേണ്ടി അതിനെ അതേപടി ഉപയോഗിക്കാൻ തൊഴിലാളിവർഗ്ഗത്തിനു സാധ്യമല്ല." (ഫ്രാൻസിലെ ആഭ്യന്തരകലാപം, സർവരാഷ്ട്രത്തൊഴിലാളി സംഘടനയുടെ ജനറൽ കൗൺസിലിന്റെ പ്രസ്താവന, ലണ്ടൻ, ജൂലൈ, 1871, പേജ് 15, എന്നതിൽ ഈ സംഗതി കൂടുതൽ വിശദീകരിച്ചിട്ടുണ്ട്). ഇതിനുംപുറമേ, സോഷ്യലിസ്റ്റ് സാഹിത്യത്തെപ്പറ്റി ഇതിലടങ്ങിയിട്ടുള്ള വിമർശനത്തിന്, ഇന്നത്തെ സ്ഥിതി വെച്ചുനോക്കുമ്പോൾ, പോരായ്മകളുണ്ടെന്നത് സ്വയംസിദ്ധമാണ്. കാരണം, 1847 വരെയുള്ള വിമർശനമേ, അതിലുള്ളൂ. കൂടാതെ, കമ്യൂണിസ്റ്റുകാരും വിവിധ പ്രതിപക്ഷകക്ഷികളും തമ്മിലുള്ള ബന്ധത്തെ സംബന്ധിച്ച പ്രസ്താവങ്ങൾ (നാലാം ഭാഗം) താത്വികമായി ഇന്നും ശരിയാണെങ്കിലും പ്രായോഗികമായി കാലഹരണപ്പെട്ടുപോയിരിക്കുന്നു. കാരണം, രാഷ്ട്രീയസ്ഥിതി ഇന്നു പാടെ മാറിയിരിക്കുന്നു; മാത്രമല്ല; അതിൽ പറഞ്ഞിട്ടുള്ള രാഷ്ട്രീയ കക്ഷികളിൽ അധികവും ചരിത്രത്തിന്റെ പുരോഗതിയിൽ ഭൂമുഖത്തുനിന്നും തെറിച്ചുപോയിരിക്കുന്നു.

ഇങ്ങനെയൊക്കെയാണെങ്കിൽക്കൂടി, ഈ മാനിഫെസ്റ്റോ ചരി

ത്തപ്രധാനമായ ഒരു രേഖയായിത്തീർന്നിട്ടുണ്ട്. അതിനെ മാറ്റാൻ ഞങ്ങൾക്ക് ഇനിമേൽ യാതൊരധികാരവും ഇല്ല. 1847 മുതൽ ഇന്നു വരെയുള്ള വിടവ് നികത്തിക്കൊണ്ടുള്ള മുഖവുരയോടുകൂടിയ ഒരു പതിപ്പ് ഒരുപക്ഷേ പിന്നീട് പ്രസിദ്ധീകരിച്ചേക്കാം. ഈ പതിപ്പിൽ അതിനുള്ള സമയം ഞങ്ങൾക്കു ലഭിച്ചില്ല. അത്ര അപ്രതീക്ഷിതമായിരുന്നു അത്.

ലണ്ടൻ
ജൂൺ 24, 1872

കാൾ മാർക്സ്
ഫ്രെഡറിക് എംഗൽസ്

1882 ലെ റഷ്യൻപതിപ്പിനുള്ള മുഖവുര

ബക്കുനിൻ തർജമചെയ്ത കമ്യൂണിസ്റ്റ് മാനിഫെസ്റ്റോയുടെ ആദ്യത്തെ റഷ്യൻപതിപ്പ് ഈ നൂറ്റാണ്ടിന്റെ ആറാം ദശകത്തിന്റെ ആരംഭത്തിൽ[5] കോലൊക്കൊൽ[6] പ്രസിദ്ധീകരണശാല പ്രസിദ്ധപ്പെടുത്തി. അന്നു പാശ്ചാത്യരാജ്യങ്ങൾക്ക് സാഹിത്യപരമായ ഒരു കൗതുകവസ്തുവായേ അതിനെ (മാനിഫെസ്റ്റോയുടെ റഷ്യൻപതിപ്പിനെ) പരിഗണിക്കാൻ കഴിഞ്ഞുള്ളൂ. അത്തരം ഒരു അഭിപ്രായം ഇന്ന് അസാധ്യമായിരിക്കും.

അന്ന്, 1847 ഡിസംബറിൽ തൊഴിലാളി പ്രസ്ഥാനത്തിന്റെ പരിധി എത്രമാത്രം പരിമിതമായിരുന്നുവെന്നു മാനിഫെസ്റ്റോയുടെ അവസാനഭാഗം — വിവിധ രാജ്യങ്ങളിലെ വിവിധ പ്രതിപക്ഷകക്ഷികളോടുള്ള കമ്യൂണിസ്റ്റുകാരുടെ നിലപാടിനെപ്പറ്റി പരാമർശിക്കുന്ന ഭാഗം — തികച്ചും വ്യക്തമാക്കുന്നുണ്ട്. റഷ്യയുടെയും അമേരിക്കയുടെയും പേരുകൾ അതിൽ ഇല്ലതന്നെ. റഷ്യ യൂറോപ്യൻ പ്രതിലോമശക്തികളുടെയെല്ലാം അവസാനത്തെ വൻകരുതൽശക്തിയായി നിലനിൽക്കുകയും അമേരിക്ക യൂറോപ്പിലെ അധികപ്പറ്റായ തൊഴിലാളികളെ കുടിയേറിപ്പാർപ്പുവഴി സ്വയം ഉൾക്കൊള്ളുകയും ചെയ്തിരുന്ന കാലമായിരുന്നു അത്. ഇരു രാജ്യങ്ങളും യൂറോപ്പിന്റെ ആവശ്യത്തിനു വേണ്ടതായ അസംസ്കൃത സാധനങ്ങൾ ഒരുക്കിക്കൊടുക്കുകയും അതേസമയത്ത് അതിന്റെ വ്യവസായോൽപ്പന്നങ്ങൾ ചെലവഴിക്കാനുള്ള കമ്പോളമായി വർത്തിക്കുകയും ചെയ്തു. അതുകൊണ്ട് അന്ന് ആ രണ്ടു രാജ്യങ്ങളും ഒരു

നിലയ്ക്കല്ലെങ്കിൽ മറ്റൊരു നിലയ്ക്ക്, അന്നത്തെ യൂറോപ്യൻ വ്യവസ്ഥയുടെ നെടുംതൂണുകളായിരുന്നു.

ഇന്നോ? സ്ഥിതി എത്ര വ്യത്യാസപ്പെട്ടിരിക്കുന്നു! യൂറോപ്പിൽനിന്നുള്ള കുടിയേറിപ്പാർപ്പുതന്നെയാണ് വടക്കെ അമേരിക്കയിൽ കാർഷികവികസനത്തിന് വഴിവെച്ചത്. അതിൽനിന്നു നേരിടേണ്ടി വരുന്ന മത്സരംകൊണ്ടു യൂറോപ്പിലെ വലുതും ചെറുതുമായ ഭൂവുടമവ്യവസ്ഥയുടെ അടിത്തറതന്നെ കുലുങ്ങിക്കൊണ്ടിരിക്കുകയാണ്. ഇതിനു പുറമേ, പടിഞ്ഞാറൻ യൂറോപ്പിന്റെ, പ്രത്യേകിച്ച് ഇംഗ്ലണ്ടിന്റെ, ഇതേവരെ നിലനിന്നുവന്നിരുന്ന വ്യവസായക്കുത്തകയെ താമസംവിനാ പൊളിക്കുമാറ് അമേരിക്കയ്ക്കു അതിന്റെ വ്യാവസായികവിഭവങ്ങളെ ഊർജിതമായി വിപുലമായ തോതിൽ ചൂഷണം ചെയ്യാൻ തൽഫലമായി കഴിഞ്ഞു. ഈ രണ്ടു സാഹചര്യങ്ങളും വിപ്ലവകരമാംവിധം അമേരിക്കയിൽത്തന്നെ ചില പ്രത്യാഘാതങ്ങൾ ഉളവാക്കുന്നു. ചെറുകിടയും ഇടത്തരവുമായ ഭൂവുടമസമ്പ്രദായം—അവിടത്തെ രാഷ്ട്രീയഘടനയുടെയാകെ അടിത്തറയിതാണ്—ക്രമേണ പടുകൂറ്റൻ ഭൂവുടമകളുടെ കിടമത്സരത്തിന് ഇരയാകുന്നു; അതോടൊപ്പം വ്യവസായപ്രദേശങ്ങളിലാകട്ടെ, ആദ്യമായി, വമ്പിച്ച തൊഴിലാളി വർഗ്ഗവും ഭീമമായ മൂലധനകേന്ദ്രീകരണവും വളർന്നുവരുന്നു.

പിന്നെ റഷ്യ! 1848-1849-ലെ വിപ്ലവകാലത്ത് യൂറോപ്പിലെ രാജാക്കന്മാരെന്നല്ല, ബൂർഷ്വാസിപോലും, ഉണർന്നുതുടങ്ങുക മാത്രം ചെയ്തിരുന്ന തൊഴിലാളിവർഗ്ഗത്തിൽനിന്നുള്ള തങ്ങളുടെ ഒരേയൊരു രക്ഷയായി ഉറ്റുനോക്കിയിരുന്നത് റഷ്യൻ ഇടപെടലിനെയാണ്. സാർ യൂറോപ്യൻ പ്രതിലോമശക്തിയുടെ നായകനായി വിളംബരം ചെയ്യപ്പെട്ടു. എന്നാൽ ഇന്നാകട്ടെ അയാൾ വിപ്ലവത്തിന്റെ യുദ്ധത്തടവുകാരനായി ഗാച്ചിനയിൽ കഴിയുകയാണ്;[7] റഷ്യ യൂറോപ്പിലെ വിപ്ലവപ്രവർത്തനത്തിന്റെ മുന്നണിയായിത്തീർന്നിരിക്കുന്നു.

ആധുനിക ബൂർഷ്വാസ്വത്തുടമ സമ്പ്രദായത്തിന്റെ വിനാശം അനിവാര്യവും ആസന്നവുമാണെന്നു പ്രഖ്യാപിക്കുക എന്നതായിരുന്നു കമ്യൂണിസ്റ്റ് മാനിഫെസ്റ്റോയുടെ ലക്ഷ്യം. എന്നാൽ അതിവേഗം പെരുകിവരുന്ന മുതലാളിത്തക്കൊള്ളയ്ക്കും വളരുവാൻ തുടങ്ങുകമാത്രം ചെയ്യുന്ന ബൂർഷ്വാഭൂവുടമവ്യവസ്ഥക്കും അഭിമുഖമായി പകുതിയിലേറെ നിലവും കൃഷിക്കാരുടെ പൊതുവുടമയിലാണെന്ന വസ്തുത നാം റഷ്യയിൽ കാണുന്നു. അപ്പോൾ ചോദ്യമിതാണ്: സാരമായി കോട്ടം തട്ടിയിട്ടുണ്ടെന്നിരിക്കിലും പ്രാചീന പൊതുഭൂവുടമയുടെ ഒരു രൂപമായ റഷ്യൻ 'ഒബ്ഷ്ചിന'ക്ക് കമ്യൂണിസ്റ്റ് പൊതുവുടമയെന്ന ഉയർന്ന രൂപത്തിലേക്കു നേരിട്ട് നീങ്ങാൻ കഴിയുമോ; അതോ, നേരെമറിച്ച്, പാശ്ചാത്യരാജ്യങ്ങളുടെ ചരിത്രത്തിലുണ്ടായതുപോ

ലെ അതിൽ നിന്നും ഛിന്നഭിന്നമാവുകയെന്ന ഒരു പരിണാമദശയിലൂടെ ആദ്യം കടന്നുപോകേണ്ടിവരുമോ?

ഇന്നത്തെ നിലയ്ക്ക് ഇതിന് ഒരൊറ്റ ഉത്തരമേ ഉള്ളൂ; റഷ്യൻവിപ്ലവം പാശ്ചാത്യരാജ്യങ്ങളിലെ തൊഴിലാളിവർഗ്ഗവിപ്ലവത്തിന്റെ മുന്നോടിയാവുകയും അവ രണ്ടും അങ്ങനെ അന്യോന്യം പൂരണമായി ഭവിക്കുകയും ചെയ്യുകയാണെങ്കിൽ റഷ്യയിൽ ഇന്നു കാണുന്ന പൊതുഭൂവുടമസമ്പ്രദായം കമ്യൂണിസ്റ്റ് രൂപത്തിലേക്കുള്ള വികാസത്തിന്റെ തുടക്കമായി ഭവിച്ചേക്കാം.

ലണ്ടൻ
ജനുവരി 21, 1882

കാൾ മാർക്സ്
ഫ്രെഡറിക് എംഗൽസ്

1883 ലെ ജർമ്മൻ പതിപ്പിനുള്ള മുഖവുര

ഈ പതിപ്പിനുള്ള മുഖവുര, ഹാ! ഞാൻ ഒറ്റയ്ക്ക് എഴുതേണ്ടിവന്നിരിക്കുന്നു. മാർക്സ് — യൂറോപ്പിലെയും അമേരിക്കയിലെയും മുഴുവൻ തൊഴിലാളിവർഗ്ഗവും മറ്റാരോടും എന്നതിനേക്കാൾ അദ്ദേഹത്തോട് കടപ്പെട്ടിരിക്കുന്നു — ഇന്ന് ഹൈഗേറ്റ് സിമിത്തേരിയിൽ അന്ത്യവിശ്രമം കൊള്ളുകയാണ്. അദ്ദേഹത്തിന്റെ ശവകുടീരത്തിന്മേൽ ആദ്യത്തെ പുല്ലിൻമുളകൾ പൊടിച്ചുപൊന്തിക്കഴിഞ്ഞിരിക്കുന്നു. അദ്ദേഹത്തിന്റെ മരണാനന്തരം മാനിഫെസ്റ്റോയിൽ കൂട്ടലോ തിരുത്തലോ വരുത്തുന്ന കാര്യം ചിന്തിച്ചിട്ടാവശ്യമില്ല. പ്രത്യേകിച്ചും, താഴെപ്പറയുന്ന കാര്യം അസന്ദിഗ്ധമായി വീണ്ടും പ്രസ്താവിക്കേണ്ടത് ആവശ്യമാണെന്നു ഞാൻ കരുതുന്നു.

ഓരോ ചരിത്രകാലഘട്ടത്തിലെയും സാമ്പത്തികോൽപ്പാദനവും അതിൽനിന്ന് അവശ്യമുയരുന്ന സമൂഹവ്യവസ്ഥയുമാണ് ആ കാലഘട്ടത്തിന്റെ രാഷ്ട്രീയവും ബുദ്ധിപരവുമായ പ്രവർത്തനങ്ങളുടെ അടിത്തറ; അതിനാൽ, പ്രാചീനമായ പൊതുഭൂവുടമവ്യവസ്ഥയുടെ നാശത്തിനുശേഷമുള്ള ചരിത്രമാകെ സാമൂഹ്യവികാസത്തിന്റെ വിവിധദശകളിൽ നടന്നിട്ടുള്ള വർഗ്ഗസമരങ്ങളുടെ ചരിത്രമാണ്, ചൂഷകരും ചൂഷിതരും, മേലാളരും അടിയാളരുമായ വർഗ്ഗങ്ങൾ തമ്മിൽ നടന്നിട്ടുള്ള സമരങ്ങളുടെ ചരിത്രമാണ്. എന്നാൽ ചൂഷിതരും മർദ്ദിതരുമായ വർഗ്ഗത്തിന് (തൊഴിലാളിവർഗ്ഗത്തിന്) ചൂഷണത്തിൽനിന്നും മർദ്ദനത്തിൽനിന്നും വർഗ്ഗസമരത്തിൽനിന്നും സമൂഹത്തെയാകെ എന്നെന്നേക്കുമായി മോചിപ്പിക്കാതെ ചൂഷകരിൽനിന്നും മർദ്ദകരിൽനിന്നും (ബൂർഷ്വാസിയിൽ നിന്ന്) സ്വയംമോചനം നേടാൻ കഴിയുകയില്ല എന്നൊരു ഘട്ടത്തിൽ ഇന്ന് വർഗ്ഗസ

മരം എത്തിച്ചേർന്നിരിക്കുന്നു—മാനിഫെസ്റ്റോയിലുടനീളം പ്രസരിച്ചിട്ടുള്ള ഈ മൗലികചിന്താഗതി മാർക്സിന്റേതു മാത്രമാണ്, മറ്റാരുടേയുമല്ല.*

ഈ വസ്തുത ഞാൻ പലതവണ പറഞ്ഞു കഴിഞ്ഞിട്ടുള്ളതാണ്. എങ്കിലും അതിനു മാനിഫെസ്റ്റോയുടെ മുഖവുരയിൽത്തന്നെ സ്ഥാനമുണ്ടാകണമെന്നത് ഇന്നു പ്രത്യേകിച്ചും ഒരാവശ്യമായിത്തീർന്നിരിക്കുന്നു.

ലണ്ടൻ   എഫ് എംഗൽസ്
ജൂൺ 28, 1883

* ഇംഗ്ലീഷ് പരിഭാഷയ്ക്കുള്ള മുഖവുരയിൽ ഞാനെഴുതിയിരുന്നു: "ജീവശാസ്ത്രത്തിൽ ഡാർവിന്റെ സിദ്ധാന്തം[8] എന്തൊരു പങ്കാണോ നിർവഹിച്ചിട്ടുള്ളത് ആ പങ്ക് ചരിത്രത്തെ സംബന്ധിച്ചിടത്തോളം നിറവേറ്റാൻ പരികൽപ്പിതമാണ് ഈ പ്രമേയം എന്നാണ് എന്റെ അഭിപ്രായം. 1845-നുമുമ്പുള്ള ഏതാനും കൊല്ലങ്ങളിലായി ഞങ്ങളിരുപേരും ഈ പ്രമേയത്തിലെത്താൻ തുടങ്ങിയിട്ടുണ്ടായിരുന്നു. ഞാൻ സ്വന്തമായി, സ്വതന്ത്രമായി അതിലേക്കെത്രകണ്ടു പുരോഗമിച്ചിട്ടുണ്ടായിരുന്നുവെന്നത് ഞാനെഴുതിയിട്ടുള്ള ഇംഗ്ലണ്ടിലെ തൊഴിലാളിവർഗ്ഗത്തിന്റെ സ്ഥിതി എന്ന പുസ്തകത്തിൽ നിന്നും സ്പഷ്ടമാകും. എന്നാൽ 1845 ലെ വസന്തത്തിൽ ബ്രസൽസിൽവെച്ച് ഞാൻ മാർക്സിനെ വീണ്ടും കണ്ടപ്പോഴേക്കും അദ്ദേഹം അത് നിർവചിച്ചുകഴിഞ്ഞിരുന്നുവെന്നുമാത്രമല്ല, ഞാൻ മുകളിൽ പ്രസ്താവിച്ച രീതിയിൽ മിക്കവാറും അത്രതന്നെ വ്യക്തമായ വിധത്തിൽ അതെന്റെ മുമ്പിൽ വയ്ക്കുകയും ചെയ്തു." (1890 ലെ ജർമ്മൻ പതിപ്പിനുള്ള എംഗൽസിന്റെ കുറിപ്പ്.)

1888 ലെ ഇംഗ്ലീഷ് പതിപ്പിനുള്ള മുഖവുര

തികച്ചുമൊരു ജർമ്മൻ സംഘടനയായി ആരംഭിച്ച് പിന്നീടൊരു സാർവദേശീയ സംഘടനയായി വളരുകയും, 1848 നുമുമ്പുള്ള യൂറോപ്യൻ രാഷ്ട്രീയപരിതഃസ്ഥിതിയിൽ ഒരു രഹസ്യസംഘമായിട്ടു മാത്രം പ്രവർത്തിക്കാൻ നിർബന്ധിതമാവുകയും ചെയ്തിട്ടുള്ള കമ്യൂണിസ്റ്റ്ലീഗ് എന്ന തൊഴിലാളി സംഘത്തിന്റെ വേദിയായിട്ടാണ് ഈ മാനിഫെസ്റ്റോ പ്രസിദ്ധീകരിക്കപ്പെട്ടിട്ടുള്ളത്. പ്രസ്തുത സംഘത്തിന്റെ താത്വികവും പ്രായോഗികവുമായ പരിപാടി തികച്ചും വിവരിച്ചുകൊണ്ടുള്ള ഒരു പ്രസിദ്ധീകരണം തയാറാക്കാൻ 1847ൽ ലണ്ടനിൽ ചേർന്ന കമ്യൂണിസ്റ്റ് ലീഗിന്റെ കോൺഗ്രസ് മാർക്സിനെയും എംഗൽസിനെയും ഭാരമേൽപ്പിച്ചു. ജർമ്മൻ ഭാഷയിൽ 1848 ജനുവരിയിൽ എഴുതപ്പെട്ട ആ പുസ്തകത്തിന്റെ കയ്യെഴുത്തുപ്രതി ഫെബ്രുവരി 24-നു നടന്ന ഫ്രഞ്ചുവിപ്ലവത്തിനു കുറച്ചാഴ്ചകൾക്കുമുമ്പു ലണ്ടനിലുള്ള ഒരു പ്രസിലേക്ക് അയച്ചുകൊടുത്തു. 1848 ജൂണിലെ സായുധകലാപത്തിനൽപ്പം മുമ്പായി പാരീസിൽ ഇതിന്റെ ഒരു ഫ്രഞ്ചുപരിഭാഷ പുറത്തുവന്നു. മിസ് ഹെലൻ മാക്ഫാർലേയിന്റെ ആദ്യത്തെ ഇംഗ്ലീഷ് പരിഭാഷ 1850-ൽ ജോർജ് ജൂലിയൻ ഹാർണിയുടെ റെഡ് റിപ്പബ്ലിക്കൻ എന്ന ലണ്ടൻ പത്രത്തിൽ പ്രസിദ്ധീകരിക്കപ്പെട്ടു.[9] അതുപോലെ ഡാനിഷ് പതിപ്പും പോളിഷ് പതിപ്പും പ്രസിദ്ധീകരിക്കപ്പെടുകയുണ്ടായി.

1848 ജൂണിൽ പാരീസിൽ നടന്ന സായുധകലാപം — തൊഴിലാളിവർഗ്ഗവും മുതലാളിവർഗ്ഗവും തമ്മിൽ നടന്ന ആദ്യത്തെ ഗംഭീരപോരാട്ടം — പരാജയപ്പെട്ടതിനെത്തുടർന്നു യൂറോപ്യൻ തൊഴിലാളിവർഗ്ഗത്തിന്റെ രാഷ്ട്രീയ-സാമൂഹ്യാഭിലാഷങ്ങൾക്ക് ഒരിക്കൽക്കൂടി തൽക്കാലത്തേക്ക് ഒരു പിന്നോട്ടടിയുണ്ടായി. അന്നുമുതൽ മേധാവിത്വത്തിനുള്ള മത്സരം വീണ്ടും പഴയപടി, ഫെബ്രുവരി വിപ്ലവത്തിനുമുമ്പുണ്ടായിരുന്നതുപോലെതന്നെ, ധനികവർഗ്ഗത്തിന്റെ വിവിധഭാഗങ്ങൾ തമ്മിൽ മാത്രമായിത്തീർന്നു. ഇടത്തരക്കാരായ ഉൽപ്പതിഷ്ണുക്കൾക്കിടയിൽ ഏറ്റവും പുരോഗാമികളെന്ന നില സ്വീകരിച്ചുകൊണ്ട്, രാഷ്ട്രീയമായ പ്രവർത്തനസ്വാതന്ത്ര്യത്തിനുവേണ്ടി പോരാടലായിത്തീർന്നു തൊഴിലാളിവർഗ്ഗത്തിന്റെ ജോലി. സ്വതന്ത്ര തൊഴിലാളി പ്രസ്ഥാനങ്ങൾക്ക് എവിടെയെങ്കിലും ജീവൻ തെല്ലു ശേഷിപ്പുണ്ടെന്നു കണ്ടാൽ അവയെ തേടിപ്പിടിച്ചു നിർദ്ദയം നശിപ്പിച്ചിരുന്നു. അങ്ങനെ പ്രഷ്യൻ പൊലീസ് അന്നു കൊളോണിൽ സ്ഥിതിചെയ്തിരുന്ന കമ്യൂണിസ്റ്റ് ലീഗിന്റെ കേന്ദ്രബോഡിനെ വേട്ടയാടിപ്പിടിച്ചു; അതിലെ അംഗങ്ങളെ അറസ്റ്റ് ചെയ്തു. 18 മാസം തടവിൽ പാർപ്പിച്ചതിനുശേഷം 1852 ഒക്ടോബറിൽ അവരെ വിചാരണചെയ്തു. പ്രസിദ്ധമായ ഈ 'കൊളോൺ കമ്യൂണിസ്റ്റ് വിചാരണ' ഒക്ടോബർ 4 മുതൽ നവംബർ 12 വരെ നീണ്ടുനിന്നു. തടവുകാരിൽ ഏഴുപേരെ 3 കൊല്ലം മുതൽ 6 കൊല്ലം വരെയുള്ള ജയിൽശിക്ഷയ്ക്കു വിധിച്ചു. വിധിപറഞ്ഞ ഉടനെതന്നെ ശേഷിപ്പുള്ള മെമ്പറന്മാർ ഔപചാരികമായി ലീഗ് പിരിച്ചുവിട്ടു. മാനിഫെസ്റ്റോയെ സംബന്ധിച്ചാണെങ്കിൽ, അത് അന്നുമുതൽ വിസ്മൃതിയിലേക്ക് തള്ളപ്പെട്ടുവെന്നാണ് തോന്നിയത്.

ഭരണാധികാരിവർഗ്ഗങ്ങളുടെ നേർക്കു മറ്റൊരാക്രമണം നടത്തത്തക്ക കരുത്ത് യൂറോപ്യൻ തൊഴിലാളിവർഗ്ഗത്തിനു വീണ്ടുകിട്ടിയപ്പോൾ സർവ്വരാഷ്ട്രത്തൊഴിലാളിസംഘടന (ഇന്റർനാഷണൽ വർക്കിങ്മെൻസ് അസോസിയേഷൻ) പൊന്തിവന്നു. എന്നാൽ, യൂറോപ്പിലെയും അമേരിക്കയിലെയും സമരസന്നദ്ധരായ തൊഴിലാളിവർഗ്ഗശക്തികളെയാകെ കൂട്ടിയിണക്കി ഒരൊറ്റക്കെട്ടായി നിർത്തണമെന്ന പ്രഖ്യാപിതോദ്ദേശ്യത്തോടുകൂടി രൂപീകരിക്കപ്പെട്ട ഈ സംഘടനയ്ക്ക് ഈ മാനിഫെസ്റ്റോയിലടങ്ങിയിട്ടുള്ള തത്വങ്ങൾ പെട്ടെന്നങ്ങനെ പ്രഖ്യാപിക്കാൻ സാധിക്കാതെ വന്നു. ഇംഗ്ലണ്ടിലെ ട്രേഡ് യൂണിയനുകൾക്കും ഫ്രാൻസിലും ബൽജിയത്തിലും ഇറ്റലിയിലും സ്പെയിനിലുമുള്ള പ്രൂധോണിന്റെ അനുയായികൾക്കും[10] ജർമ്മനിയിലെ ലസാലെ[11]യുടെ അനുയായികൾക്കും* സ്വീകാര്യമാവത്തക്കവണ്ണം വിപുലമായ ഒരു പരിപാടിയാണ്, അതിവിപുലമായ ഒരു പരിപാടിയാണ്, ഈ ഇന്റർനാഷണലിന് (സർവരാഷ്ട്രത്തൊഴിലാളി സംഘടനയ്ക്ക് — പരിഭാഷകൻ) അവശ്യം വേണ്ടിയിരുന്നത്.

എല്ലാ കക്ഷികൾക്കും തൃപ്തികരമായ നിലയ്ക്ക് ഈ പരിപാടി തയാറാക്കിയ മാർക്സ് കൂട്ടായ പ്രവർത്തനത്തിന്റെയും പരസ്പര ചർച്ചകളുടെയും ഫലമായി തൊഴിലാളി വർഗ്ഗത്തിനു സംശയമെന്യേ കൈവന്നിരിക്കേണ്ട ബുദ്ധിപരമായ വികാസത്തിൽ തികച്ചും വിശ്വസിച്ചു. മുതലാളിത്തത്തിനെതിരായുള്ള പോരാട്ടത്തിന്റെ ഗതിയിൽ നിന്നും ജയാപജയങ്ങളിൽനിന്നും — ജയത്തേക്കാളേറെ പരാജയത്തിൽനിന്നും — ജനങ്ങൾക്ക് ഒരു കാര്യം ബോധ്യമാവാതെ തരമില്ലെന്നുവന്നു. അതായത്, തങ്ങൾക്കു ഹൃദ്യമായി തോന്നിയിരുന്ന പല ഒറ്റമൂലികളും അപര്യാപ്തമാണെന്നും തൊഴിലാളി വർഗ്ഗത്തിന്റെ മോചനത്തിനുള്ള യഥാർഥ ഉപാധികളെപ്പറ്റി കൂടുതൽ കൂലങ്കഷമായി പരിശോധിക്കേണ്ടതുണ്ടെന്നും അവർക്കു ബോധ്യപ്പെട്ടു. മാർക്സിന്റെ കാഴ്ചപ്പാട് ശരിയായിരുന്നു. 1864ൽ ഇന്റർനാഷണൽ സ്ഥാപിച്ചപ്പോഴുണ്ടായിരുന്ന തൊഴിലാളിവർഗ്ഗം 1874ൽ അതു പിരിഞ്ഞപ്പോഴേക്കും തീരെ മാറിയിട്ടുണ്ടായിരുന്നു. ഫ്രാൻസിലെ പ്രൂധോൺവാദഗതിയും ജർമ്മനിയിലെ ലസാലിയൻവാദഗതിയും അന്ത്യശ്വാസം വലിക്കാൻ തുടങ്ങിയിട്ടുണ്ടായിരുന്നു. മാത്രമല്ല, ഇംഗ്ലണ്ടിലെ യാഥാസ്ഥിതിക ട്രേഡ് യൂണിയനുകൾപോലും, അവയിൽ മിക്കതും ഇന്റർനാഷണലുമായി പണ്ടുമുതൽക്കുതന്നെ ബന്ധം വിടർത്തിയിട്ടുണ്ടായിരുന്നെങ്കിൽ കൂടി, ക്രമേണ ഏതൊരു നിലയിലെത്തിച്ചേർന്നുവെന്നു മനസിലാക്കാൻ ഈ സംഗതി ഓർത്താൽ മതി: 'യൂറോപ്യൻ വൻകരയിലെ സോഷ്യലിസത്തെ ഞങ്ങൾക്കു പേടിയില്ലാതായിരിക്കുന്നു.' എന്ന് കഴിഞ്ഞ വർഷം സ്വാൻസിയിൽ നടന്ന കോൺഗ്രസിൽവെച്ച് അതിന്റെ അധ്യക്ഷന് അധികൃതമായി പ്രസ്താവിക്കാൻ സാധിച്ചു. വാസ്തവത്തിൽ മാനിഫെസ്റ്റോയിലടങ്ങിയിട്ടുള്ള തത്വങ്ങൾക്ക് എല്ലാ രാജ്യങ്ങളിലുമുള്ള തൊഴിലാളികൾക്കിടയിൽ പ്രചുരപ്രചാരം സിദ്ധിച്ചിരുന്നു.

അങ്ങനെയാണ് ഈ മാനിഫെസ്റ്റോ വീണ്ടും അരങ്ങത്തു വന്നത്. അതിന്റെ ജർമ്മൻ പതിപ്പുതന്നെ 1850 നുശേഷം സ്വിറ്റ്സർലണ്ടിലും ഇംഗ്ലണ്ടിലും അമേരിക്കയിലും എത്രയോ തവണ അച്ചടിച്ചിറക്കി. 1872ൽ ന്യൂയോർക്കിൽവെച്ച് അതിന്റെ ഒരു ഇംഗ്ലീഷ് പരിഭാഷ വുഡ്ഹൾ ആന്റ് ക്ലാഫ്ളിൻസ് വീക്ക്ലി[12]യിൽ പ്രസിദ്ധീകരിക്കപ്പെട്ടു. ഈ ഇംഗ്ലീഷ് പരിഭാഷയിൽനിന്നും ഒരു ഫ്രഞ്ചുപരിഭാഷ[13] ന്യൂയോർക്കിലെ ലെ സോഷ്യലിസ്റ്റ് പ്രസിദ്ധീകരിച്ചു. അതിനുശേഷം അമേരിക്കയിൽ ചുരുങ്ങിയതു രണ്ട് ഇംഗ്ലീഷ് പരിഭാഷകൾ കൂടി പുറത്തു വരികയുണ്ടായി. രണ്ടും ഏറക്കുറെ വികൃതങ്ങളായിരുന്നു. അവയിലൊന്ന് ഇംഗ്ലണ്ടിൽ വീണ്ടും അച്ചടിച്ചിറക്കിയിട്ടുണ്ട്. ബക്കുനിനാണ് ഇതിന് ഒന്നാമതായൊരു റഷ്യൻ പരിഭാഷയുണ്ടാക്കിയത്. ആ പരിഭാഷ സുമാർ 1863ൽ ജനീവയിൽവെച്ച്[14] ഹെഴ്സന്റെ കോലൊക്കൊൽ പത്രമാപ്പീസിൽനിന്നും പ്രസിദ്ധീകരിച്ചു. രണ്ടാമ

ത്തെ റഷ്യൻ വിവർത്തനം വീരവനിതയായ വേര സസൂലിച്ചിന്റേ[15]തായിരുന്നു. അതും 1882-ൽ ജനീവയിൽത്തന്നെ പ്രസിദ്ധീകരിച്ചു. 1885ൽ ഇതിന്റെ പുതിയൊരു ഡാനിഷ് പതിപ്പ് കോപ്പൻഹേഗനിൽ സോഷ്യൽ ഡെമോക്രാറ്റിസ്ക ബിബ്ലിയൊത്തേക്കിൽ പ്രസിദ്ധീകരിച്ചതായി കാണുന്നുണ്ട്. മറ്റൊരു പുത്തൻ ഫ്രഞ്ചുപരിഭാഷ 1886ൽ[16] പാരീസിൽനിന്നു പുറപ്പെടുന്ന ലെ സോഷ്യലിസ്റ്റ് പ്രസിദ്ധീകരിച്ചു. ഈ ഒടുവിൽ പറഞ്ഞ ഫ്രഞ്ചുവിവർത്തനത്തിൽനിന്ന് ഒരു സ്പാനിഷ് പരിഭാഷ 1886-ൽ മാഡ്രിഡിൽ പ്രസിദ്ധീകരിച്ചു. ജർമ്മൻ ഭാഷയിൽ എത്ര പുതിയ പതിപ്പുകളാണുണ്ടായിട്ടുള്ളതെന്ന് എണ്ണിക്കണക്കാക്കാൻ സാധ്യമല്ല — ചുരുങ്ങിയത് ഒരു ഡസനുണ്ടാവണം. കോൺസ്റ്റാന്റിനോപ്പിളിൽ ഒരു ആർമ്മീനിയൻ പരിഭാഷ കുറച്ചുമാസംമുമ്പ് പ്രസിദ്ധീകരിക്കപ്പെടാനിരുന്നെങ്കിലും അതു പുറത്തുവന്നില്ല. മാർക്സിന്റെ പേരു വെച്ച ഒരു പുസ്തകം പ്രസിദ്ധീകരിക്കാൻ പ്രസാധകനുള്ള ഭയവും, ഈ കൃതി തന്റേതാണെന്നു പറയാൻ പരിഭാഷകനുള്ള വൈമനസ്യവുമാണ് ഇതിനുള്ള കാരണമെന്നാണ് ഞാനറിഞ്ഞത്. മറ്റു പല ഭാഷകളിലും ഇതിന്റെ പരിഭാഷ വന്നിട്ടുണ്ടെന്നു ഞാൻ കേട്ടിട്ടുണ്ട്. പക്ഷേ, ഞാൻ അവയൊന്നും കണ്ടിട്ടില്ല. ഇങ്ങനെ ഒരു മാനിഫെസ്റ്റോയുടെ ചരിത്രം ഒരു വലിയ പരിധിവരെ ആധുനിക തൊഴിലാളിവർഗ്ഗപ്രസ്ഥാനത്തിന്റെ ചരിത്രത്തെയാണ് പ്രതിഫലിപ്പിക്കുന്നത്; ഇന്നത്തെ സോഷ്യലിസ്റ്റ് സാഹിത്യങ്ങളിൽവെച്ച് ഏറ്റവും പ്രചാരമുള്ളതും ഏറ്റവും സാർവദേശീയത്വം സിദ്ധിച്ചിട്ടുള്ളതുമായ പ്രസിദ്ധീകരണം ഇതാണെന്ന കാര്യത്തിൽ യാതൊരു സംശയവുമില്ല. സൈബീരിയതൊട്ട് കാലിഫോർണിയവരെയുള്ള കോടാനുകോടി തൊഴിലാളികൾ ഇതിനെ തങ്ങളുടെ പൊതുനയപ്രഖ്യാപനരേഖയായി അംഗീകരിച്ചിട്ടുണ്ടെന്നുള്ളത് നിസ്സംശയമാണ്.

എങ്കിലും അതെഴുതിയ കാലത്ത് അതിനെ സോഷ്യലിസ്റ്റ് മാനിഫെസ്റ്റോയെന്ന് നാമകരണം ചെയ്യാൻ ഞങ്ങൾക്കു നിർവാഹമുണ്ടായിരുന്നില്ല. 1847-ൽ സോഷ്യലിസ്റ്റുകാർ എന്ന പേരിൽ അറിയപ്പെട്ടിരുന്നവർ രണ്ടുതരക്കാരായിരുന്നു. ഒരു ഭാഗത്ത് വിവിധ തരത്തിലുള്ള സാങ്കൽപ്പിക സിദ്ധാന്തക്കാർ — ഉദാഹരണത്തിന് ഇംഗ്ലണ്ടിലെ ഓവൻപക്ഷക്കാരും, ഫ്രാൻസിലെ ഫൂര്യേ[17] വാദികളും; ഇരുവരും ക്രമേണ നാമാവശേഷമാകാൻ തുടങ്ങിയിട്ടുള്ള ചെറു സംഘങ്ങളായി അന്നുതന്നെ ശോഷിച്ചുകഴിഞ്ഞിരുന്നു. മറുഭാഗത്താണെങ്കിൽ എണ്ണിയാലൊടുങ്ങാത്ത സാമൂഹികമുറിവൈദ്യന്മാർ. മുടക്കുമുതലിനും ലാഭത്തിനും ഹാനിതട്ടിക്കാതെ എല്ലാത്തരം കുരുട്ടുവിദ്യകളും പ്രയോഗിച്ചുകൊണ്ടു സർവവിധ സാമൂഹികപീഡകളും ശമിപ്പിക്കാമെന്നു പറയുന്നവരാണീക്കൂട്ടർ. ഇരുകൂട്ടരും തൊഴിലാളിപ്രസ്ഥാനത്തിന്റെ പുറത്താണ് നിൽക്കുന്നത്; 'അഭ്യസ്തവിദ്യ' വർ

ഗ്ഗങ്ങളുടെ നേർക്കാണ് സഹായത്തിന് ഉറ്റുനോക്കുന്നത്. വെറും രാഷ്ട്രീയവിപ്ലവങ്ങൾകൊണ്ടുമാത്രം കാര്യമാവില്ലെന്നും സമൂഹത്തിന്റെ പരിപൂർണപരിവർത്തനം കൂടിയേ കഴിയൂവെന്നും ബോധ്യംവന്ന തൊഴിലാളിവിഭാഗങ്ങളെല്ലാം സ്വയം കമ്മ്യൂണിസ്റ്റ് എന്ന പേർ കൈക്കൊണ്ടു. വെറുമൊരു വാസനാവിശേഷത്തിന്റെ സന്തതിയായ, ഒരുതരം അസംസ്കൃതവും പരുക്കൻ മട്ടിലുള്ളതുമായ കമ്മ്യൂണിസമായിരുന്നു അത്; എങ്കിൽക്കൂടി അതു കാര്യത്തിന്റെ കാതൽ സ്പർശിച്ചുവെന്നു തന്നെയല്ല, ഫ്രാൻസിൽ കബേയുടെയും ജർമ്മനിയിൽ വൈറ്റ്ലിങ്ങി[18]ന്റെയും സാങ്കൽപ്പികകമ്മ്യൂണിസം ഉളവാക്കത്തക്ക ശക്തി അതിനു തൊഴിലാളിവർഗ്ഗത്തിനിടയിൽ സിദ്ധിച്ചു. അപ്പോൾ 1847-ൽ സോഷ്യലിസം ഇടത്തരക്കാരുടേതായ ഒരു പ്രസ്ഥാനവും, കമ്മ്യൂണിസം തൊഴിലാളിവർഗ്ഗത്തിന്റേതായ ഒരു പ്രസ്ഥാനവുമായിരുന്നു. സോഷ്യലിസത്തിനു യൂറോപ്പിലെങ്കിലും 'മാന്യത' ഉണ്ടായിരുന്നു. കമ്മ്യൂണിസത്തിന്റെ കാര്യമാകട്ടെ നേരെമറിച്ചായിരുന്നു. മാത്രമല്ല, 'തൊഴിലാളിവർഗ്ഗത്തിന്റെ മോചനം തൊഴിലാളിവർഗ്ഗം തന്നെ സാധിക്കേണ്ട ഒരു കൃത്യമാണെ'ന്നുള്ള ബോധ്യം ആദ്യം മുതൽക്കേ ഞങ്ങൾക്കുണ്ടായിരുന്നതുകൊണ്ട് ഈ രണ്ടുപേരുകളിൽ ഏതാണ് സ്വീകരിക്കേണ്ടതെന്ന കാര്യത്തിൽ ഞങ്ങൾക്കു സംശയമേ ഇല്ലായിരുന്നു. ഞങ്ങൾ അതു പിന്നീടൊരിക്കലും നിരാകരിച്ചിട്ടുമില്ല.

ഈ മാനിഫെസ്റ്റോ ഞങ്ങൾ രണ്ടുപേരും ചേർന്നു തയാറാക്കിയതാണെന്നിരിക്കെ, ഇതിന്റെ ഉൾക്കാമ്പായി നിൽക്കുന്ന മൗലികസിദ്ധാന്തം മാർക്സിന്റേതാണെന്നുള്ള വസ്തുത ഇവിടെ പ്രസ്താവിക്കേണ്ടത് എന്റെ കർത്തവ്യമായി ഞാൻ കരുതുന്നു. ആ സിദ്ധാന്തമിതാണ്; ചരിത്രത്തിന്റെ ഓരോ കാലഘട്ടത്തിലും അന്നന്നു നിലവിലുള്ള സാമ്പത്തികോൽപ്പാദനവിനിമയങ്ങളുടെ രീതിയും അതിൽനിന്ന് അനിവാര്യമായി ഉടലെടുക്കുന്ന സാമൂഹ്യഘടനയുമാണ് അതാതു കാലഘട്ടത്തിലെ രാഷ്ട്രീയ - സാംസ്കാരിക ചരിത്രത്തിന്റെ അടിത്തറയായിത്തീരുന്നത്. ഈ അടിത്തറ കണ്ടറിഞ്ഞാൽ മാത്രമേ അന്നന്നത്തെ ചരിത്രത്തിന്റെ അർഥവും മനസിലാകുകയുള്ളൂ. ഭൂമി പൊതുസ്വത്താക്കി നിറുത്തിയിരുന്ന പണ്ടത്തെ പ്രാകൃതസമ്പ്രദായങ്ങളുടെ സാമൂഹികഘടന അവസാനിച്ചതിനുശേഷമുണ്ടായിട്ടുള്ള മനുഷ്യവംശചരിത്രമാകെത്തന്നെ വർഗ്ഗസമരങ്ങളുടെ ചരിത്രമാണ്; ചൂഷകരും ചൂഷിതരും, ഭരിക്കുന്നവരും മർദ്ദിതരും തമ്മിലുള്ള പോരാട്ടത്തിന്റെ ചരിത്രമാണ്; ഈ വർഗ്ഗസമരചരിത്രം പല പല പരിണാമങ്ങളിലൂടെയും കടന്നുപോന്ന് ഇന്ന് ഒരു പ്രത്യേകഘട്ടത്തിലെത്തിയിരിക്കുകയാണ്. ഈ ഘട്ടത്തിന്റെ സവിശേഷത ഇതാണ്. തങ്ങളോടൊപ്പംതന്നെ സമൂഹത്തെയാകെ സർവവിധ ചൂഷണത്തിൽനിന്നും മർദ്ദനത്തിൽനിന്നും

വർഗ്ഗവ്യത്യാസത്തിൽ നിന്നും വർഗ്ഗസമരങ്ങളിൽനിന്നും എന്നെന്നേക്കുമായി മോചിപ്പിക്കാതെ, ചൂഷണവും മർദ്ദനവും നടത്തുന്ന വർഗ്ഗത്തിന്റെ — ബൂർഷ്വാസിയുടെ — പിടിയിൽനിന്നും ചൂഷണവും മർദ്ദനവുമനുഭവിക്കുന്ന വർഗ്ഗത്തിന് — തൊഴിലാളി വർഗ്ഗത്തിന് — രക്ഷനേടാനാവില്ല.

ജീവശാസ്ത്രത്തിൽ ഡാർവിന്റെ സിദ്ധാന്തം[19] എന്ത് പങ്കാണോ നിർവഹിച്ചിട്ടുള്ളത്, ആ പങ്ക് ചരിത്രത്തെ സംബന്ധിച്ചിടത്തോളം നിറവേറ്റാൻ പരികൽപ്പിതമാണ് ഈ പ്രമേയം എന്നാണ് എന്റെ അഭിപ്രായം. 1845നുമുമ്പുള്ള ഏതാനും കൊല്ലങ്ങളായി ഞങ്ങളിരുപേരും ഈ പ്രമേയത്തിലേക്കെത്താൻ തുടങ്ങിയിട്ടുണ്ടായിരുന്നു. ഞാൻ സ്വന്തമായി, സ്വതന്ത്രമായി അതിലേക്കെത്രകണ്ടു പുരോഗമിച്ചിട്ടുണ്ടായിരുന്നുവെന്നത് ഞാനെഴുതിയിട്ടുള്ള ഇംഗ്ലണ്ടിലെ തൊഴിലാളിവർഗ്ഗത്തിന്റെ സ്ഥിതി എന്ന പുസ്തകത്തിൽനിന്ന് സ്പഷ്ടമാകും. എന്നാൽ, 1845ലെ വസന്തത്തിൽ ബ്രസൽസിൽവെച്ച് ഞാൻ മാർക്സിനെ വീണ്ടും കണ്ടപ്പോഴേക്കും അദ്ദേഹം അത് നിർവചിച്ചുകഴിഞ്ഞിരുന്നുവെന്നു മാത്രമല്ല, ഞാൻ മുകളിൽ പ്രസ്താവിച്ച രീതിയിൽ, മിക്കവാറും അത്രതന്നെ വ്യക്തമായ വിധത്തിൽ, അത് എന്റെ മുമ്പിൽ വെക്കുകയും ചെയ്തു.

1872ൽ പ്രസിദ്ധീകരിച്ച ജർമ്മൻ പതിപ്പിനു ഞങ്ങൾ കൂട്ടായെഴുതിയ മുഖവുരയിൽനിന്നു ഞാൻ താഴെ കാണുന്ന ഭാഗം ഉദ്ധരിച്ചുകൊള്ളുന്നു:

കഴിഞ്ഞ കാൽനൂറ്റാണ്ടിനിടയിൽ സ്ഥിതിഗതികൾക്ക് എത്രതന്നെ മാറ്റം വന്നിട്ടുണ്ടെങ്കിലും ഈ മാനിഫെസ്റ്റോ ഉൾക്കൊള്ളുന്ന പൊതുതത്വങ്ങൾ മൊത്തത്തിൽ അന്നത്തെപ്പോലെതന്നെ ഇന്നും ശരിയാണ്. വിശദാംശങ്ങളിൽ അങ്ങുമിങ്ങും ചില ഭേദഗതികൾ വരുത്താമായിരിക്കാം. മാനിഫെസ്റ്റോയിൽത്തന്നെ പ്രസ്താവിച്ചിട്ടുള്ളതുപോലെ, എവിടെ എപ്പോഴായാലും ശരി, ഈ തത്വങ്ങൾ പ്രയോഗത്തിൽ വരുത്തുന്ന കാര്യം അപ്പോൾ നിലവിലുള്ള ചരിത്രപരമായ സ്ഥിതിഗതികളെ ആശ്രയിച്ചാണിരിക്കുക. അതുകൊണ്ടാണ് രണ്ടാം ഭാഗത്തിന്റെ അവസാനത്തിൽ നിർദ്ദേശിച്ചിട്ടുള്ള വിപ്ലവനടപടികളുടെ കാര്യത്തിൽ പ്രത്യേകം ഊന്നൽ കൊടുക്കാതിരുന്നിട്ടുള്ളത്. ഇന്നായിരുന്നുവെങ്കിൽ ആ ഭാഗം പല പ്രകാരത്തിലും വ്യത്യസ്തരീതിയിലാവും എഴുതുക. കഴിഞ്ഞ നാൽപ്പതു വർഷത്തിനിടയിൽ ആധുനികവ്യവസായത്തിലുണ്ടായിട്ടുള്ള വമ്പിച്ച പുരോഗതി, അതിനെത്തുടർന്ന് തൊഴിലാളി വർഗ്ഗത്തിന്റെ പാർട്ടി സംഘടനയ്ക്കു കൈവന്നിട്ടുള്ള അഭിവൃദ്ധിയും വികാസവും ആദ്യം ഫ്രെബ്രുവരി വിപ്ലവത്തിൽനിന്നും പിന്നീട്, അതിലുമുപരിയായി, തൊഴിലാളിവർഗ്ഗത്തിനു ചരിത്രത്തിലാദ്യമായി രണ്ടു മാസം തികച്ചും രാഷ്ട്രീയാധികാരം കൈവശം വെയ്ക്കാനിടയാക്കിയ പാരീസ്

കമ്യൂണിൽനിന്നും ലഭിച്ച പ്രായോഗികാനുഭവങ്ങൾ — ഇതെല്ലാം വെച്ചുനോക്കുമ്പോൾ ഈ പരിപാടി ചില വിശദാംശങ്ങൾ പഴഞ്ചനായിത്തീർന്നിട്ടുണ്ട്. പാരീസ് കമ്യൂൺ പ്രത്യേകിച്ചും തെളിയിച്ചത് ഒരു സംഗതിയാണ്:

മുമ്പുള്ളവർ തയ്യാർ ചെയ്തുവെച്ചിട്ടുള്ള ഭരണകൂടം വെറുതെയങ്ങ് കൈവശപ്പെടുത്തി സ്വന്തം ആവശ്യങ്ങൾക്കുവേണ്ടി അതിനെ അതേപടി ഉപയോഗിക്കുവാൻ തൊഴിലാളി വർഗ്ഗത്തിനു സാധ്യമല്ല.

(ഫ്രാൻസിലെ ആഭ്യന്തരകലാപം, സർവരാഷ്ട്രത്തൊഴിലാളി സംഘടനയുടെ ജനറൽ കൗൺസിലിന്റെ പ്രസ്താവന, ലണ്ടൻ, ട്രൂലവ്, 1871, പേജ് 15, എന്നതിൽ ഈ സംഗതി കൂടുതൽ വിശദീകരിച്ചിട്ടുണ്ട്.)

ഇതിനും പുറമേ സോഷ്യലിസ്റ്റ് സാഹിത്യത്തെപ്പറ്റി ഇതിലടങ്ങിയിട്ടുള്ള വിമർശനത്തിന് ഇന്നത്തെ സ്ഥിതി വെച്ചുനോക്കുമ്പോൾ പോരായ്മകളുണ്ടെന്നത് സ്വയംസിദ്ധമാണ്. കാരണം, 1847 വരെയുള്ള വിമർശനമേ അതിലുള്ളൂ. കൂടാതെ കമ്യൂണിസ്റ്റുകാരും വിവിധ പ്രതിപക്ഷകക്ഷികളും തമ്മിലുള്ള ബന്ധത്തെ സംബന്ധിച്ച പ്രസ്താവങ്ങൾ (നാലാംഭാഗം) താത്വികമായി ഇന്നും ശരിയാണെങ്കിലും പ്രായോഗികമായി കാലഹരണപ്പെട്ടിരിക്കുന്നു. കാരണം, രാഷ്ട്രീയ സ്ഥിതി ഇന്നു പാടേ മാറിയിരിക്കുന്നു; മാത്രമല്ല, അതിൽ പറഞ്ഞിട്ടുള്ള രാഷ്ട്രീയ കക്ഷികളിൽ അധികവും ചരിത്രത്തിന്റെ പുരോഗതിയിൽ ഭൂമുഖത്തുനിന്നും തെറിച്ചുപോയിരിക്കുന്നു.

ഇങ്ങനെയൊക്കെയാണെങ്കിൽക്കൂടി, ഈ മാനിഫെസ്റ്റോ ചരിത്രപ്രധാനമായ ഒരു രേഖയായിത്തീർന്നിട്ടുണ്ട്. അതിനെ മാറ്റാൻ ഞങ്ങൾക്കു ഇനിമേൽ യാതൊരധികാരവുമില്ല.

മാർക്സിന്റെ മൂലധനത്തിന്റെ അധികഭാഗവും പരിഭാഷപ്പെടുത്തിയ മി.സാമുവൽ മൂറാണ് ഈ വിവർത്തനത്തിന്റെ കർത്താവ്. ഞങ്ങൾ രണ്ടുപേരുംകൂടി അതിനെ പുനഃപരിശോധിക്കുകയും ചരിത്രവിഷയകമായ ഏതാനും വിശദീകരണക്കുറിപ്പുകൾ ഞാൻ കൂട്ടിച്ചേർക്കുകയും ചെയ്തിട്ടുണ്ട്.

ലണ്ടൻ   ഫ്രെഡറിക് എംഗൽസ്
ജനുവരി 30, 1888

* താൻ മാർക്സിന്റെ ശിഷ്യനാണെന്നും ആ നിലയ്ക്ക് മാനിഫെസ്റ്റോയുടെ അടിസ്ഥാനത്തിൽ നിലകൊള്ളുന്നുവെന്നും ലസാലെതന്നെ നേരിട്ട് ഞങ്ങളോട് എല്ലായ്പ്പോഴും പ്രസ്താവിച്ചിട്ടുണ്ട്. എന്നാൽ അദ്ദേഹം 1862-64-ൽ നടത്തിയ പൊതുപ്രക്ഷോഭണങ്ങളിൽ ഗവൺമെന്റ് വായ്പയുടെ സഹായത്തോടുകൂടി നടത്തുന്ന ഉൽപ്പാദകസഹകരണസംഘങ്ങൾ വേണമെന്ന ആവശ്യത്തിനപ്പുറം കടന്നിട്ടില്ല (എംഗൽസിന്റെ കുറിപ്പ്.)

1890 ലെ ജർമ്മൻ പതിപ്പിനുള്ള മുഖവുര

മുകളിൽ കൊടുത്തിട്ടുള്ളത് എഴുതിയതിനുശേഷം[20] മാനിഫെസ്റ്റോയുടെ ഒരു പുതിയ ജർമ്മൻ പതിപ്പ് വീണ്ടും ആവശ്യമായിത്തീർന്നിരിക്കുന്നു. അതിനിടയിൽ മാനിഫെസ്റ്റോയ്ക്ക് പലതും സംഭവിച്ചിട്ടുണ്ട്. അവ ഇവിടെ രേഖപ്പെടുത്തേണ്ടതുണ്ട്.

രണ്ടാമത്തെ റഷ്യൻപരിഭാഷ — വേര സസൂലിച്ച്[21] ചെയ്തത് — 1882ൽ ജനീവയിൽ പ്രസിദ്ധീകരിക്കപ്പെട്ടു. ഞാനും മാർക്സും കൂടിയാണ് അതിനു മുഖവുര എഴുതിയത്. നിർഭാഗ്യവശാൽ ജർമ്മൻ ഭാഷയിലുള്ള അതിന്റെ കൈയെഴുത്തുപ്രതി നഷ്ടപ്പെട്ടിരിക്കുന്നു. അതുകൊണ്ട് ഞാനതിനെ റഷ്യനിൽനിന്നു ജർമ്മനിലേക്ക് തിരികെ പരിഭാഷപ്പെടുത്തേണ്ടിയിരിക്കുന്നു. യാതൊരു തരത്തിലും മൂലത്തേക്കാൾ മെച്ചമാവില്ലാത്ത അത് ഇപ്രകാരമാണ്:

ബക്കുനിൻ പരിഭാഷപ്പെടുത്തിയ കമ്യൂണിസ്റ്റ് മാനിഫെസ്റ്റോയുടെ ആദ്യത്തെ റഷ്യൻപതിപ്പ് ഈ നൂറ്റാണ്ടിന്റെ ആറാംദശകത്തിന്റെ ആരംഭത്തിൽ കോലൊക്കൊൽ[22] പ്രസിദ്ധീകരണശാല പ്രസിദ്ധപ്പെടുത്തി. അന്നു പാശ്ചാത്യരാജ്യങ്ങൾക്ക് സാഹിത്യപരമായ ഒരു കൗതുകവസ്തുവായേ അതിനെ (മാനിഫെസ്റ്റോയുടെ റഷ്യൻപതിപ്പിനെ) പരിഗണിക്കാൻ കഴിഞ്ഞുള്ളൂ. അത്തരം ഒരു അഭിപ്രായം ഇന്ന് അസാധ്യമായിരിക്കും.

അന്ന്, 1847 ഡിസംബറിൽ തൊഴിലാളി പ്രസ്ഥാനത്തിന്റെ പരിധി എത്രമാത്രം പരിമിതമായിരുന്നുവെന്ന് മാനിഫെസ്റ്റോയുടെ

അവസാനഭാഗം—വിവിധരാജ്യങ്ങളിലെ വിവിധ പ്രതിപക്ഷകക്ഷികളോടുള്ള കമ്യൂണിസ്റ്റുകാരുടെ നിലപാടിനെക്കുറിച്ച് പ്രതിപാദിക്കുന്ന ഭാഗം — തികച്ചും വ്യക്തമാക്കുന്നുണ്ട്. റഷ്യയുടെയും അമേരിക്കയുടെയും പേരുകൾ അതിൽ ഇല്ലതന്നെ. റഷ്യ യൂറോപ്യൻ പ്രതിലോമശക്തികളുടെയെല്ലാം അവസാനത്തെ വൻകരുതൽശക്തിയായി നിലനിൽക്കുകയും അമേരിക്ക യൂറോപ്പിലെ അധികപ്പറ്റായ തൊഴിലാളികളെ കുടിയേറിപ്പാർപ്പുവഴി സ്വയം ഉൾക്കൊള്ളുകയും ചെയ്തിരുന്ന കാലമായിരുന്നു അത്. ഇരുരാജ്യങ്ങളും യൂറോപ്പിന്റെ ആവശ്യത്തിനുവേണ്ടതായ അസംസ്കൃതസാധനങ്ങൾ ഒരുക്കിക്കൊടുക്കുകയും അതേസമയത്ത് അതിന്റെ വ്യവസായോൽപ്പന്നങ്ങൾ ചെലവഴിക്കാനുള്ള കമ്പോളമായി വർത്തിക്കുകയും ചെയ്തു. അതുകൊണ്ട് അന്ന് ആ രണ്ടു രാജ്യങ്ങളും ഒരു നിലയ്ക്കല്ലെങ്കിൽ മറ്റൊരു നിലയ്ക്ക്, അന്നത്തെ യൂറോപ്യൻ വ്യവസ്ഥയുടെ നെടുംതൂണുകളായിരുന്നു.

ഇന്നോ? സ്ഥിതി എത്ര വ്യത്യാസപ്പെട്ടിരിക്കുന്നു! യൂറോപ്പിൽനിന്നുള്ള കുടിയേറിപ്പാർപ്പുതന്നെയാണ് വടക്കെ അമേരിക്കയിൽ വമ്പിച്ച കാർഷികവികസനത്തിന് വഴിവെച്ചത്. അതിൽനിന്നു നേരിടേണ്ടിവരുന്ന മത്സരംകൊണ്ടു യൂറോപ്പിലെ വലുതും ചെറുതുമായ ഭൂവുടമവ്യവസ്ഥയുടെ അടിത്തറതന്നെ കുലുങ്ങിക്കൊണ്ടിരിക്കുകയാണ്. ഇതിനുപുറമേ പടിഞ്ഞാറൻ യൂറോപ്പിന്റെ, പ്രത്യേകിച്ച് ഇംഗ്ലണ്ടിന്റെ, അതേവരെ നിലനിന്നു വന്നിരുന്ന വ്യവസായക്കുത്തകയെ താമസംവിനാ പൊളിക്കുമാറ് അമേരിക്കയ്ക്ക് അതിന്റെ വ്യാവസായികവിഭവങ്ങളെ ഊർജിതമായി വിപുലമായ തോതിൽ ചൂഷണം ചെയ്യാൻ തൽഫലമായി കഴിഞ്ഞു. ഈ രണ്ടു സാഹചര്യങ്ങളും വിപ്ലവകരമാം വിധം അമേരിക്കയിൽത്തന്നെ ചില പ്രത്യാഘാതങ്ങളുളവാക്കുന്നു. ചെറുകിടയും ഇടത്തരവുമായ ഭൂവുടമസമ്പ്രദായം – അവിടത്തെ രാഷ്ട്രീയസംഘടനയുടെ ആകെ അടിത്തറയിതാണ് – ക്രമേണ പട്ടുകുറ്റൻ ഭൂവുടമകളുടെ കിടമത്സരത്തിന് ഇരയാകുന്നു; അതോടൊപ്പം വ്യവസായപ്രദേശങ്ങളിലാകട്ടെ, ആദ്യമായി, വമ്പിച്ച തൊഴിലാളിവർഗ്ഗവും ഭീമമായ മൂലധനകേന്ദ്രീകരണവും വളർന്നുവരുന്നു.

പിന്നെ റഷ്യ! 1848-49ലെ വിപ്ലവകാലത്ത് യൂറോപ്പിലെ രാജാക്കന്മാരെന്നല്ല, ബൂർഷ്വാസിപോലും, ഉണർന്നു തുടങ്ങുക മാത്രം ചെയ്തിരുന്ന തൊഴിലാളിവർഗ്ഗത്തിൽ നിന്നുള്ള തങ്ങളുടെ ഒരേ ഒരു മോക്ഷമായി ഉറ്റുനോക്കിയിരുന്നത് റഷ്യൻ ഇടപെടലിനെയാണ്. സാർ യൂറോപ്യൻ പ്രതിലോമശക്തികളുടെ നായകനായി വിളംബരം ചെയ്യപ്പെട്ടു. എന്നാൽ ഇന്നാകട്ടെ, ആ വിപ്ലവത്തിന്റെ യുദ്ധത്തടവുകാരനായി ഗാത്ചിനയിൽ കഴിയുകയാണ്.[23] റഷ്യ യൂറോപ്പിലെ വിപ്ലവപ്രവർത്തനത്തിന്റെ മുന്നണിയായി തീർന്നിരിക്കുന്നു.

ആധുനിക ബൂർഷ്വാ സ്വത്തുടമ സമ്പ്രദായത്തിന്റെ വിനാശം അനിവാര്യവും ആസന്നവുമാണെന്ന് പ്രഖ്യാപിക്കുകയെന്നതായിരുന്നു കമ്യൂണിസ്റ്റ് മാനിഫെസ്റ്റോയുടെ ലക്ഷ്യം. എന്നാൽ അതിവേഗം പെരുകിവരുന്ന മുതലാളിത്തക്കൊള്ളയും വളരുവാൻ തുടങ്ങുക മാത്രം ചെയ്യുന്ന ബൂർഷ്വാഭൂവുടമ വ്യവസ്ഥക്കും അഭിമുഖമായി പകുതിയിലേറെ നിലവും കൃഷിക്കാരുടെ പൊതു ഉടമയിലാണെന്ന വസ്തുത നാം റഷ്യയിൽ കാണുന്നു. അപ്പോൾ ചോദ്യമിതാണ് : സാരമായി കോട്ടം തട്ടിയിട്ടുണ്ടെന്നിരിക്കിലും പ്രാചീന പൊതുഭൂവുടമയുടെ ഒരു രൂപമായ റഷ്യൻ 'ഒബ്ഷ് ചീന'യ്ക്ക് കമ്യൂണിസ്റ്റ് പൊതുവുടമയെന്ന ഉയർന്ന രൂപത്തിലേക്ക് നേരിട്ട് നീങ്ങാൻ കഴിയുമോ: അതോ, നേരെമറിച്ച്, പാശ്ചാത്യരാജ്യങ്ങളുടെ, ചരിത്രത്തിലുണ്ടായപോലെ അതിനിയും ഛിന്നഭിന്നമാവുകയെന്ന ഒരു പരിണാമദശയിലൂടെ ആദ്യം കടന്നുപോകേണ്ടി വരുമോ?

ഇന്നത്തെ നിലയ്ക്ക് ഇതിനു ഒരൊറ്റ ഉത്തരമേയുള്ളു: റഷ്യൻ വിപ്ലവം പാശ്ചാത്യരാജ്യങ്ങളിലെ തൊഴിലാളിവർഗ്ഗവിപ്ലവത്തിന്റെ മുന്നോടിയാവുകയും അവ രണ്ടും അങ്ങനെ അന്യോന്യം പൂരണമായി ഭവിക്കുകയും ചെയ്യുകയാണെങ്കിൽ റഷ്യയിൽ ഇന്നു കാണുന്ന പൊതുഭൂവുടമ സമ്പ്രദായം കമ്യൂണിസ്റ്റ് രൂപത്തിലേക്കുള്ള വികാസത്തിന്റെ തുടക്കമായി ഭവിച്ചേക്കാം.

ലണ്ടൻ — കാൾ മാർക്സ്

ജനുവരി 21, 1882 — ഫ്രെഡറിക് എംഗൽസ്

ഏതാണ്ട് അതേകാലത്ത് ജനീവയിൽ മാനിഫേസ്റ്റ് കമ്യൂണിസ്റ്റിച്ച്നി എന്ന പുതിയൊരു പോളിഷ് പതിപ്പ് പുറത്തിറങ്ങുകയുണ്ടായി.

കൂടാതെ 1885ൽ കോപ്പൻഹേഗനിലെ സോഷ്യൽ ഡമോക്രാറ്റിസ്ക് ബിബ്ലിയൊത്തക് പുതിയൊരു ഡാനിഷ് പരിഭാഷ പ്രസിദ്ധം ചെയ്തു. നിർഭാഗ്യവശാൽ അതു തികച്ചും പൂർണമല്ല. പരിഭാഷകൻ, പ്രയാസം തോന്നിയതുകൊണ്ടാവണം, ചില പ്രധാന ഭാഗങ്ങൾ വിട്ടുകളഞ്ഞിരിക്കുന്നു. പുറമേ അശ്രദ്ധയുടെ സൂചനകളും അങ്ങിങ്ങായുണ്ട്. അവയാണെങ്കിൽ അസുഖകരമാംവണ്ണം മുഴച്ചുനിൽക്കുന്നുമുണ്ട്. കാരണം പരിഭാഷകൻ അൽപ്പംകൂടി ശ്രദ്ധിച്ചിരുന്നെങ്കിൽ പരിഭാഷ ഒന്നാന്തരമാകുമായിരുന്നുവെന്നു ചെയ്തേടത്തോളം കൊണ്ടു തെളിയുന്നു.

1886ൽ[24] പാരീസിൽനിന്നു പുറപ്പെടുന്ന ലെ സോഷ്യലിസ്റ്റിൽ ഒരു പുതിയ ഫ്രഞ്ചുവിവർത്തനം പുറത്തുവന്നു. ഇതുവരെ കണ്ടതിൽവെച്ച് ഏറ്റവും നല്ലതാണ് അത്.

പ്രസ്തുത ഫ്രഞ്ചു പതിപ്പിൽനിന്ന് അതേ കൊല്ലം തന്നെ സ്പാനിഷിലേക്ക് പരിഭാഷപ്പെടുത്തുകയും അത് ആദ്യം മാഡ്രിഡിലെ എൽ സോഷ്യലിസ്റ്റായിലും പിന്നീട് ഒരു ലഘുലേഖയായും

പ്രസിദ്ധീകരിക്കുകയുണ്ടായി: മാനിഫിയെസ്റ്റോ ഡെൽ പാർട്ടിഡൊ കമ്യൂണിസ്റ്റ്, പോർ കാർലോസ് മാർക്സ് യ എഫ്. എംഗൽസ്, മാഡ്രിഡ്, അഡ്മിനിസ്ട്രസ്യോൺ ഡി എൽ സോഷ്യലിസ്റ്റ് ഹെർനാൻ കോർട്ടെസ് - 8.

ഒരു രസമുള്ള സംഭവംകൂടി ഞാനിവിടെ പറയാം. 1887ൽ മാനിഫെസ്റ്റോയുടെ അർമ്മീനിയൻപരിഭാഷയുടെ ഒരു കയ്യെഴുത്തുപ്രതി കോൺസ്റ്റാന്റിനോപ്പിളിലെ ഒരു പ്രസാധകന് നൽകുകയുണ്ടായി. എന്നാൽ ആ നല്ല മനുഷ്യന് മാർക്സിന്റെ പേര് വെച്ച് എന്തെങ്കിലും പ്രസിദ്ധീകരിക്കാൻ ധൈര്യമില്ലായിരുന്നു. ഗ്രന്ഥകർത്താവിന്റെ സ്ഥാനത്ത് പരിഭാഷകന്റെ പേര് വയ്ക്കണമെന്ന അദ്ദേഹത്തിന്റെ നിർദ്ദേശം പരിഭാഷകൻ നിരസിക്കുകയാണുണ്ടായത്.

ഇംഗ്ലണ്ടിൽ ഏറക്കുറെ പിഴകളുള്ള അമേരിക്കൻ പരിഭാഷകൾ ഒന്നിനുപുറകെ മറ്റൊന്നായി പലതവണ മുദ്രണം ചെയ്യപ്പെട്ടതിനു ശേഷം അവസാനം 1888ൽ വിശ്വസനീയമായ ഒരു പരിഭാഷ പ്രസിദ്ധീകരിക്കപ്പെട്ടു. പരിഭാഷപ്പെടുത്തിയത് എന്റെ സ്നേഹിതൻ സാമുവൽ മൂറായിരുന്നു. ഞങ്ങൾ രണ്ടുപേരും ചേർന്ന് ഒരിക്കൽക്കൂടി പരിശോധിച്ചതിനുശേഷമേ കയ്യെഴുത്തുപ്രതി പ്രസിലേക്ക് അയച്ചുള്ളൂ. അതിന്റെ പേരിതാണ്: കമ്യൂണിസ്റ്റ് പാർട്ടിയുടെ മാനിഫെസ്റ്റോ - കാൾ മാർക്സും ഫ്രെഡറിക് എംഗൽസും കൂടി എഴുതിയത്. കുറിപ്പുകളോടുകൂടി ഫ്രെഡറിക് എംഗൽസ് പ്രസിദ്ധീകരണാർഥം തയാർ ചെയ്തത്. 1888, ലണ്ടൻ, വില്യം റീവ്സ്, 185 ഫ്ളീറ്റ് സ്ട്രീറ്റ്, ഇ സി ആ പതിപ്പിനു ഞാൻ തയാറാക്കിയ കുറിപ്പുകളിൽ ചിലത് ഇതിലും ചേർത്തിട്ടുണ്ട്.

മാനിഫെസ്റ്റോയ്ക്ക് അതിന്റേതായ ഒരു ചരിത്രമുണ്ട്. ശാസ്ത്രീയ സോഷ്യലിസത്തിന്റെ മുന്നണി - അന്നത് തുലോം പരിമിതമായിരുന്നു - മാനിഫെസ്റ്റോയുടെ പിറവിയെ ആവേശത്തോടെ സ്വാഗതം ചെയ്തു. (ആദ്യത്തെ മുഖവുരയിൽ പരാമർശിച്ചിട്ടുള്ള പരിഭാഷകളിൽ നിന്നു ഈ സംഗതി തെളിയുന്നുണ്ട്.) എന്നാൽ അധികം താമസിയാതെ, 1848 ജൂണിൽ പാരീസിലെ തൊഴിലാളികൾക്കു നേരിട്ട പരാജയത്തോടുകൂടി തുടങ്ങിയ പിന്തിരിപ്പന്മാരുടെ മുന്നേറ്റത്തിന്റെ ഫലമായി മാനിഫെസ്റ്റോ പിൻതള്ളപ്പെട്ടുകയും അവസാനം 1852 നവംബറിൽ കൊളോൺ കമ്യൂണിസ്റ്റുകാർ ശിക്ഷിക്കപ്പെട്ടതിനെത്തുടർന്നു 'നിയമപ്രകാരം തന്നെ' ഭ്രഷ്ടാക്കപ്പെട്ടുകയും ചെയ്തു. അങ്ങനെ ഫെബ്രുവരിവിപ്ലവത്തോടുകൂടി ഉയർന്നുവന്ന തൊഴിലാളിപ്രസ്ഥാനം പൊതുരംഗത്തുനിന്ന് അപ്രത്യക്ഷമായതോടെ മാനിഫെസ്റ്റോയ്ക്കും പിന്നോട്ടടി സംഭവിച്ചു.

ഭരണവർഗ്ഗത്തിന്റെ അധികാരത്തിനെതിരായി പുതിയൊരാക്രമണം നടത്തത്തക്ക കരുത്ത് യൂറോപ്യൻ തൊഴിലാളിവർഗ്ഗം വീണ്ടും സംഭരിച്ചു കഴിഞ്ഞപ്പോൾ സർവരാഷ്ട്രത്തൊഴിലാളിസംഘ

ടന (ഇന്റർനാഷണൽ വർക്കിങ് മെൻസ് അസോസിയേഷൻ) ഉടലെടുത്തു. യൂറോപ്പിലെയും അമേരിക്കയിലെയും സമരസന്നദ്ധ രായ തൊഴിലാളിവർഗ്ഗശക്തികളെയാകെ ഒരൊറ്റ വമ്പിച്ച സേനാ നിരയിൽ ഒന്നിച്ചണിനിരത്തുക എന്നതായിരുന്നു അതിന്റെ ലക്ഷ്യം. അതുകൊണ്ട് ആ സംഘടനയ്ക്ക് ആരംഭത്തിൽ മാനിഫെസ്റ്റോയില ടങ്ങിയിട്ടുള്ള തത്വങ്ങളുടെ അടിസ്ഥാനത്തിൽ നിന്നു പ്രവർത്തനം തുടങ്ങുവാൻ നിർവാഹമുണ്ടായിരുന്നില്ല. ഇംഗ്ലീഷ് ട്രേഡ് യൂണിയ നുകൾ, ഫ്രാൻസ്, ബൽജിയം, ഇറ്റലി, സ്പെയിൻ എന്നിവിടങ്ങളി ലെ പ്രൂധോണനുയായികൾ, ജർമ്മനിയിലെ ലസ്സാലെ*യുടെ അനു യായികൾ എന്നിവരുടെ നേർക്ക് വാതിൽ കൊട്ടിയടയ്ക്കാത്ത ഒരു പരിപാടിയാണ് അതിനുണ്ടാകേണ്ടിയിരുന്നത്. അതിവിദഗ്ധമാ യാണ് മാർക്സ് ഈ പരിപാടി - അതായത്, ഇന്റർനാഷണലിന്റെ നിയമാവലിയുടെ[26] ആമുഖം-തയാർ ചെയ്തത്. ബക്കുനിനും അരാജ കവാദികളും കൂടി ഈ വസ്തുത അംഗീകരിക്കുന്നുണ്ട്. മാനിഫെസ്റ്റോ യിലെ ആശയങ്ങളുടെ അന്ത്യവിജയത്തിന് മാർക്സ് പൂർണമായും ആശ്രയിച്ചത് കൂട്ടായ പ്രവർത്തനത്തിന്റെയും ചർച്ചകളുടെയും ഫലമായി തൊഴിലാളിവർഗ്ഗത്തിന് അവശ്യം കൈവന്നിരിക്കേണ്ട ബുദ്ധിപരമായ വികാസത്തെ യാണ്. മുതലാളിത്തത്തിനെതിരായ പോരാട്ടത്തിന്റെ ഗതിവിഗതികളിൽനിന്നും ജയാപജയങ്ങളിൽനി ന്നും—ജയത്തേക്കാളേറെ പരാജയത്തിൽനിന്നും — സമരം ചെ യ്യുന്ന ജനങ്ങൾക്ക് ഒരു കാര്യം ബോധ്യമാവാതെ തരമില്ലെന്നു വന്നു — തങ്ങൾ വിശ്വസിച്ചുപോന്നിരുന്ന സാർവത്രികമായ ഒറ്റമൂലികൾ അപര്യാപ്തമാണെന്നും തൊഴിലാളിവർഗ്ഗത്തിന്റെ മോചനത്തിനുള്ള യഥാർഥ ഉപാധികളെപ്പറ്റി തികഞ്ഞ ധാരണ ആവശ്യമാണെന്നു മുള്ള സംഗതി. മാർക്സിന്റെ ഈ കാഴ്ചപ്പാട് ശരിയായിരുന്നു. 1864ൽ ഇന്റർനാഷണൽ സ്ഥാപിച്ചപ്പോഴുണ്ടായിരുന്ന തൊഴിലാ ളിവർഗ്ഗം 1874ൽ അതു പിരിഞ്ഞപ്പോഴേക്കും തീരെ മാറിയിട്ടുണ്ടാ യിരുന്നു. ലാറ്റിൻ രാജ്യങ്ങളിലെ പ്രൂധോൺ വാദഗതിയും ജർമ്മനി യിൽ പ്രത്യേകിച്ചും നിലനിന്നിരുന്ന ലസ്സാലിയൻവാദഗതിയും അന്ത്യശ്വാസം വലിക്കാൻ തുടങ്ങിയിട്ടുണ്ടായിരുന്നു. മാത്രമല്ല, ഇം ഗ്ലണ്ടിലെ മുരത്ത യാഥാസ്ഥിതിക ട്രേഡ്യൂണിയനുകൾപോലും, "യൂറോപ്പിലെ സോഷ്യലിസത്തെ ഞങ്ങൾക്കു പേടിയില്ലാതായിരി ക്കുന്നു," എന്ന് അവരുടെ സ്വാൻസികോൺഗ്രസിലെ ചെയർമാൻ അധികൃതമായി പ്രസ്താവിക്കാവുന്ന ഒരു നിലയിലേക്ക് സാവധാനം നീങ്ങിത്തുടങ്ങിയിരുന്നു. എന്നാൽ, വാസ്തവത്തിൽ 1887 ആയപ്പോ ഴേക്കും യൂറോപ്പിലെ സോഷ്യലിസമെന്നാൽ മാനിഫെസ്റ്റോയിൽ പ്രഖ്യാപിതമായ മിക്കവാറും അതേ തത്വസംഹിതതന്നെയായിരു ന്നു. ഇങ്ങനെ മാനിഫെസ്റ്റോയുടെ ചരിത്രം ഒരതിർത്തിവരെ 1848-നുശേഷമുള്ള ആധുനിക തൊഴിലാളിവർഗ്ഗപ്രസ്ഥാനത്തിന്റെ

ചരിത്രത്തെയാണ് പ്രതിഫലിപ്പിക്കുന്നത്. ഇന്ന് സോഷ്യലിസ്റ്റ് സാഹിത്യങ്ങളിൽ വെച്ച് ഏറ്റവും പ്രചാരമുള്ളതും ഏറ്റവും സാർവദേശീയത്വം സിദ്ധിച്ചിട്ടുള്ളതുമായ പ്രസിദ്ധീകരണം ഈ മാനിഫെസ്റ്റോ ആണെന്നതിൽ യാതൊരു സന്ദേഹവുമില്ല. സൈബീരിയതൊട്ട് കാലിഫോർണിയവരെയുള്ള രാജ്യങ്ങളിലെ കോടാനുകോടി തൊഴിലാളികൾ ഇതിനെ തങ്ങളുടെ പൊതുപരിപാടിയായി അംഗീകരിച്ചിട്ടുണ്ടെന്നുള്ളത് നിസ്സംശയമാണ്.

എങ്കിലും അതെഴുതിയ കാലത്ത് അതിനെ സോഷ്യലിസ്റ്റ് മാനിഫെസ്റ്റോ എന്ന് വിളിക്കാൻ ഞങ്ങൾക്കു നിർവാഹമില്ലായിരുന്നു. 1847ൽ രണ്ടുകൂട്ടർ സോഷ്യലിസ്റ്റുകാരായി ഗണിക്കപ്പെട്ടിരുന്നു. ഒരു ഭാഗത്ത് പല തരത്തിലുള്ള സാങ്കൽപ്പികസോഷ്യലിസ്റ്റ് സിദ്ധാന്തങ്ങളുടെ അനുയായികൾ—അവരിൽ പ്രധാനികൾ ഇംഗ്ലണ്ടിലെ ഓവൻ പക്ഷക്കാരും ഫ്രാൻസിലെ ഫൂറ്യേവാദികളുമാണ്; രണ്ടു കക്ഷികളും ക്രമേണ നാമാവശേഷമാകാൻ തുടങ്ങിയിട്ടുള്ള ചെറു സംഘങ്ങളായി അന്നുതന്നെ ശോഷിച്ചുകഴിഞ്ഞിരുന്നു. മറുഭാഗത്താണെങ്കിൽ വിവിധ തരം സാമൂഹികമുറിവൈദ്യന്മാർ. മുടക്കുമുതലിനും ലാഭത്തിനും തെല്ലും ഹാനിതട്ടിക്കാതെ പലതരത്തിലുള്ള ഒറ്റമൂലികളും പൊടിവിദ്യകളും പ്രയോഗിച്ച് സാമൂഹികരോഗങ്ങൾ മാറ്റാനാഗ്രഹിക്കുന്നവരാണിവർ. ഈ രണ്ടുകൂട്ടരും തൊഴിലാളിപ്രസ്ഥാനത്തിനുപുറത്തു നിൽക്കുകയും സഹായത്തിനായി 'അഭ്യസ്തവിദ്യ'രുടെ വർഗ്ഗങ്ങളുടെ നേർക്ക് ഉറ്റുനോക്കുകയുമാണു ചെയ്തിരുന്നത്. വെറും രാഷ്ട്രീയവിപ്ലവം കൊണ്ടുമാത്രം കാര്യമാവില്ലെന്നു ബോധ്യപ്പെട്ടു കൊണ്ടു സമൂഹത്തിന്റെ പരിപൂർണ്ണ പരിവർത്തനം ആവശ്യപ്പെട്ട തൊഴിലാളി വിഭാഗം സ്വയം കമ്യൂണിസ്റ്റ് എന്ന പേർ കൈക്കൊണ്ടു. വെറുമൊരു വാസനാവിശേഷത്തിന്റെ സന്തതിയായ, പലപ്പോഴും അസംസ്കൃതവും പരുക്കൻമട്ടിലുള്ളതുമായ കമ്യൂണിസമായിരുന്നു അത്. എങ്കിലും രണ്ടു തരത്തിലുള്ള സാങ്കൽപ്പിക കമ്യൂണിസ്റ്റ് സിദ്ധാന്തങ്ങൾ—ഫ്രാൻസിൽ കബേയുടെ 'ഇക്കാറിയൻ' കമ്യൂണിസവും ജർമ്മനിയിൽ വൈറ്റ്ലിങ്ങി[27]ന്റെ കമ്യൂണിസവും—സൃഷ്ടിക്കത്തക്ക ശക്തി അതിന് ഉണ്ടായിരുന്നു. 1847ൽ സോഷ്യലിസം ഒരു ബൂർഷ്വാപ്രസ്ഥാനവും കമ്യൂണിസം തൊഴിലാളി വർഗ്ഗപ്രസ്ഥാനവുമായിരുന്നു. യൂറോപ്പിലെങ്കിലും സോഷ്യലിസത്തിനു തികഞ്ഞ 'മാന്യത'യുണ്ടായിരുന്നു; കമ്യൂണിസത്തിന്റെ കാര്യമാകട്ടെ നേരെമറിച്ചായിരുന്നു. മാത്രമല്ല, 'തൊഴിലാളിവർഗ്ഗത്തിന്റെ മോചനം തൊഴിലാളിവർഗ്ഗംതന്നെ സാധിക്കേണ്ടതായ ഒരു കൃത്യമാണെ'ന്ന ഉറച്ച ബോധ്യം ആദ്യം മുതൽക്കേ ഞങ്ങൾക്ക് ഉണ്ടായിരുന്നതുകൊണ്ട് ഈ രണ്ടു പേരുകളിൽ ഏതാണ് സ്വീകരിക്കേണ്ടതെന്ന കാര്യത്തിൽ ഞങ്ങൾക്കു സംശയമേ ഇല്ലായിരുന്നു; പിന്നീട് ഈ പേർ നിരാകരിക്കണമെന്ന് ഞങ്ങൾക്ക് ഒരിക്കലും തോന്നിയിട്ടുമില്ല.

"സർവ്വരാജ്യതൊഴിലാളികളേ, ഏകോപിക്കുവിൻ!" നാൽപ്പത്തിരണ്ടു വർഷം മുമ്പ്, തൊഴിലാളി വർഗ്ഗം സ്വന്തമായ ആവശ്യങ്ങളുമായി ആദ്യമായി മുന്നോട്ടുവന്ന ആ പാരീസ് വിപ്ലവം തുടങ്ങുന്നതിനു തൊട്ടുമുമ്പ്, ഞങ്ങൾ ഈ വാക്കുകൾ ലോകസമക്ഷം പ്രഖ്യാപിച്ചപ്പോൾ കുറച്ചുപേരേ അത് ഏറ്റുപറയാൻ ഉണ്ടായിരുന്നുള്ളൂ. എന്നാൽ 1864 സെപ്തംബർ 28 ന് മിക്ക പാശ്ചാത്യയൂറോപ്യൻ രാജ്യങ്ങളിലെ തൊഴിലാളികളും മഹനീയ സ്മരണകളുണർത്തുന്ന ആ സർവ്വരാഷ്ട്രത്തൊഴിലാളി സംഘടനയിൻകീഴിൽ ഏകോപിച്ചുനിന്നു. ശരിയാണ്, ആ സംഘടന ഒമ്പതു കൊല്ലമേ ജീവിച്ചിരുന്നുള്ളൂ. എന്നാൽ അതു സൃഷ്ടിച്ച ലോകതൊഴിലാളികളുടെ ശാശ്വതൈക്യം ഇന്നും ജീവിക്കുന്നു; അത്ഭുതപൂർവമായ വീറോട്ടും ഓജസോട്ടുംകൂടി ജീവിക്കുന്നു. ഇക്കാലം അതിന് ഏറ്റവും നല്ല സാക്ഷ്യം വഹിക്കുന്നു. എന്തുകൊണ്ടെന്നാൽ, ഇന്നു ഞാൻ ഈ വരികൾ കുറിച്ചുകൊണ്ടിരിക്കുമ്പോൾ യൂറോപ്പിലേയും അമേരിക്കയിലേയും തൊഴിലാളിവർഗ്ഗം തങ്ങളുടെ സമരശക്തികളെക്കുറിച്ച് പുനരവലോകനം ചെയ്തുകൊണ്ടിരിക്കുകയാണ്. ആ സമരശക്തികൾ ഇന്നാദ്യമായി ഒരേ ഒരു അടിയന്തരാവശ്യത്തിനുവേണ്ടി ഒരേ ഒരു കൊടിക്കീഴിൽ നിന്നു പൊരുതുന്ന ഒരേ ഒരു സൈനികവ്യൂഹമായി സംഘടിപ്പിക്കപ്പെട്ടിരിക്കുന്നു. എട്ടുമണിക്കൂർ ജോലി നിയമനിർമ്മാണം വഴി നടപ്പാക്കണമെന്നതാണ് അവരുടെ അടിയന്തരാവശ്യം. 1866 ൽ കൂടിയ ഇന്റർനാഷണലിന്റെ ജനീവാകോൺഗ്രസും വീണ്ടും 1889 ലെ പാരീസ് തൊഴിലാളികോൺഗ്രസും ഈ ആവശ്യം പ്രഖ്യാപിച്ചിട്ടുള്ളതാണ്. എല്ലാ രാജ്യങ്ങളിലേയും തൊഴിലാളികൾ ഇന്ന് ഏകോപിച്ചിരിക്കുന്നുവെന്ന അനിഷേധ്യയാഥാർത്ഥ്യത്തിന്റെ നേർക്ക് മുതലാളികളുടെയും ഭൂവുടമകളുടെയും കൺതുറപ്പിക്കുവാൻ തൊഴിലാളികളുടെ ഈ സമരസന്നാഹം പര്യാപ്തമാണ്.

സ്വന്തം കണ്ണുകൊണ്ടുതന്നെ ഈ കാഴ്ച കാണുവാൻ മാർക്സ് കൂടി എന്നോടൊപ്പം ഉണ്ടായിരുന്നുവെങ്കിൽ!

ലണ്ടൻ,
മേയ് 1, 1890 — എഫ് എംഗൽസ്

1892 ലെ പോളിഷ് പതിപ്പിനുള്ള മുഖവുര*

കമ്യൂണിസ്റ്റ് മാനിഫെസ്റ്റോയുടെ പുതിയൊരു പോളിഷ് പതിപ്പ് ആവശ്യമായിരിക്കുന്നുവെന്ന സംഗതി പല നിഗമനങ്ങളിലുമെത്താൻ സഹായിക്കുന്നു.

ഒന്നാമത്, മാനിഫെസ്റ്റോ ഈയിടെയായി യൂറോപ്പിലെ വൻകിട വ്യവസായത്തിനുണ്ടായിട്ടുള്ള വളർച്ചയുടെ ഒരു സൂചികയെന്നവണ്ണമായിത്തീർന്നിട്ടുണ്ടെന്നതു ശ്രദ്ധേയമാണ്. ഏതൊരു രാജ്യത്തും വൻകിടവ്യവസായത്തിന്റെ വളർച്ചയ്ക്ക് ആനുപാതികമായി, ഉടമവർഗ്ഗങ്ങളുമായ ബന്ധത്തിൽ തൊഴിലാളിവർഗ്ഗമെന്ന സ്ഥിതിയാണ് തങ്ങളുടേത് എന്നതിനെക്കുറിച്ച് വിജ്ഞാനം സിദ്ധിക്കണമെന്ന ആവശ്യം ആ രാജ്യത്തെ തൊഴിലാളികൾക്കിടയിൽ വർധിച്ചുവരുന്നു; സോഷ്യലിസ്റ്റ് പ്രസ്ഥാനം അവർക്കിടയിൽ പടർന്നുപിടിക്കുന്നു; അതോടെ മാനിഫെസ്റ്റോയുടെ ആവശ്യം വർധിക്കുകയും ചെയ്യുന്നു. അങ്ങനെ ഓരോ ഭാഷയിലും പ്രചരിക്കുന്ന മാനിഫെസ്റ്റോയുടെ പ്രതികളുടെ എണ്ണത്തിൽനിന്നും അതാതു രാജ്യത്തെ തൊഴിലാളി പ്രസ്ഥാനത്തിന്റെ സ്ഥിതി മാത്രമല്ല അവിടത്തെ വൻകിടവ്യവസായത്തിന്റെ വികാസത്തിന്റെ നിലവാരം കൂടി ഏറക്കുറെ ശരിയായി അളന്നു തിട്ടപ്പെടുത്താവുന്നതാണ്.

ഇതനുസരിച്ചു നോക്കുമ്പോൾ ഈ പുതിയ പോളിഷ് പതിപ്പ് വ്യവസായത്തിന്റെ നിസ്തർക്ക പുരോഗതിയെ സൂചിപ്പിക്കുന്നു. പത്തു കൊല്ലത്തിനപ്പുറം പ്രസിദ്ധീകൃതമായ ഇതിനുമുമ്പുള്ള പതിപ്പിനുശേഷം ഈ പുരോഗതിയുണ്ടായിട്ടുണ്ടെന്നതിൽ യാതൊരു സംശയവുമില്ല. പോളിഷ്‌രാഷ്ട്രം, കോൺഗ്രസ് പോളണ്ട് [28], റഷ്യൻ

സാമ്രാജ്യത്തിലെ വമ്പിച്ച വ്യവസായമേഖലയായിരിക്കുന്നു. റഷ്യയിലെ വൻകിടവ്യവസായം അങ്ങിങ്ങായി ചിന്നിച്ചിതറിയാണു കിടക്കുന്നത്: ഒരു ഭാഗം ഫിന്നിഷ് ഉൾക്കടലിനു ചുറ്റിലും, മറ്റൊരു ഭാഗം മധ്യഭാഗത്തും (മോസ്കോ, വ്ളദീമിൻ എന്നിവിടങ്ങളിൽ) മൂന്നാമതൊന്നു ബ്ലോക്ക്-ആസോവ് കടൽത്തീരങ്ങളിലും, ഇനിയും വേറേ ചിലത് മറ്റിടങ്ങളിലായും സ്ഥിതിചെയ്യുന്നു. പോളിഷ് വ്യവസായങ്ങളാകട്ടെ, താരതമ്യേന ഒരു ചെറിയ പ്രദേശത്ത് തിങ്ങിനിൽക്കുകയും അത്തരം കേന്ദ്രീകരണത്തിൽനിന്നുണ്ടാകുന്ന നന്മതിന്മകൾ ഒരുപോലെ അനുഭവിക്കുകയും ചെയ്യുന്നു. അവയുമായി മത്സരിക്കുന്ന റഷ്യൻ വ്യവസായികൾ പോളണ്ടുകാരെ റഷ്യക്കാരായി മാറ്റാൻ അതിയായി ആഗ്രഹിക്കുന്നു. അതേ സമയത്തുതന്നെ പോളണ്ടിനെതിരായി സംരക്ഷണച്ചുങ്കം ആവശ്യപ്പെടുകയും അങ്ങനെ പോളിഷ് വ്യവസായത്തിന്റെ മേന്മയെ അംഗീകരിക്കുകയും ചെയ്യുന്നു. കേന്ദ്രീകരണത്തിന്റെ ദോഷങ്ങൾ—-അവ പോളിഷ് വ്യവസായികളെയും റഷ്യൻ ഗവൺമെന്റിനെയും ഒരുപോലെ ബാധിക്കുന്നു—സോഷ്യലിസ്റ്റാശയങ്ങൾ പോളിഷ് തൊഴിലാളികൾക്കിടയിൽ അതിവേഗം പ്രചരിക്കുന്നതിലും അവിടത്തെ തൊഴിലാളികൾ മാനിഫെസ്റ്റോ കൂടുതൽ കൂടുതൽ ആവശ്യപ്പെടുന്നതിലും തെളിഞ്ഞുകാണാവുന്നതാണ്.

എന്നാൽ റഷ്യയുടേതിനെ കവച്ചുവയ്ക്കുമാറ് പോളിഷ് വ്യവസായത്തിനുണ്ടായിരിക്കുന്ന ഈ ദ്രുതപുരോഗതി, മറ്റൊരുതരത്തിൽ, പോളിഷ് ജനതയുടെ അക്ഷീണമായ ജീവസിന്റെ പുതിയൊരു തെളിവും അവരുടെ ദേശീയസ്വാതന്ത്ര്യത്തിന്റെ പുനഃസ്ഥാപനം ആസന്നമാണെന്നതിന് പുതിയൊരു ഉറപ്പുമാകുന്നു. പോളണ്ട് വീണ്ടും സ്വതന്ത്രവും സുശക്തവുമാകുകയെന്നതു പോളണ്ടുകാരെ മാത്രമല്ല, നമ്മെയെല്ലാവരെയും ബാധിക്കുന്ന കാര്യമാണ്. യൂറോപ്യൻ രാഷ്ട്രങ്ങളിലോരോന്നിനും പരിപൂർണസ്വയംഭരണാധികാരം സിദ്ധിച്ചാലേ അവ തമ്മിൽ ആത്മാർഥമായ സാർവദേശീയസഹകരണം സാധ്യമാകൂ. 1848 ലെ വിപ്ലവം വാസ്തവത്തിൽ ചെയ്തത്, തൊഴിലാളിവർഗ്ഗത്തിന്റെ കൊടിക്കീഴിൽ, തൊഴിലാളിപ്പോരാളികളെക്കൊണ്ടു ബൂർഷ്വാസിയുടെ ജോലി നടത്തിക്കുക മാത്രമായിരുന്നു; അതേസമയം ആ വിപ്ലവത്തിന്റെ വിൽപ്പത്രം നടപ്പിലാക്കാൻ ചുമതലപ്പെട്ടവരായ ലൂയി ബോണപ്പാർട്ടും ബിസ്മാർക്കും29 വഴി അത് ഇറ്റലിക്കും ജർമ്മനിക്കും ഹംഗറിക്കും സ്വാതന്ത്ര്യം നേടിക്കൊടുത്തു. എന്നാൽ 1792 മുതൽ ഈ മൂന്നു രാജ്യങ്ങളുംകൂടി ചെയ്തതിലേറെ വിപ്ലവത്തിനുവേണ്ടി പ്രയത്നിച്ച പോളണ്ടിന് 1863ൽ അതിനേക്കാൾ പതിന്മടങ്ങ് ശക്തിയുള്ള റഷ്യക്കെതിരെ ഒറ്റയ്ക്കു നിൽക്കുകയും അങ്ങനെ സ്വന്തം കഴിവിനെമാത്രം ആശ്രയിക്കുകയും ചെയ്യേണ്ടിവന്നു. പ്രഭുവർഗ്ഗത്തിനു പോളണ്ടിന്റെ സ്വാതന്ത്ര്യ

ത്തെ നിലനിർത്താനോ വീണ്ടെടുക്കാനോ കഴിഞ്ഞില്ല. ബൂർഷ്വാസിക്ക് ഇന്ന് ഈ സ്വാതന്ത്ര്യത്തിന്റെ കാര്യത്തിൽ തീരെ താൽപ്പര്യമില്ലെന്നു പറഞ്ഞാൽ അത് ഒട്ടും അധികമാവില്ല. എങ്കിലും യൂറോപ്യൻ രാജ്യങ്ങളുടെ ഹൃദയംഗമമായ സഹകരണത്തിന് അത് അത്യാവശ്യമാണ്. പോളണ്ടിലെ യുവതൊഴിലാളിവർഗ്ഗത്തിനേ ആ സ്വാതന്ത്ര്യം വീണ്ടെടുക്കുവാൻ സാധ്യമാകൂ; അവരുടെ കൈയിൽ അത് സുരക്ഷിതവുമാണ്. പോളിഷ് തൊഴിലാളികൾക്കെന്നപോലെതന്നെ യൂറോപ്പിലെ മറ്റു തൊഴിലാളികൾക്കും പോളണ്ടിന്റെ സ്വാതന്ത്ര്യം അവശ്യമാണ്.

ലണ്ടൻ,
ഫെബ്രുവരി 10, 1892 എഫ് എംഗൽസ്

* ഇവിടെ ജർമ്മൻ മൂലത്തിൽനിന്നുമുള്ള വിവർത്തനം-പ്രസാധകർ.

1893 ലെ ഇറ്റാലിയൻ പതിപ്പിനുള്ള മുഖവുര

ഇറ്റാലിയൻ വായനക്കാർക്ക്

മിലാനിലെയും ബർലിനിലെയും വിപ്ലവങ്ങൾ നടന്ന ഏതാണ്ട് അതേ ദിവസംതന്നെയാണ്—1848 മാർച്ച് 18 ന് കമ്യൂണിസ്റ്റ് മാനിഫെസ്റ്റോ പ്രസിദ്ധീകരിച്ചതെന്നു പറയാം. ഈ സായുധകലാപങ്ങൾ നടന്ന രാജ്യങ്ങളിൽ ഒന്ന് യൂറോപ്പിന്റെയും മറ്റേത് മെഡിറ്ററേനിയന്റെയും മധ്യത്തിലാണ് സ്ഥിതിചെയ്യുന്നത്. അതേവരെ ആഭ്യന്തരകലഹവും വിഭജനവും നിമിത്തം അവശരായിരുന്ന ഈ രണ്ടു രാജ്യങ്ങളും വിദേശമേധാവിത്വത്തിൻകീഴിൽ കഴിയുകയായിരുന്നു. ഇറ്റലി ആസ്ത്രിയൻ ചക്രവർത്തിക്കു കീഴ്പ്പെട്ടെങ്കിൽ ജർമ്മനി കൂടുതൽ പരോക്ഷമെങ്കിലും അത്രതന്നെ ഫലപ്രദമായ റഷ്യൻ സാർചക്രവർത്തിയുടെ നുകത്തിൻകീഴിലാണ് അടിപ്പെട്ടത്. 1848 മാർച്ച് 18 ന്റെ അനന്തരഫലങ്ങൾ ജർമ്മനിയെയും ഇറ്റലിയെയും ഈ അപമാനത്തിൽനിന്നു വിമുക്തമാക്കി; 1848 നും 1871 നും ഇടയ്ക്കു ഈ രണ്ടു മഹാരാജ്യങ്ങളും പുനഃസംഘടിപ്പിക്കപ്പെടുകയും ഏതെങ്കിലും തരത്തിൽ വീണ്ടും സ്വന്തം കാലിൽ നിൽക്കുമാറാകുകയും ചെയ്തുവെങ്കിൽ, അതിനുകാരണം, കാൾ മാർക്സ് പറയാറുള്ളതുപോലെ, 1848 ലെ വിപ്ലവത്തെ അടിച്ചമർത്തിയ അതേ ആളുകൾതന്നെ വാസ്തവത്തിൽ, അവരുടെ ഉദ്ദേശ്യത്തിനു വിപരീതമായി, ആ വിപ്ലവത്തിന്റെ വിൽപ്പത്രം നടപ്പിലാക്കാൻ അധികാരപ്പെടുത്തപ്പെട്ടവരായിരുന്നു എന്നതാണ്.

ആ വിപ്ലവം എല്ലായിടത്തും തൊഴിലാളിവർഗ്ഗത്തിന്റെ പ്രവൃത്തിയായിരുന്നു. ബാരിക്കേഡുകൾ ഉയർത്തിയതും സ്വന്തം ജീവരക്തം നൽകിയതും അവരായിരുന്നു. ഗവൺമെന്റിനെ മറിച്ചിട്ടപ്പോൾ ബൂർഷ്വാ ഭരണത്തെത്തന്നെ അട്ടിമറിക്കണമെന്ന വ്യക്തമായ ലക്ഷ്യം പാരീസിലെ തൊഴിലാളികൾക്ക് മാത്രമേ ഉണ്ടായിരുന്നുള്ളൂ. തങ്ങളുടെ വർഗ്ഗവും ബൂർഷ്വാസിയും തമ്മിലുള്ള അനിവാര്യമായ വൈരുദ്ധ്യത്തെക്കുറിച്ചുള്ള ബോധവും അവർക്കുണ്ടായിരുന്നു. എന്നിരുന്നാൽത്തന്നെയും സാമൂഹ്യപുനർനിർമ്മാണം സാധ്യമാകത്തക്ക നിലയിൽ രാജ്യത്തിന്റെ സാമ്പത്തികപുരോഗതിയോ ഫ്രഞ്ചുതൊഴിലാളികളുടെ സാംസ്കാരിക വളർച്ചയോ എത്തിയിട്ടുണ്ടായിരുന്നില്ല. അതുകൊണ്ട് വിപ്ലവത്തിന്റെ ഫലം അനുഭവിച്ചത് മുതലാളിവർഗ്ഗമായിരുന്നെന്ന് അവസാനവിശകലനത്തിൽ കാണാം. മറ്റു രാജ്യങ്ങളിൽ — ഇറ്റലി, ജർമ്മനി, ആസ്ത്രിയ എന്നിവിടങ്ങളിൽ — തൊഴിലാളികൾ ആദ്യംമുതൽക്കേ ബൂർഷ്വാസിയെ അധികാരത്തിലേറ്റുക മാത്രമേ ചെയ്തിട്ടുള്ളൂ. എന്നാൽ, ദേശീയസ്വാതന്ത്ര്യം കൂടാതെ ബൂർഷ്വാസിക്ക് ഒരു രാജ്യത്തും ഭരിക്കുവാൻ സാധ്യമല്ല. അതുകൊണ്ട് ഇറ്റലി, ജർമ്മനി, ഹങ്കറി എന്നീ രാജ്യങ്ങൾക്ക് 1848—ലെ വിപ്ലവത്തെത്തുടർന്ന് അതുവരെ ഇല്ലാതിരുന്ന ഐക്യവും സ്വയംഭരണാധികാരവും കൈവരാതെ തരമില്ലെന്നുവന്നു. പോളണ്ടും അതേ മാർഗ്ഗം പിന്തുടരുന്നതാണ്.

അപ്പോൾ 1848ലെ വിപ്ലവം ഒരു സോഷ്യലിസ്റ്റ് വിപ്ലവമായിരുന്നില്ലെങ്കിലും അതിനു വഴി തുറക്കുകയും കളമൊരുക്കുകയും ചെയ്തു. എല്ലാ രാജ്യങ്ങളിലും വൻകിടവ്യവസായങ്ങൾക്ക് പ്രോത്സാഹനം നൽകിയതു നിമിത്തം കഴിഞ്ഞ നാൽപ്പത്തഞ്ചു വർഷങ്ങൾക്കിടയിൽ ബൂർഷ്വാ ഭരണം എവിടെയും വിപുലവും കേന്ദ്രീകൃതവും പ്രബലവുമായ ഒരു തൊഴിലാളിവർഗ്ഗത്തെ സൃഷ്ടിച്ചിരിക്കുകയാണ്. അങ്ങനെ ബൂർഷ്വാസി, മാനിഫെസ്റ്റോയുടെ ഭാഷയിൽ പറഞ്ഞാൽ, അതിന്റെതന്നെ ശവക്കുഴി തോണ്ടുന്നവരെ വളർത്തിക്കൊണ്ടുവന്നു. സ്വയംഭരണാവകാശവും ഐക്യവും ഓരോ രാജ്യത്തിനും വീണ്ടുകിട്ടാതെ, തൊഴിലാളിവർഗ്ഗത്തിനു സാർവദേശീയൈക്യം നേടുവാനോ ഈ രാജ്യങ്ങൾക്കു പൊതുലക്ഷ്യത്തെ മുൻനിർത്തി സമാധാനപരവും ബുദ്ധിപൂർവകവുമായി സഹകരിക്കുവാനോ സാധ്യമല്ല. ഇറ്റലി, ഹങ്കറി, ജർമ്മനി, പോളണ്ട്, റഷ്യ എന്നിവിടങ്ങളിലെ തൊഴിലാളികൾക്കു സാർവദേശീയമായി യോജിച്ചുകൊണ്ട് എന്തെങ്കിലും പ്രവർത്തിക്കാൻ 1848നുമുമ്പുള്ള രാഷ്ട്രീയപരിതഃസ്ഥിതിയിൽ സാധിക്കുമായിരുന്നുവോ എന്നൊന്നു വിഭാവനം ചെയ്തുനോക്കുക!

അതുകൊണ്ട് 1848 ൽ നടത്തിയ സമരങ്ങൾ നിഷ്ഫലമായിട്ടില്ല. ആ വിപ്ലവകാലഘട്ടത്തിൽനിന്നു നമ്മെ വേർതിരിക്കുന്ന നാൽപ്പത്തഞ്ചു കൊല്ലങ്ങൾ വെറുതെ വന്നുപോയവയുമല്ല. അവയുടെയെ

ല്ലാം ഫലങ്ങൾ പക്വമായിവരികയാണ്. ഈ മാനിഫെസ്റ്റോയുടെ പ്രഥമ പ്രസിദ്ധീകരണം സാർവദേശീയവിപ്ലവത്തിന് എങ്ങനെയായിരുന്നുവോ അതുപോലെ ഈ പരിഭാഷയുടെ പ്രസിദ്ധീകരണം ഇറ്റലിയിലെ തൊഴിലാളിവർഗ്ഗത്തിന്റെ വിജയത്തിനുള്ള ശുഭശകുനമായിത്തീരട്ടെ എന്നു മാത്രമേ എനിക്ക് ആശംസിക്കുവാനുള്ളൂ.

കഴിഞ്ഞ കാലത്തു മുതലാളിത്തം നിർവഹിച്ച വിപ്ലവകരമായ പങ്കിനോട് മാനിഫെസ്റ്റോയിൽ തികച്ചും നീതി കാണിച്ചിട്ടുണ്ട്. ഒന്നാമത്തെ മുതലാളിത്തരാജ്യം ഇറ്റലിയായിരുന്നു. ഇറ്റലിയുടെ സന്താനവും പരമോന്നതനുമായ ദാന്തേയാണ്—മധ്യകാലകവികളിൽ അവസാനത്തേതും ആധുനിക കവികളിൽ ആദ്യത്തേതുമായിരുന്ന അദ്ദേഹം-ഫ്യൂഡൽമധ്യകാലത്തിന്റെ അന്ത്യവും ആധുനികമുതലാളിത്തത്തിന്റെ ആരംഭവും കുറിച്ചത്. 1300—ലെന്നപോലെ ഇന്നും പുതിയൊരു ചരിത്രകാലഘട്ടം ആസന്നമായിരിക്കുന്നു. ഈ പുതിയ തൊഴിലാളി വർഗ്ഗകാലഘട്ടത്തിന്റെ ഉദയമുഹൂർത്തം കുറിക്കുന്ന പുതിയൊരു ദാന്തേയെ ഇറ്റലി നമുക്കു പ്രദാനം ചെയ്യുമോ?

ലണ്ടൻ
ഫെബ്രുവരി 1, 1893 — ഫ്രെഡറിക് എംഗൽസ്

കമ്യൂണിസ്റ്റ് പാർട്ടിയുടെ മാനിഫെസ്റ്റോ

യൂറോപ്പിനെ ഒരു ഭൂതം പിടികൂടിയിരിക്കുന്നു—കമ്യൂണിസമെന്ന ഭൂതം. ഈ ഭൂതത്തിന്റെ ബാധയൊഴിക്കാൻവേണ്ടി പഴയ യൂറോപ്പിന്റെ ശക്തികളെല്ലാം—പോപ്പും, സാർ ചക്രവർത്തിയും, മെറ്റർനിക്കും, ഗിസോവും,30 ഫ്രഞ്ചു റാഡിക്കൽ കക്ഷിക്കാരും, ജർമ്മൻ പോലീസ് ചാരന്മാരുമെല്ലാം—ഒരു പാവനസഖ്യത്തിലേർപ്പെട്ടിരിക്കുകയാണ്.

അധികാരത്തിലിരിക്കുന്ന എതിരാളികൾ കമ്യൂണിസ്റ്റ് എന്നു വിളിച്ച് അധിക്ഷേപിക്കാത്ത പ്രതിപക്ഷപാർട്ടി എവിടെയാണുള്ളത്? കൂടുതൽ പുരോഗമനവാദികളായി പ്രതിപക്ഷപാർട്ടികളുടെയും, അതുപോലെതന്നെ പിന്തിരിപ്പന്മാരായ തങ്ങളുടെ പ്രതിയോഗികളുടെയും നേരെ കമ്യൂണിസമെന്നു മുദ്രയടിക്കുന്ന ശകാരം തിരിച്ചെറിഞ്ഞിട്ടില്ലാത്ത പ്രതിപക്ഷം എവിടെയാണുള്ളത്?

ഇതിൽനിന്നും രണ്ടു സംഗതികൾ വ്യക്തമാകുന്നുണ്ട്:

I കമ്യൂണിസത്തെ ഒരു ശക്തിയാണെന്നു യൂറോപ്പിലെ എല്ലാ ശക്തികളും അംഗീകരിച്ചുകഴിഞ്ഞിരിക്കുന്നു.

II. കമ്യൂണിസ്റ്റുകാർ തങ്ങളുടെ അഭിപ്രായങ്ങളും ലക്ഷ്യങ്ങളും ആശയഗതികളും പരസ്യമായി ലോകസമക്ഷം പ്രഖ്യാപിക്കുകയും, കമ്യൂണിസ്റ്റ് ഭൂതത്തെക്കുറിച്ചുള്ള ഈ മുത്തശ്ശിക്കഥയെ പാർട്ടിയുടെ സ്വന്തമായൊരു മാനിഫെസ്റ്റോവഴി നേരിടുകയും ചെയ്യേണ്ട കാലംഅതിക്രമിച്ചിരിക്കുന്നു.

ഈ ഉദ്ദേശ്യത്തോടുകൂടി നാനാദേശക്കാരായ കമ്യൂണിസ്റ്റുകാർ ലണ്ടനിൽ സമ്മേളിക്കുകയും ഇംഗ്ലീഷ്, ഫ്രഞ്ച്, ജർമ്മൻ, ഇറ്റാലിയൻ, ഫ്ളെമിഷ്, ഡാനിഷ് എന്നീ ഭാഷകളിൽ പ്രസിദ്ധീകരിക്കുന്നതിനുവേണ്ടി മാനിഫെസ്റ്റോ തയാറാക്കുകയും ചെയ്തിരിക്കുന്നു.

I

ബൂർഷ്വാകളും തൊഴിലാളികളും*

നാളിതുവരെ നിലനിന്ന എല്ലാ സമൂഹങ്ങളുടേയും ചരിത്രം** വർഗ്ഗസമരങ്ങളുടെ ചരിത്രമാണ്.

സ്വതന്ത്രനും അടിമയും കുലീനനും മ്ലേച്ഛനും ജന്മിയും അടിയാനും ഗിൽഡ്മാസ്റ്ററും*** വേലക്കാരനും—ചുരുക്കിപ്പറഞ്ഞാൽ മർദ്ദകനും മർദ്ദിതനും—പരസ്പരം നിതാന്ത എതിരാളികളായി നിലകൊള്ളുകയും ചിലപ്പോൾ ഒളിഞ്ഞും, ചിലപ്പോൾ തെളിഞ്ഞും, ഇടതടവില്ലാതെ പോരാട്ടം നടത്തുകയും ചെയ്തു. സമൂഹത്തിന്റെയാകെയുള്ള വിപ്ലവകരമായ പുനഃസംഘടനയിലോ മത്സരിക്കുന്ന വർഗ്ഗങ്ങളുടെ പൊതുനാശത്തിലോ ആണ് ഈ പോരാട്ടം ഓരോ അവസരത്തിലും അവസാനിച്ചിട്ടുള്ളത്.

ചരിത്രത്തിന്റെ ആദ്യകാലഘട്ടങ്ങളിൽ വിവിധജാതികളായി, സാമൂഹികപദവിയുടെ ഒട്ടേറെ ഉച്ചനീചതട്ടുകളായി, തരംതിരിക്കപ്പെട്ടതും സങ്കീർണവുമായ ഒരു സമൂഹസംവിധാനമാണ് ഏറക്കുറെ എവിടേയും കാണുന്നത്. പൗരാണിക റോമിൽ കുലീനരും ക്ഷത്രിയരും മ്ലേച്ഛന്മാരും അടിമകളും ഉണ്ടായിരുന്നു. മധ്യയുഗത്തിലാകട്ടെ, ഫ്യൂഡൽപ്രഭുക്കന്മാരും മാടമ്പികളും ഗിൽഡ്മാസ്റ്റർമ്മാരും അപ്രന്റീസുകളും അടിയാന്മാരും ഉണ്ടായിരുന്നു; മിക്കവാറും ഈ എല്ലാ വർഗ്ഗങ്ങളിലും വീണ്ടും പല പല അവാന്തരവിഭാഗങ്ങളും.

ഫ്യൂഡൽ സമൂഹത്തിന്റെ നഷ്ടാവശിഷ്ടങ്ങളിൽനിന്നും മുളയെടുത്ത ഇന്നത്തെ ബൂർഷ്വാസമൂഹം വർഗ്ഗവൈരങ്ങളെ ഇല്ലായ്മ ചെയ്തിട്ടില്ല. പഴയവയുടെ സ്ഥാനത്ത് പുതിയ വർഗ്ഗങ്ങളെയും പുതിയ മർദ്ദനോപാധികളെയും പുതിയ സമരരൂപങ്ങളെയും പ്രതിഷ്ഠിക്കുക മാത്രമാണ് ചെയ്തിട്ടുള്ളത്.

എന്നാൽ നമ്മുടെ കാലഘട്ടത്തിന് – ബൂർഷ്വാസിയുടെ കാലഘട്ടത്തിന് – ഈയൊരു അനന്യസ്വഭാവമുണ്ട്; അതു വർഗ്ഗവൈരങ്ങളെ കൂടുതൽ ലളിതമാക്കിയിരിക്കുന്നു. സമൂഹമാകെത്തന്നെ രണ്ടു ഗംഭീരശത്രുപാളയങ്ങളായി, പരസ്പരം നേരിട്ട് അഭിമുഖമായി നിൽക്കുന്ന രണ്ടു വലിയ വർഗ്ഗങ്ങളായി, കൂടുതൽ കൂടുതൽ പിളർന്നുകൊണ്ടിരിക്കുകയാണ്; ബൂർഷ്വാസിയും തൊഴിലാളിവർഗ്ഗവുമാണ് അവ.

മധ്യയുഗത്തിലെ അടിയാളരിൽനിന്ന് അതിപ്രാചീനകാലത്തെ പ്രത്യേകാധികാരാവകാശങ്ങളോടുകൂടിയ നഗരവാസികൾ ഉയർന്നുവന്നു. ഈ നഗരവാസികളിൽനിന്നാണ് ബൂർഷ്വാസിയുടെ ആദ്യഘടകങ്ങൾ വളർന്നുവികസിച്ചത്.

അമേരിക്കൻ വൻകര കണ്ടുപിടിച്ചതും ആഫ്രിക്കൻമുനമ്പു ചുറ്റാൻ കഴിഞ്ഞതും ഉയർന്നുവരുന്ന ബൂർഷ്വാസിക്ക് പുതിയ തുറകൾ തുറന്നുകൊടുത്തു. പൂർവേന്ത്യയിലേയും ചൈനയിലേയും കമ്പോളങ്ങൾ, അമേരിക്കയിലെ കുടിയേറിപ്പാർപ്പ്, കോളനികളുമായുള്ള കച്ചവടം, വിനിമയോപാധികളിലും വിൽപ്പനച്ചരക്കുകളിലും പൊതുവിലുണ്ടായ വർധന–ഇതെല്ലാം വ്യാപാരത്തിനും, കപ്പൽഗതാഗതത്തിനും വ്യവസായത്തിനും മുമ്പൊരിക്കലും ഉണ്ടായിട്ടില്ലാത്തവിധം പ്രചോദനം നൽകി. അത് അടിതകർന്ന് ആടിയുലയുന്ന ഫ്യൂഡൽ സമൂഹത്തിനകത്തുള്ള വിപ്ലവശക്തികളുടെ സത്വരമായ വികാസത്തിനും കാരണമായിത്തീർന്നു.

ഫ്യൂഡലിസത്തിൻകീഴിൽ വ്യാവസായികോൽപ്പാദനം, അന്യർക്ക് പ്രവേശനമില്ലാത്ത ഗിൽഡുകളുടെ കുത്തകയായിരുന്നു. പുതിയ കമ്പോളങ്ങളുടെ വർധിച്ചുവരുന്ന ആവശ്യങ്ങൾ നിറവേറ്റാൻ ഈ സമ്പ്രദായം ഇപ്പോൾ അപര്യാപ്തമായി. ഇതിന്റെ സ്ഥാനത്ത് ഫാക്ടറിതൊഴിൽസമ്പ്രദായം വന്നു. ഫാക്ടറിതൊഴിലിൽ ഏർപ്പെട്ട ഇടത്തരക്കാർ ഗിൽഡുമാസ്റ്റർമ്മാരെ ഒരു ഭാഗത്തേക്കു തള്ളിനീക്കി. ഓരോ തൊഴിൽശാലയ്ക്കകത്തുമുള്ള തൊഴിൽവിഭജനത്തിന്റെ മുമ്പിൽ വ്യത്യസ്ത സംഘടിത ഗിൽഡുകൾ തമ്മിലുള്ള തൊഴിൽവിഭജനം അപ്രത്യക്ഷമായി.

ഇതിനിടയിൽ കമ്പോളങ്ങൾ വളർന്നുകൊണ്ടേയിരുന്നു. ആവശ്യങ്ങൾ അനുസ്യൂതം വർധിച്ചുകൊണ്ടേയിരുന്നു. ഫാക്ടറിതൊഴിൽസമ്പ്രദായം പോലും അപര്യാപ്തമായി. അപ്പോഴാണ് ആവിശക്തിയും യന്ത്രോപകരണങ്ങളും വ്യാവസായികോൽപ്പാദനത്തിൽ വിപ്ലവകരമായ മാറ്റം വരുത്തിയത്. അതോടുകൂടി ഇന്നത്തെ പട്ട

കൂറ്റൻ വ്യവസായങ്ങൾ ഫാക്ടറി തൊഴിലിന്റെ സ്ഥാനംപിടിച്ചു; കോടീശ്വരന്മാരായ വ്യവസായമേധാവികൾ, വ്യവസായപ്പടയുടെയാകെ നേതാക്കന്മാർ, ആധുനികബൂർഷ്വാ വ്യവസായികളായ ഇടത്തരക്കാരുടെ സ്ഥാനവും.

ആധുനികവ്യവസായം ലോകകമ്പോളം സ്ഥാപിച്ചിരിക്കുന്നു. അമേരിക്ക കണ്ടുപിടിക്കപ്പെട്ടതാണ് അതിനു വഴിതെളിച്ചത്. ഈ കമ്പോളം വ്യാപാരത്തിനും കടൽമാർഗ്ഗേണയും കരമാർഗ്ഗേണയുമുള്ള ഗതാഗതത്തിനും വമ്പിച്ച വികസനം നൽകി. ഈ വികാസമാകട്ടെ വ്യവസായത്തിന്റെ വിപുലീകരണത്തെ സഹായിച്ചു. മാത്രമല്ല വ്യവസായവും വ്യാപാരവും കപ്പൽഗതാഗതവും റെയിൽവേകളും വളർന്ന തോതിൽത്തന്നെ ബൂർഷ്വാസിയും വളർന്നു: അതിന്റെ മൂലധനം പെരുകി; മധ്യയുഗത്തിന്റെ സന്തതികളായ എല്ലാ വർഗ്ഗങ്ങളേയും അത് പിന്നോക്കം തള്ളിനീക്കി.

അപ്പോൾ, ഇന്നത്തെ ബൂർഷ്വാസിതന്നെ എങ്ങനെ ദീർഘകാലത്തെ വികാസത്തിന്റെ, ഉൽപ്പാദനവിനിമയരീതികളിലുണ്ടായ വിപ്ലവപരമ്പരകളുടെ, സന്താനമാണെന്നു നാം കാണുന്നു.

ബൂർഷ്വാസിയുടെ വികാസത്തിലെ ഓരോ കാൽവയ്പ്പോടും കൂടി ആ വർഗ്ഗം അതിനനുസരിച്ച് രാഷ്ട്രീയമായും മുന്നേറി. നാട്ടുവാഴി പ്രഭുക്കന്മാരുടെ വാഴ്ചയിൻകീഴിൽ ഒരു മർദ്ദിതവർഗ്ഗമായും, മധ്യകാല കമ്യൂണുകളിൽ* ആയുധമേന്തിയതും സ്വയം ഭരണാവകാശമുള്ളതുമായ ഒരു സമാജമായും, ചിലേടത്ത് (ഉദാ: ഇറ്റലി, ജർമ്മനി) സ്വതന്ത്രമായ നഗരറിപ്പബ്ലിക്കുകളായും, മറ്റു ചിലേടത്ത് (ഉദാ: ഫ്രാൻസിൽ) രാജവാഴ്ചയിൻകീഴിൽ കരം കൊടുക്കുന്ന "മൂന്നാം എസ്റ്റേറ്റാ"യും പിന്നീട് ശരിയായ ഫാക്ടറിതൊഴിലിന്റെ കാലഘട്ടത്തിൽ, പ്രാദേശികപ്രഭുക്കൾക്കെതിരായ ഒരു മറുമരുന്നെന്നോണം ഫ്യൂഡലോ സ്വേച്ഛാധിപത്യപരമോ ആയ രാജവാഴ്ചയെ സേവിച്ചു, വാസ്തവത്തിൽ സാമാന്യമായി മഹത്തായ രാജവാഴ്ചകളുടെ നെടുംതൂണായി നിന്നും ബൂർഷ്വാസി അവസാനം-ആധുനികവ്യവസായത്തിന്റെയും ലോകകമ്പോളത്തിന്റെയും സ്ഥാപനത്തെത്തുടർന്ന് -രാഷ്ട്രീയാധികാരം മുഴുവനും ആധുനിക ജനപ്രതിനിധിഭരണത്തിന്റെ രൂപത്തിൽ സ്വായത്തമാക്കി. മൊത്തത്തിൽ ബൂർഷ്വാസിയുടെ പൊതുക്കാര്യങ്ങൾ നടത്തുന്ന ഒരു കമ്മിറ്റി മാത്രമാണ് ആധുനിക ഭരണകൂടം.

ചരിത്രപരമായി നോക്കുമ്പോൾ ബൂർഷ്വാസി ഏറ്റവും വിപ്ലവകരമായ ഒരു പങ്കു വഹിച്ചിട്ടുണ്ട്.

ബൂർഷ്വാസി, അതിനു പ്രാബല്യം ലഭിച്ച പ്രദേശങ്ങളിലെല്ലാം തന്നെ, എല്ലാ ഫ്യൂഡൽ, "പാട്രിയാർക്കൽ" (ഗോത്രാധിപത്യ), അകൃത്രിമഗ്രാമീണബന്ധങ്ങൾക്കും അറുതിവരുത്തി. മനുഷ്യനെ അയാളുടെ "സ്വാഭാവികമേലാളന്മാരു"മായി കൂട്ടിക്കെട്ടിയിരുന്ന

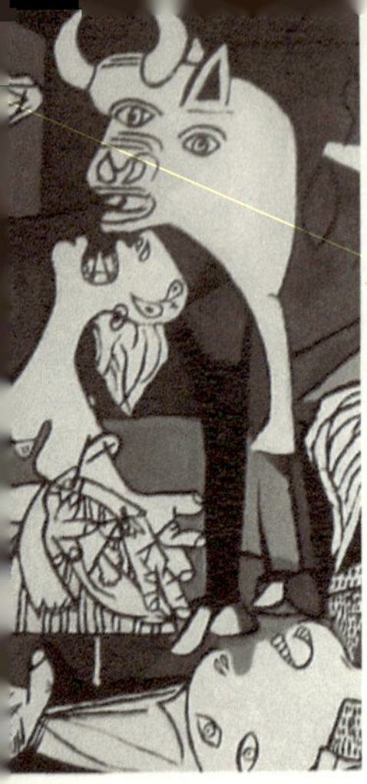

നാട്ടുവാഴിത്തച്ചരടുകളുടെ നൂലാമാലയെ അതു നിഷ്കരുണം കീറി പ്പറിച്ചു. മനുഷ്യനും മനുഷ്യനും തമ്മിൽ, നഗ്നമായ സ്വാർഥമൊഴികെ, ഹൃദയശൂന്യമായ "റൊക്കം പൈസ"യൊഴികെ, മറ്റൊരു ബന്ധവും അതു ബാക്കിവച്ചില്ല. മതത്തിന്റെ പേരിലുള്ള ആവേശത്തിന്റെയും നിസ്വാർഥമായ വീരശൂരപരാക്രമങ്ങളുടെയും, മൂഢമതികളുടെ വികാരപരതയുടെയും ഏറ്റവും ദിവ്യമായ ആനന്ദനിർവൃതികളെ അതു സ്വാർഥപരമായ കണക്കുകൂട്ടലിന്റെ മഞ്ഞുവെള്ളത്തിലാഴ്ത്തി. വ്യക്തി യോഗ്യതയെ അതു വിനിമയമൂല്യത്തിൽ അലിയിച്ചു. അലംഘനീയ ങ്ങളായ അസംഖ്യം പ്രത്യേകാവകാശങ്ങളുടെ സ്ഥാനത്ത് അത് ഹൃദയശൂന്യമായ ഒരൊറ്റ അവകാശത്തെ—സ്വതന്ത്രവ്യാപാര ത്തെ—പ്രതിഷ്ഠിച്ചു. ഒറ്റവാക്കിൽ പറഞ്ഞാൽ, മതപരവും രാഷ്ട്രീയ വുമായ വ്യാമോഹങ്ങളുടെ തിരശ്ശീലകൊണ്ടു മൂടിയ ചൂഷണത്തിനു പകരം നഗ്നവും നിർലജ്ജവും പ്രത്യക്ഷവും മൃഗീയവുമായ ചൂഷണം അതു നടപ്പാക്കി.

ഇന്നുവരേയും ആദരിക്കപ്പെട്ടുകയും ഭയഭക്തികളോടെ വീക്ഷി ക്കപ്പെട്ടുകയും ചെയ്തുപോന്ന എല്ലാ തൊഴിലുകളിൽനിന്നും അവയുടെ പ്രഭാമണ്ഡലത്തെ ബൂർഷ്വാസി പിച്ചിച്ചീന്തി. ഭിഷഗ്വരനെ യും അഭിഭാഷകനെയും പുരോഹിതനെയും കവിയെയും ശാസ്ത്രജ്ഞ നെയുമെല്ലാം അത് സ്വന്തം ശമ്പളം പറ്റുന്ന കൂലിവേലക്കാരാക്കി മാറ്റി.

ബൂർഷ്വാസി കുടുംബത്തിന്റെ വൈകാരികാവരണം എടുത്തു മാ റ്റുകയും കുടുംബബന്ധത്തെ വെറുമൊരു പണത്തിന്റെ ബന്ധമാക്കി ചുരുക്കുകയും ചെയ്തിരിക്കുന്നു.

പ്രതിലോമവാദികൾ അത്ര വളരെയേറെ പാടിപ്പുകഴ്ത്താറുള്ള മധ്യ കാലങ്ങളിലെ ഊർജസ്വലതയുടെ മൃഗീയപ്രകടനങ്ങളുടെ ഉചിത മായ മറുവശം എന്നോണം ഏറ്റവും കർമ്മവിമുഖമായ ആലസ്യം നടമാടാൻ കാരണം എന്താണെന്ന് ബൂർഷ്വാസി വെളിപ്പെടുത്തി യിട്ടുണ്ട്. മനുഷ്യന്റെ പ്രവർത്തനങ്ങൾക്ക് എന്തെല്ലാം നേടാനാകു മെന്ന് ആദ്യമായി കാണിച്ചത് ബൂർഷ്വാസിയാണ്. ഈജിപ്തുകാരുടെ പിരമിഡുകളേയും റോമാക്കാരുടെ ജലസംഭരണ-വിതരണപദ്ധതി കളേയും വളരെയേറെ അതിശയിക്കുന്ന മഹാത്ഭുതങ്ങൾ അത് സാധിച്ചിട്ടുണ്ട്. പണ്ടത്തെ കുരിശുയുദ്ധങ്ങളേയും[34] ദേശീയ ജനതക ളുടെ കൂട്ടപ്പലായനങ്ങളെയും നിഷ്പ്രഭമാക്കുന്ന സാഹസികസംരംഭ ങ്ങൾ അതു നടത്തിയിട്ടുണ്ട്.

ഉൽപ്പാദനോപകരണങ്ങളിലും തദ്വാരാ ഉൽപ്പാദനബന്ധങ്ങളി ലും അതോടൊപ്പം സാമൂഹികബന്ധങ്ങളിൽ ഒട്ടാകെയും നിരന്തരം വിപ്ലവകരമായ പരിവർത്തനം വരുത്താതെ, ബൂർഷ്വാസിക്ക് നില നിൽക്കാനാവില്ല, നേരെമറിച്ച്, ഇതിനു മുമ്പുണ്ടായിരുന്ന എല്ലാ വ്യാവസായികവർഗ്ഗങ്ങളുടെയും നിലനിൽപ്പിന്റെ ആദ്യത്തെ

ഉപാധി, പഴയ ഉൽപ്പാദനരീതികളെ യാതൊരു മാറ്റവും കൂടാതെ നിലനിർത്തുകയെന്നതായിരുന്നു. ഉൽപ്പാദനത്തിൽ നിരന്തരം വിപ്ലവകരമായ പരിവർത്തനം, എല്ലാ സാമൂഹ്യോപാധികളേയും ഇടതടവില്ലാതെ ഇളക്കിമറിക്കൽ, ശാശ്വതമായ അനിശ്ചിതാവസ്ഥയും പ്രക്ഷോഭവും—ഇതെല്ലാം ബൂർഷ്വാകാലഘട്ടത്തെ എല്ലാ പഴയ കാലഘട്ടങ്ങളിൽനിന്നും വേർതിരിക്കുന്നു. ഉറച്ചു കട്ടപിടിച്ചതും നിശ്ചലവുമായ എല്ലാ ബന്ധങ്ങളും അവയുടെ കൂടപ്പിറപ്പായ പുരാതനവും ആദരണീയവുമായ മുൻവിധികളും അഭിപ്രായങ്ങളും തുടച്ചുനീക്കപ്പെടുന്നു, തൽസ്ഥാനത്ത് പുതുതായി ഉണ്ടാകുന്നവയും ഉറച്ചു കട്ടിയാവാൻ സമയം കിട്ടുന്നതിനുമുമ്പ് പഴഞ്ചനായിത്തീരുന്നു. കട്ടിയായതെല്ലാം വായുവിൽ ഉരുകി ലയിക്കുന്നു; പരിശുദ്ധമായതെല്ലാം അശുദ്ധമായിത്തീരുന്നു. അങ്ങനെ അവസാനം മനുഷ്യൻ തന്റെ ജീവിതത്തിന്റെ യഥാർഥ ഉപാധികളെയും സഹജീവികളുമായുള്ള തന്റെ ബന്ധങ്ങളെയും സമചിത്തതയോടെ നേരിടാൻ നിർബന്ധിതനാകുന്നു.

ഉൽപ്പന്നങ്ങൾക്ക് അനുസ്യൂതം വിപുലപ്പെടുന്ന ഒരു കമ്പോളം കണ്ടുപിടിക്കേണ്ടതിന്റെ ആവശ്യം ബൂർഷ്വാസിയെ ഭൂമണ്ഡലമെങ്ങും ഓടിക്കുന്നു. അതിന് എല്ലായിടത്തും കൂടുകെട്ടണം, എല്ലായിടത്തും പാർപ്പുറപ്പിക്കണം, എല്ലായിടത്തും ബന്ധങ്ങൾ സ്ഥാപിക്കണം.

ലോകകമ്പോളത്തെ ചൂഷണം ചെയ്യുന്നതിലൂടെ ബൂർഷ്വാസി ഓരോ രാജ്യത്തിലേയും ഉൽപ്പാദനത്തിനും ഉപഭോഗത്തിനും ഒരു സാർവലൗകികസ്വഭാവം നൽകിയിട്ടുണ്ട്. പ്രതിലോമവാദികളെ വളരെയേറെ വേദനിപ്പിച്ചുകൊണ്ട് വ്യവസായത്തിന്റെ കാൽക്കീഴിൽനിന്ന് അത് നിലയുറപ്പിച്ചിരുന്ന ദേശീയാടിത്തറയെ ബൂർഷ്വാസി വലിച്ചുമാറ്റി. എല്ലാ പരമ്പരാഗത ദേശീയ വ്യവസായങ്ങളെയും അത് നശിപ്പിച്ചു; അഥവാ പ്രതിദിനം നശിപ്പിച്ചുവരികയാണ്. തൽസ്ഥാനം പുതിയ വ്യവസായങ്ങൾ എടുക്കുന്നു. അവ ഏർപ്പെടുത്തേണ്ടത് എല്ലാ പരിഷ്കൃതരാജ്യങ്ങൾക്കും ഒരു ജീവന്മരണപ്രശ്നമായിത്തീരുന്നു; ഈ പുതിയ വ്യവസായങ്ങൾ ഉപയോഗിക്കുന്ന അസംസ്കൃതസാധനങ്ങൾ തദ്ദേശീയമല്ല—അതിവിദൂരദേശങ്ങളിൽനിന്നു കൊണ്ടുവരുന്നവയാണ്; അവയുടെ ഉൽപ്പന്നങ്ങളാകട്ടെ, അതാതു നാട്ടിൽമാത്രമല്ല, ലോകത്തിന്റെ ഏതു കോണിലും ഉപയോഗിക്കപ്പെടുന്നുമുണ്ട്. സ്വന്തം രാജ്യത്തെ ഉൽപ്പാദനംകൊണ്ട് നിറവേറിയിരുന്ന പഴയ ആവശ്യങ്ങളുടെ സ്ഥാനത്ത് വിദൂരസ്ഥങ്ങളായ രാജ്യങ്ങളിലെയും കാലാവസ്ഥകളിലെയും ഉൽപ്പന്നങ്ങൾ കൊണ്ടുമാത്രം തൃപ്തിപ്പെടുത്താൻ കഴിയുന്ന പുതിയ ആവശ്യങ്ങൾ നാം കാണുന്നു. പ്രാദേശികവും ദേശീയവുമായ ഏകാന്തതയുടെയും സ്വയംപര്യാപ്തതയുടെയും സ്ഥാനത്ത് രാഷ്ട്രങ്ങൾ തമ്മിലുള്ള നാനാമുഖമായ വ്യാപാരബന്ധങ്ങളും സാർവത്രികമായ പരസ്പരാശ്രയത്വ

വുമാണ് ഇന്നുള്ളത്. ഭൗതികോൽപ്പാദനത്തിലെന്നപോലെ, ബുദ്ധിപരമായ ഉൽപ്പാദനത്തിലും ഇതേ മാറ്റങ്ങളുണ്ടാകുന്നു. പ്രത്യേക രാഷ്ട്രങ്ങളുടെ ബുദ്ധിപരമായ സൃഷ്ടികൾ പൊതുസ്വത്തായിത്തീരുന്നു. ദേശീയ ഏകപക്ഷീയതയും സങ്കുചിത മനഃസ്ഥിതിയും അധികമധികം അസാധ്യമാകുന്നു; ദേശീയവും പ്രാദേശികവുമായ നിരവധി സാഹിത്യങ്ങളിൽ നിന്ന് ഒരു വിശ്വസാഹിത്യം ഉയർന്നുവരുന്നു.

എല്ലാ ഉൽപ്പാദനോപകരണങ്ങളേയും അതിവേഗം മെച്ചപ്പെടുത്തിക്കൊണ്ടും ഗതാഗതസൗകര്യങ്ങൾ പരമാവധി വർധിപ്പിച്ചുകൊണ്ടും, ബൂർഷ്വാസി എല്ലാ രാഷ്ട്രങ്ങളെയും ഏറ്റവും അപരിഷ്കൃതങ്ങളായവയെപ്പോലും, നാഗരികതയിലേക്കു കൊണ്ടുവരുന്നു. എല്ലാ ചൈനീസ് മതിലുകളെയും ഇടിച്ചു നിരപ്പാക്കാനും, വിദേശീയരോട് അപരിഷ്കൃതജനങ്ങൾക്കുള്ള വിടാപ്പിടിയായ വെറുപ്പിനെ കീഴടങ്ങാൻ നിർബന്ധിക്കുന്നതിനും ബൂർഷ്വാസി പ്രയോഗിക്കുന്ന കനത്ത പീരങ്കി സ്വന്തം ചരക്കുകളുടെ കുറഞ്ഞ വിലയാണ്. ബൂർഷ്വാ ഉൽപ്പാദനരീതി സ്വീകരിക്കാൻ അത് എല്ലാ രാഷ്ട്രങ്ങളെയും നിർബന്ധിക്കുന്നു. അല്ലെങ്കിൽ അവയ്ക്കു സ്വയം നശിക്കുകയേ ഗതിയുള്ളൂ. നാഗരികതയെന്നു അതു വിളിക്കുന്നതിനെ തങ്ങൾക്കിടയിലും നടപ്പാക്കാൻ—അഥവാ സ്വയം ബൂർഷ്വായാവാൻ—എല്ലാ രാഷ്ട്രങ്ങളെയും ബൂർഷ്വാസി നിർബന്ധിക്കുന്നു. ഒറ്റ വാക്കിൽ പറഞ്ഞാൽ, അതു സ്വന്തം പ്രതിച്ഛായയുള്ള ഒരു ലോകം സൃഷ്ടിക്കുന്നു.

ബൂർഷ്വാസി നഗരങ്ങളുടെ വാഴ്ചയ്ക്കു ഗ്രാമങ്ങളെ കീഴ്പ്പെടുത്തിയിരിക്കുന്നു. വമ്പിച്ച നഗരങ്ങളെ സൃഷ്ടിക്കുകയും ഗ്രാമീണജനതയെ അപേക്ഷിച്ച് നഗരങ്ങളിലെ ജനസംഖ്യ ഗണ്യമായി വർധിക്കുകയും ചെയ്തിരിക്കുന്നു; അങ്ങനെ ജനസംഖ്യയിൽ വലിയൊരു വിഭാഗത്തെ ഗ്രാമീണജീവിതത്തിന്റെ മൗഢ്യത്തിൽനിന്നും രക്ഷിച്ചിരിക്കുന്നു! ഗ്രാമങ്ങളെ നഗരങ്ങൾക്കു വിധേയമാക്കിയതുപോലെതന്നെ ബൂർഷ്വാസി അപരിഷ്കൃതവും അർധപരിഷ്കൃതവുമായ രാജ്യങ്ങളെ പരിഷ്കൃതരാജ്യങ്ങൾക്കും, കർഷകപ്രധാനമായ ജനതകളെ ബൂർഷ്വാ രാഷ്ട്രങ്ങൾക്കും, പൗരസ്ത്യരെ പാശ്ചാത്യർക്കും വിധേയമാക്കിയിരിക്കുന്നു.

ജനസംഖ്യയുടെയും ഉൽപ്പാദനോപാധികളുടെയും സ്വത്തുക്കളുടെയും ഛിന്നഭിന്നാവസ്ഥയെ ബൂർഷ്വാസി കൂടുതൽ കൂടുതൽ ഇല്ലാതാക്കിക്കൊണ്ടിരിക്കുകയാണ്. അതു ജനസംഖ്യയെ ഒന്നിച്ചു കൂട്ടിച്ചേർത്തിരിക്കുന്നു. ഉൽപ്പാദനോപാധികളെ കേന്ദ്രീകരിക്കുകയും, സ്വത്ത് ഒരുപിടി ആളുകളുടെ കൈകളിൽ സ്വരൂപിക്കുകയും ചെയ്തിരിക്കുന്നു. ഇതിന്റെയെല്ലാം അനിവാര്യഫലം രാഷ്ട്രീയാധികാരത്തിന്റെ കേന്ദ്രീകരണമായിരുന്നു. പ്രത്യേകം പ്രത്യേകമായ താൽപ്പര്യങ്ങളും, നിയമങ്ങളും, ഭരണക്രമങ്ങളും, നികുതിസമ്പ്രദായങ്ങളുമുള്ള, സ്വതന്ത്രമോ അഥവാ അയഞ്ഞ ബന്ധങ്ങൾ മാത്രമുള്ളതോ ആയ

സംസ്ഥാനങ്ങളെ ബൂർഷ്വാസി ഒരൊറ്റ ഗവൺമെന്റും, ഒരൊറ്റ നിയമസംഹിതയും, ഒരൊറ്റ ദേശീയവർഗ്ഗതാൽപ്പര്യവും, ഒരൊറ്റ അതിർത്തിയും, ഒരൊറ്റ ചുങ്കവ്യവസ്ഥയുമുള്ള ഒരൊറ്റ ദേശീയരാഷ്ട്രത്തിൽ കൂട്ടിച്ചേർത്തു.

കഷ്ടിച്ച് ഒരു നൂറ്റാണ്ടുകാലത്തെ വാഴ്ചയ്ക്കിടയിൽ ബൂർഷ്വാസി സൃഷ്ടിച്ചിട്ടുള്ള ഉൽപ്പാദനശക്തികൾ, കഴിഞ്ഞുപോയ എല്ലാ തലമുറകളും ചേർന്ന് സൃഷ്ടിച്ചിട്ടുള്ളതിനേക്കാൾ എത്രയോ വമ്പിച്ചതാണ്. ഭീമമാണ്! പ്രകൃതിയുടെ ശക്തികളെ മനുഷ്യന്റെ കീഴ്പ്പെടുത്തൽ, യന്ത്രസാമഗ്രികൾ, വ്യവസായത്തിലും കൃഷിയിലും രസതന്ത്രത്തിന്റെ ഉപയോഗം, ആവിക്കപ്പലും തീവണ്ടിയും കമ്പിത്തപാലും, ഭൂഖണ്ഡങ്ങളെയാകെ കൃഷിക്കുവേണ്ടി വെട്ടിത്തെളിക്കൽ, നദികളെ ചാലുകീറി ഉപയോഗയോഗ്യമാക്കൽ, ഇന്ദ്രജാലപ്രയോഗത്താലെന്ന പോലെ വലിയ ജനസമൂഹങ്ങളെ മണ്ണിനടിയിൽനിന്ന് ഉണർത്തിക്കൊണ്ടുവരൽ-സാമൂഹ്യാധ്വാനത്തിന്റെ മടിത്തട്ടിൽ ഇത്തരം ഉൽപ്പാദനശക്തികൾ ഉറങ്ങിക്കിടക്കുന്നുണ്ടെന്ന് മുമ്പേതൊരു നൂറ്റാണ്ടാണ് സ്വപ്നം കാണുകപോലും ചെയ്തിട്ടുള്ളത്?

അപ്പോൾ നാം കാണുന്നു; ബൂർഷ്വാസി സ്വയം പടുത്തുയർത്തിയത് ഏതൊരടിത്തറയിന്മേലാണോ ആ ഉൽപ്പാദന വിനിമയോപാധികൾ ഉടലെടുത്തത് ഫ്യൂഡൽ സമൂഹത്തിലാണ്. ഈ ഉൽപ്പാദനവിനിമയോപാധികളുടെ വികാസം ഒരു പ്രത്യേകഘട്ടത്തിലെത്തിയപ്പോൾ, ഫ്യൂഡലിസത്തിൻ കീഴിൽ ഉൽപ്പാദനവും വിനിമയവും നടത്തിയിരുന്ന സാഹചര്യങ്ങൾ, കൃഷിയുടെയും ഫാക്ടറിതൊഴിൽ വ്യവസായത്തിന്റെയും ഫ്യൂഡൽസംഘടന, ചുരുക്കിപ്പറഞ്ഞാൽ ഫ്യൂഡൽ സ്വത്തുടമബന്ധങ്ങൾ, വളർന്നുകഴിഞ്ഞ ഉൽപ്പാദനശക്തികളുമായി പൊരുത്തപ്പെടാത്ത നില വന്നു. അവ ചങ്ങലക്കെട്ടുകളായി മാറി. അവയെ ഭേദിക്കേണ്ടതായിവന്നു; അവ ഭേദിക്കപ്പെടുകയും ചെയ്തു.

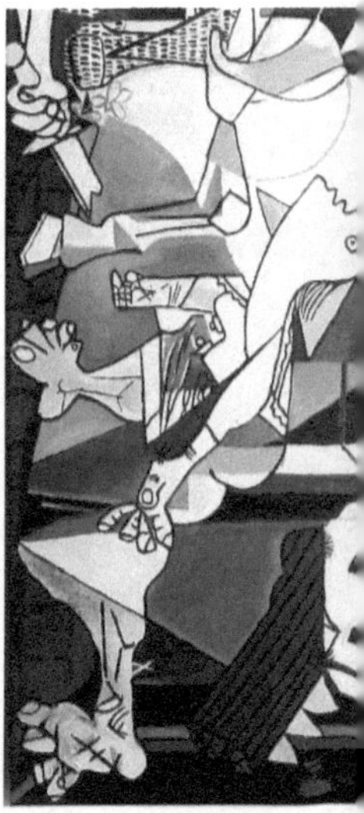

അവയുടെ സ്ഥാനത്തേക്ക് സ്വതന്ത്രമത്സരം കടന്നുവന്നു; അതേത്തുടർന്ന് അതിന് അനുയോജ്യമായ ഒരു സാമൂഹ്യ-രാഷ്ട്രീയ സംവിധാനവും ബൂർഷ്വാവർഗ്ഗത്തിന്റെ സാമ്പത്തികരാഷ്ട്രീയാധിപത്യവും സ്ഥാപിതമായി.

തത്തുല്യമായ ഒരു പ്രസ്ഥാനം നമ്മുടെ കൺമുമ്പിൽത്തന്നെ നടന്നുകൊണ്ടിരിക്കുന്നു. ഉൽപ്പാദനത്തിന്റെയും വിനിമയത്തിന്റെയും സ്വത്തുടമസ്ഥതയുടെയും സ്വന്തമായ ബന്ധങ്ങളോടുകൂടിയ ആധുനികബൂർഷ്വാസമൂഹം, ഇത്രയും വമ്പിച്ച ഉൽപ്പാദന-വിനിമയോപാധികളെ ആവാഹിച്ചുവരുത്തിയ ഒരു സമൂഹം, സ്വന്തം മന്ത്രശക്തികൊണ്ട് പാതാളലോകത്തിൽനിന്ന് വിളിച്ചുകൊണ്ടുവന്ന ശക്തികളെ നിയന്ത്രിച്ചുനിർത്താൻ കഴിയാതായ ഒരു മന്ത്രവാദിയെപ്പോലെയാണ്. കഴിഞ്ഞ പല ദശാബ്ദങ്ങളിലേയും വ്യാപാരത്തി

ന്റെയും വ്യവസായത്തിന്റെയും ചരിത്രം ആധുനികോൽപ്പാദന ശക്തികൾ ആധുനികോൽപ്പാദനസാഹചര്യങ്ങൾക്കെതിരായി, ബൂർഷ്വാസിയുടെ നിലനിൽപ്പിന്റെയും ഭരണത്തിന്റെയും ഉപാധികളായ സ്വത്തുടമബന്ധങ്ങൾക്കെതിരായി, നടത്തുന്ന കലാപത്തിന്റെ ചരിത്രമാണ്. വ്യാപാരപ്രതിസന്ധികളുടെ ഉദാഹരണമെടുത്തുനോക്കിയാൽ മതി. ആനുകാലികമായി ആവർത്തിക്കുന്ന ഈ പ്രതിസന്ധികൾ ഓരോ തവണയും മുമ്പത്തെക്കാൾ കൂടുതൽ ഭീഷണമായ രൂപത്തിൽ ബൂർഷ്വാസമൂഹത്തിന്റെയാകെ നിലനിൽപ്പിനെ പ്രതിക്കൂട്ടിൽ കയറ്റുന്നു. ഈ പ്രതിസന്ധികളിൽ നിലവിലുള്ള ഉൽപ്പന്നങ്ങളുടെ മാത്രമല്ല, മുമ്പ് ഉണ്ടായിട്ടുള്ള ഉൽപ്പാദനശക്തികളുടെ തന്നെ ഒരു വലിയ ഭാഗം ആനുകാലികമായി നശിപ്പിക്കപ്പെടുന്നു. മുൻ കാലഘട്ടങ്ങളിലെല്ലാം അസംബന്ധമായി തോന്നിയേക്കാവുന്ന ഒരു പകർച്ചവ്യാധി—അമിതോൽപ്പാദനമെന്ന പകർച്ചവ്യാധി— ഈ പ്രതിസന്ധികളിൽ പൊട്ടിപ്പുറപ്പെടുന്നു. സമൂഹം പെട്ടെന്ന് ക്ഷണികമായ കാടത്തത്തിന്റെ ഒരു സ്ഥിതിവിശേഷത്തിലേക്ക് സ്വയം പുറകോട്ടു പിടിച്ചുതള്ളപ്പെട്ടതായി കാണുന്നു. ഒരു ക്ഷാമമോ സർവസംഹാരിയായ ഒരു സാർവലൗകികയുദ്ധമോ, ഉപജീവനമാർഗ്ഗങ്ങളുടെയെല്ലാം ലഭ്യതയെ അറുത്തുകളഞ്ഞതായും, വ്യവസായവും വ്യാപാരവും നശിപ്പിക്കപ്പെട്ടതായും തോന്നിപ്പോകുന്നു. എന്തുകൊണ്ട്? വളരെ കൂടുതൽ നാഗരികതയും വളരെ കൂടുതൽ ഉപജീവനമാർഗ്ഗങ്ങളും വളരെ കൂടുതൽ വ്യവസായങ്ങളും വളരെ കൂടുതൽ വ്യാപാരവും വളർന്നുവന്നതുകൊണ്ട്. സമൂഹത്തിന്റെ ചൊൽപ്പടിയിലുള്ള ഉൽപ്പാദനശക്തികൾ ബൂർഷ്വാ സ്വത്തുടമവ്യവസ്ഥകളുടെ വികാസത്തെ ഇനിയും മുന്നോട്ടു കൊണ്ടു പോകാനുള്ള പ്രവണത കാട്ടാതായിരിക്കുന്നു. നേരേമറിച്ച്, അവ ഈ ഉപാധികൾക്ക് താങ്ങാനാവാത്തവിധം കരുത്തേറിയവയായിത്തീർന്നിരിക്കുന്നു. ആ ഉപാധികൾ അവയുടെ കാൽച്ചങ്ങലയായിത്തീർന്നിരിക്കുന്നു. അവ ഈ ചങ്ങലക്കെട്ടുകളെ കീഴടക്കേണ്ട താമസം, ബൂർഷ്വാസമൂഹത്തിലാകെ കുഴപ്പമുണ്ടാക്കുന്നു, ബൂർഷ്വാസമൂഹത്തിന്റെ ഉപാധികൾ അവ സൃഷ്ടിച്ചിരിക്കുന്ന സമ്പത്തിനെ ഉൾക്കൊള്ളാൻ കഴിയാത്തവിധം സങ്കുചിതമാണ്. എങ്ങനെയാണ് ബൂർഷ്വാസി ഈ പ്രതിസന്ധികളിൽനിന്ന് കരകയറുന്നത്? ഒരു വശത്ത് ഉൽപ്പാദനശക്തികളിൽ വലിയൊരു ഭാഗത്തെ കൽപ്പിച്ചുകൂട്ടി നശിപ്പിച്ചിട്ടും മറുവശത്ത് പുതിയ കമ്പോളങ്ങൾ വെട്ടിപ്പിടിച്ചിട്ടും പഴയവയെ കൂടുതൽ സമഗ്രമായി ചൂഷണം ചെയ്തിട്ടും; എന്നുവെച്ചാൽ, കൂടുതൽ വ്യാപകവും കൂടുതൽ വിനാശകാരിയുമായ പ്രതിസന്ധികൾക്ക് വഴിതെളിച്ചുകൊണ്ടും പ്രതിസന്ധികളെ തടയാനുള്ള മാർഗ്ഗങ്ങൾ അധികമധികം അടച്ചുകൊണ്ടും.

ഫ്യൂഡലിസത്തെ വെട്ടിവീഴ്ത്താൻ ബൂർഷ്വാസി ഉപയോഗിച്ച അതേ

ആയുധങ്ങൾതന്നെ ഇന്ന് ബൂർഷ്വാസിയുടെ നേർക്ക് തിരിഞ്ഞിരിക്കുന്നു.

എന്നാൽ സ്വന്തം മരണത്തെ വിളിച്ചുവരുത്താനുള്ള ആയുധങ്ങൾ ഊട്ടിയുണ്ടാക്കുക മാത്രമല്ല ബൂർഷ്വാസി ചെയ്തിരിക്കുന്നത്: ഈ ആയുധങ്ങളെടുത്തു പ്രയോഗിക്കുവാനുള്ള ആളുകളെക്കൂടി—ആധുനിക തൊഴിലാളിവർഗ്ഗത്തെ—അത് സൃഷ്ടിച്ചിട്ടുണ്ട്.

ബൂർഷ്വാസി—അതായത് മൂലധനം—വികാസം പ്രാപിക്കുന്ന അതേ അനുപാതത്തിൽത്തന്നെ ആധുനികതൊഴിലാളി വർഗ്ഗവും വളരുന്നു. ജോലികിട്ടാൻ കഴിയുന്ന കാലത്തോളം മാത്രം ജീവിക്കുകയും തങ്ങളുടെ അധ്വാനം മൂലധനത്തെ വർധിപ്പിക്കുന്ന കാലത്തോളം മാത്രം ജോലികിട്ടുകയും ചെയ്യുന്ന പണിക്കാരുടെ ഒരു വർഗ്ഗമാണ് തൊഴിലാളിവർഗ്ഗം. ചില്ലറയായി സ്വയം വിൽക്കേണ്ടിവരുന്ന ഈ വേലക്കാർ മറ്റേതു വ്യാപാരസാമഗ്രിയെയും പോലെ ഒരു ചരക്കാണ്; തൽഫലമായി, മത്സരത്തിന്റെ എല്ലാ ഗതിവിഗതികൾക്കും കമ്പോളത്തിലെ എല്ലാ ചട്ടങ്ങൾക്കും അവർ ഇരയായിത്തീരുന്നു.

വിപുലമായ തോതിൽ യന്ത്രങ്ങൾ ഉപയോഗിക്കുന്നതുകൊണ്ടും തൊഴിൽ വിഭജനം നിമിത്തവും തൊഴിലാളികളുടെ വേലയ്ക്ക് എല്ലാ വ്യക്തിത്വവും, തൽഫലമായി തൊഴിലാളിയെ സംബന്ധിച്ചിടത്തോളം എല്ലാ ആകർഷകത്വവും നശിച്ചിരിക്കുന്നു. അവൻ യന്ത്രത്തിന്റെ വെറുമൊരു അനുബന്ധമായിത്തീരുന്നു. ഏറ്റവും ലളിതവും ഏറ്റവും മുഷിപ്പനും ഏറ്റവും എളുപ്പത്തിൽ നേടാവുന്നതുമായ സാമർത്ഥ്യം മാത്രം അവനുണ്ടായാൽ മതി. അതുകൊണ്ട്, ഒരു തൊഴിലാളിയുടെ ഉൽപ്പാദനച്ചെലവ് അവന്റെ നിലനിൽപ്പിനും വംശവർധനവിനും വേണ്ട ഉപജീവനമാർഗ്ഗങ്ങളിൽ ഒട്ടുമുക്കാലും പൂർണമായി ഒതുങ്ങിനിൽക്കുന്നു. പക്ഷേ, ഒരു ചരക്കിന്റെ വിലയും അതുകൊണ്ട് അധ്വാനത്തിന്റെ[35] വിലയും അതിന്റെ ഉൽപ്പാദനച്ചെലവിനു സമമാണല്ലോ. അപ്പോൾ തൊഴിലിന്റെ അനാകർഷകത്വം എത്രത്തോളം വർധിക്കുന്നുവോ, അതേ തോതിൽ കൂലി കുറയുന്നു. മാത്രവുമല്ല, യന്ത്രങ്ങളുടെ ഉപയോഗവും തൊഴിൽവിഭജനവും വർധിക്കുന്ന തോതിൽതന്നെ അധ്വാനത്തിന്റെ ഭാരവും കൂടിവരുന്നു—ഒന്നുകിൽ തൊഴിൽസമയം നീട്ടിയിട്ട്, അല്ലെങ്കിൽ നിശ്ചിതസമയത്തിനുള്ളിൽ ഈടാക്കുന്ന അധ്വാനം വർധിപ്പിച്ചിട്ട്, അതുമല്ലെങ്കിൽ യന്ത്രങ്ങളുടെ വേഗത കൂട്ടിയിട്ട്, മറ്റു തരത്തിലും.

'പാട്രിയാർക്കൽ' യജമാനന്റെ ചെറിയ തൊഴിൽശാലയെ ആധുനികവ്യവസായം വ്യാവസായികമുതലാളിയുടെ കൂറ്റൻഫാക്ടറിയായി മാറ്റിയിരിക്കുന്നു. ഫാക്ടറിയിൽ തള്ളിനിറയ്ക്കപ്പെടുന്ന തൊഴിലാളികളെ പട്ടാളക്കാരെപ്പോലെയാണ് സംഘടിപ്പിച്ചിരിക്കുന്നത്. വ്യവസായസൈന്യത്തിലെ സാധാരണപടയാളികളായ ഇവരെ ഓഫീ

സർജന്മാരുടെയും സാർജന്റുമാരുടെയും ഒരു പിശകറ്റ ശ്രേണി നിയന്ത്രിക്കുന്നു. അവർ ബൂർഷ്വാവർഗ്ഗത്തിന്റെയും ബൂർഷ്വാസർക്കാരിന്റേയും മാത്രം അടിമകളല്ല, ഫാക്ടറിയിലെ യന്ത്രവും അവിടത്തെ മേസ്ത്രിയും, സർവോപരി ഫാക്ടറി ഉടമസ്ഥനായ മുതലാളിതന്നെയും അവരെ ഓരോ ദിവസവും, ഓരോ മണിക്കൂറും അടിമപ്പെടുത്തുന്നു. ലാഭമാണ് സ്വന്തം പരമലക്ഷ്യമെന്ന് ഈ സ്വേച്ഛാധികാരം എത്രത്തോളം കൂടുതൽ പരസ്യമായി പ്രഖ്യാപിക്കുന്നുവോ, അത്രത്തോളം അത് കൂടുതൽ ക്ഷുദ്രവും കൂടുതൽ ഗർഹണീയവും കൂടുതൽ തിക്തവുമായിത്തീരുന്നു.

കായികാധ്വാനത്തിൽ ഉൾച്ചേർന്നിട്ടുള്ള സാമർത്ഥ്യവും അതു ചെയ്യാനാവശ്യമായ കരുത്തും ചുരുങ്ങിവരുന്തോറും, അതായത് ആധുനികവ്യവസായം കൂടുതൽ വികസിതമാകുന്തോറും, പുരുഷന്മാർക്ക് പകരം സ്ത്രീകളെക്കൊണ്ടു പണിയെടുപ്പിക്കുകയെന്ന രീതി വർധിച്ചുവരുന്നു. തൊഴിലാളിവർഗ്ഗത്തെ സംബന്ധിച്ചിടത്തോളം പ്രായവ്യത്യാസത്തിനോ, സ്ത്രീപുരുഷഭേദത്തിനോ യാതൊരു സവിശേഷമായ സാമൂഹികസാധുതയുമില്ലാതായിത്തീരുന്നു. എല്ലാവരും അധ്വാനോപകരണങ്ങളാണ്; പ്രായഭേദമനുസരിച്ചും, സ്ത്രീ- പുരുഷഭേദമനുസരിച്ചും ചെലവു കൂടുകയോ, കുറയുകയോ ചെയ്യുമെന്നുമാത്രം.

വ്യവസായ മുതലാളിയുടെ അതുവരെയുള്ള ചൂഷണം അവസാനിക്കുകയും, തൊഴിലാളികൾക്ക് അവരുടെ കൂലി രൊക്കം പണമായിട്ടു കിട്ടുകയും ചെയ്യേണ്ട താമസം, ബൂർഷ്വാസിയുടെ മറ്റു വിഭാഗങ്ങൾ, വീട്ടുടമസ്ഥനും ഷാപ്പുടമസ്ഥനും ഹുണ്ടികക്കാരനും മറ്റും മറ്റും, അവന്റെമേൽ ചാടി വീഴുകയായി.

ചെറുകച്ചവടക്കാർ, ചെറിയ ഷാപ്പുടമസ്ഥർ, പൊതുവിൽ പറഞ്ഞാൽ, ജോലിയിൽനിന്നും പിരിഞ്ഞ ചെറുകിട വ്യാപാരികൾ, കൈവേലക്കാർ, കൃഷിക്കാർ തുടങ്ങി ഇടത്തരക്കാരിൽതന്നെ കീഴേത്തട്ടിൽ ഉള്ളവരെല്ലാം ക്രമേണ തൊഴിലാളി വർഗ്ഗമായി അധഃപതിക്കുന്നു. കാരണം, ഭാഗികമായി, അവരുടെ ചുരുങ്ങിയ മൂലധനം ആധുനികവ്യവസായം നടത്തിക്കൊണ്ടുപോകാൻ അപര്യാപ്തമാണ്; വൻകിട മുതലാളികളുമായുള്ള മത്സരത്തിൽ അത് മുങ്ങിപ്പോകുന്നു. ഭാഗികമായി, പുതിയ ഉൽപ്പാദനരീതികൾ അവരുടെ പ്രത്യേക വൈദഗ്ധ്യത്തിനു വിലയില്ലാതാക്കിയിരിക്കുന്നു. ഇങ്ങനെ ജനസംഖ്യയിലെ എല്ലാ വിഭാഗങ്ങളിൽനിന്നും തൊഴിലാളി വർഗ്ഗത്തിലേക്കു ആളുകൾ ചേർന്നുകൊണ്ടിരിക്കുന്നു.

തൊഴിലാളിവർഗ്ഗം വികാസത്തിന്റെ പല ഘട്ടങ്ങളിലൂടെ കടന്നുപോകുന്നു. ബൂർഷ്വാസിയുമായുള്ള സമരം അതിന്റെ പിറവിയോടുകൂടി ആരംഭിക്കുന്നു; ആദ്യമൊക്കെ ഈ പോരാട്ടം നടത്തുന്നത് തൊഴിലാളികൾ ഒറ്റയ്ക്കാണ്, പിന്നീട് ഒരു ഫാക്ടറിയിലെ തൊഴിലാളികളെല്ലാം ചേർന്നും, തുടർന്ന് ഒരു പ്രദേശത്തുള്ള ഒരു വ്യവസായ

ത്തിലെ തൊഴിലാളികളെല്ലാം ചേർന്ന് തങ്ങളെ നേരിട്ടു ചൂഷണം ചെയ്യുന്ന മുതലാളിക്കെതിരായും. ഉൽപ്പാദനത്തിന്റെ ബൂർഷ്വാ സാഹചര്യങ്ങൾക്കെതിരായിട്ടല്ല, ഉൽപ്പാദനോപകരണങ്ങളുടെ നേർക്കാണ് അവർ അവരുടെ ആക്രമണം തിരിച്ചുവിടുന്നത്. തങ്ങളുടെ അധ്വാനവുമായി മത്സരിക്കുന്ന ഇറക്കുമതി സാധനങ്ങളെ അവർ നശിപ്പിക്കുന്നു; യന്ത്രങ്ങൾ തല്ലിത്തകർക്കുന്നു; ഫാക്ടറികൾ കൊള്ളിവയ്ക്കുന്നു; മധ്യകാലത്തിലെ തൊഴിലാളിയുടെ മൺമറഞ്ഞ മാന്യസ്ഥാനം ബലാൽക്കാരമായി വീണ്ടെടുക്കാൻ അവർ ശ്രമിക്കുന്നു.

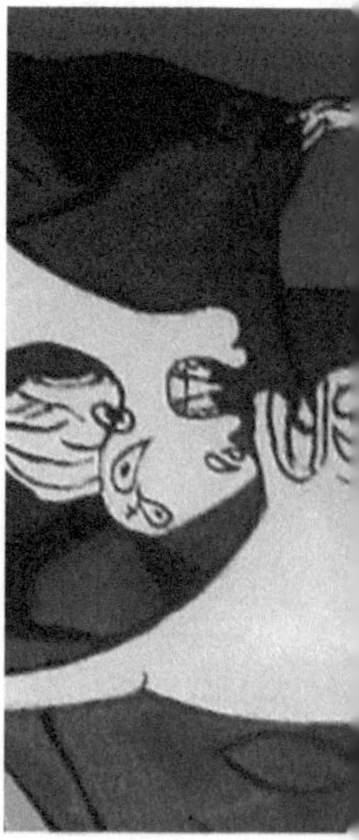

ഈ ഘട്ടത്തിൽ തൊഴിലാളികൾ അപ്പോഴും രാജ്യത്താകമാനം ചിന്നിച്ചിതറിക്കിടക്കുന്നതും അന്യോന്യമുള്ള കിടമത്സരത്താൽ പിളർന്നതുമായ, കെട്ടുറപ്പില്ലാത്ത ഒരു കൂട്ടമാണ്. എവിടെയെങ്കിലും അവർ കൂടുതൽ ഭദ്രമായ സംഘങ്ങൾ ഉണ്ടാക്കാൻ ഏകോപിച്ചുവെങ്കിൽ അത് ഇനിയും അവരുടെ സ്വന്തം സജീവസഹകരണത്തിന്റെ ഫലമല്ല, നേരേമറിച്ച്, ബൂർഷ്വാസിയുടെ ഏകീകരണത്തിന്റെ ഫലമാണ്. കാരണം, സ്വന്തം രാഷ്ട്രീയലക്ഷ്യങ്ങൾ നേടുന്നതിനുവേണ്ടി, തൊഴിലാളിവർഗ്ഗത്തെ ആകമാനം ഇളക്കിവിടാൻ ബൂർഷ്വാസി നിർബന്ധിതമാവുന്നു. അവർക്ക് അപ്പോഴും അങ്ങനെ ചെയ്യാൻ കഴിയുകയും ചെയ്യുന്നു. അതുകൊണ്ട് ഈ ഘട്ടത്തിൽ തൊഴിലാളിവർഗ്ഗം തങ്ങളുടെ ശത്രുക്കളോടല്ല, ശത്രുക്കളുടെ ശത്രുക്കളോടാണ്—സ്വേച്ഛാപ്രഭുത്വപരമായ രാജവാഴ്ചയുടെ അവശിഷ്ടങ്ങളുടെയും വ്യവസായികളല്ലാത്ത ബൂർഷ്വാസിയുടെയും പെറ്റിബൂർഷ്വാസിയുടെയും നേർക്കാണ് — സമരം നടത്തുന്നത്. അങ്ങനെ ചരിത്രപരമായ പ്രസ്ഥാനമാകെ ബൂർഷ്വാസിയുടെ കൈകളിൽ കേന്ദ്രീകരിച്ചിരിക്കുന്നു; ആ സമരത്തിൽ നേടുന്ന ഓരോ വിജയവും ബൂർഷ്വാസിയുടെ വിജയമാണ്.

പക്ഷേ, വ്യവസായത്തിന്റെ വികാസത്തോടുകൂടി തൊഴിലാളിവർഗ്ഗം എണ്ണത്തിൽ പെരുകുക മാത്രമല്ല ചെയ്യുന്നത്; കൂടുതൽ വലിയ സമൂഹങ്ങളിൽ കേന്ദ്രീകൃതമായിത്തീരുകയും അവരുടെ കരുത്തു വളരുകയും, ആ കരുത്തിനെപ്പറ്റി അവർക്കു കൂടുതൽ ബോധമുണ്ടാവുകയും ചെയ്യുന്നു. യന്ത്രോപകരണങ്ങൾ തൊഴിലുകൾ തമ്മിലുള്ള വ്യത്യാസങ്ങളെ തേച്ചുമാച്ചുകളയുകയും മിക്കവാറും എല്ലായിടത്തും കൂലിനിരക്ക് ഒരേ താഴ്ന്ന നിലവാരത്തിലേക്കു ചുരുക്കുകയും ചെയ്യുന്നതിനനുസരിച്ചു തൊഴിലാളിവർഗ്ഗത്തിന്റെ അണികൾക്കുള്ളിലുള്ള വിവിധ താൽപ്പര്യങ്ങളും വ്യത്യസ്ത ജീവിതസാഹചര്യങ്ങളും അധികമധികം സമീകരിക്കപ്പെടുന്നു. മുതലാളികൾ തമ്മിൽ മൂത്തുവരുന്ന കിടമത്സരവും തൽഫലമായ വ്യാപാര പ്രതിസന്ധികളും തൊഴിലാളികളുടെ കൂലി അധികമധികം അസ്ഥിരമാക്കിത്തീർക്കുന്നു. അധികമധികം വേഗത്തിൽ വികസിച്ചുകൊണ്ടിരിക്കുന്ന യന്ത്രോപകരണങ്ങളുടെ അവിരാമമായ അഭിവൃദ്ധി തൊഴിലാളിക

ളുടെ ഉപജീവനത്തെ വർധമാനമായ അളവിൽ അപകടത്തിലാക്കുന്നു. മുതലാളിയും തൊഴിലാളിയും തമ്മിൽ ഒറ്റയ്ക്കൊറ്റയ്ക്കുണ്ടാവുന്ന സംഘട്ടനങ്ങൾ രണ്ടു വർഗ്ഗങ്ങൾ തമ്മിലുള്ള സംഘട്ടനങ്ങളുടെ സ്വഭാവം അധികമധികം കൈക്കൊള്ളുന്നു. അതോടെ തൊഴിലാളികൾ ബൂർഷ്വാസിക്കെതിരായി സംഘങ്ങൾ (ട്രേഡ് യൂണിയനുകൾ) രൂപീകരിക്കുവാൻ തുടങ്ങുന്നു; കൂലിനിരക്കു നിലനിർത്തുവാൻ വേണ്ടി അവർ ഒന്നിച്ചു ചേരുന്നു. ഇടയ്ക്കുണ്ടാവുന്ന ഈ കലാപങ്ങൾ നടത്താൻ മുൻകൂട്ടി തയ്യാറെടുക്കുന്നതിനുവേണ്ടി അവർ സ്ഥിരം സംഘങ്ങൾ രൂപീകരിക്കുന്നു. ചിലേടത്ത് ഈ മത്സരങ്ങൾ ലഹളകളായി പൊട്ടിപ്പുറപ്പെടുന്നു.

ചിലപ്പോൾ തൊഴിലാളികൾ വിജയിക്കും; പക്ഷേ, തൽക്കാലത്തേക്കുമാത്രം. അവർ നടത്തുന്ന പോരാട്ടങ്ങളുടെ യഥാർഥ ഫലം കിടക്കുന്നത് അടിയന്തരനേട്ടങ്ങളിലല്ല; നേരേമറിച്ച്, തൊഴിലാളികളുടെ നിത്യേന വിപുലപ്പെടുന്ന യൂണിയനിലാണ്. ആധുനികവ്യവസായം സൃഷ്ടിക്കുന്നതും, വിഭിന്നപ്രദേശങ്ങളിലെ തൊഴിലാളികൾക്ക് പരസ്പരം ബന്ധംവയ്ക്കാൻ സൗകര്യമുണ്ടാക്കുന്നതുമായ മെച്ചപ്പെട്ട ഗതാഗതമാർഗ്ഗങ്ങൾ ഈ ഏകീകരണത്തെ സഹായിക്കുന്നു. ഒരേ സ്വഭാവത്തിലുള്ള അനേകം പ്രാദേശികസമരങ്ങളെ വർഗ്ഗങ്ങൾ തമ്മിലുള്ള ഒരൊറ്റ ദേശീയസമരത്തിന്റെ രൂപത്തിൽ കേന്ദ്രീകരിക്കാൻ ഈ ബന്ധം തന്നെയാണ് വേണ്ടിയിരിക്കുന്നത്. എന്നാൽ ഓരോ വർഗ്ഗസമരവും രാഷ്ട്രീയസമരമാണ്. ദയനീയമായ പെരുവഴികളോടുകൂടിയ മധ്യയുഗത്തിൽ നഗരനിവാസികൾക്ക് ഇത്തരമൊരു ഏകീകരണം നേടാൻ നൂറ്റാണ്ടുകൾ വേണ്ടിവന്നപ്പോൾ ഇന്നത്തെ തൊഴിലാളിവർഗ്ഗം റെയിൽവെയുടെ സഹായത്താൽ ഏതാനും കൊല്ലംകൊണ്ട് അതു നേടി.

ഒരു വർഗ്ഗമെന്ന നിലയ്ക്കും തന്മൂലം ഒരു രാഷ്ട്രീയപ്പാർട്ടിയെന്ന നിലയ്ക്കുമുള്ള തൊഴിലാളികളുടെ ഈ സംഘടന തൊഴിലാളികൾക്കിടയിൽ തന്നെയുള്ള മത്സരം കാരണം തുടർച്ചയായി തകിടംമറിക്കപ്പെടുന്നു. പക്ഷേ, അതു എപ്പോഴും വീണ്ടും ഉയിർത്തെഴുന്നേൽക്കുന്നു-കൂടുതൽ ഊക്കോടുകൂടി, ഉറപ്പോടുകൂടി, കരുത്തോടുകൂടി. ബൂർഷ്വാസിക്കിടയിൽതന്നെയുള്ള ഭിന്നിപ്പുകളെ ഉപയോഗിച്ചുകൊണ്ട് തൊഴിലാളികളുടെ ചില താൽപ്പര്യങ്ങൾക്ക് നിയമനിർമ്മാണം വഴി അംഗീകാരം നൽകാൻ അത് നിർബന്ധിക്കുന്നു. ഇങ്ങനെയാണ് ഇംഗ്ലണ്ടിൽ 'പത്ത് മണിക്കൂർ ബിൽ' (പ്രവൃത്തിസമയം പത്ത് മണിക്കൂറായി ചുരുക്കുന്ന ബിൽ) പാസായത്.

ആകപ്പാടെ നോക്കുമ്പോൾ പഴയ സമൂഹത്തിലെ വർഗ്ഗങ്ങൾ തമ്മിലുള്ള ഏറ്റുമുട്ടലുകൾ തൊഴിലാളിവർഗ്ഗത്തിന്റെ വികാസഗതിയെ പല പ്രകാരത്തിലും സഹായിക്കുന്നു. ബൂർഷ്വാസി നിരന്തരമായ ഒരു സമരത്തിൽ സ്വയം ചെന്നുപെട്ടിരിക്കുന്നതായി കാണുന്നു.

ആദ്യം പ്രഭുവർഗ്ഗത്തോട്; പിന്നീട് വ്യവസായപുരോഗതിക്കു വിരുദ്ധമായ താൽപ്പര്യങ്ങളുള്ള, ബൂർഷ്വാസിയുടെ തന്നെ ചില വിഭാഗങ്ങളോട്; എല്ലാ സമയത്തും അന്യരാജ്യങ്ങളിലെ ബൂർഷ്വാസിയോട്. ഈ സമരങ്ങളിലെല്ലാം തന്നെ തൊഴിലാളിവർഗ്ഗത്തോട് അഭ്യർഥിക്കാനും, അതിന്റെ സഹായം തേടാനും അങ്ങനെ അതിനെ രാഷ്ട്രീയരംഗത്തിലേക്കു വലിച്ചു കൊണ്ടുവരുവാനും ബൂർഷ്വാസി സ്വയം നിർബന്ധിതമായിത്തീരുകയും ചെയ്യുന്നു. അതുകൊണ്ട് തൊഴിലാളിവർഗ്ഗത്തിന് രാഷ്ട്രീയവും സാമാന്യവുമായ വിദ്യാഭ്യാസത്തിന്റെ സ്വന്തം ആദ്യപാഠങ്ങൾ നൽകുന്നത് ബൂർഷ്വാസി തന്നെയാണ്. മറ്റൊരു വിധത്തിൽ പറയുകയാണെങ്കിൽ, ബൂർഷ്വാസിയാണ് അതിനെതിരായി പോരാടാൻ ആവശ്യമായ ആയുധങ്ങൾ തൊഴിലാളിവർഗ്ഗത്തിനു നൽകുന്നത്.

ഇതിനുപുറമേ, നാം കണ്ടുകഴിഞ്ഞതുപോലെ, വ്യവസായപുരോഗതിയുടെ ഫലമായി ഭരണവർഗ്ഗങ്ങളിൽ ചില വിഭാഗങ്ങൾ ഒന്നടങ്കം തൊഴിലാളിവർഗ്ഗത്തിലേക്ക് ഇറങ്ങിവരുന്നു; അഥവാ അവരുടെ നിലനിൽപ്പിന്റെ സാഹചര്യങ്ങൾ അപകടത്തിലാക്കുന്ന സ്ഥിതി വന്നുചേരുകയെങ്കിലും ചെയ്യുന്നു. ഈ വിഭാഗങ്ങളും തൊഴിലാളിവർഗ്ഗത്തിനു പുരോഗതിയുടെയും വിജ്ഞാനത്തിന്റെയും നവബീജങ്ങൾ പ്രദാനം ചെയ്യുന്നു.

അവസാനമായി, വർഗ്ഗസമരത്തിന്റെ നിർണായകഘട്ടം ആസന്നമാകുമ്പോൾ, ഭരണവർഗ്ഗത്തിനകത്ത് — വാസ്തവം പറഞ്ഞാൽ, പഴയ സമൂഹത്തിൽ അടിമുടി — നടക്കുന്ന ശിഥിലീകരണപ്രക്രിയ പ്രത്യക്ഷവും അതിരൂക്ഷവുമായ രൂപം കൈക്കൊള്ളുകയും, തൽഫലമായി ആ വർഗ്ഗത്തിലെ ഒരു ചെറിയ വിഭാഗം അതിൽനിന്നു സ്വയം വേർപ്പെട്ടു പോവുകയും, വിപ്ലവകാരിയായ വർഗ്ഗത്തിന്റെ — ഭാവിയുടെ ഭാഗധേയം സ്വന്തം കരങ്ങളിൽ വഹിക്കുന്ന വർഗ്ഗത്തിന്റെ — ഭാഗത്തു ചേരുകയും ചെയ്യുന്നു. അതുകൊണ്ട് മുമ്പൊരു ഘട്ടത്തിൽ നാടുവാഴി പ്രഭുക്കന്മാരിൽ ഒരു വിഭാഗം ബൂർഷ്വാസിയുടെ ഭാഗത്ത് ചേർന്നതുപോലെ തന്നെ ബൂർഷ്വാസിയിൽ ഒരു ഭാഗം — വിശേഷിച്ചും, ചരിത്രപരമായ ഈ പ്രസ്ഥാനത്തെയൊട്ടാകെ താത്വികമായി ഗ്രഹിക്കാൻ കഴിവുണ്ടാകത്തക്ക നിലയിലേക്ക് സ്വയം ഉയർന്നിട്ടുള്ള ബൂർഷ്വാ പ്രത്യയശാസ്ത്രജ്ഞന്മാരിൽ ഒരു വിഭാഗം — തൊഴിലാളിവർഗ്ഗത്തിന്റെ ഭാഗത്തേക്കു പോകുന്നു.

ഇന്ന് ബൂർഷ്വാസിക്ക് അഭിമുഖമായി നിൽക്കുന്ന എല്ലാ വർഗ്ഗങ്ങളിലും വച്ച് യഥാർഥത്തിൽ വിപ്ലവകാരിയായ ഒരേയൊരു വർഗ്ഗം തൊഴിലാളിവർഗ്ഗമാണ്. ആധുനികവ്യവസായത്തിന്റെ മുമ്പിൽ മറ്റു വർഗ്ഗങ്ങളെല്ലാം ക്ഷയിക്കുകയും, ഒടുവിൽ തിരോഭവിക്കുകയും ചെയ്യുന്നു. തൊഴിലാളിവർഗ്ഗമാണ് അതിന്റെ സവിശേഷവും സാരവത്തുമായ ഉൽപ്പന്നം.

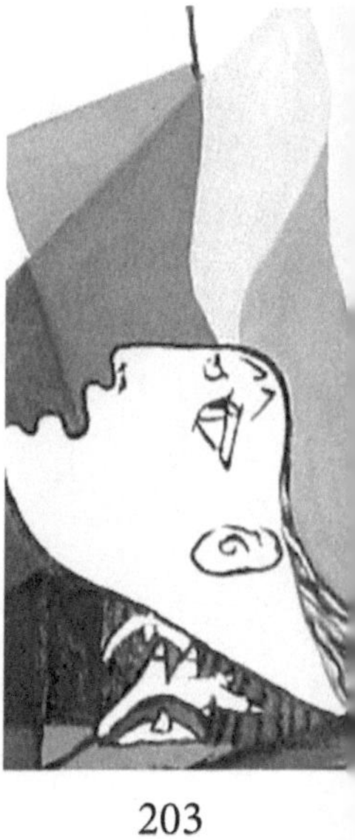

ഇടത്തരം വർഗ്ഗത്തിന്റെ വിഭാഗങ്ങളെന്ന നിലയ്ക്കുള്ള തങ്ങളുടെ നിലനിൽപ്പിനെ നാശത്തിൽനിന്നും രക്ഷിക്കാൻവേണ്ടി താഴേക്കിടയിലുള്ള ഇടത്തരക്കാർ, ചെറുകിട വ്യവസായികൾ, ഷാപ്പുടമകൾ, കൈവേലക്കാർ, കൃഷിക്കാർ തുടങ്ങിയവരെല്ലാം തന്നെ ബൂർഷ്വാസിക്കെതിരായി പോരാടുന്നു. എന്നാൽ അവർ വിപ്ലവകാരികൾ അല്ല, യാഥാസ്ഥിതികന്മാരാണ്. പോരാ, പിന്തിരിപ്പന്മാരാണ്. കാരണം, അവർ ചരിത്രത്തിന്റെ ചക്രം പുറകോട്ടു തിരിക്കാനാണു ശ്രമിക്കുന്നത്. ഇനി സംഗതിവശാൽ അവർ വിപ്ലവകാരികൾ ആയിത്തീരുകയാണെങ്കിൽ, അതിനുള്ള കാരണം അവർ താമസിയാതെ തൊഴിലാളിവർഗ്ഗത്തിലേക്കു മാറുമെന്ന വസ്തുത മാത്രമാണ്. അപ്പോൾ തങ്ങളുടെ ഭാവിതാൽപ്പര്യങ്ങളെയാണ്, ഇന്നത്തെ താൽപ്പര്യങ്ങളെയല്ല, അവർ സംരക്ഷിക്കുന്നത്. തൊഴിലാളിവർഗ്ഗത്തിന്റെ നിലപാടിൽ സ്വയം പ്രതിഷ്ഠിക്കുവാൻവേണ്ടി അവർ അവരുടെ സ്വന്തമായ നിലപാട് ഉപേക്ഷിക്കുന്നു.

ആ'ആപൽക്കാരിയായ വർഗ്ഗ'ത്തെ, സമൂഹത്തിലെ ചെറ്റകളെ, പഴയ സമൂഹത്തിന്റെ ഏറ്റവും അടിത്തട്ടിൽ കിടക്കുന്നവർ വലിച്ചെറിഞ്ഞവരും നിഷ്ക്രിയമായി നശിച്ചുകൊണ്ടിരിക്കുന്നവരുമായ കൂട്ടത്തെ, തൊഴിലാളിവിപ്ലവം അവിടവിടെ പ്രസ്ഥാനത്തിലേക്ക് അടിച്ചുകൊണ്ടു വന്നു എന്നുവരാം. എന്നാൽ അവരുടെ ജീവിതസാഹചര്യങ്ങൾ പിന്തിരിപ്പന്മാരുടെ ഉപജാപങ്ങൾക്കുവേണ്ടി കൂലിക്കെടുക്കാവുന്ന ചട്ടുകമായി പ്രവർത്തിക്കാനാണ് അവരെ കൂടുതലായും സജ്ജമാക്കുന്നത്.

തൊഴിലാളിവർഗ്ഗത്തിന്റെ സാഹചര്യങ്ങളിൽ, പഴയ സമൂഹത്തിന്റെ സാഹചര്യങ്ങളെല്ലാം ഇപ്പോൾത്തന്നെ ഫലത്തിൽ മുങ്ങിപ്പോയിരിക്കുന്നു. തൊഴിലാളിക്ക് സ്വത്തില്ല; ഭാര്യയും കുട്ടികളുമായുള്ള അവന്റെ ബന്ധത്തിന് ബൂർഷ്വാകുടുംബബന്ധങ്ങളുമായി യാതൊരു സാദൃശ്യവുമില്ലാതായിത്തീർന്നിരിക്കുന്നു. ആധുനികവ്യവസായങ്ങളിലെ അധ്വാനം, മൂലധനത്തിൻകീഴിലുള്ള ആധുനിക അടിമത്തം, ഫ്രാൻസിലെന്ന പോലെ ഇംഗ്ലണ്ടിലും, ജർമ്മനിയിലെന്നപോലെ അമേരിക്കയിലും ഒന്നുതന്നെയാണ്. അതുകൊണ്ട് തൊഴിലാളിയിൽനിന്ന് ദേശീയസ്വഭാവത്തിന്റെ എല്ലാ ലാഞ്ഛനയും തുടച്ചുമാറ്റപ്പെട്ടിരിക്കുന്നു. അവനെ സംബന്ധിച്ചിടത്തോളം, നിയമവും സദാചാരവും മതവുമെല്ലാം ബൂർഷ്വാ മുൻവിധികൾ മാത്രമാണ്. അവയുടെ ഓരോന്നിന്റെയും പിന്നിൽ അത്രതന്നെ ബൂർഷ്വാതാൽപ്പര്യങ്ങൾ പതിയിരിക്കുന്നതായിട്ടാണ് അവൻ കാണുന്നത്.

ഇതിനുമുമ്പ് ആധിപത്യം നേടിയിട്ടുള്ള എല്ലാ വർഗ്ഗങ്ങളും, തങ്ങൾ നേടിക്കഴിഞ്ഞ പദവിയെ ഉറപ്പിച്ചു നിർത്തുവാൻവേണ്ടി സമൂഹത്തെ ആകെ തങ്ങളുടെ ധനസമ്പാദനോപാധികൾക്ക് കീഴ്പ്പെടുത്തുവാൻ നോക്കി. തങ്ങളുടെ സ്വന്തം പഴയ ധനസമ്പാദ

നരീതിയെയും തദ്വാരാ അതിനുമുമ്പുള്ള മറ്റെല്ലാ ധനസമ്പാദനരീതികളെയും നിർമ്മാർജനം ചെയ്യുന്നതിലൂടെയല്ലാതെ തൊഴിലാളിവർഗ്ഗത്തിന് സമൂഹത്തിന്റെ ഉൽപ്പാദനശക്തികളുടെ നാഥന്മാരാകാൻ സാധിക്കുകയില്ല. നേടിയെടുക്കുവാനോ, കാത്തുരക്ഷിക്കുവാനോ അവർക്ക് തങ്ങളുടേതായി യാതൊന്നും തന്നെയില്ല. വ്യക്തിപരമായ സ്വത്തിനുവേണ്ടിയുള്ള പഴയ എല്ലാ രക്ഷാവ്യവസ്ഥകളെയും ഉറപ്പുകളെയും നശിപ്പിക്കുകയാണ് അവരുടെ ദൗത്യം.

ഇതുവരെ ചരിത്രത്തിലുണ്ടായിട്ടുള്ള എല്ലാ പ്രസ്ഥാനങ്ങളും ന്യൂനപക്ഷങ്ങളുടെതോ, ന്യൂനപക്ഷതാൽപ്പര്യങ്ങൾക്കുവേണ്ടിയുള്ളതോ ആയ പ്രസ്ഥാനങ്ങളായിരുന്നു. തൊഴിലാളിപ്രസ്ഥാനമാകട്ടെ, ബഹുഭൂരിപക്ഷത്തിന്റെ താൽപ്പര്യത്തിനുവേണ്ടിയുള്ള, ബഹുഭൂരിപക്ഷത്തിന്റെ സ്വതന്ത്രവും ബോധപൂർവവുമായ പ്രസ്ഥാനമാണ്. തങ്ങളുടെ മുകളിലുള്ള ഔദ്യോഗിക സമൂഹത്തിന്റെ എല്ലാ അട്ടികളെയും വായുവിലേക്കു എടുത്തെറിയാതെ, ഇന്നത്തെ നമ്മുടെ സമൂഹത്തിന്റെ ഏറ്റവും താഴ്ന്ന തട്ടായ തൊഴിലാളിവർഗ്ഗത്തിന് അനങ്ങാനാവില്ല, സ്വയം എഴുന്നേൽക്കാനാവില്ല.

തൊഴിലാളിവർഗ്ഗം ബൂർഷ്വാസിക്കെതിരായി നടത്തുന്ന സമരം, ഭാവത്തിലല്ലെങ്കിലും രൂപത്തിൽ ആദ്യം ഒരു ദേശീയസമരമാണ്. ഓരോ നാട്ടിലെയും തൊഴിലാളിവർഗ്ഗത്തിന് ആദ്യമായി സ്വന്തം ബൂർഷ്വാസിയുമായി കണക്കു തീർക്കേണ്ടതുണ്ടല്ലോ.

തൊഴിലാളിവർഗ്ഗത്തിന്റെ വികാസത്തിലെ ഏറ്റവും സാമാന്യമായ ഘട്ടങ്ങളെ വിവരിക്കുന്ന അവസരത്തിൽ, ഇന്നത്തെ സമൂഹത്തിനകത്ത് നീറിപ്പിടിച്ചു കൊണ്ടിരിക്കുന്നതും ഏറക്കുറെ തെളിഞ്ഞതുമായ ആഭ്യന്തരയുദ്ധത്തെ, അതൊരു തുറന്ന വിപ്ലവമായി പൊട്ടിപ്പുറപ്പെടുന്ന ഘട്ടംവരെ, ബൂർഷ്വാസിയെ ബലാൽക്കാരേണ അട്ടിമറിക്കുന്നതിലൂടെ തൊഴിലാളിവർഗ്ഗത്തിന്റെ ആധിപത്യത്തിനുള്ള അടിത്തറയിടുകയെന്ന ഘട്ടംവരെ, നാം വരച്ചു കാണിച്ചുകഴിഞ്ഞു.

ഇതുവരെയുണ്ടായിട്ടുള്ള സമൂഹത്തിന്റെ എല്ലാ രൂപങ്ങളുടെയും അടിസ്ഥാനം മർദ്ദകവർഗ്ഗങ്ങളും മർദ്ദിതവർഗ്ഗങ്ങളും തമ്മിലുള്ള പരസ്പര ശത്രുതയാണെന്നു നാം കണ്ടുകഴിഞ്ഞുവല്ലോ. എന്നാൽ ഒരു വർഗ്ഗത്തെ മർദ്ദിക്കണമെങ്കിൽ, അടിമയായിട്ടെങ്കിലും ജീവിതം തുടർന്നുപോകാൻ വേണ്ട ചില ഉപാധികൾ അതിനു ഉറപ്പുവരുത്തണം. അടിയായ്മയുടെ കാലഘട്ടത്തിൽ, അടിയാൻ നഗരസഭാംഗമായി സ്വയം ഉയർന്നു; അതുപോലെ തന്നെ ഫ്യൂഡൽ- സ്വേച്ഛാപ്രഭുത്വത്തിന്റെ നുകത്തിൻ കീഴിൽ പെറ്റിബൂർഷ്വാസ്സി ബൂർഷ്വായായി വളരാൻ കഴിഞ്ഞു. നേരെമറിച്ച്, ഇന്നത്തെ തൊഴിലാളിയാകട്ടെ, വ്യവസായം പുരോഗമിക്കുന്നതോടൊപ്പം ഉയരുന്നതിനുപകരം സ്വന്തം വർഗ്ഗത്തിന്റെ ജീവിതസാഹചര്യങ്ങളിൽ നിന്നുപോലും അധികമധികം അധഃപതിക്കുകയാണ് ചെയ്യുന്നത്. അവൻ പാപ്പ

രായിത്തീരുന്നു. ജനസംഖ്യയെക്കാളും സമ്പത്തിനെക്കാളും എത്രയോ കൂടുതൽ വേഗത്തിൽ പാപ്പരത്തം വളരുന്നു. മേലിൽ സമൂഹത്തിലെ ഭരണവർഗ്ഗമായി നിലനിൽക്കാനും അതിന്റെ ജീവിതോപാധികളെ ഒരു പരമോന്നത നിയമമെന്നോണം സമൂഹത്തിന്റെ മേൽ അടിച്ചേൽപ്പിക്കുവാനും ബൂർഷ്വാസിക്ക് യോഗ്യതയില്ലെന്ന് അങ്ങനെ തെളിയുന്നു. അതിനു ഭരിക്കാൻ അർഹതയില്ല; കാരണം അതിന്റെ അടിമയ്ക്ക് ആ അടിമത്തത്തിൻകീഴിൽപ്പോലും ഉപജീവനത്തിന് ഉറപ്പുനൽകാൻ അതിനു കഴിവില്ല. അടിമ ബൂർഷ്വാസിയെ തീറ്റിപ്പോറ്റുന്നതിനുപകരം അടിമയെ തീറ്റിപ്പോറ്റേണ്ടി വരുന്ന ഗതികേടാണ് ബൂർഷ്വാസിക്ക് വന്നുചേർന്നിട്ടുള്ളത്. അത്രയും ആഴത്തിലേക്ക് അവൻ ആണ്ടുപോകുന്നതിനെ തടഞ്ഞുനിർത്താൻ ബൂർഷ്വാസിക്ക് സാധിക്കാതായിരിക്കുന്നു. ഈ ബൂർഷ്വാസിയുടെ കീഴിൽ സമൂഹത്തിനു ജീവിക്കാൻ ഇനി സാധ്യമല്ല. മറ്റൊരുവിധത്തിൽ പറഞ്ഞാൽ, അതിന്റെ നിലനിൽപ്പ് സമൂഹവുമായി പൊരുത്തപ്പെടാതായിക്കഴിഞ്ഞു.

ബൂർഷ്വാസിയുടെ നിലനിൽപ്പിനും ആധിപത്യത്തിനുമുള്ള അനുപേക്ഷണീയമായ ഉപാധി മൂലധനത്തിന്റെ രൂപീകരണവും വർധനവുമാണ്. മൂലധനത്തിന്റെ ഉപാധിയാകട്ടെ, കൂലിവേലയും. കൂലിവേല തൊഴിലാളികൾക്കിടയിലുള്ള മത്സരത്തെ മാത്രമാണ് ആശ്രയിച്ചിരിക്കുന്നത്. വ്യവസായത്തിന്റെ മുന്നേറ്റം— ഇതിനെ അറിയാതെ പ്രോത്സാഹിപ്പിക്കുന്നതു ബൂർഷ്വാസിയാണ്— മത്സരം നിമിത്തമായ തൊഴിലാളികളുടെ തമ്മിൽ തമ്മിലുള്ള അകൽച്ചയുടെ സ്ഥാനത്ത്, സഹകരണത്തിന്റെ ഫലമായുണ്ടാകുന്ന വിപ്ലവകരമായ കൂട്ടുകെട്ടിനെ കൊണ്ടുവരുന്നു. അതുകൊണ്ട് ബൂർഷ്വാസി ഉൽപ്പാദിപ്പിക്കുകയും ഉൽപ്പന്നങ്ങൾ സ്വായത്തമാക്കുകയും ചെയ്യുന്നതിന്റെ അടിസ്ഥാനത്തെ തന്നെ ആധുനികവ്യവസായത്തിന്റെ വികാസം തട്ടിമാറ്റുന്നു. അതുകൊണ്ട് ബൂർഷ്വാസി സൃഷ്ടിക്കുന്നത്, സർവോപരി, അതിന്റെ സ്വന്തം ശവക്കുഴി തോണ്ടുന്നവരെയാണ്. അതിന്റെ പതനവും തൊഴിലാളിവർഗ്ഗത്തിന്റെ വിജയവും ഒരുപോലെ അനിവാര്യമാണ്.

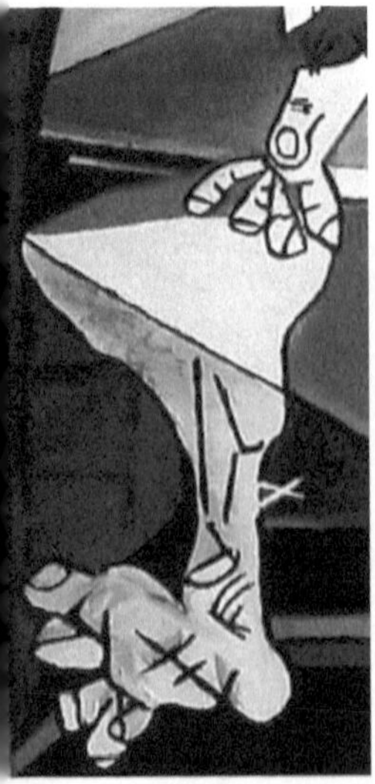

*സാമൂഹികോൽപ്പാദനോപാധികളുടെ ഉടമകളും, കൂലിവേല എടുപ്പിക്കുന്നവരുമായ ആധുനികമുതലാളികളുടെ വർഗ്ഗത്തെയാണ് ബൂർഷ്വാസി എന്ന പദംകൊണ്ട് ഇവിടെ ഉദ്ദേശിക്കുന്നത്. ഉൽപ്പാദനോപാധികളൊന്നും സ്വന്തമായി ഇല്ലാത്തതിനാൽ ഉപജീവനാർഥം തങ്ങളുടെ അധ്വാനശക്തി വിൽക്കാൻ നിർബന്ധിതരായ ആധുനികകൂലിവേലക്കാരുടെ വർഗ്ഗത്തെയാണ് തൊഴിലാളിവർഗ്ഗം എന്നതുകൊണ്ട് ഉദ്ദേശിക്കുന്നത്. (1888ലെ ഇംഗ്ലീഷ് പതിപ്പിനുള്ള എംഗൽസിന്റെ കുറിപ്പ്.)

** അതായത്, ലിഖിതചരിത്രം മുഴുവനുമെന്നർഥം. മനുഷ്യസമൂഹത്തിന്റെ ലിഖിതചരിത്രത്തിനുമുമ്പുള്ള സാമൂഹഘടനയെ സംബന്ധിച്ച വിവരങ്ങൾ

1847ൽ മിക്കവാറും അജ്ഞാതമായിരുന്നു. പിന്നീട് ഹക്സ്ഹൗസൻ[31] പൊതുഭൂവുടമസമ്പ്രദായം റഷ്യയിൽ ഉണ്ടായിരുന്നതായി കണ്ടെത്തി. ചരിത്രത്തിൽ ട്യൂട്ടോണിക് വംശങ്ങളുടെയെല്ലാം ഉത്ഭവം ഈ പൊതുവുടമയെന്ന സാമൂഹികാടിത്തറയിൽനിന്നാണെന്നു മൗറർ[32] തെളിയിച്ചു. കാലക്രമേണ ഇന്ത്യ മുതൽ അയർലന്റുവരെ എല്ലാ രാജ്യങ്ങളിലും സമൂഹത്തിന്റെ അതിപ്രാചീനരൂപം ഗ്രാമസമൂഹങ്ങളാണെന്നോ ആയിരുന്നിരിക്കണമെന്നോ തെളിഞ്ഞു. ഗണങ്ങളുടെ യഥാർഥസ്വഭാവത്തെയും ഗോത്രസമൂഹവുമായി അവയ്ക്കുള്ള ബന്ധത്തെയും സംബന്ധിച്ച മോർഗന്റെ[33] വിജയകരമായ കണ്ടുപിടിത്തം ഈ പ്രാചീനകമ്യൂണിസ്റ്റ് സമൂഹത്തിന്റെ ആഭ്യന്തരഘടനയെ, അതിന്റെ മാതൃകാരൂപത്തിൽ അനാവരണം ചെയ്തു. ഈ പ്രാചീനസമൂഹങ്ങളുടെ ശിഥിലീകരണത്തോടുകൂടി സമൂഹം വ്യത്യസ്തങ്ങളും പിന്നീട് പരസ്പരശത്രുക്കളുമായ വർഗ്ഗങ്ങളായി വേർപിരിയുവാൻ തുടങ്ങുന്നു. കുടുംബത്തിന്റെയും സ്വകാര്യസ്വത്തിന്റെയും ഭരണകൂടത്തിന്റെയും ഉത്ഭവം എന്ന ഗ്രന്ഥത്തിൽ ഞാൻ ഈ ശിഥിലീകരണപ്രക്രിയയെ തിരിച്ച വരച്ചുകാണിക്കുവാൻ ശ്രമിച്ചിട്ടുണ്ട്. (1888 ലെ ഇംഗ്ലീഷ് പതിപ്പിനുള്ള എംഗൽസിന്റെ കുറിപ്പ്)

***ഫ്രാൻസിൽ നഗരങ്ങൾ രൂപപ്പെട്ടുവന്ന കാലത്തെ അവയുടെ പേരാണ് കമ്യൂൺ. നാട്ടുവാഴിപ്രഭുക്കളിൽനിന്നും യജമാനന്മാരിൽനിന്നും 'മൂന്നാം എസ്റ്റേറ്റ്' എന്ന നിലയിൽ തങ്ങളുടെ പ്രാദേശിക സ്വയംഭരണവും, രാഷ്ട്രീയാവകാശങ്ങളും പിടിച്ചെടുക്കുന്നതിനുമുമ്പുതന്നെ അവ ആ പേർ കൈക്കൊണ്ടിരുന്നു. പൊതുവിൽ പറഞ്ഞാൽ ബൂർഷ്വാസിയുടെ സാമ്പത്തികവികാസത്തിന് മാതൃകാരാജ്യമായി ഇംഗ്ലണ്ടിനെയും രാഷ്ട്രീയവികാസത്തിനു മാതൃകാരാജ്യമായി ഫ്രാൻസിനെയുമാണ് ഇവിടെ കൈക്കൊണ്ടിട്ടുള്ളത്. (1888ലെ ഇംഗ്ലീഷ് പതിപ്പിനുള്ള എംഗൽസിന്റെ കുറിപ്പ്)
നാട്ടുവാഴിപ്രഭുക്കളിൽനിന്ന് ആരംഭത്തിൽ തങ്ങളുടെ സ്വയംഭരണാവകാശങ്ങൾ വിലയ്ക്കുവാങ്ങുകയോ, പിടിച്ചെടുക്കുകയോ ചെയ്തതിനുശേഷം ഇറ്റലിയിലെയും ഫ്രാൻസിലെയും നഗരവാസികൾ തങ്ങളുടെ നഗരസമൂഹങ്ങൾക്കു നൽകിയ പേരാണ് കമ്യൂൺ. (1890ലെ ജർമ്മൻ പതിപ്പിനുള്ള എംഗൽസിന്റെ കുറിപ്പ്)

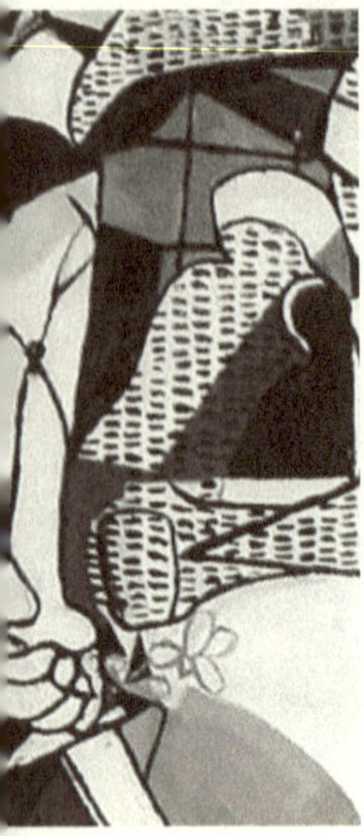

II
തൊഴിലാളികളും കമ്യൂണിസ്റ്റുകാരും

മൊത്തത്തിൽ തൊഴിലാളികളുമായുള്ള ബന്ധത്തിൽ കമ്യൂണിസ്റ്റുകാർ എവിടെ നിൽക്കുന്നു?

മറ്റു തൊഴിലാളിവർഗ്ഗപ്പാർട്ടിക്കെതിരായ ഒരു പ്രത്യേക പാർട്ടിയായല്ല കമ്യൂണിസ്റ്റുകാർ നിലകൊള്ളുന്നത്.

തൊഴിലാളിവർഗ്ഗത്തിന്റെ ഒട്ടാകെ താൽപ്പര്യങ്ങളിൽനിന്നു വിഭിന്നവും വ്യത്യസ്തവുമായ യാതൊരു താൽപ്പര്യവും അവർക്കില്ല.

തൊഴിലാളിവർഗ്ഗപ്രസ്ഥാനത്തെ രൂപപ്പെടുത്തുന്നതിനും വാർത്തെടുക്കുന്നതിനും എന്തെങ്കിലും വിഭാഗീയതത്വങ്ങൾ അവർ സ്ഥാപിക്കുന്നില്ല.

കമ്യൂണിസ്റ്റുകാരെ മറ്റു തൊഴിലാളിവർഗ്ഗപ്പാർട്ടികളിൽനിന്ന് വേർതിരിക്കുന്നത് ഇതു മാത്രമാണ്:

1. വിവിധ രാജ്യങ്ങളിലുള്ള തൊഴിലാളികളുടെ ദേശീയസമരങ്ങളിൽ, ദേശഭേദം നോക്കാതെ, തൊഴിലാളിവർഗ്ഗത്തിന്റെ ആകമാനമുള്ള പൊതുതാൽപ്പര്യങ്ങളെ അവർ ചൂണ്ടിക്കാണിക്കുകയും മുന്നോട്ടു കൊണ്ടുവരുകയും ചെയ്യുന്നു.

2. ബൂർഷ്വാസിക്കെതിരായി തൊഴിലാളിവർഗ്ഗം നടത്തുന്ന സമരത്തിന്റെ വിവിധ ഘട്ടങ്ങളിൽ പ്രസ്ഥാനത്തിന്റെ ഒട്ടാകെയുള്ള

താൽപ്പര്യങ്ങളെ എങ്ങും എന്നും അവർ പ്രതിനിധാനം ചെയ്യുന്നു.

അതുകൊണ്ട്, ഒരു വശത്ത്, കമ്യൂണിസ്റ്റുകാർ പ്രായോഗികമായി ഏതൊരു രാജ്യത്തും തൊഴിലാളിവർഗ്ഗപ്പാർട്ടികളിൽവച്ച് ഏറ്റവും മുന്നണിയിൽ നിൽക്കുന്നതും, ഏറ്റവും നിശ്ചയദാർഢ്യമുള്ളതും, മറ്റുള്ളവരെയെല്ലാം മുന്നോട്ടു തള്ളി നീക്കുന്നതുമായ വിഭാഗമാണ്; മറുവശത്താകട്ടെ, താത്വികമായി തൊഴിലാളിബഹുജനങ്ങൾക്കില്ലാത്ത മെച്ചം അവർക്കുണ്ട്. തൊഴിലാളിവർഗ്ഗപ്രസ്ഥാനത്തിന്റെ മുന്നോട്ടു പോകുവാനുള്ള വഴി, ഉപാധികൾ, പരമമായ പൊതുഫലങ്ങൾ എന്നിവയെപ്പറ്റി അവർക്ക് വ്യക്തമായ ധാരണയുണ്ട്.

കമ്യൂണിസ്റ്റുകാരുടെ അടിയന്തരലക്ഷ്യം മറ്റെല്ലാ തൊഴിലാളിവർഗ്ഗപ്പാർട്ടികൾക്കുമുള്ള ലക്ഷ്യംതന്നെയാണ്. അതായത് തൊഴിലാളികളെ ഒരു വർഗ്ഗമായി സംഘടിപ്പിക്കുക, ബൂർഷ്വാ മേൽക്കോയ്മകളെ മറിച്ചിടുക. തൊഴിലാളിവർഗ്ഗം രാഷ്ട്രീയാധികാരം പിടിച്ചുപറ്റുക.

കമ്യൂണിസ്റ്റുകാരുടെ താത്വികനിഗമനങ്ങൾ സർവലോകപരിഷ്കർത്താവാകാനാഗ്രഹിക്കുന്ന ഏതെങ്കിലുമൊരാൾ കൽപ്പിച്ചുണ്ടാക്കിയതോ, കണ്ടുപിടിച്ചതോ ആയ ആശയങ്ങളെയോ പ്രമാണങ്ങളെയോ ആസ്പദമാക്കിയുള്ളതല്ല.

നിലവിലുള്ള ഒരു വർഗ്ഗസമരത്തിൽനിന്ന്, നമ്മുടെ കൺമുന്നിൽ നടക്കുന്ന ചരിത്രപരമായ ഒരു പ്രസ്ഥാനത്തിൽനിന്ന്, പൊന്തിവരുന്ന യഥാർഥബന്ധങ്ങൾക്ക് സാമാന്യരൂപം നൽകുകയാണ് ആ നിഗമനങ്ങൾ ചെയ്യുന്നത്. നിലവിലുള്ള സ്വത്തുടമാബന്ധങ്ങളെ അവസാനിപ്പിക്കുകയെന്നത് കമ്യൂണിസത്തിന്റെ ഒരു പ്രത്യേക സ്വഭാവവിശേഷമൊന്നുമല്ല.

ചരിത്രപരമായ സ്ഥിതിഗതികളിൽ മാറ്റം വരുന്നതിന്റെ ഫലമായി എല്ലാ സ്വത്തുടമാബന്ധങ്ങളും കഴിഞ്ഞകാലത്ത് തുടർച്ചയായി ചരിത്രപരമായ മാറ്റത്തിന് വിധേയമായിട്ടുണ്ട്.

ഉദാഹരണത്തിന് ഫ്രഞ്ചുവിപ്ലവം ബൂർഷ്വാസ്വത്തിനുവേണ്ടി ഫ്യൂഡൽസ്വത്തിനെ ഉച്ചാടനം ചെയ്തു.

പൊതുവിൽ സ്വത്തില്ലാതാക്കുകയല്ല, ബൂർഷ്വാസ്വത്ത് ഇല്ലാതാക്കുകയാണ് കമ്യൂണിസത്തിന്റെ സവിശേഷസ്വഭാവം. എന്നാൽ, വർഗ്ഗവൈരങ്ങളുടെ, കുറച്ചുപേർ വളരെപ്പേരെ ചൂഷണം ചെയ്യുന്നതിന്റെ അടിസ്ഥാനത്തിൽ ഉൽപ്പാദനം നടത്തുകയും ഉൽപ്പന്നങ്ങൾ സ്വായത്തമാക്കുകയും ചെയ്യുക എന്ന സമ്പ്രദായത്തിന്റെ ഏറ്റവും പൂർണവും അന്തിമവുമായ രൂപമാണ് ആധുനിക ബൂർഷ്വാസ്വകാര്യസ്വത്ത്.

ഈ അർഥത്തിൽ കമ്യൂണിസ്റ്റുകാരുടെ സിദ്ധാന്തത്തെ ഒരൊറ്റ വാചകത്തിൽ ഇങ്ങനെ ചുരുക്കിപ്പറയാം: സ്വകാര്യസ്വത്ത് ഇല്ലാതാക്കൽ.

ഒരാൾക്ക് സ്വന്തം പ്രയത്നത്തിന്റെ ഫലം എന്ന നിലയിൽ സ്വ

ന്തമായി സ്വത്തു സമ്പാദിക്കാനുള്ള അവകാശത്തെ — വ്യക്തിപരമായ എല്ലാ സ്വാതന്ത്ര്യത്തിന്റെയും പ്രവർത്തനങ്ങളുടെയും സ്വാശ്രയത്വത്തിന്റെയും അടിത്തറയാണ് ഈ സ്വത്തെന്നു പറയുന്നു — നശിപ്പിക്കാനാഗ്രഹിക്കുന്നു എന്നു കമ്യൂണിസ്റ്റുകാരായ ഞങ്ങളെ കുറ്റപ്പെടുത്താറുണ്ട്.

കഷ്ടപ്പെട്ടു നേടിയ, സ്വയമാർജിച്ച, സ്വന്തമായി സമ്പാദിക്കുന്ന സ്വത്ത്! സ്വത്തിന്റെ ബൂർഷ്വാരൂപത്തിനു മുമ്പുണ്ടായിരുന്ന, ചെറിയ കൈവേലക്കാരന്റെയും ചെറുകർഷകന്റെയും സ്വത്തിനെപ്പറ്റിയാണോ നിങ്ങൾ പറയുന്നത്? അതു നശിപ്പിക്കേണ്ട ആവശ്യമില്ല; വ്യവസായത്തിന്റെ വികാസം അതിനെ ഒരു വലിയ പരിധിവരെ നശിപ്പിച്ചുകഴിഞ്ഞിരിക്കുന്നു; ദിവസംപ്രതി ഇന്നും നശിപ്പിച്ചുവരുകയാണ്.

അതോ, ആധുനിക ബൂർഷ്വാ സ്വകാര്യസ്വത്തിനെപ്പറ്റിയാണോ നിങ്ങൾ പറയുന്നത്?

പക്ഷേ, കൂലിവേല തൊഴിലാളികൾക്കു വല്ല സ്വത്തും ഉണ്ടാക്കിക്കൊടുക്കുന്നുണ്ടോ? ഇല്ല. ഒട്ടുമില്ല. അതുണ്ടാക്കുന്നതു മൂലധനമാണ് — കൂലിവേലയെ ചൂഷണം ചെയ്യുന്നതും പുതുതായി ചൂഷണം ചെയ്യാൻ പുതിയ കൂലിവേലക്കാരെ ഉൽപ്പാദിപ്പിക്കുന്നതിന്റെ അടിസ്ഥാനത്തിൽ മാത്രം വർധിക്കുന്നതുമായ ഒരുതരം സ്വത്താണത്. മൂലധനവും കൂലിവേലയും തമ്മിലുള്ള വൈരത്തെ ആശ്രയിച്ചാണ് ഇന്നത്തെ രൂപത്തിലുള്ള സ്വത്ത് നിൽക്കുന്നത്. നമുക്ക് ഈ വൈരത്തിന്റെ ഇരുവശവും ഒന്നു പരിശോധിച്ചു നോക്കാം.

ഒരു മുതലാളിയാവുക എന്നുവച്ചാൽ ഉൽപ്പാദനത്തിൽ വെറും വ്യക്തിപരമായി മാത്രമല്ല സാമൂഹ്യമായിക്കൂടി ഒരു പദവിയുണ്ടാകുക എന്നർഥമാണ്. മൂലധനം ഒരു സാമൂഹ്യോൽപ്പന്നമാണ്. വളരെപ്പേർ ഏകോപിച്ചു പ്രവർത്തിച്ചാൽ മാത്രമേ, പോരാ, അവസാനത്തെ അപഗ്രഥനത്തിൽ, സമൂഹത്തിലെ അംഗങ്ങളെല്ലാം ചേർന്നു പ്രവർത്തിച്ചാൽ മാത്രമേ അതിനെ ചലിപ്പിക്കാൻ സാധിക്കൂ.

അതുകൊണ്ട് മൂലധനം വ്യക്തിപരമായ ഒരു ശക്തിയല്ല, ഒരു സാമൂഹികശക്തിയാണ്.

അതുകൊണ്ട്, മൂലധനത്തെ പൊതുസ്വത്താക്കി, സമൂഹത്തിലെ എല്ലാ അംഗങ്ങളുടെയും സ്വത്താക്കി മാറ്റുമ്പോൾ, വ്യക്തിപരമായ സ്വത്ത് തന്മൂലം സമൂഹത്തിന്റെ സ്വത്തായി മാറുന്നില്ല. സ്വത്തിന്റെ സാമൂഹ്യസ്വഭാവത്തിനു മാത്രമേ മാറ്റം വരുന്നുള്ളൂ. സ്വത്തിന് അതിന്റെ വർഗ്ഗസ്വഭാവം ഇല്ലാതാവുന്നു.

ഇനി നമുക്ക് കൂലിവേലയുടെ കാര്യമെടുക്കാം.

കൂലിവേലയുടെ ശരാശരി വില ഏറ്റവും ചുരുങ്ങിയ കൂലിയാണ് — അതായത് ഒരു തൊഴിലാളിയെ തൊഴിലാളി എന്ന നിലയ്ക്കു കഷ്ടിച്ചു നിലനിർത്താൻ കേവലം ആവശ്യമായ ഉപജീവനാംശമാ

ണ്. അപ്പോൾ ഒരു കൂലിവേലക്കാരൻ തന്റെ അധ്വാനംകൊണ്ടു സമ്പാദിക്കുന്നത് കഷ്ടിച്ച് അവന്റെ ജീവിതത്തെ നിലനിർത്താനും പുനരുൽപ്പാദിപ്പിക്കാനും മാത്രമേ മതിയാകുന്നുള്ളൂ. സ്വന്തം അധ്വാനത്തിന്റെ ഉൽപ്പന്നങ്ങളെ ഇങ്ങനെ വ്യക്തിപരമായി സ്വായത്തമാക്കുന്നതു നിർത്തലാക്കാൻ ഞങ്ങൾ ഒരു കാരണവശാലും ഉദ്ദേശിക്കുന്നില്ല. മനുഷ്യജീവിതം നിലനിർത്താനും പ്രത്യുൽപ്പാദിപ്പിക്കാനും വേണ്ടിയാണ് ഇതു നടത്തുന്നത്. മറ്റുള്ളവരുടെ അധ്വാനത്തെ സ്വന്തം വരുതിയിൽ കൊണ്ടുവരാൻ യാതൊരു മിച്ചവും അതിൽനിന്ന് അവശേഷിക്കുന്നില്ല. തൊഴിലാളി മൂലധനം വർധിപ്പിക്കാൻവേണ്ടി മാത്രം ജീവിക്കുകയും ഭരണാധികാരിവർഗ്ഗത്തിന്റെ താൽപ്പര്യം ആവശ്യപ്പെടുന്ന കാലത്തോളം മാത്രം അവനെ ജീവിക്കാൻ അനുവദിക്കുകയും ചെയ്യുന്ന ഈ സ്വായത്തമാക്കലിന്റെ ദയനീയസ്വഭാവം ഇല്ലാതാക്കണമെന്നേ ഞങ്ങൾ ആഗ്രഹിക്കുന്നുള്ളൂ.

ബൂർഷ്വാസമൂഹത്തിൽ, ജീവിക്കുന്ന അധ്വാനം സംഭൃതമായ അധ്വാനത്തെ വർധിപ്പിക്കാനുള്ള ഒരു ഉപായം മാത്രമാണ്. കമ്യൂണിസ്റ്റ് സമൂഹത്തിലാകട്ടെ, സംഭൃതമായ അധ്വാനം തൊഴിലാളിയുടെ ജീവിതത്തെ വിശാലമാക്കാനും സംപുഷ്ടമാക്കാനും വികസിപ്പിക്കാനുമുള്ള ഒരു ഉപായമാണ്.

അതുകൊണ്ട് ബൂർഷ്വാ സമൂഹത്തിൽ ഭൂതകാലം വർത്തമാനത്തെ ഭരിക്കുന്നു. കമ്യൂണിസ്റ്റ് സമൂഹത്തിലാകട്ടെ വർത്തമാനം ഭൂതകാലത്തെ ഭരിക്കുന്നു. ബൂർഷ്വാസമൂഹത്തിൽ മൂലധനം സ്വതന്ത്രമാണ്; അതിനു വ്യക്തിത്വമുണ്ട്; അതേസമയം ജീവിക്കുന്ന മനുഷ്യൻ പരാശ്രയനാണ്, അവന് യാതൊരു വ്യക്തിത്വവുമില്ല.

ഈ സ്ഥിതിവിശേഷത്തെ നിർമ്മാർജനം ചെയ്യുന്നത് വ്യക്തിത്വത്തെ നശിപ്പിക്കലാണെന്നും സ്വാതന്ത്ര്യത്തെ നശിപ്പിക്കലാണെന്നും പറഞ്ഞ് ബൂർഷ്വാസി അധിക്ഷേപിക്കുന്നു! അത് ശരിയാണ്, ബൂർഷ്വാ വ്യക്തിത്വവും ബൂർഷ്വാ സ്വാതന്ത്ര്യവും ബൂർഷ്വാ സ്വാശ്രയത്വവും നശിപ്പിക്കുക തന്നെയാണ് ലക്ഷ്യം.

നിലവിലുള്ള ബൂർഷ്വാ ഉൽപ്പാദനസാഹചര്യങ്ങളിൽ സ്വാതന്ത്ര്യത്തിന്റെ അർഥം സ്വതന്ത്രവ്യാപാരമെന്നാണ്, സ്വതന്ത്രമായ ക്രയവിക്രയമെന്നാണ്.

എന്നാൽ ക്രയവിക്രയം തിരോഭവിക്കുമ്പോൾ, സ്വതന്ത്രമായ ക്രയവിക്രയവും തിരോധാനം ചെയ്യുന്നു. സ്വതന്ത്രമായ ക്രയവിക്രയത്തെക്കുറിച്ചുള്ള ഈ പറച്ചിലിനും പൊതുവിൽ സ്വാതന്ത്ര്യത്തെ സംബന്ധിച്ചുള്ള നമ്മുടെ ബൂർഷ്വാസിയുടെ മറ്റെല്ലാ 'വീമ്പുകൾ'ക്കും വല്ല അർഥവുമുണ്ടെങ്കിലുള്ളത്, മധ്യകാലത്തെ കുച്ചുവിലങ്ങിട്ട വ്യാപാരികളുടെയും കടിഞ്ഞാണിട്ടുപിടിച്ച ക്രയവിക്രയത്തിന്റെയും സ്ഥിതിയുമായി തട്ടിച്ചുനോക്കുമ്പോൾ മാത്രമാണ്. എന്നാൽ ക്രയവിക്ര

യത്തിന്റെയും ബൂർഷ്വാ ഉൽപ്പാദനസാഹചര്യങ്ങളുടെയും ബൂർഷ്വാസിയുടെ തന്നെയും കമ്യൂണിസ്റ്റ നിർമ്മാർജനവുമായി താരതമ്യപ്പെടുത്തുമ്പോൾ, അവയ്ക്ക് യാതൊരു അർഥവുമില്ല.

സ്വകാര്യസ്വത്ത് ഇല്ലാതാക്കാൻ ഞങ്ങൾ ഉദ്ദേശിക്കുന്നു എന്നു കേൾക്കുമ്പോൾ നിങ്ങൾ ഞെട്ടുന്നു. പക്ഷേ, നിലവിലുള്ള നിങ്ങളുടെ സമൂഹത്തിൽ ജനസംഖ്യയുടെ പത്തിലൊമ്പതു പേരുടെയും സ്വകാര്യസ്വത്ത് നശിപ്പിക്കപ്പെട്ടിരിക്കുന്നു. പത്തിലൊമ്പതു പേരുടെ കൈവശം സ്വകാര്യസ്വത്തില്ലാത്തതുകൊണ്ടുമാത്രമാണ് ഒരുപിടിയാളുകൾക്ക് അതുണ്ടാവുന്നത്. അതുകൊണ്ട് സമൂഹത്തിലെ ബഹുഭൂരിപക്ഷം ജനങ്ങൾക്കും യാതൊരുതരം സ്വത്തും ഇല്ലാതിരിക്കുന്നത് ഒരു അവശ്യോപാധിയായിട്ടുള്ള, സ്വത്തിന്റെ പ്രത്യേകരൂപം ഇല്ലാതാക്കാൻ ഞങ്ങൾ ഉദ്ദേശിക്കുന്നു എന്നുള്ളതാണ് നിങ്ങളുടെ ആക്ഷേപം.

ഒറ്റവാക്കിൽ, നിങ്ങളുടെ സ്വത്ത് നശിപ്പിക്കാൻ ഉദ്ദേശിക്കുന്നതിന് നിങ്ങൾ ഞങ്ങളെ ആക്ഷേപിക്കുന്നു. വളരെ ശരിയാണ്; അതു തന്നെയാണ് ഞങ്ങളുടെ ഉദ്ദേശ്യം.

മൂലധനമോ പണമോ പാട്ടമോ ആയി, കുത്തകയാക്കി വയ്ക്കാവുന്ന ഒരു സാമൂഹ്യശക്തിയായി, അധ്വാനത്തെ മേലിൽ രൂപാന്തരപ്പെടുത്താൻ കഴിയാത്ത നിമിഷം മുതൽ, അതായത്, വ്യക്തികളുടെ സ്വത്തിനെ ബൂർഷ്വാസ്വത്താക്കി, മൂലധനമാക്കി, മാറ്റാനാവാത്ത നിമിഷം മുതൽ, ആ നിമിഷം മുതൽ വ്യക്തിത്വം അസ്തമിക്കുന്നുവെന്ന് നിങ്ങൾ പറയുന്നു.

അതുകൊണ്ട് 'വ്യക്തി' എന്നുവെച്ചാൽ നിങ്ങൾ ഉദ്ദേശിക്കുന്നത് ബൂർഷ്വായെയോ ഇടത്തരക്കാരനായ സ്വത്തുടമയെയോ അല്ലാതെ മറ്റാരെയുമല്ലെന്നു നിങ്ങളും തുറന്നു സമ്മതിക്കണം. തീർച്ചയായും അയാളെ വഴിയിൽനിന്ന് അടിച്ചു തുടച്ചുമാറ്റണം. അങ്ങനെ ഒരാൾ ഉണ്ടാവുന്നത് അസാധ്യമായിത്തീരണം.

സമൂഹത്തിന്റെ ഉൽപ്പന്നങ്ങളെ സ്വന്തമാക്കാനുള്ള അധികാരത്തെ കമ്യൂണിസം ആർക്കും അടിയറവെയ്ക്കുന്നില്ല; അത്തരം സ്വന്തമാക്കൽകൊണ്ട് മറ്റുള്ളവരുടെ അധ്വാനത്തെ അടിമപ്പെടുത്താനുള്ള അധികാരം മാത്രമേ എടുത്തുകളയുന്നുള്ളൂ.

സ്വകാര്യസ്വത്ത് വേണ്ടെന്നുവച്ചാൽ, എല്ലാ ജോലിയും നിലയ്ക്കുമെന്നും സാർവലൗകികമായ ആലസ്യം നമ്മെ പിടികൂടുമെന്നും ഒരു തടസവാദം ഉന്നയിക്കപ്പെടുന്നുണ്ട്.

ഈ വാദമനുസരിച്ച് ബൂർഷ്വാസമൂഹം വെറും ആലസ്യം നിമിത്തം എത്രയോ മുമ്പുതന്നെ തുലഞ്ഞുപോകേണ്ടതായിരുന്നു, കാരണം, ആ സമൂഹത്തിലെ പണിയെടുക്കുന്ന അംഗങ്ങൾ യാതൊന്നും സമ്പാദിക്കുന്നില്ല. എന്തെങ്കിലും സമ്പാദിക്കുന്നവർ യാതൊരു പണിയുമെടുക്കുന്നില്ല. മൂലധനമെന്നത് ഇല്ലാതായിക്കഴിഞ്ഞാൽ

കൂലിവേല സാധ്യമല്ലാതാവും എന്ന പുനരുക്തിയുടെ മറ്റൊരു പ്രകടരൂപം മാത്രമാണ് ഈ ആക്ഷേപമാകെത്തന്നെ.

ഭൗതികോൽപ്പന്നങ്ങൾ ഉൽപ്പാദിപ്പിക്കുകയും സ്വന്തമാക്കുകയും ചെയ്യുന്നതിന്റെ കമ്യൂണിസ്റ്റ് രീതിക്കെതിരായി കൊണ്ടുവന്നിട്ടുള്ള എല്ലാ തടസവാദങ്ങളും അതുപോലെ ബുദ്ധിപരമായ ഉൽപ്പന്നങ്ങൾ ഉൽപ്പാദിപ്പിക്കുകയും സ്വന്തമാക്കുകയും ചെയ്യുന്നതിനുള്ള കമ്യൂണിസ്റ്റ് രീതികൾക്കെതിരായും ഉന്നയിക്കപ്പെടുന്നുണ്ട്. ബൂർഷ്വായുടെ ദൃഷ്ടിയിൽ വർഗ്ഗസ്വത്തിന്റെ തിരോധാനം ഉൽപ്പാദനത്തിന്റെ തന്നെ തിരോധാനമാകുന്നതുപോലെതന്നെ അയാളുടെ ദൃഷ്ടിയിൽ വർഗ്ഗസംസ്കാരത്തിന്റെ തിരോധാനം എല്ലാ സംസ്കാരത്തിന്റെയും തിരോധാനത്തിനു തുല്യമാണ്.

ഏതൊരു സംസ്കാരത്തിന്റെ നാശത്തെച്ചൊല്ലിയാണോ അയാൾ കണ്ണീർവാർക്കുന്നത്, ആ സംസ്കാരം ബഹുഭൂരിപക്ഷം ജനങ്ങൾക്കും വെറും യന്ത്രമായി പണിയെടുക്കുവാനുള്ള ഒരു പരിശീലനം മാത്രമാണ്.

എന്നാൽ സ്വാതന്ത്ര്യം, സംസ്കാരം, നിയമം മുതലായവയെ സംബന്ധിച്ച നിങ്ങളുടെ ബൂർഷ്വാധാരണകളുടെ മാനദണ്ഡംവച്ച്, ബൂർഷ്വാസ്വത്ത് ഇല്ലാതാക്കുവാനുള്ള ഞങ്ങളുടെ ഉദ്ദേശ്യത്തെ അളന്നുനോക്കുന്നിടത്തോളം കാലം നിങ്ങൾ ഞങ്ങളുമായി വഴക്കടിക്കാൻ വരേണ്ട. നിങ്ങളുടെ വർഗ്ഗത്തിന്റെ അഭീഷ്ടത്തെ — അതിന്റെ സത്തായ സ്വഭാവത്തെയും ദിശാമുഖത്തെയും നിർണയിക്കുന്നത് നിങ്ങളുടെ വർഗ്ഗത്തിന്റെ നിലനിൽപ്പിന്റെ സാമ്പത്തികോപാധികളാണ് — എല്ലാവർക്കും വേണ്ടിയുള്ള നിയമമാക്കി മാറ്റിയതാണ് നിങ്ങളുടെ നീതിന്യായശാസ്ത്രം. അതുപോലെതന്നെ നിങ്ങളുടെ ആശയങ്ങൾ നിങ്ങളുടെ ബൂർഷ്വാ ഉൽപ്പാദനത്തിന്റെയും ബൂർഷ്വാ സ്വത്തിന്റെയും സാഹചര്യങ്ങളുടെ ഒരു ബാഹ്യവളർച്ചമാത്രമാണ്.

നിങ്ങളുടെ ഇന്നത്തെ ഉൽപ്പാദനരീതിയിൽനിന്നും സ്വത്തുടമയുടെ രൂപത്തിൽനിന്നും ഉടലെടുക്കുന്ന സാമൂഹ്യരൂപങ്ങളെ — ഉൽപ്പാദനത്തിന്റെ പുരോഗതിയിൽ ഉയർന്നുവരികയും തിരോഭവിക്കുകയും ചെയ്യുന്ന ചരിത്രപരമായ ബന്ധങ്ങളെ — പ്രകൃതിയുടെയും യുക്തിയുടെയും സനാതനനിയമങ്ങളാക്കി മാറ്റാൻ നിങ്ങളെ പ്രേരിപ്പിക്കുന്ന സ്വാർഥപരമായ ഈ അബദ്ധധാരണ നിങ്ങളുടെ മുൻഗാമികളായ എല്ലാ ഭരണാധികാരിവർഗ്ഗങ്ങൾക്കും ഉണ്ടായിരുന്നതാണ്. പ്രാചീന സ്വത്തിന്റെ കാര്യത്തിൽ നിങ്ങൾ വ്യക്തമായി കാണുന്നത്, ഫ്യൂഡൽസ്വത്തിന്റെ കാര്യത്തിൽ നിങ്ങൾ തുറന്നു സമ്മതിക്കുന്നത്, നിങ്ങളുടെ സ്വന്തം സ്വത്തിന്റെ ബൂർഷ്വാരൂപത്തെ സംബന്ധിച്ചിടത്തോളം തുറന്നു സമ്മതിക്കാൻ തീർച്ചയായും നിങ്ങൾക്ക് അനുവാദമില്ലല്ലോ.

കുടുംബത്തെ ഇല്ലാതാക്കുക! കമ്യൂണിസ്റ്റുകാരുടെ ഈ നികൃഷ്ട

മായ നിർദ്ദേശം കേട്ടാൽ അങ്ങേയറ്റത്തെ സമൂലപരിവർത്തനവാദികൾക്കുകൂടി കലികയറും.

ഇന്നത്തെ കുടുംബത്തിന്റെ, ബൂർഷ്വാകുടുംബത്തിന്റെ, അടിസ്ഥാനമെന്താണ്? മൂലധനം, സ്വകാര്യലാഭം, പൂർണവളർച്ചയെത്തിയ രൂപത്തിൽ ഈ കുടുംബം നിലനിൽക്കുന്നതു ബൂർഷ്വാസികൾക്കിടയിൽ മാത്രമാണ്. എന്നാൽ ഈ സ്ഥിതിയുടെ മറുവശം തൊഴിലാളികൾക്കിടയിലുള്ള കുടുംബജീവിതത്തിന്റെ പ്രായോഗികമായ അഭാവത്തിലും പരസ്യമായ വ്യഭിചാരവൃത്തിയിലും കാണാം.

ഈ മറുവശം അപ്രത്യക്ഷമായാൽ ബൂർഷ്വാകുടുംബവും സ്വാഭാവികമായി അപ്രത്യക്ഷമാവും. മൂലധനം അപ്രത്യക്ഷമാവുന്നതോടെ രണ്ടും അപ്രത്യക്ഷമാവും.

മാതാപിതാക്കൾ കുട്ടികളെ ചൂഷണം ചെയ്യുന്നത് അവസാനിപ്പിക്കാൻ ഞങ്ങൾ ആഗ്രഹിക്കുന്നുണ്ടെന്ന് നിങ്ങൾ ഞങ്ങളുടെമേൽ കുറ്റം ആരോപിക്കുന്നുണ്ടോ? ഈ കുറ്റം ഞങ്ങൾ സമ്മതിക്കുന്നു.

പക്ഷേ, നിങ്ങൾ പറയും, കുടുംബവിദ്യാഭ്യാസത്തിന്റെ സ്ഥാനത്ത് സാമൂഹ്യവിദ്യാഭ്യാസം കൊണ്ടുവരുമ്പോൾ ഏറ്റവും പാവനമായ ബന്ധങ്ങളെ ഞങ്ങൾ നശിപ്പിക്കുകയാണെന്ന്.

അപ്പോൾ നിങ്ങളുടെ വിദ്യാഭ്യാസമോ? അതും സാമൂഹ്യമല്ലേ? നിങ്ങൾ വിദ്യ അഭ്യസിക്കുന്ന സാമൂഹികസാഹചര്യങ്ങളല്ലേ, സ്കൂൾ വഴിക്കും മറ്റുമുള്ള പ്രത്യക്ഷമോ പരോക്ഷമോ ആയ ഇടപെടലല്ലേ അതിനെ നിർണയിക്കുന്നത്?

വിദ്യാഭ്യാസത്തിൽ സമൂഹം ഇടപെടുന്നതു കമ്യൂണിസ്റ്റുകാരുടെ കണ്ടുപിടുത്തമൊന്നുമല്ല; ആ ഇടപെടലിന്റെ സ്വഭാവം മാറ്റാനും ഭരണാധികാരിവർഗ്ഗത്തിന്റെ സ്വാധീനത്തിൽ നിന്ന് വിദ്യാഭ്യാസത്തെ രക്ഷിക്കാനും മാത്രമാണ് അവർ ശ്രമിക്കുന്നത്.

ആധുനികവ്യവസായത്തിന്റെ പ്രവർത്തനംമൂലം തൊഴിലാളികൾക്കിടയിലുള്ള എല്ലാ കുടുംബബന്ധങ്ങളും പിച്ചിച്ചീന്തപ്പെടുന്നതും അവരുടെ മക്കൾ വെറും വ്യാപാരസാമഗ്രികളും അധ്വാനോപകരണങ്ങളുമായി മാറ്റപ്പെടുന്നതും എത്രത്തോളം കൂടുതലാവുന്നുവോ, കുടുംബത്തെയും വിദ്യാഭ്യാസത്തെയും മാതാപിതാക്കളും മക്കളും തമ്മിലുള്ള പാവനബന്ധങ്ങളെയും കുറിച്ചുള്ള ബൂർഷ്വാചപ്പടാച്ചി അത്രത്തോളം കൂടുതൽ മനംമടുപ്പിക്കുന്നതായിത്തീരുന്നു.

പക്ഷേ, കമ്യൂണിസ്റ്റുകാരായ നിങ്ങൾ സ്ത്രീകളെ പൊതുവായി ഉപയോഗിക്കുമെന്നു ബൂർഷ്വാസി ഏകസ്വരത്തിൽ മുറവിളികൂട്ടുന്നു.

ബൂർഷ്വാ തന്റെ ഭാര്യയെ വെറുമൊരു ഉൽപ്പാദനോപകരണമായിട്ടാണ് കാണുന്നത്. ഉൽപ്പാദനോപകരണങ്ങളെ പൊതുവായി ഉപയോഗിക്കാൻ പോവുകയാണെന്ന് അയാൾ കേൾക്കുന്നു. അപ്പോൾ സ്വാഭാവികമായി എല്ലാവർക്കും പൊതുവിലുള്ളതായിത്തീരുകയെന്ന ഗതി സ്ത്രീകൾക്കും വന്നുചേരുമെന്ന നിഗമനത്തി

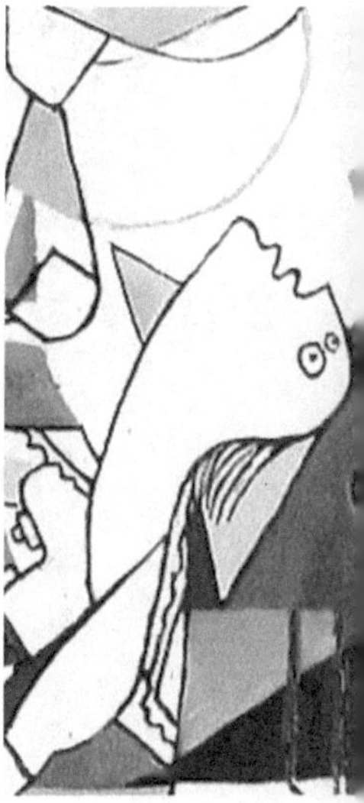

ലെത്താനേ അയാൾക്കു കഴിയുന്നുള്ളു.

വെറും ഉൽപ്പാദനോപകരണങ്ങളായിരിക്കുക എന്ന സ്ത്രീകളുടെ ഇന്നത്തെ നില അവസാനിപ്പിക്കുകയാണ് യഥാർഥലക്ഷ്യമെന്ന് ഒരു നേരിയ സംശയം പോലും അയാൾക്കില്ല.

പോരെങ്കിൽ, കമ്യൂണിസ്റ്റുകാർ സ്ത്രീകളെ പരസ്യമായും ഔദ്യോഗികമായും പൊതുവായും ഉപയോഗിക്കാൻ പോവുകയാണെന്ന ഭാവത്തിൽ നമ്മുടെ ബൂർഷ്വാകൾ പ്രകടിപ്പിക്കുന്ന ധാർമ്മികരോഷത്തെക്കാൾ പരിഹാസ്യമായി മറ്റൊന്നുമില്ല, സ്ത്രീകളുടെ മേൽ പൊതുഉടമ ഏർപ്പെടുത്തേണ്ട യാതൊരാവശ്യവും കമ്യൂണിസ്റ്റുകാർക്കില്ല. ഒട്ടുമുക്കാലും അനാദികാലം മുതൽക്കേ അതു നിലനിന്നുപോന്നിട്ടുണ്ട്.

സ്വന്തം കീഴിലുള്ള തൊഴിലാളികളുടെ ഭാര്യമാരെയും പുത്രിമാരേയുംകൊണ്ടു സംതൃപ്തരാവാതെ — പൊതുവേശ്യകളുടെ കാര്യം പോകട്ടെ — നമ്മുടെ ബൂർഷ്വാകൾ അന്യോന്യം ഭാര്യമാരെ വ്യഭിചരിക്കുന്നതിൽ അങ്ങേയറ്റം ആനന്ദംകൊള്ളുന്നു.

ബൂർഷ്വാ വിവാഹം വാസ്തവത്തിൽ ഭാര്യമാരെ പൊതുവിൽ ഉപയോഗിക്കുന്ന ഒരു സമ്പ്രദായമാണ്. അപ്പോൾ കപടനാട്യത്തോടെ ഒളിച്ചുവച്ചിട്ടുള്ള, സ്ത്രീകളെ പൊതുവായി ഉപയോഗിക്കുന്ന ഏർപ്പാടിന്റെ സ്ഥാനത്ത് അതിനെ പരസ്യമായി നിയമവിധേയമാക്കാൻ ആഗ്രഹിക്കുന്നു എന്നു മാത്രമേ വേണമെങ്കിൽ കമ്യൂണിസ്റ്റുകാരെപ്പറ്റി ആക്ഷേപിക്കാൻ കഴിയുകയുള്ളു. ഏതായാലും ഇന്നത്തെ ഉൽപ്പാദനസമ്പ്രദായം അവസാനിപ്പിച്ചാൽ, ആ സമ്പ്രദായത്തിന്റെ സന്തതിയായ സ്ത്രീകളെ പൊതുവായി ഉപയോഗിക്കലും — അതായത് രഹസ്യവും പരസ്യവുമായ വ്യഭിചാരവും—അവസാനിക്കുമെന്ന് സ്വയം വ്യക്തമാണ്.

കമ്യൂണിസ്റ്റുകാരെക്കുറിച്ചുള്ള മറ്റൊരു ആക്ഷേപം, അവർ രാജ്യങ്ങളെയും ദേശീയജനസമൂഹങ്ങളെയും ഇല്ലാതാക്കാൻ ആഗ്രഹിക്കുന്നു എന്നതാണ്.

തൊഴിലാളികൾക്കു രാജ്യമില്ല. അവർക്കില്ലാത്തത് അവരിൽനിന്ന് നമുക്ക് എടുക്കാനാവില്ല. തൊഴിലാളിവർഗ്ഗത്തിന് ആദ്യമായി രാഷ്ട്രീയാധിപത്യം നേടേണ്ടതുള്ളതുകൊണ്ട്, രാഷ്ട്രത്തിന്റെ നേതൃത്വവർഗ്ഗമായി — ഉയരേണ്ടതുള്ളതുകൊണ്ട്, സ്വയം രാഷ്ട്രമായി തീരേണ്ടതുള്ളതുകൊണ്ട്, അത് അത്രത്തോളം ദേശീയമാണ് — പക്ഷേ, ആ വാക്കിന്റെ ബൂർഷ്വാ അർഥത്തിലല്ല.

ബൂർഷ്വാസിയുടെ വളർച്ചയുടെ, വ്യാപാരസ്വാതന്ത്ര്യത്തിന്റെ, ലോകകമ്പോളത്തിന്റെ ഉൽപ്പാദനരീതിയിലും തദനുസൃതമായി ജീവിതസാഹചര്യങ്ങളിലും ഉണ്ടായിട്ടുള്ള ഐകരൂപ്യത്തിന്റെ ഫലമായ ദേശഭേദങ്ങളും ജനതകൾ തമ്മിലുള്ള വൈരങ്ങളും ദിനംപ്രതി അധികമധികം അപ്രത്യക്ഷമായിക്കൊണ്ടു വരികയാണ്.

തൊഴിലാളിവർഗ്ഗത്തിന്റെ ആധിപത്യം, അവ ഇനിയും കൂടുതൽ വേഗത്തിൽ അപ്രത്യക്ഷമാവാൻ ഇടയാക്കും. തൊഴിലാളിവർഗ്ഗത്തിന്റെ മോചനത്തിനുള്ള ആദ്യത്തെ ഉപാധികളിലൊന്ന്, മുന്നണിയിൽ നിൽക്കുന്ന പരിഷ്കൃതരാജ്യങ്ങളെങ്കിലും ഏകോപിച്ചു പ്രവർത്തിക്കണമെന്നതാണ്.

ഒരു വ്യക്തി മറ്റൊരു വ്യക്തിയെ ചൂഷണം ചെയ്യുന്നതിന് അറുതി വരുത്തുന്ന അതേ തോതിൽതന്നെ ഒരു രാഷ്ട്രം മറ്റൊരു രാഷ്ട്രത്തെ ചൂഷണം ചെയ്യുന്നതിനും അറുതിവരും. ഒരു രാജ്യത്തെ വർഗ്ഗങ്ങൾ തമ്മിലുള്ള വൈരമില്ലാതാവുന്ന അതേ തോതിൽത്തന്നെ ഒരു രാഷ്ട്രത്തിന് മറ്റൊരു രാഷ്ട്രത്തോടുള്ള ശത്രുതയുമില്ലാതാകും.

മതപരവും ദാർശനികവും പൊതുവിൽ പ്രത്യയശാസ്ത്രപരവുമായ നിലപാടിൽനിന്ന് കമ്യൂണിസത്തിനെതിരായി കൊണ്ടുവന്നിട്ടുള്ള ആക്ഷേപങ്ങൾ കാര്യമായ പരിശോധന അർഹിക്കുന്നില്ല.

മനുഷ്യന്റെ ഭൗതികജീവിതത്തിൽ, അവന്റെ സമൂഹബന്ധങ്ങളിലും സാമൂഹ്യജീവിതത്തിലും, ഉണ്ടാവുന്ന ഓരോ മാറ്റത്തോടും കൂടി അവന്റെ ആശയങ്ങൾ — അഭിപ്രായങ്ങളും ധാരണകളും — ഒറ്റ വാക്കിൽ പറഞ്ഞാൽ, അവന്റെ ബോധം, മാറുന്നുണ്ടെന്നു മനസ്സിലാക്കാൻ അഗാധമായ അന്തർജ്ഞാനം ആവശ്യമാണോ?

ഭൗതികോൽപ്പാദനം മാറുന്നതനുസരിച്ചു ബുദ്ധിപരമായ ഉൽപ്പാദനത്തിന്റെ സ്വഭാവവും മാറുന്നുണ്ടെന്നല്ലേ ആശയങ്ങളുടെ ചരിത്രം തെളിയിക്കുന്നത്? ഓരോ കാലഘട്ടത്തിലെയും ഭരിക്കുന്ന ആശയങ്ങൾ എല്ലായ്പ്പോഴും അന്നത്തെ ഭരണാധികാരിവർഗ്ഗത്തിന്റെ ആശയങ്ങളായിരുന്നു.

സമൂഹത്തിൽ വിപ്ലവകരമായ മാറ്റങ്ങളുണ്ടാക്കുന്ന ആശയങ്ങളെപ്പറ്റി ആളുകൾ പറയുമ്പോൾ, പഴയ സമൂഹത്തിനകത്തു പുതിയ ഒന്നിന്റെ ബീജങ്ങൾ സൃഷ്ടിക്കപ്പെട്ടിട്ടുണ്ടെന്നും പഴയ ജീവിതസാഹചര്യങ്ങളുടെ ശിഥിലീകരണത്തിനു ചുവടൊപ്പിച്ചുകൊണ്ട് പഴയ ആശയങ്ങളും തകരുന്നുവെന്നുമുള്ള പരമാർഥത്തെ വെളിപ്പെടുത്തുക മാത്രമാണ് അവർ ചെയ്യുന്നത്.

പൗരാണികലോകം ഊർധ്വശ്വാസം വലിച്ചുകൊണ്ടിരുന്നപ്പോഴാണ് ക്രിസ്തുമതം പൗരാണികമതങ്ങളെ കീഴടക്കിയത്. ക്രിസ്തീയാശയങ്ങൾ 18-ാം നൂറ്റാണ്ടിൽ യുക്തിവാദപരമായ ആശയങ്ങളുടെ മുമ്പിൽ കീഴടങ്ങിയപ്പോൾ, അന്നത്തെ വിപ്ലവകാരിയായ ബൂർഷ്വാസിയോട് ഫ്യൂഡൽസമൂഹം അതിന്റെ മരണപ്പോർ നടത്തുകയായിരുന്നു. മതസ്വാതന്ത്ര്യത്തെപ്പറ്റിയും അന്തഃകരണസ്വാതന്ത്ര്യത്തെപ്പറ്റിയുമുള്ള ആശയങ്ങൾ വിജ്ഞാനത്തിന്റെ തുറയിൽ സ്വതന്ത്രമായ മത്സരത്തിന്റെ വാഴ്ചയ്ക്കു പ്രകടരൂപം നൽകുക മാത്രമാണു ചെയ്തത്.

"തീർച്ചയായും മതപരവും സദാചാരപരവും ദാർശനികവും നീതിശാസ്ത്രപരവുമായ ആശയങ്ങൾ ചരിത്രപരമായ വികാസത്തിനിട

യിൽ മാറിയിട്ടുണ്ട്. പക്ഷേ, മതവും സദാചാരവും ദർശനവും രാഷ്ട്രമീമാംസയും നിയമവും ഈ മാറ്റത്തെ നിരന്തരം അതിജീവിച്ചിട്ടുമുണ്ട് " എന്നു പറയുമായിരിക്കും.

"പോരെങ്കിൽ സമൂഹത്തിന്റെ എല്ലാ അവസ്ഥകൾക്കും സാമാന്യമായ ചില സനാതനസത്യങ്ങളുണ്ട് — സ്വാതന്ത്ര്യം, നീതി മുതലായവ. എന്നാൽ കമ്മ്യൂണിസം അവയെ പുതിയൊരു അടിസ്ഥാനത്തിൽ പുനഃസംഘടിപ്പിക്കുന്നതിനു പകരം സനാതനസത്യങ്ങളെ ഇല്ലാതാക്കുന്നു, എല്ലാ മതത്തെയും എല്ലാ സദാചാരത്തെയും നശിപ്പിക്കുന്നു. അതുകൊണ്ട് മുമ്പുള്ള എല്ലാ ചരിത്രാനുഭവങ്ങൾക്കും വിരുദ്ധമായിട്ടാണത് പ്രവർത്തിക്കുന്നത്."

ഈ ആരോപണത്തിന്റെ രത്നച്ചുരുക്കമെന്താണ്? എല്ലാ ഭൂതകാലസമൂഹത്തിന്റെയും ചരിത്രം വർഗ്ഗവൈരങ്ങളുടെ, വിവിധ കാലഘട്ടങ്ങളിൽ വിവിധ രൂപങ്ങൾ കൈക്കൊണ്ടിട്ടുള്ള വൈരങ്ങളുടെ, വളർച്ചയിൽ അടങ്ങിയിരിക്കുന്നു.

എന്നാൽ അവ കൈക്കൊണ്ടിട്ടുള്ള രൂപം എന്തുതന്നെയായിരുന്നാലും കഴിഞ്ഞ കാലഘട്ടങ്ങൾക്കെല്ലാം ഒരു പൊതുസ്വഭാവമുണ്ട് — സമൂഹത്തിന്റെ ഒരു വിഭാഗം മറ്റേ വിഭാഗത്തെ ചൂഷണം ചെയ്തിരുന്നു എന്ന വസ്തുത. അപ്പോൾ പണ്ടുകാലങ്ങളിലെ സാമൂഹ്യബോധത്തിന് എത്രതന്നെ ബാഹുല്യവും വൈവിധ്യവുമുണ്ടായിരുന്നാലും, അത് പൊതുരൂപങ്ങളുടെ, അഥവാ സാമാന്യ ആശയഗതികളുടെ, അതിരുകൾക്കുള്ളിൽ ഒതുങ്ങിനിന്നുകൊണ്ടാണ് പ്രവർത്തിച്ചിരുന്നതെന്നതിൽ അത്ഭുതമില്ല. വർഗ്ഗവൈരങ്ങൾ പൂർണമായും തിരോധാനം ചെയ്താലല്ലാതെ ആ ആശയങ്ങൾ തികച്ചും അപ്രത്യക്ഷമാവുകയില്ല.

പരമ്പരാഗതമായ ഭൂസ്വത്തുടമബന്ധങ്ങളിൽ നിന്നുള്ള ഏറ്റവും സമൂലമായ വിച്ഛേദനമാണ് കമ്മ്യൂണിസ്റ്റ് വിപ്ലവം; അപ്പോൾ, അതിന്റെ വളർച്ചയിൽ പരമ്പരാഗതമായ ആശയങ്ങളിൽനിന്ന് ഏറ്റവും സമൂലമായ വിച്ഛേദമുണ്ടാവുന്നതിൽ അത്ഭുതമില്ല.

കമ്മ്യൂണിസത്തോടുള്ള ബൂർഷ്വാ ആക്ഷേപങ്ങളെപ്പറ്റിയുള്ള പരാമർശം നമുക്ക് അവസാനിപ്പിക്കാം.

തൊഴിലാളിവർഗ്ഗത്തെ ഭരണാധികാരിവർഗ്ഗത്തിന്റെ നിലയിലേക്ക് ഉയർത്തുക, ജനാധിപത്യത്തിനുവേണ്ടിയുള്ള സമരത്തിൽ വിജയം നേടുക — ഇതാണ് തൊഴിലാളിവർഗ്ഗത്തിന്റെ വിപ്ലവത്തിലെ ആദ്യത്തെ പടിയെന്ന് നാം മുകളിൽ കണ്ടു.

ബൂർഷ്വാസിയുടെ പക്കൽനിന്ന് എല്ലാ മൂലധനവും പടിപടിയായി പിടിച്ചെടുക്കാനും സർക്കാരിന്റെ — അതായത്, ഭരണാധികാരിവർഗ്ഗമായി സംഘടിച്ചിട്ടുള്ള തൊഴിലാളിവർഗ്ഗത്തിന്റെ — കൈകളിൽ എല്ലാ ഉൽപ്പാദനോപകരണങ്ങളും കേന്ദ്രീകരിക്കാനും ആവുന്നത്ര വേഗം ഉൽപ്പാദനശക്തികളുടെ ആകത്തുക വർധിപ്പി

ക്കുവാനുംവേണ്ടി തൊഴിലാളിവർഗ്ഗം അതിന്റെ രാഷ്ട്രീയാധിപത്യ ത്തെ ഉപയോഗിക്കും.

സ്വത്തവകാശങ്ങളിന്മേലും ബൂർഷ്വാ ഉൽപ്പാദനവ്യവസ്ഥകളി ന്മേലും സ്വേച്ഛാധിപത്യപരമായി കൈകടത്താതെ, അതുകൊണ്ടു തന്നെ, സാമ്പത്തികമായി അപര്യാപ്തവും അസ്വീകാര്യവുമായി തോന്നുമെങ്കിലും, പ്രസ്ഥാനം വളരുന്നതോടുകൂടി സ്വയം വളരുന്ന തും പഴയ സാമൂഹികക്രമത്തിലേക്ക് അധികമധികം കൈകടത്തൽ ആവശ്യമാക്കിത്തീർക്കുന്നതും ഉൽപ്പാദനരീതിയിൽ സമൂലപരിവർ ത്തനം വരുത്താനുള്ള ഉപാധി എന്ന നിലയ്ക്ക് അനുപേക്ഷണീയവു മായ നടപടികളെടുക്കാതെ, തീർച്ചയായും ഇത് തുടക്കത്തിൽ നേ ടാനാവില്ല.

ഈ നടപടികൾ പല രാജ്യത്തും പല തരത്തിലായിരിക്കുമെന്ന തിൽ സംശയമില്ല.

എങ്കിലും ഏറ്റവും പുരോഗമിച്ചിട്ടുള്ള രാജ്യങ്ങളിൽ താഴെ കൊടു ക്കുന്ന നടപടികൾ ഏറെക്കുറെ സാമാന്യമായി ബാധകമാവുന്നതാ ണ്.

1. ഭൂമിയിലെ സ്വകാര്യസ്വത്ത് ഇല്ലാതാക്കുകയും ഭൂമിയിൽനിന്നും പാട്ടമായി കിട്ടുന്ന വരുമാനമെല്ലാം പൊതുആവശ്യങ്ങൾക്കു വിനിയോഗിക്കുകയും ചെയ്യുക.
2. അനുക്രമം വർധിച്ചുവരുന്ന കനത്ത ആദായനികുതി.
3. എല്ലാ പിന്തുടർച്ചാവകാശങ്ങളും റദ്ദാക്കുക.
4. അന്യരാജ്യങ്ങളിലേക്കു കുടിയേറിപ്പാർക്കുന്നവരുടെയും എതിർത്തു നിൽക്കുന്നവരുടെയും സ്വത്ത് കണ്ടു കെട്ടുക.
5. സ്റ്റേറ്റിന്റെ മൂലധനത്തോടുകൂടിയതും അതിന്റെ പൂർണ മായ കുത്തകയിൻകീഴിൽ ഉള്ളതുമായ ഒരു ദേശീയ ബാങ്ക് മുഖേന പണമിടപാടുകൾ സ്റ്റേറ്റിന്റെ കൈകളിൽ കേന്ദ്രീകരി ക്കുക.
6. ഗതാഗതത്തിന്റെയും വാർത്താവിനിമയത്തിന്റെയും ഉപാധി കൾ സ്റ്റേറ്റിന്റെ കൈകളിൽ കേന്ദ്രീകരിക്കുക.
7. സ്റ്റേറ്റുടമയിലുള്ള ഫാക്ടറികളും ഉൽപ്പാദനോപകരണങ്ങളും വിപുലീകരിക്കുക. ഒരു പൊതുപദ്ധതിയനുസരിച്ച് തരിശുനില ങ്ങൾ കൃഷിക്ക് ഉപയോഗപ്പെടുത്തുകയും പൊതുവിൽ മണ്ണിന്റെ ഗുണം വർധിപ്പിക്കുകയും ചെയ്യുക.
8. പണിയെടുക്കാൻ എല്ലാവർക്കും തുല്യമായ ബാധ്യത. വ്യാവസായികോൽപ്പാദനത്തിനും, വിശേഷിച്ചും കൃഷിക്കും, തൊ ഴിൽപ്പടകൾ ഏർപ്പെടുത്തുക.
9. കാർഷികോൽപ്പാദനത്തെ വ്യാവസായികോൽപ്പാദനവുമായി കൂട്ടിയിണക്കുക. രാജ്യത്തിലെ ജനസംഖ്യാവിതരണം കുറെക്കൂടി സമീകരിച്ചിട്ട് നാട്ടും നഗരവും തമ്മിലുള്ള വ്യത്യാസം ക്രമേണയായി

ല്ലാതാക്കുക.

10. പൊതുവിദ്യാലയങ്ങളിൽ എല്ലാ കുട്ടികൾക്കും സൗജന്യമായ വിദ്യാഭ്യാസം നൽകുക, ഇന്നത്തെ രൂപത്തിൽ കുട്ടികളെക്കൊണ്ട് ഫാക്ടറിയിൽ പണിയെടുപ്പിക്കുന്നതു നിർത്തുക. വ്യവസായോൽപ്പാദനവും വിദ്യാഭ്യാസവും കൂട്ടിയിണക്കുക മുതലായവ.

ഈ വികാസഗതിയിൽ വർഗ്ഗവ്യത്യാസമെല്ലാം ഇല്ലാതാവുകയും ഒരു വിപുലസമാജമായി സംഘടിപ്പിച്ചിട്ടുള്ള രാഷ്ട്രത്തിന്റെ കൈകളിൽ ഉൽപ്പാദനമെല്ലാം കേന്ദ്രീകരിക്കപ്പെടുകയും ചെയ്യുമ്പോൾ, ഭരണാധികാരത്തിന് അതിന്റെ രാഷ്ട്രീയസ്വഭാവം നഷ്ടപ്പെടും.

രാഷ്ട്രീയാധികാരം, ശരിയായി പറഞ്ഞാൽ, മറ്റൊരു വർഗ്ഗത്തെ മർദ്ദിക്കുവാനുള്ള ഒരു വർഗ്ഗത്തിന്റെ സംഘടിതശക്തി മാത്രമാണ്. ബൂർഷ്വാസിയുമായുള്ള പോരാട്ടത്തിനിടയിൽ, പരിതഃസ്ഥിതികളുടെ നിർബന്ധംകൊണ്ട് തൊഴിലാളിവർഗ്ഗത്തിന് ഒരു വർഗ്ഗമെന്ന നിലയ്ക്ക് സ്വയം സംഘടിക്കേണ്ടി വരുന്നുണ്ടെങ്കിൽ, ഒരു വിപ്ലവം മൂലം അതു സ്വയം ഭരണാധികാരിവർഗ്ഗമായിത്തീരുകയും ആ നിലയ്ക്ക് ഉൽപ്പാദനത്തിന്റെ പഴയ സാഹചര്യങ്ങളെ ബലം പ്രയോഗിച്ചു തുടച്ചു നീക്കുകയും ചെയ്യുന്നുവെങ്കിൽ, ഈ സാഹചര്യങ്ങളോടൊപ്പം വർഗ്ഗവൈരങ്ങളുടെയും പൊതുവിൽ വർഗ്ഗങ്ങളുടെയും നിലനിൽപ്പിനുള്ള സാഹചര്യങ്ങളും അതു തുടച്ചു നീക്കുന്നതായിരിക്കും.

വർഗ്ഗങ്ങളും വർഗ്ഗവൈരങ്ങളുമുള്ള പഴയ ബൂർഷ്വാസമൂഹത്തിന്റെ സ്ഥാനത്ത്, ഓരോരുത്തരും സ്വതന്ത്രമായി വളർന്നുവന്നാൽ മാത്രം എല്ലാവരും സ്വതന്ത്രമായി വളരുന്ന ഒരു സമൂഹം നമുക്കു ലഭിക്കുന്നതായിരിക്കും.

III

സോഷ്യലിസ്റ്റ് സാഹിത്യവും കമ്യൂണിസ്റ്റ് സാഹിത്യവും

1. പിന്തിരിപ്പൻ സോഷ്യലിസം

എ. ഫ്യൂഡൽ സോഷ്യലിസം

ചരിത്രപരമായ തങ്ങളുടെ സവിശേഷസ്ഥാനം കാരണം, ആധുനിക ബൂർഷ്വാസമൂഹത്തിനെതിരായ ലഘുലേഖകൾ എഴുതുക എന്നത് ഫ്രാൻസിലേയും ഇംഗ്ലണ്ടിലേയും പ്രഭുക്കന്മാരുടെ ജോലിയായിത്തീർന്നു. 1830 ജൂലായിൽ നടന്ന ഫ്രഞ്ചുവിപ്ലവത്തിലും ഇംഗ്ലണ്ടിലെ ഭരണപരിഷ്കാരപ്രക്ഷോഭത്തിലും ഈ പ്രഭുക്കന്മാർ വീണ്ടും വെറുക്കപ്പെട്ട പുത്തൻ പണക്കാരുടെ മുമ്പിൽ മുട്ടുകുത്തി. അതോടുകൂടി ഗൗരവത്തോടുകൂടിയ ഒരു രാഷ്ട്രീയസമരം ഇനി തീരെ സാധ്യമല്ലെന്നു വന്നു. ഈ സാഹിത്യപോരാട്ടം മാത്രമേ ഇനി സാധ്യമായിരുന്നുള്ളൂ. എന്നാൽ സാഹിത്യരംഗത്തുപോലും 'റെസ്റ്റോറേഷൻ' കാലഘട്ടത്തിലെ* പഴയ മുറവിളി സാധ്യമല്ലാതായിരുന്നു.

അനുകമ്പ ഉണർത്താൻവേണ്ടി പ്രത്യക്ഷത്തിൽ സ്വന്തം താൽപ്പര്യങ്ങളെ അവഗണിക്കുവാനും ചൂഷിതരായ തൊഴിലാളിവർഗ്ഗത്തിന്റെ മാത്രം താൽപ്പര്യം മുൻനിറുത്തിക്കൊണ്ട് ബൂർഷ്വാസിക്കെതിരായ കുറ്റപത്രം തയ്യാറാക്കാനും പ്രഭുവർഗ്ഗം നിർബന്ധിതമായി. അങ്ങനെ തങ്ങളുടെ പുതിയ യജമാനനെപ്പറ്റി പരിഹാസപ്പാട്ടു പാടിക്കൊണ്ടും

ആസന്നമായ വിപത്തിനെക്കുറിച്ച് അയാളുടെ ചെവിയിൽ ദുരുദ്ദേശ്യപൂർണമായ പ്രവചനങ്ങൾ മന്ത്രിച്ചുകൊണ്ടും അവർ പകവീട്ടാൻ തുടങ്ങി.

ഇങ്ങനെയാണ് ഫ്യൂഡൽസോഷ്യലിസം ആവിർഭവിച്ചത്. അത് പകുതി വിലാപമാണ്, പകുതി പരിഹാസമാണ്, പകുതി ഭൂതകാലത്തിന്റെ പ്രതിധ്വനിയാണ്, പകുതി ഭാവിയെപ്പറ്റിയുള്ള ഭീഷണിയും. ചിലപ്പോഴൊക്കെ അതിന്റെ രൂക്ഷവും സരസവും മൂർച്ചയേറിയതുമായ വിമർശനം വഴി ബൂർഷ്വാസിയുടെ ഹൃദയത്തിന്റെ മർമ്മത്തിൽ തന്നെ ആഞ്ഞടിക്കുന്നുണ്ടെങ്കിലും, ആധുനിക ചരിത്രത്തിന്റെ ഗതി മനസ്സിലാക്കുവാനുള്ള തികഞ്ഞ കഴിവുകേടു നിമിത്തം അതു ഫലത്തിൽ എന്നും പരിഹാസ്യമായിരുന്നു.

ജനങ്ങളെ സ്വന്തം ഭാഗത്ത് അണിനിരത്താൻവേണ്ടി നാട്ടുവാഴിപ്രഭുക്കന്മാർ തൊഴിലാളികളുടെ പിച്ചപ്പാളയാണ് പതാകയ്ക്കുപകരം മുമ്പിൽ പിടിച്ചത്. പക്ഷേ, ജനങ്ങൾ അവരുടെകൂടെ ചേർന്നപ്പോഴെല്ലാം നാട്ടുവാഴി പ്രഭുത്വത്തിന്റെ പഴയ കുലചിഹ്നങ്ങൾ അവരുടെ പിന്നാമ്പുറത്തു കാണുകയാൽ, തീരെ അനാദരവോടെ ഉറക്കെ ചിരിച്ചുകൊണ്ട് അവരെ ഉപേക്ഷിക്കുകയാണുണ്ടായത്.

ഫ്രഞ്ച് 'ലജിറ്റിമിസ്റ്റ്'കാരിൽ ഒരു വിഭാഗവും 'യുവ ഇംഗ്ലണ്ട്'[36] കക്ഷിക്കാരും ഈ കാഴ്ച പ്രദർശിപ്പിച്ചു.

തങ്ങളുടെ ചൂഷണരീതി ബൂർഷ്വാസിയുടേതിൽ നിന്ന് വ്യത്യസ്തമാണെന്നു ചൂണ്ടിക്കാണിക്കുമ്പോൾ, തികച്ചും വ്യത്യസ്തവും ഇന്നു കാലഹരണം വന്നിട്ടുള്ളതുമായ സാഹചര്യങ്ങളിലും പരിതഃസ്ഥിതികളിലുമാണ് നാട്ടുവാഴിപ്രഭുക്കൾ ചൂഷണം നടത്തിയിരുന്നതെന്ന് അവർ വിസ്മരിക്കുന്നു. തങ്ങളുടെ ഭരണത്തിൻകീഴിൽ ആധുനിക തൊഴിലാളിവർഗ്ഗം ഒരിക്കലും ഉണ്ടായിരുന്നില്ലെന്നു ചൂണ്ടിക്കാണിക്കുമ്പോൾ, അവരുടെതന്നെ സാമൂഹ്യക്രമത്തിന്റെ അവശ്യസന്തതിയാണ് ആധുനികബൂർഷ്വാസിയെന്ന് അവർ വിസ്മരിക്കുന്നു.

ഇത്രയും കഴിഞ്ഞാൽപ്പിന്നെ, അവരുടെ വിമർശനത്തിന്റെ പിന്തിരിപ്പൻ സ്വഭാവത്തെ അവർ വളരെ കുറച്ചു മാത്രമേ മറച്ചു വയ്ക്കുന്നുള്ളൂ. പഴയ സാമൂഹ്യക്രമത്തെ വേരോടെ പിഴുതെറിയാൻ വിധിക്കപ്പെട്ട ഒരു വർഗ്ഗം ബൂർഷ്വാഭരണത്തിൻ കീഴിൽ വളർന്നുകൊണ്ടിരിക്കുന്നുവെന്നുള്ളതാണ് ബൂർഷ്വാസിയുടെ പേരിലുള്ള അവരുടെ മുഖ്യ ആരോപണം.

ഒരു തൊഴിലാളിവർഗ്ഗത്തെ സൃഷ്ടിക്കുന്നുവെന്നതിലുമധികം വിപ്ലവകാരിയായ ഒരു തൊഴിലാളിവർഗ്ഗത്തെ സൃഷ്ടിക്കുന്നുവെന്നതിനാണ് അവർ ബൂർഷ്വാസിയെ പഴിക്കുന്നത്.

അതുകൊണ്ട്, പ്രായോഗികരാഷ്ട്രീയപ്രവർത്തനത്തിൽ അവർ തൊഴിലാളിവർഗ്ഗത്തിനെതിരായ എല്ലാ മർദ്ദന നടപടികൾക്കും കൂട്ടുനിൽക്കുന്നു; അവർ വീമ്പിളക്കുന്നതെന്തുതന്നെയായാലും,

നിത്യജീവിതത്തിൽ അവർ വ്യവസായവൃക്ഷത്തിൽ നിന്ന് ഉതിർന്നു വീഴുന്ന സ്വർണഫലങ്ങൾ പെറുക്കിയെടുക്കുവാനും കമ്പിളിയുടെയും പഞ്ചസാരയുടെയും വാറ്റുചാരായത്തിന്റെയും വ്യാപാരത്തിനായി സത്യവും സ്നേഹവും മാനവും വിൽക്കുവാനും മടിക്കുന്നില്ല.**

പുരോഹിതൻ എന്നും ജന്മിയുടെ കൈ കോർത്തുപിടിച്ചു നടന്നിട്ടുള്ളതുപോലെ തന്നെ, പൗരോഹിത്യസോഷ്യലിസം എന്നും ഫ്യൂഡൽ സോഷ്യലിസത്തിന്റെ കൂടെയാണ്.

ക്രിസ്ത്യൻ സന്യാസത്തിന് ഒരു സോഷ്യലിസ്റ്റ് നിറം കൊടുക്കുന്നതിലും എളുപ്പമായി മറ്റൊന്നില്ല. ക്രിസ്തുമതം സ്വകാര്യസ്വത്തിനെയും വിവാഹത്തെയും ഭരണകൂടത്തെയും അധിക്ഷേപിച്ചിട്ടില്ലേ? ഇവയ്ക്കു പകരം ദാനധർമ്മാദികളും ദരിദ്രജീവിതവും ബ്രഹ്മചര്യവും ഇന്ദ്രിയനിഗ്രഹവും ആശ്രമവൃത്തിയും തിരുസഭാമാതാവും വേണമെന്ന് അത് പ്രസംഗിച്ചിട്ടില്ലേ? പ്രഭുവിന്റെ ഹൃദയവേദനകളെ ശുദ്ധീകരിക്കാൻ പുരോഹിതൻ തളിക്കുന്ന തീർഥജലം മാത്രമാണ് ക്രിസ്ത്യൻ സോഷ്യലിസം.

ബി. പെറ്റിബൂർഷ്വാ സോഷ്യലിസം

ഫ്യൂഡൽ പ്രഭുവർഗ്ഗം മാത്രമല്ല ബൂർഷ്വാസി നിമിത്തം നാശമടഞ്ഞത്; ആ വർഗ്ഗത്തിന്റെ ജീവിതോപാധികൾമാത്രമല്ല ആധുനിക ബൂർഷ്വാസമൂഹത്തിന്റെ അന്തരീക്ഷത്തിൽ വാടിനശിച്ചത്. മധ്യകാലത്തെ സ്വതന്ത്രനഗരവാസികളും ചെറുകിട കൃഷിയുടമസ്ഥന്മാരുമാണ് ആധുനികബൂർഷ്വാസിയുടെ പൂർവികർ. വ്യാവസായികമായും വ്യാപാരപരമായും കുറച്ചുമാത്രം വളർന്നിട്ടുള്ള രാജ്യങ്ങളിൽ, ഉയർന്നുവരുന്ന ബൂർഷ്വാസിയോടൊപ്പം ഈ രണ്ടുവർഗ്ഗങ്ങളും ഇന്നും ജീവിച്ചു പോരുന്നുണ്ട്.

ആധുനികനാഗരികത പൂർണമായി വളർന്നുകഴിഞ്ഞിട്ടുള്ള രാജ്യങ്ങളിൽ, പുതിയൊരു പെറ്റിബൂർഷ്വാവർഗ്ഗം രൂപം കൊണ്ടിട്ടുണ്ട്. തൊഴിലാളിവർഗ്ഗത്തിനും ബൂർഷ്വാസിക്കുമിടയ്ക്കു് ആടിക്കളിക്കുകയും ബൂർഷ്വാസമൂഹത്തിന്റെ ഒരു അനുബന്ധമെന്നോണം സദാ സ്വയം പുതുക്കുകയും ചെയ്യുന്ന ഒരു വർഗ്ഗമാണിത്. എന്നാൽ മത്സരത്തിന്റെ പ്രവർത്തനം കൊണ്ട് ഈ വർഗ്ഗത്തിൽപ്പെട്ട വ്യക്തികൾ നിരന്തരം തൊഴിലാളിവർഗ്ഗത്തിന്റെ അണികളിലേക്ക് പിടിച്ചുതള്ളപ്പെടുന്നുണ്ട്. മാത്രമല്ല, ആധുനികവ്യവസായം വളർച്ച പ്രാപിക്കുന്നതോടുകൂടി ഇന്നത്തെ സമൂഹത്തിലെ ഒരു സ്വതന്ത്രവിഭാഗമെന്ന നിലയ്ക്കു തങ്ങൾ തീരെ നശിച്ചുപോകുകയും, വ്യവസായത്തിലും കൃഷിയിലും വ്യാപാരത്തിലും മറ്റും ആവശ്യമായ മേസ്തിരിമാരും കാര്യസ്ഥന്മാരും പീടികക്കാരും തങ്ങളുടെ സ്ഥാനം കരസ്ഥമാക്കുകയും ചെയ്യുന്ന ആ സന്ദർഭം അടുത്തുവരുന്നത് അവർ കാണുകപോലും ചെയ്യുന്നുണ്ട്.

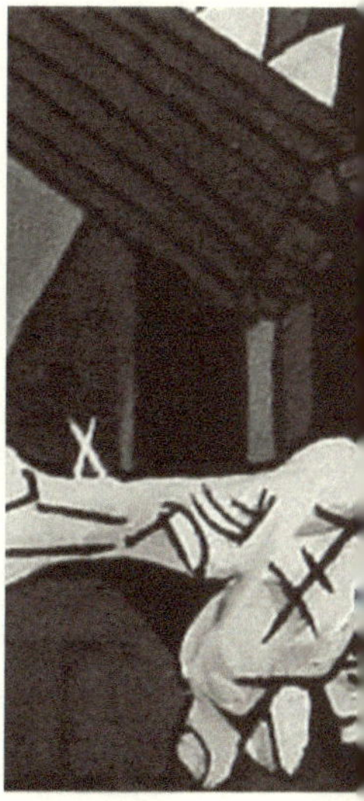

ജനസംഖ്യയുടെ പകുതിയിലും എത്രയോ കൂടുതൽ കൃഷിക്കാരായ ഫ്രാൻസിനെപ്പോലുള്ള രാജ്യങ്ങളിൽ, ബൂർഷ്വാസിക്കെതിരായി തൊഴിലാളിവർഗ്ഗത്തിന്റെ പക്ഷത്തുചേർന്ന എഴുത്തുകാർ ബൂർഷ്വാ ഭരണത്തിനെതിരായ അവരുടെ വിമർശനത്തിൽ കൃഷിക്കാരുടെയും ഇടത്തരക്കാരുടെയും മാനദണ്ഡം ഉപയോഗിച്ചു എന്നതും ഈ ഇടത്തരംവർഗ്ഗങ്ങളുടെ നിലപാടിൽ നിന്നുകൊണ്ടു തൊഴിലാളി വർഗ്ഗത്തിനുവേണ്ടി വാളെടുത്തു എന്നതും സ്വാഭാവികമായിരുന്നു. ഇങ്ങനെയാണ് പെറ്റിബൂർഷ്വാസോഷ്യലിസം ആവിർഭവിച്ചത്. ഫ്രാൻസിലെന്നല്ല ഇംഗ്ലണ്ടിലും സിസ്സ്മോണ്ടി[37] ആയിരുന്നു ഈ ചിന്താഗതിയുടെ നേതാവ്.

ഈ സോഷ്യലിസ്റ്റ് ചിന്താഗതിക്കാർ ആധുനികോൽപ്പാദന സാഹചര്യങ്ങളിലടങ്ങിയിട്ടുള്ള വൈരുധ്യങ്ങളെ അതിതീക്ഷ്ണതയോടെ വിശകലനം ചെയ്തു. ധനശാസ്ത്രജ്ഞന്മാരുടെ കാപട്യം നിറഞ്ഞ ന്യായീകരണങ്ങളെ അവർ തുറന്നുകാട്ടി. യന്ത്രവൽക്കരണത്തിന്റെയും തൊഴിൽവിഭജനത്തിന്റെയും കുറച്ചുപേരുടെ കയ്യിൽ ഭൂമിയും മൂലധനവും കേന്ദ്രീകരിച്ചിട്ടുള്ളതിന്റെയും അമിതോൽപ്പാദനത്തിന്റെയും പ്രതിസന്ധികളുടെയും വിനാശകരമായ ഫലങ്ങൾ അവർ അനിഷേധ്യമായി തെളിയിച്ചു. ഇടത്തരക്കാരുടെയും കർഷകരുടെയും അനിവാര്യമായ നാശത്തിലേക്കും തൊഴിലാളിവർഗ്ഗത്തിന്റെ കഷ്ടപ്പാടിലേക്കും ഉൽപ്പാദനത്തിന്റെ അരാജകാവസ്ഥയിലേക്കും സമ്പത്തിന്റെ വിതരണത്തിലെ പ്രസ്പഷ്ടമായ അസമത്വങ്ങളിലേക്കും രാഷ്ട്രങ്ങൾ തമ്മിൽ നടത്തുന്ന സർവസംഹാരകങ്ങളായ വ്യാവസായികയുദ്ധങ്ങളിലേക്കും പഴയ ധാർമ്മിക കെട്ടുപാടുകളുടെയും പഴയ കുടുംബബന്ധങ്ങളുടെയും പഴയ ദേശീയ ജനവിഭാഗങ്ങളുടെയും ശിഥിലീകരണത്തിലേക്കും അവർ വിരൽ ചൂണ്ടി.

പക്ഷേ, സോഷ്യലിസത്തിന്റെ ഈ രൂപത്തിന്റെ ക്രിയാത്മകമായ ലക്ഷ്യം, ഒന്നുകിൽ പഴയ ഉൽപ്പാദന-വിനിമയോപാധികളെയും അതോടൊന്നിച്ച് പഴയ സ്വത്തുടമ ബന്ധങ്ങളെയും, പഴയ സമൂഹത്തെയും പുനഃസ്ഥാപിക്കുക, അല്ലെങ്കിൽ ഇന്നത്തെ ഉൽപ്പാദന-വിനിമയോപാധികളെ പഴയ സ്വത്തുടമ ബന്ധങ്ങളുടെ—ഈ ഉപാധികൾ തകർത്തുകഴിഞ്ഞതും തകർക്കാതിരിക്കാൻ തരമില്ലാത്തതുമായ സ്വത്തുടമ ബന്ധങ്ങളേതോ അവയുടെ—ചട്ടക്കൂടിനുള്ളിൽ ഞെക്കിഞെരുക്കി നിർത്തുക, എന്നതാണ്. രണ്ടായാലും അതു പിന്തിരിപ്പനും സാങ്കൽപ്പികവുമാണ്.

അതിന്റെ അവസാന വാക്കുകൾ ഇവയാണ് : ഫാക്ടറിത്തൊഴിൽ നടത്താൻ പണ്ടത്തെ ഗിൽഡുകൾ, കൃഷിയിൽ ഗോത്രാധിപത്യബന്ധങ്ങൾ.

അവസാനം, കടുത്ത ചരിത്രവസ്തുതകൾ ആത്മവഞ്ചനയുടെ ഈ മത്തുപിടിച്ച ഫലങ്ങളെയെല്ലാം അടിച്ചിറക്കിയപ്പോൾ ഈ സോ

ഷ്യലിസം നൈരാശ്യത്തിന്റെ ദയനീയമായ ഒരു അപസ്മാരവികൃതിയിൽ ചെന്നുകലാശിച്ചു.

സി. ജർമ്മൻ അഥവാ 'സത്യ'സോഷ്യലിസം

ജർമ്മനിയിലെ ബൂർഷ്വാസി അവിടത്തെ ഫ്യൂഡൽ സ്വേച്ഛാപ്രഭുത്വവുമായി പോരാടാൻ തുടങ്ങുകമാത്രം ചെയ്തിരുന്ന സന്ദർഭത്തിലാണ് ഫ്രാൻസിലെ സോഷ്യലിസ്റ്റ്—കമ്യൂണിസ്റ്റ് സാഹിത്യങ്ങൾ—അധികാരത്തിലിരിക്കുന്ന ബൂർഷ്വാസിയുടെ സമ്മർദ്ദത്തിൻകീഴിൽ ജന്മം കൊള്ളുകയും ആ അധികാരത്തിനെതിരായുള്ള സമരത്തെ വെളിപ്പെടുത്തുകയും ചെയ്ത സാഹിത്യങ്ങൾ—ജർമ്മനിയിലേക്കു കടന്നുചെന്നത്.

ജർമ്മൻ തത്വജ്ഞാനികളും തത്വജ്ഞാനികളാകാൻ ആഗ്രഹിക്കുന്നവരും സുന്ദരശൈലിപ്രണയികളും ഈ സാഹിത്യത്തെ ആവേശത്തോടെ ആശ്ലേഷിച്ചു. പക്ഷെ, ഈ സാഹിത്യം ഫ്രാൻസിൽ നിന്നും ജർമ്മനിയിലേക്കു കുടിയേറിച്ചെന്നപ്പോൾ, അതോടൊന്നിച്ച് അവിടത്തെ സാമൂഹ്യസാഹചര്യങ്ങളും ജർമ്മനിയിലേക്കു കുടിയേറുകയുണ്ടായില്ലെന്ന വസ്തുത അവർ വിസ്മരിച്ചു എന്നുമാത്രം. ജർമ്മൻ സാമൂഹ്യസ്ഥിതിഗതികളുമായി ഇടപഴകിയപ്പോൾ ഈ ഫ്രഞ്ചുസാഹിത്യത്തിന്റെ അടിയന്തരവും പ്രായോഗികവുമായ പ്രാധാന്യമെല്ലാം നഷ്ടപ്പെട്ടു. അതിന്റെ വെറും സാഹിത്യവശംമാത്രം അവശേഷിച്ചു. അങ്ങനെ പതിനെട്ടാംനൂറ്റാണ്ടിലെ ജർമ്മൻ തത്വജ്ഞാനികളുടെ ദൃഷ്ടിയിൽ ഒന്നാം ഫ്രഞ്ചുവിപ്ലവത്തിന്റെ ആവശ്യങ്ങളിൽ 'പ്രായോഗികയുക്തിവാദ'ത്തിന്റെ സാമാന്യാവശ്യങ്ങളിൽ കൂടുതലൊന്നുമുണ്ടായിരുന്നില്ല. അവരുടെ ദൃഷ്ടിയിൽ ശുദ്ധമായ ഇച്ഛയുടെ, സ്വാഭാവികമായ ഇച്ഛയുടെ, പൊതുവിൽ പറഞ്ഞാൽ യഥാർഥമായ മനുഷ്യേച്ഛയുടെ നിയമങ്ങളായിരുന്നു വിപ്ലവകാരിയായ ഫ്രഞ്ച് ബൂർഷ്വാസിയുടെ ഇച്ഛയിൽ പ്രകടമായത്.

തങ്ങളുടെ പൗരാണിക ദാർശനികബോധത്തെ ഈ പുതിയ ഫ്രഞ്ച് ആശയങ്ങളുമായി പൊരുത്തപ്പെടുത്തുക. അഥവാ സ്വന്തം ദാർശനികവീക്ഷണം കൈവിടാതെ ഫ്രഞ്ച് ആശയങ്ങളെ പിടിച്ചെടുക്കുക—ഇത്രമാത്രമാണ് ജർമ്മൻ എഴുത്തുകാർ ചെയ്തത്.

ഒരു വിദേശഭാഷയെ പരിഭാഷയിലൂടെ സ്വായത്തമാക്കുന്നതെങ്ങനെയോ അതേ രീതിയിലാണ് ഈ വെട്ടിപ്പിടുത്തവും നടന്നത്.

പൗരാണികനിർമ്മിതസമുദായക്കാരുടെ ഇതിഹാസഗ്രന്ഥങ്ങളുടെ കൈയെഴുത്തുപ്രതികളിൽ ക്രിസ്ത്യൻ സന്യാസിമാർ കത്തോലിക്കാപുണ്യവാളന്മാരുടെ കഥയില്ലാത്ത ജീവചരിത്രങ്ങളെഴുതിച്ചേർത്തത് എങ്ങനെയെന്ന് സുവിദിതമാണ്. എന്നാൽ ഫ്രഞ്ച് നിഷിദ്ധസാഹിത്യത്തിന്റെ കാര്യത്തിൽ ജർമ്മൻ എഴുത്തുകാർ നേരേമറിച്ചാണു ചെയ്തത്. അവർ ഫ്രഞ്ചുമൂല്യത്തിന്റെ ചുവടെ തങ്ങ

ളുടെ സ്വന്തം ദാർശനിക വിഡ്ഢിത്തങ്ങളെഴുതിച്ചേർത്തു. ഉദാഹരണം പറയുകയാണെങ്കിൽ, പണത്തിന്റെ സാമ്പത്തികധർമ്മത്തെപ്പറ്റിയുള്ള ഫ്രഞ്ചുവിമർശനത്തിന്റെ ചുവടെ അവർ 'മനുഷ്യസമൂഹത്തിന്റെ അന്യവൽക്കരണം' എന്നെഴുതി. ബൂർഷ്വാഭരണകൂടത്തെപ്പറ്റിയുള്ള ഫ്രഞ്ചുവിമർശനത്തിന്റെ ചുവടെ 'സാമാന്യഗണത്തിന്റെ സ്ഥാനഭ്രംശം' എന്നെഴുതിച്ചേർത്തു.

ഫ്രഞ്ചുകാരുടെ ചരിത്രവിമർശനങ്ങളുടെ പിൻവശത്ത് ഈ ദാർശനിക പദപ്രയോഗങ്ങൾ എഴുതിവെച്ചതിന് 'കർമ്മമീമാംസ' എന്നും 'സത്യസോഷ്യലിസ'മെന്നും 'സോഷ്യലിസത്തിന്റെ ജർമ്മൻ ശാസ്ത്ര'മെന്നും 'സോഷ്യലിസത്തിന്റെ ദാർശനികാടിസ്ഥാന'മെന്നും അവർ നാമകരണം ചെയ്തു.

ഇങ്ങനെ ഫ്രഞ്ച് സോഷ്യലിസ്റ്റ്—കമ്യൂണിസ്റ്റ് സാഹിത്യത്തെ നിശ്ശേഷം ഹതവീര്യമാക്കി. പോരെങ്കിൽ, ജർമ്മൻകാരന്റെ കൈയിൽ കിട്ടിയതോടുകൂടി ഈ സാഹിത്യം ഒരു വർഗ്ഗം മറ്റൊരു വർഗ്ഗത്തിനെതിരായി നടത്തുന്ന സമരത്തെ പ്രകാശിപ്പിക്കാതായതുകൊണ്ട് 'ഫ്രഞ്ചുകാരന്റെ ഏകപക്ഷീയത'യെ കീഴടക്കിയിരിക്കുന്നുവെന്നും, താൻ പ്രതിനിധാനം ചെയ്യുന്നത് സത്യമായ ആവശ്യങ്ങളെയല്ല, സത്യത്തിന്റെ ആവശ്യങ്ങളെയാണെന്നും തൊഴിലാളിവർഗ്ഗത്തിന്റെ താൽപ്പര്യങ്ങളെയല്ല, മനുഷ്യസ്വഭാവത്തിന്റെ—ഒരു വർഗ്ഗത്തിലുംപെടാത്തതും യഥാർഥമല്ലാത്തതും ദാർശനികസങ്കൽപ്പത്തിന്റെ മൂടൽമഞ്ഞുനിറഞ്ഞ ലോകത്തിൽമാത്രം ജീവിക്കുന്നതുമായ സാമാന്യമനുഷ്യന്റെ—താൽപ്പര്യങ്ങളെയാണെന്നും അയാൾ വിശ്വസിക്കുവാനിടയായി.

സ്കൂൾകുട്ടികൾക്കു യോജിച്ച സ്വന്തം ജോലി കാര്യഗൗരവത്തോടും പരിപാവനതയോടുംകൂടി നിറവേറ്റുകയും വിലകെട്ട സ്വന്തം ചരക്കിന്റെ മാഹാത്മ്യത്തെപ്പറ്റി മുറിവൈദ്യന്റെ മട്ടിൽ പ്രസംഗിക്കുകയും ചെയ്ത ഈ ജർമ്മൻ സോഷ്യലിസത്തിന് അതിന്റെ പാണ്ഡിത്യപരമായ നിഷ്കളങ്കത ക്രമേണ നഷ്ടപ്പെട്ടു.

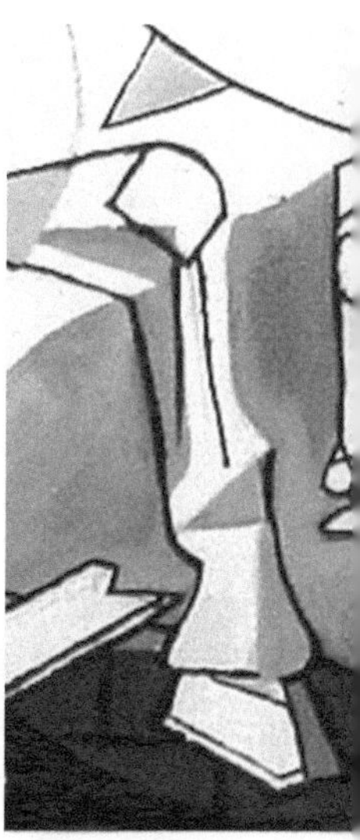

ഫ്യൂഡൽദുഷ്പ്രഭുത്വത്തിനും സേച്ഛാധിപത്യപരമായ രാജവാഴ്ചയ്ക്കും എതിരായ ജർമ്മനിയിലേയും, വിശേഷിച്ച് പ്രഷ്യയിലേയും, ബൂർഷ്വാസിയുടെ സമരം, അതായത് ലിബറൽ പ്രസ്ഥാനം കൂടുതൽ ആത്മാർഥമായിത്തീർന്നു.

സോഷ്യലിസ്റ്റ് ആവശ്യങ്ങൾ ഉന്നയിച്ചുകൊണ്ട് രാഷ്ട്രീയപ്രസ്ഥാനത്തെ നേരിടാനും ലിബറലിസത്തിനും പ്രതിനിധിഭരണത്തിനും ബൂർഷ്വാ മത്സരത്തിനും ബൂർഷ്വാ പത്രസ്വാതന്ത്ര്യത്തിനും ബൂർഷ്വാ നിയമനിർമ്മാണത്തിനും ബൂർഷ്വാസമത്വസ്വാതന്ത്ര്യങ്ങൾക്കുമെതിരായി പരമ്പരാഗതമായ ശാപവചനങ്ങൾ വർഷിക്കുവാനും ഈ ബൂർഷ്വാപ്രസ്ഥാനം നിമിത്തം സർവതും നഷ്ടപ്പെടാമെന്നല്ലാതെ യാതൊന്നും നേടാനില്ലെന്നു ബഹുജനങ്ങൾക്കിടയിൽ പ്രചര

ണം നടത്താനും 'സത്യ' സോഷ്യലിസത്തിന് ആറ്റനോറ്റ കൊണ്ടിരുന്ന അവസരം ഇതുമൂലം ലഭിച്ചു. അതിന്റെ നിലനിൽപ്പിനാവശ്യമായ സാമ്പത്തികസ്ഥിതിഗതികളോടും അതിനനുയോജ്യമായ രാഷ്ട്രീയ ഭരണഘടനയോടും കൂടിയ ഒരാധുനിക ബൂർഷ്വാസമൂഹം നിലനിൽക്കുന്നുണ്ടെന്ന അടിസ്ഥാനത്തിലാണ്—ഇതേ സംഗതികൾ നേടുകയെന്നതായിരുന്നു ജർമ്മനിയിൽ ആസന്നമായിരുന്ന സമരത്തിന്റെ ലക്ഷ്യം—ഫ്രഞ്ചുവിമർശനം ഉയർന്നുവന്നതെന്ന് അതിന്റെ ബാലിശ പ്രതിധ്വനി മാത്രമായ ജർമ്മൻ സോഷ്യലിസം, സമയം വന്നപ്പോൾ മറന്നുകളഞ്ഞു.

പുരോഹിതന്മാരുടെയും പ്രഫസർമ്മാരുടെയും നാട്ടുമുഖ്യന്മാരുടേയും[38] ഉദ്യോഗസ്ഥന്മാരുടേയും അനുചരവൃന്ദത്തോടുകൂടിയ സ്വേച്ഛാധിപത്യഗവൺമെന്റുകളെ സംബന്ധിച്ചിടത്തോളം, തങ്ങളെ ഭീഷണിപ്പെടുത്താൻ തുടങ്ങിയിരുന്ന ബൂർഷ്വാസിക്കെതിരായി ഉപയോഗിക്കാനുള്ള സ്വാഗതാർഹമായ ഒരു 'ഒടിച്ചുകുത്തി'യായി അത് ഉപകരിച്ചു.

അക്കാലത്തു നടന്ന ജർമ്മൻ തൊഴിലാളിവർഗ്ഗത്തിന്റെ കലാപങ്ങളെ നേരിടാൻ ഇതേ ഗവൺമെന്റുകൾ തന്നെ ഉപയോഗിച്ച ചാട്ടവാറടികളുടെയും വെടിയുണ്ടകളുടെയും കയ്പേറിയ ഗുളികയ്ക്കുശേഷം, ഇതു മധുരമേറിയ ഒരു പര്യവസാനമായിരുന്നു.

ഇങ്ങനെ ഈ 'സത്യ'സോഷ്യലിസം അന്നത്തെ ഗവൺമെന്റുകൾക്ക് ജർമ്മൻ ബൂർഷ്വാസിയോടു പോരാടുവാനുള്ള ഒരായുധമായി ഉപകരിച്ചപ്പോൾത്തന്നെ, അത് ഒരു പിന്തിരിപ്പൻ താൽപ്പര്യത്തെയാണ്, ജർമ്മൻ ഫിലിസ്റ്റൈനുകളുടെ താൽപ്പര്യത്തെയാണ്, നേരിട്ട് പ്രതിനിധാനം ചെയ്തത്. ജർമ്മനിയിൽ നിലവിലുള്ള സ്ഥിതിഗതികളുടെ സാമൂഹ്യാടിസ്ഥാനം പെറ്റിബൂർഷ്വാവർഗ്ഗമാണ്. 16-ാം നൂറ്റാണ്ടിന്റെ അവശിഷ്ടമായ ഈ വർഗ്ഗം പിന്നീട് പല രൂപത്തിലും കൂടെക്കൂടെ തല പൊക്കിക്കൊണ്ടിരുന്നു.

ഈ വർഗ്ഗത്തെ വച്ചുപുലർത്തുകയെന്നുവച്ചാൽ ജർമ്മനിയിലെ നിലവിലുള്ള സ്ഥിതിഗതികളെ വച്ചുപുലർത്തുകയെന്നർത്ഥമാണ്. ബൂർഷ്വാസിയുടെ വ്യാവസായികവും രാഷ്ട്രീയവുമായ ആധിപത്യം ഈ വർഗ്ഗത്തിന്റെ മുമ്പിൽ നിസ്സംശയമായ വിനാശത്തിന്റെ ഭീഷണിയുയർത്തി. ഒരുഭാഗത്ത് മൂലധന കേന്ദ്രീകരണത്തിൽനിന്നും മറുഭാഗത്ത് വിപ്ലവകാരിയായ തൊഴിലാളിവർഗ്ഗത്തിന്റെ ആവിർഭാവത്തിൽ നിന്നും ഉളവായതായിരുന്നു ആ ഭീഷണി. 'സത്യ' സോഷ്യലിസം ഒരൊറ്റക്കല്ലുകൊണ്ട് ഈ രണ്ടു പക്ഷികളെയും കൊല്ലുമെന്നു തോന്നി. അത് ഒരു പകർച്ചവ്യാധിപോലെ പടർന്നുപിടിച്ചു.

വാഗ്ധോരണിയുടെ പുഷ്പങ്ങൾ തുന്നിപ്പിടിപ്പിച്ചതും നിർജീവവികാരങ്ങളുടെ മഞ്ഞുതുള്ളികളിൽ മുക്കിയെടുത്തതുമായ ഊഹാപോഹ ചിലന്തിവലയുടെ പട്ടുടയാട—വെറും എല്ലും തോലുമായി

തീർന്നിട്ടുള്ള തങ്ങളുടെ ദയനീയ 'സനാതനസത്യ'ങ്ങളെ കെട്ടിപ്പൊതിയാൻ ജർമ്മൻ സോഷ്യലിസ്റ്റുകാർ ഉപയോഗിച്ച ആധ്യാത്മിക പട്ടുടയാട—അത്തരക്കാരായ പൊതുജനങ്ങൾക്കിടയിൽ അവരുടെ ചരക്കിന്റെ ചെലവു വർധിപ്പിക്കുവാൻ അത്ഭുതകരമാംവിധം സഹായിച്ചു.

അതോടൊപ്പം പെറ്റിബൂർഷ്വാ ഫിലിസ്റ്റൈൻവർഗ്ഗ***ത്തിന്റെ വാചകമടിക്കുന്ന പ്രതിനിധിയായി പ്രവർത്തിക്കുകയാണ് സ്വന്തം ധർമ്മമെന്ന് ജർമ്മൻ സോഷ്യലിസം അധികമധികം അംഗീകരിക്കുകയും ചെയ്തു.

ജർമ്മൻ രാഷ്ട്രമാണ് മാതൃകാരാഷ്ട്രമെന്നും, അൽപ്പനായ ഫിലിസ്റ്റൈനാണ് മാതൃകാമനുഷ്യനെന്നും അതു പ്രഖ്യാപിച്ചു. ഈ മാതൃകാമനുഷ്യന്റെ അധമമായ എല്ലാ അൽപ്പത്തത്തിനും, അതിന്റെ യഥാർഥ സ്വഭാവത്തിനു നേരേ വിപരീതമായി, നിഗൂഢവും കൂടുതൽ ഉയർന്നതുമായ ഒരു സോഷ്യലിസ്റ്റ് വ്യാഖ്യാനം അതു നൽകി. കമ്യൂണിസത്തിന്റെ 'മൃഗീയമാം വിധം നശീകരണാത്മകമായ' പ്രവണതകളെ നേരിട്ടെതിർക്കുകയും എല്ലാ വർഗ്ഗസമരങ്ങളോടും അതിനുള്ള അതികഠിനവും നിഷ്പക്ഷവുമായ അവജ്ഞ പ്രഖ്യാപിക്കുകയും ചെയ്യുകയെന്ന അങ്ങേയറ്റത്തെ നിലവരെ അതുപോയി. കമ്യൂണിസ്റ്റ് സാഹിത്യമെന്നും സോഷ്യലിസ്റ്റ് സാഹിത്യമെന്നും പേർപറഞ്ഞ് ഇന്ന് (1847) ജർമ്മനിയിൽ പ്രചരിച്ചുവരുന്ന പ്രസിദ്ധീകരണങ്ങളിൽ അൽപ്പം ചിലതൊഴിച്ച് ബാക്കിയുള്ളതെല്ലാം തന്നെ നാറിപ്പുളിച്ചതും ചുണകെട്ടതുമായ ഈ സാഹിത്യശാഖയിൽപ്പെട്ടതാണ്.

* 1660-1689ൽ ഇംഗ്ലണ്ടിൽ നടന്ന രാജവാഴ്ച പുനഃസ്ഥാപനമല്ല, 1814-1830ൽ ഫ്രാൻസിൽ നടന്ന രാജവാഴ്ചപുനഃസ്ഥാപനം. (1888ലെ ഇംഗ്ലീഷ് പതിപ്പിനുള്ള എംഗൽസിന്റെ കുറിപ്പ്.)

** ഇതു പ്രധാനമായും ജർമ്മനിക്കാണ് ബാധകമാകുന്നത്. അവിടെ നാട്ടുവാഴി പ്രഭു ഉടമകളും മറ്റ് പ്രമാണികളും തങ്ങളുടെ എസ്റ്റേറ്റുകളുടെ വലിയ ഭാഗങ്ങൾ ആശ്രിതന്മാരെക്കൊണ്ട് കൃഷി ചെയ്യിക്കുന്നതിനും പുറമേ വൻതോതിൽ പഞ്ചസാരയുൽപ്പാദനവും മദ്യവ്യവസായവും നടത്തിവരുന്നു. കൂടുതൽ ധനികരായ ബ്രിട്ടീഷ് പ്രഭുക്കന്മാരാകട്ടെ, ഇനിയും അത്രത്തോളം അധഃപതിച്ചിട്ടില്ല. എങ്കിലും ഏറക്കുറെ സംശയകരമാംവണ്ണം ജോയിന്റ് സ്റ്റോക്കുകമ്പനികൾ നടത്തുന്നവരെ തങ്ങളുടെ പേര് ഉപയോഗിക്കാൻ അനുവദിച്ചുകൊണ്ട് പാട്ടത്തിൽവരുന്ന കുറവ് പരിഹരിക്കേണ്ടതെങ്ങനെയെന്ന് അവർക്കും അറിയാം. (1888ലെ ഇംഗ്ലീഷ് പതിപ്പിനുള്ള എംഗൽസിന്റെ കുറിപ്പ്.)

*** 1848ലെ വിപ്ലവക്കൊടുങ്കാറ്റ് ഈ വൃത്തികെട്ട പ്രവണതയെ മുഴുവൻ അടിച്ചുമാറ്റുകയും അതിന്റെ ഉപജ്ഞാതാക്കൾക്ക് വീണ്ടും സോഷ്യലിസത്തിൽ കൂടുതൽ കൈകടത്താനുള്ള ആഗ്രഹം ഇല്ലാതാക്കുകയും ചെയ്തു. ഈ പ്രവണതയുടെ പ്രമുഖ പ്രതിനിധിയും വിശിഷ്ടമാതൃകയും ഹെർകാറൽഗ്രൂൺ ആണ് (1890ലെ ജർമ്മൻപതിപ്പിനുള്ള എംഗൽസിന്റെ കുറിപ്പ്.)

2. യാഥാസ്ഥിതിക അഥവാ ബൂർഷ്വാ സോഷ്യലിസം

ബൂർഷ്വാസമൂഹത്തിന്റെ തുടർച്ചയായ നിലനിൽപ്പ് സുരക്ഷിതമാക്കുന്നതിനുവേണ്ടി ബൂർഷ്വാസിയിൽ ഒരു വിഭാഗം സാമൂഹ്യമായ പരാതികൾ പരിഹരിക്കണമെന്ന് ആഗ്രഹിക്കുന്നു.

ധനശാസ്ത്രജ്ഞന്മാർ, പരോപകാരികൾ, മനുഷ്യസ്നേഹികൾ, തൊഴിലാളിവർഗ്ഗത്തിന്റെ സ്ഥിതി ഭേദപ്പെടുത്തുന്നവർ, ധർമ്മസ്ഥാപനസംഘാടകർ, ജന്തുഹിംസാനിവാരണ സംഘക്കാർ, മദ്യവർജന ഭ്രാന്തന്മാർ, എല്ലാ തരത്തിലുംപെട്ട തട്ടിപ്പുകാരായ പരിഷ്കരണവാദികൾ—എല്ലാം ഈ വിഭാഗത്തിൽപ്പെട്ടവരാണ്. മാത്രമല്ല, ഈ രൂപത്തിലുള്ള സോഷ്യലിസത്തെ സമ്പൂർണവ്യവസ്ഥകളായി രൂപപ്പെടുത്തുകയും ചെയ്തിട്ടുണ്ട്.

ഈ സോഷ്യലിസ്റ്റ് രൂപത്തിന്റെ ദൃഷ്ടാന്തമായി നമുക്ക് പ്രൂധോണിന്റെ ദാരിദ്ര്യത്തിന്റെ തത്വശാസ്ത്രമെടുക്കാം.

ആധുനിക സാമൂഹ്യസ്ഥിതിഗതികളുടെ ഫലമായുണ്ടാകുന്ന സമരങ്ങളും ആപത്തുകളും കൂടാതെ അവയുടെ ഗുണങ്ങളെല്ലാം കിട്ടണമെന്നാണ് സോഷ്യലിസ്റ്റ് ബൂർഷ്വാകളുടെ മോഹം. നിലവിലുള്ള സമൂഹക്രമത്തിലെ വിപ്ലവശക്തികളെയും ശിഥിലീകരണ ഘടകങ്ങളെയും ഒഴിച്ചുനിർത്തിക്കൊണ്ട് ഈ സ്ഥിതിവിശേഷം നിലനിർത്തണമെന്ന് അവർ ആഗ്രഹിക്കുന്നു. തൊഴിലാളിവർഗ്ഗമില്ലാത്ത ഒരു ബൂർഷ്വാസിക്കുവേണ്ടിയാണ് അവർ ആശിക്കുന്നത്. തങ്ങൾ പരമാധികാരികളായിട്ടുള്ള ലോകമാണ് ഏറ്റവും മെച്ചപ്പെട്ടിട്ടുള്ളതെന്നു ബൂർഷ്വാസി സ്വാഭാവികമായും ധരിക്കുന്നു. സുഖകരമായ ഈ ധാരണയെ ബൂർഷ്വാസോഷ്യലിസം ഏതാണ്ട് സമ്പൂർണമായ വിവിധ വ്യവസ്ഥകളാക്കി വളർത്തിയിട്ടുണ്ട്. ഇത്തരമൊരു വ്യവസ്ഥ നടപ്പാക്കണമെന്നും അങ്ങനെ പുതിയൊരു സാമൂഹ്യ യറുശലേമിലേക്ക് നേരിട്ടു മാർച്ചുചെയ്യണമെന്നും അത് തൊഴിലാളിവർഗ്ഗത്തോട് ആവശ്യപ്പെടുമ്പോൾ, തൊഴിലാളിവർഗ്ഗം നിലവിലുള്ള സമൂഹത്തിന്റെ നാലതിരുകളിൽ ഒതുങ്ങിനിൽക്കണമെന്നും ബൂർഷ്വാസിയെ സംബന്ധിച്ച എല്ലാ ഗർഹണീയാഭിപ്രായങ്ങളും വലിച്ചെറിയണമെന്നും ആവശ്യപ്പെടുക മാത്രമാണ് വാസ്തവത്തിൽ ചെയ്യുന്നത്.

ഈ സോഷ്യലിസത്തിന്റെ ഇത്രതന്നെ സംഘടിതമല്ലെങ്കിലും കൂടുതൽ പ്രായോഗികമായ രണ്ടാമതൊരു രൂപം, വെറും രാഷ്ട്രീയമായ പരിഷ്കാരങ്ങൾകൊണ്ടെന്നും ഗുണമില്ലെന്നും ഭൗതികജീവിതസാഹചര്യങ്ങൾക്ക്, സാമ്പത്തികബന്ധങ്ങൾക്ക്, മാറ്റം വന്നാൽ മാത്രമേ മെച്ചമുള്ളുവെന്നും കാണിക്കുന്നതിലൂടെ തൊഴിലാളിവർഗ്ഗത്തിന്റെ കണ്ണിൽ എല്ലാ വിപ്ലവപ്രസ്ഥാനങ്ങളെയും കരിതേച്ചുകാണിക്കാൻ ശ്രമിച്ചു. എന്നാൽ, ഈ സോഷ്യലിസത്തിന്റെ വിവക്ഷയിൽ, ഭൗതി

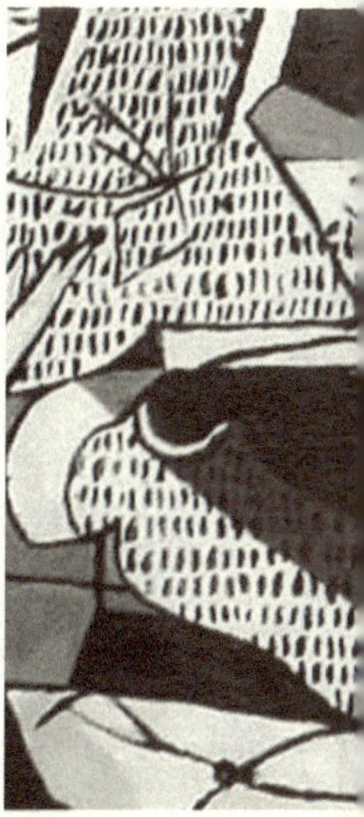

കജീവിതസാഹചര്യങ്ങളിൽ മാറ്റം വരുത്തുകയെന്നതിന്റെ അർത്ഥം, ഉൽപ്പാദനത്തിന്റെ ബൂർഷ്വാ ബന്ധങ്ങളെ അവസാനിപ്പിക്കുകയല്ല, അതിന് ഒരു വിപ്ലവംതന്നെ വേണമല്ലോ. നേരെമറിച്ച്, ഈ ബന്ധങ്ങൾ തുടർന്നുനിലനിർത്തിക്കൊണ്ടുള്ള ഭരണപരിഷ്കാരങ്ങളെന്നാണ്; അതായത്, മൂലധനവും അധ്വാനവും തമ്മിലുള്ള ബന്ധങ്ങളെ ഒരു വിധത്തിലും ബാധിക്കാത്തതും, എന്നാൽ കവിഞ്ഞപക്ഷം ബൂർഷ്വാ ഗവൺമെന്റിന്റെ ചെലവുചുരുക്കാനും ഭരണനിർവഹണ ജോലിയെ ലഘൂകരിക്കാനും മാത്രം ഉതകുന്നതുമായ പരിഷ്കാരങ്ങൾ.

വെറുമൊരു അലങ്കാരശബ്ദമായി തീരുമ്പോൾ മാത്രമാണ്, ബൂർഷ്വാസോഷ്യലിസത്തിന് മതിയായ പ്രകടരൂപം ലഭിക്കുന്നത്.

സ്വതന്ത്രവ്യാപാരം—തൊഴിലാളിവർഗ്ഗത്തിന്റെ ഗുണത്തിനു വേണ്ടി. സംരക്ഷണ ചുങ്കങ്ങൾ—തൊഴിലാളിവർഗ്ഗത്തിന്റെ ഗുണത്തിനു വേണ്ടി. ജയിൽ പരിഷ്കാരം—തൊഴിലാളിവർഗ്ഗത്തിന്റെ ഗുണത്തിനുവേണ്ടി. ഇതാണ് ബൂർഷ്വാ സോഷ്യലിസത്തിന്റെ അവസാന വാക്ക്, അതിൽ കാര്യമായെടുത്തിട്ടുള്ള ഒരൊറ്റ വാക്ക്.

ഇതിനെ ഇങ്ങനെ ചുരുക്കിപ്പറയാം: ബൂർഷ്വാ ബൂർഷ്വായായിരിക്കുന്നത് —തൊഴിലാളിവർഗ്ഗത്തിന്റെ ഗുണത്തിനു വേണ്ടിയാണ്.

3. വിമർശന- സാങ്കൽപ്പിക സോഷ്യലിസവും കമ്യൂണിസവും

മഹത്തായ ഓരോ ആധുനികവിപ്ലവത്തിലും ബബ്യോഫും[39] മറ്റും ചെയ്തിട്ടുള്ളതുപോലെ, തൊഴിലാളിവർഗ്ഗത്തിന്റെ ആവശ്യങ്ങളെ എന്നും ഉയർത്തിപ്പിടിച്ചിട്ടുള്ള സാഹിത്യത്തെപ്പറ്റിയല്ല ഞങ്ങൾ ഇവിടെ സൂചിപ്പിക്കുന്നത്.

ഫ്യൂഡൽസമൂഹത്തെ മറിച്ചിട്ടുകൊണ്ടിരുന്ന ഘട്ടത്തിലെ സാർവത്രിക കോളിളക്കത്തിനിടയിൽ സ്വന്തം ലക്ഷ്യങ്ങൾ നേടാൻ തൊഴിലാളിവർഗ്ഗം നടത്തിയ ആദ്യത്തെ പ്രത്യക്ഷസംരംഭങ്ങൾ അവശ്യം പരാജയത്തിൽ കലാശിച്ചു. ഇതിനുള്ള കാരണം തൊഴിലാളിവർഗ്ഗത്തിന്റെ അവികസിത സ്ഥിതിയും അതിന്റെ മോചനത്തിനാവശ്യമായ സാമ്പത്തികോപാധികളുടെ അഭാവവുമായിരുന്നു. ഈ ഉപാധികൾ ഇനിയും സൃഷ്ടിക്കപ്പെടേണ്ടതായിട്ടുണ്ട്. ആസന്നമായ ബൂർഷ്വായുഗത്തിനു മാത്രമേ അവയെ സൃഷ്ടിക്കാൻ കഴിയുമായിരുന്നുള്ളൂ. തൊഴിലാളിവർഗ്ഗത്തിന്റെ ഈ പ്രഥമസംരംഭങ്ങളെ അനുഗമിച്ചുണ്ടായ വിപ്ലവസാഹിത്യത്തിന് അവശ്യം ഒരു പിന്തിരിപ്പൻ സ്വഭാവമുണ്ടായിരുന്നു. ഏറ്റവും പ്രാകൃതമായ രൂപത്തിലുള്ള സാർവലൗകികമായ സർവസംഗപരിത്യാഗവും സാമൂഹ്യസമീകരണവുമാണ് അത് പഠിപ്പിച്ചത്.

സോഷ്യലിസ്റ്റെന്നും കമ്യൂണിസ്റ്റെന്നും ശരിക്കു വിളിക്കാവുന്ന സി

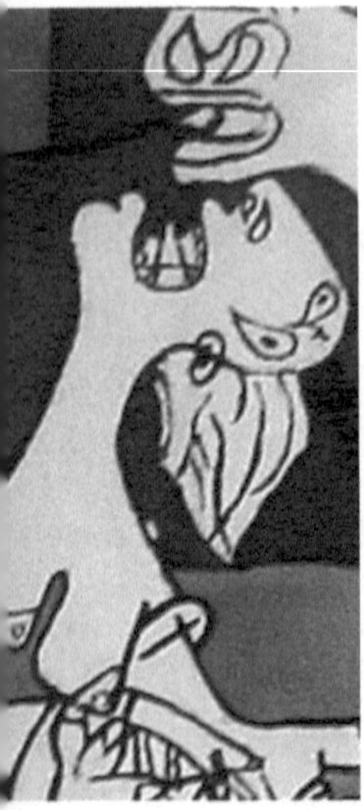

ദ്ധാന്തങ്ങൾ—അതായത്, സാൻസിമോൺ, ഫുറ്യേ, ഓവൻ[40] തുടങ്ങിയവരുടെ സിദ്ധാന്തങ്ങൾ—നിലവിൽവരുന്നത് തൊഴിലാളി വർഗ്ഗവും ബൂർഷ്വാസിയും തമ്മിലുള്ള (ബൂർഷ്വാകളും തൊഴിലാളികളും എന്ന ഒന്നാം അധ്യായം നോക്കുക) സമരത്തിന്റെ മുൻവിവരിച്ച പ്രാരംഭഘട്ടത്തിലാണ്.

ഈ വ്യവസ്ഥകളുടെ സ്ഥാപകന്മാർ വർഗ്ഗവൈരങ്ങളും നിലവിലുള്ള സാമൂഹ്യക്രമത്തിലെ ക്ഷയോന്മുഖശക്തികളുടെ പ്രവർത്തനങ്ങളും കാണുന്നുവെന്നത് പരമാർഥമാണ്. എന്നാൽ അന്ന് ശൈശവാവസ്ഥയിൽ മാത്രമായിരുന്ന തൊഴിലാളി വർഗ്ഗം ചരിത്രപരമായ മുൻകൈയോ സ്വതന്ത്രമായ ഏതെങ്കിലും രാഷ്ട്രീയപ്രസ്ഥാനമോ ഇല്ലാത്ത ഒരു വർഗ്ഗമായിട്ടാണ് അവരുടെ കാഴ്ചയിൽപ്പെട്ടത്.

വർഗ്ഗവൈരത്തിന്റെ വികാസം വ്യവസായത്തിന്റെ വികാസവുമായി ചുവടൊപ്പിച്ച് നീങ്ങുന്നതുകൊണ്ട് അന്നത്തെ സാമ്പത്തിക സ്ഥിതിയിൽ തൊഴിലാളിവർഗ്ഗത്തിന്റെ മോചനത്തിനാവശ്യമായ ഭൗതികോപാധികൾ അവർക്കു കാണാൻ കഴിഞ്ഞില്ല. അതുകൊണ്ട് അവർ ഈ ഉപാധികളുടെ സൃഷ്ടിക്കാവശ്യമായ ഒരു പുതിയ സാമൂഹ്യശാസ്ത്രത്തെയും പുതിയ സാമൂഹ്യനിയമങ്ങളെയും തേടിപ്പോകുന്നു.

ചരിത്രത്തിന്റെ പ്രവർത്തനം അവർ സ്വന്തമായി കണ്ടുപിടിക്കുന്ന പ്രവർത്തനത്തിനു വഴങ്ങിക്കൊടുക്കണം; ചരിത്രപരമായി സൃഷ്ടിക്കപ്പെടുന്ന മോചനോപാധികൾ സങ്കൽപ്പിതങ്ങളായ ഉപാധികൾക്കു വഴിമാറിക്കൊടുക്കണം. ക്രമേണ സ്വമേധയാ വളരുന്ന തൊഴിലാളിവർഗ്ഗത്തിന്റെ വർഗ്ഗസംഘടന ഈ കണ്ടുപിടുത്തക്കാർ പ്രത്യേകം കെട്ടിച്ചമച്ചുണ്ടാക്കുന്ന ഒരു സമൂഹത്തിന്റെ സംഘടനയ്ക്കു വഴങ്ങണം. തങ്ങളുടെ സാമൂഹ്യ പദ്ധതികൾക്കുവേണ്ടി പ്രചാരവേല നടത്തുകയും അവ നടപ്പിൽ വരുത്തുകയും ചെയ്യുക—ഇതു മാത്രമാണ് അവരുടെ ദൃഷ്ടിയിൽ ഭാവി ചരിത്രത്തിന്റെ രത്നച്ചുരുക്കം.

ഏറ്റവും കഷ്ടതയനുഭവിക്കുന്ന വർഗ്ഗമെന്ന നിലയ്ക്ക് തൊഴിലാളി വർഗ്ഗത്തിന്റെ താൽപ്പര്യങ്ങളെ മുഖ്യമായും ശ്രദ്ധിക്കണമെന്ന ബോധത്തോടുകൂടിയാണ് അവർ അവരുടെ പദ്ധതികൾ രൂപീകരിച്ചിട്ടുള്ളത്. ഏറ്റവും കഷ്ടതയനുഭവിക്കുന്ന വർഗ്ഗമെന്ന നിലയ്ക്കുമാത്രമേ അവരെ സംബന്ധിച്ചിടത്തോളം തൊഴിലാളിവർഗ്ഗം നിലനിൽക്കുന്നുള്ളൂ.

വർഗ്ഗസമരത്തിന്റെ അവികസിതസ്ഥിതിയും അതുപോലെ സ്വന്തം പരിതഃസ്ഥിതികളും മൂലം തങ്ങൾ എല്ലാ വർഗ്ഗവൈരങ്ങൾക്കും എത്രയോ ഉപരിയാണെന്ന് ഇത്തരം സോഷ്യലിസ്റ്റുകാർ സ്വയം കരുതുന്നു. സമൂഹാംഗങ്ങളിൽ ഓരോരുത്തരുടേയും, ഏറ്റവും സുഖസൗകര്യങ്ങൾ അനുഭവിക്കുന്നവരുടെപോലും, സ്ഥിതി നന്നാക്കണമെന്ന് അവർ ആഗ്രഹിക്കുന്നു. തൽഫലമായി വർഗ്ഗവ്യത്യാ

സം നോക്കാതെ സമൂഹത്തോടൊട്ടാകെ, പോരാ, ഭരണാധികാരി വർഗ്ഗത്തോടു പ്രത്യേകിച്ചും അവർ അഭ്യർഥിക്കുന്നു. കാരണം, തങ്ങളുടെ വ്യവസ്ഥ ജനങ്ങൾ ഒരിക്കൽ മനസ്സിലാക്കിക്കഴിഞ്ഞാൽ, സാധ്യമായതിൽ ഏറ്റവും നല്ല സമൂഹത്തിനുള്ള സാധ്യമായതിൽ ഏറ്റവും നല്ല പദ്ധതി അവർ അതിൽ എങ്ങനെ ദർശിക്കാതിരിക്കും?

അതുകൊണ്ട് അവർ എല്ലാ രാഷ്ട്രീയപ്രവർത്തനത്തെയും, വിശേഷിച്ച് എല്ലാ വിപ്ലവപ്രവർത്തനത്തെയും, നിരസിക്കുന്നു. സമാധാനപരമായ മാർഗ്ഗങ്ങൾ ഉപയോഗിച്ച് സ്വന്തം ലക്ഷ്യം നേടാമെന്ന് അവർ ആഗ്രഹിക്കുന്നു. പരാജയപ്പെടാതിരിക്കാൻ നിർവാഹമില്ലാത്ത ചെറുപരീക്ഷണങ്ങൾ നടത്തിയും മാതൃകാപരമായ പ്രവർത്തനത്തിന്റെ ബലംകൊണ്ടും ഈ പുതിയ സാമൂഹ്യ 'സുവിശേഷ'ത്തിലേക്കു വഴി തെളിക്കാൻ അവർ ശ്രമിക്കുന്നു.

തൊഴിലാളിവർഗ്ഗം അപ്പോഴും വളരെ അവികസിതമായ ഒരു നിലയിൽ കഴിയുകയും സ്വന്തം നിലയെപ്പറ്റി ഒരു കാൽപ്പനികബോധം മാത്രം വച്ചുപുലർത്തുകയും ചെയ്യുന്ന കാലത്ത്, ഭാവി സമൂഹത്തെ സംബന്ധിച്ച് വരച്ചുകാട്ടുന്ന ഇത്തരം സാങ്കൽപ്പികചിത്രങ്ങൾ സമൂഹത്തെ പൊതുവിൽ പുതുക്കിപ്പണിയണമെന്നുള്ള ആ വർഗ്ഗത്തിന്റെ നൈസർഗ്ഗികമായ അഭിലാഷങ്ങൾക്ക് അനുരൂപമാണ്.

എന്നാൽ ഈ സോഷ്യലിസ്റ്റ്—കമ്മ്യൂണിസ്റ്റ് പ്രസിദ്ധീകരണങ്ങളിൽ വിമർശനത്തിന്റെ ഒരംശവും അടങ്ങിയിട്ടുണ്ട്. നിലവിലുള്ള സമൂഹത്തിന്റെ എല്ലാ പ്രമാണങ്ങളെയും അവ എതിർക്കുന്നു. അതുകൊണ്ട് തൊഴിലാളിവർഗ്ഗത്തിന്റെ ഉദ്ബുദ്ധതയ്ക്ക് ഏറ്റവും വിലപിടിച്ച സംഗതികൾ അവയിൽ നിറയെ ഉണ്ട്. ഗ്രാമവും നഗരവും തമ്മിലുള്ള വ്യത്യാസത്തെയും കുടുംബത്തെയും സ്വകാര്യവ്യക്തികളുടെ ഗുണത്തിനുവേണ്ടി വ്യവസായം നടത്തുന്നതിനെയും കൂലിസമ്പ്രദായത്തെയും ഉച്ചാടനം ചെയ്യുക; സാമൂഹ്യമൈത്രി പ്രഖ്യാപിക്കുക, ഭരണകൂടത്തിന്റെ കർത്തവ്യങ്ങൾ ഉൽപ്പാദനത്തിന്റെ മേൽനോട്ടം വഹിക്കൽമാത്രമായി മാറ്റുക മുതലായി അവയിൽ നിർദ്ദേശിച്ചിട്ടുള്ള പ്രായോഗികനടപടികളെല്ലാം വർഗ്ഗവൈരങ്ങളുടെ തിരോധാനത്തിലേക്കുമാത്രമാണ് വിരൽചൂണ്ടുന്നത്. അക്കാലത്ത് പൊട്ടിപ്പുറപ്പെടാൻ തുടങ്ങുകമാത്രം ചെയ്തിരുന്ന ഈ വൈരങ്ങളെ അവയുടെ അവ്യക്തവും അനിർവചിതവുമായ ആദ്യരൂപങ്ങളിൽമാത്രമേ ഈ പ്രസിദ്ധീകരണങ്ങൾ അംഗീകരിച്ചിട്ടുള്ളൂ. അതുകൊണ്ട് ഈ നിർദ്ദേശങ്ങൾ തനി സാങ്കൽപ്പികസ്വഭാവത്തോടുകൂടിയതാണ്.

വിമർശനപരവും സാങ്കൽപ്പികവുമായ ഈ സോഷ്യലിസത്തിന്റെയും കമ്മ്യൂണിസത്തിന്റെയും പ്രാധാന്യത്തിനു ചരിത്രവികാസവുമായി ഒരു വിപരീതബന്ധമാണുള്ളത്. ആധുനികവർഗ്ഗസമരം എത്രത്തോളം വളർന്നു വ്യക്തരൂപം കൈക്കൊള്ളുന്നുവോ അത്രത്തോളംതന്നെ, ആ സമരത്തിൽ നിന്ന് അയഥാർഥമായി ഒഴിഞ്ഞു

നിൽക്കുകയും അതിനെ അയഥാർഥമായി എതിർക്കുകയും ചെയ്യു ന്നതിന് യാതൊരു പ്രായോഗികമൂല്യവും താത്വികന്യായീകരണവും ഇല്ലാതാവുന്നു. അതുകൊണ്ട്, ഈ വ്യവസ്ഥകളുടെ പ്രണേതാക്കൾ പല നിലയ്ക്കും വിപ്ലവകാരികളായിരുന്നെങ്കിൽക്കൂടി, അവരുടെ ശി ഷ്യന്മാർ ഒന്നൊഴിയാതെ വെറും പിന്തിരിപ്പൻ സംഘങ്ങൾ രൂപീ കരിക്കുകയാണുണ്ടായത്. തൊഴിലാളിവർഗ്ഗത്തിന്റെ പുരോഗമന പരമായ ചരിത്രവികാസത്തിന് കടകവിരുദ്ധമായി അവർ തങ്ങളുടെ ഗുരുനാഥന്മാരുടെ മൂലപ്രമാണങ്ങളെ മുറുകെ പിടിച്ചുനിൽ ക്കുന്നു. അതുകൊണ്ട് അവർ വർഗ്ഗസമരത്തെ മരവിപ്പിക്കാനും വർ ഗ്ഗവൈരങ്ങളെ അനുരഞ്ജിപ്പിക്കാനും ശ്രമിക്കുന്നു, നീക്കുപോക്കി ല്ലാതെ ശ്രമിക്കുന്നു. പരീക്ഷണം വഴി തങ്ങളുടെ സാങ്കൽപ്പിക ലോകങ്ങൾ സാക്ഷാത്കരിക്കാമെന്ന്, ഒറ്റപ്പെട്ട 'ഫലൻസ്റ്റേറുകൾ' നിർമ്മിക്കുകയും 'ഹോം കോളനികൾ' സ്ഥാപിക്കുകയും ഒരു 'ചെറു ഇക്കാറിയ'* പടുത്തുയർത്തുകയും ചെയ്യാമെന്ന്, പുതിയ യെറുശലേ മിന്റെ കൊച്ചുപതിപ്പുകൾ സ്ഥാപിക്കാമെന്ന്—അവർ ഇപ്പോഴും സ്വപ്നം കാണുന്നു. മാത്രമല്ല, ഈ ആകാശക്കോട്ടകൾ സാക്ഷാത്ക രിക്കാൻ ബൂർഷ്വാകളുടെ വികാരങ്ങളെയും മടിശ്ശീലയെയും അവർ ക്കു ശരണം പ്രാപിക്കേണ്ടിവരുന്നു. മുൻ വിവരിച്ച പിന്തിരിപ്പൻ അഥവാ യാഥാസ്ഥിതിക സോഷ്യലിസ്റ്റുകാരുടെ ഗണത്തിലേക്ക് അവർ ക്രമേണ അധഃപതിക്കുകയും ചെയ്യുന്നു. പക്ഷേ, അവരിൽ നിന്നും ഒരു വ്യത്യാസം ഇവർക്കുണ്ട്. കൂടുതൽ വ്യവസ്ഥാപിതമായ പാണ്ഡിത്യഗർവ്വും തങ്ങളുടെ സാമൂഹ്യശാസ്ത്രത്തിന്റെ അത്ഭുതസി ദ്ധിയിലുള്ള ഭ്രാന്തുപിടിച്ച അന്ധവിശ്വാസവും പിന്തിരിപ്പൻ സോഷ്യ ലിസ്റ്റുകാരിൽ നിന്ന് ഇവരെ വേർതിരിക്കുന്നു.

അതുകൊണ്ട് ഇവർ തൊഴിലാളിവർഗ്ഗം നടത്തുന്ന എല്ലാ രാഷ്ട്രീ യപ്രവർത്തനങ്ങളേയും രൂക്ഷമായി എതിർക്കുന്നു. ഇത്തരം പ്രവർ ത്തനങ്ങൾക്ക് കാരണം തങ്ങളുടെ പുതിയ സുവിശേഷത്തിലുള്ള അവിശ്വാസമാണെന്നത്രെ അവരുടെ അഭിപ്രായം.

ഇംഗ്ലണ്ടിലെ ഓവൻപക്ഷക്കാരും ഫ്രാൻസിലെ ഫുറ്യേപക്ഷ ക്കാരും യഥാക്രമം ചാർട്ടിസ്റ്റ്പ്രസ്ഥാന[41]ക്കാരെയും റിഫോർമ്മിസ്റ്റ് പ്രസ്ഥാനക്കാ[42]രെയും എതിർക്കുന്നു.

*'ഫലൻസ്റ്റേറുകൾ' എന്നതു ഷാർത്സ് ഫുറ്യേയുടെ പദ്ധതിയനുസരിച്ചുള്ള സോഷ്യലിസ്റ്റ് കോളനികളാണ്. കബേ തന്റെ സങ്കൽപ്പലോകത്തിനും പിന്നീട് തന്റെ അമേരിക്കൻ കമ്യൂണിസ്റ്റ് കോളനിക്കും കൊടുത്തിട്ടുള്ള പേരാണ് 'ഇക്കാറിയ.' (1888ലെ ഇംഗ്ലീഷ് പതിപ്പിനുള്ള എംഗൽസിന്റെ കുറിപ്പ്)

തന്റെ കമ്യൂണിസ്റ്റ് മാതൃകാസമൂഹങ്ങളെയാണ് ഓവൻ 'ഹോം കോള നികൾ'എന്നു വിളിച്ചിരുന്നത്. ഫുറ്യേ ആസൂത്രണം ചെയ്തിരുന്ന പൊതുജന

മാളികകളുടെ പേര് 'ഫലൻസ്റ്റേറുകൾ' എന്നായിരുന്നു. ഒരു സങ്കൽപ്പലോകത്തിന്റെ—അതിലെ കമ്യൂണിസ്റ്റ് സ്ഥാപനങ്ങൾ കബേ ചിത്രീകരിച്ചിട്ടുണ്ട്—പേരാണ് 'ഇക്കാറിയ.'(1890-ലെ ജർമ്മൻ പതപ്പിനുള്ള എംഗൽസിന്റെ കുറിപ്പ്.)

IV

നിലവിലുള്ള വിവിധ പ്രതിപക്ഷ പാർട്ടികളോടുള്ള കമ്യൂണിസ്റ്റുകാരുടെ നിലപാട്

ഇംഗ്ലണ്ടിലെ ചാർട്ടിസ്റ്റ് പ്രസ്ഥാനക്കാർ, അമേരിക്കയിലെ കാർഷിക പരിഷ്കാരവാദികൾ തുടങ്ങിയ നിലവിലുള്ള തൊഴിലാളിവർഗ്ഗപ്പാർട്ടികളും കമ്യൂണിസ്റ്റുകാരും തമ്മിലുള്ള ബന്ധം രണ്ടാം അധ്യായത്തിൽ വ്യക്തമാക്കിയിട്ടുണ്ട്.

തൊഴിലാളിവർഗ്ഗത്തിന്റെ അടിയന്തരലക്ഷ്യങ്ങൾ നേടാനും അവരുടെ താൽക്കാലിക താൽപ്പര്യങ്ങൾ നടപ്പാക്കാനും വേണ്ടി കമ്യൂണിസ്റ്റുകാർ പൊരുതുന്നു. എന്നാൽ വർത്തമാനകാലത്തെ പ്രസ്ഥാനത്തിൽ, ആ പ്രസ്ഥാനത്തിന്റെ ഭാവിയെയും അവർ പ്രതിനിധാനം ചെയ്യുകയും കാത്തുരക്ഷിക്കുകയും ചെയ്യുന്നുണ്ട്. ഫ്രാൻസിൽ യാഥാസ്ഥിതികരും സമൂലപരിവർത്തനവാദികളുമായ ബൂർഷ്വാസിക്കെതിരായി കമ്യൂണിസ്റ്റുകാർ സോഷ്യൽ ഡമോക്രാറ്റുകക്ഷി* യുമായി സഖ്യമുണ്ടാക്കുന്നു. പക്ഷേ, മഹത്തായ ഫ്രഞ്ചുവിപ്ലവത്തിന്റെ പൈതൃകമെന്നോണം കൈമാറിവന്നിട്ടുള്ള വാക്കുകളുടെയും വ്യാമോഹങ്ങളുടെയും കാര്യത്തിൽ വിമർശനപരമായ ഒരു നിലപാടെടുക്കാനുള്ള അവകാശം കമ്യൂണിസ്റ്റുകാർ കൈവിടുകയില്ല.

സ്വിറ്റ്സർലണ്ടിൽ അവർ റാഡിക്കൽകക്ഷിയെ അനുകൂലിക്കുന്നു. പക്ഷേ, ആ കക്ഷിയിൽ വിരുദ്ധശക്തികൾ—ഭാഗികമായി ഡെമോക്രാറ്റിക് സോഷ്യലിസ്റ്റുകാരും (ഫ്രഞ്ച് അർത്ഥത്തിൽ) ഭാഗി

കമായി റാഡിക്കൽ ബൂർഷ്വാകളും—അടങ്ങിയിട്ടുണ്ടെന്ന യാഥാർ ഥ്യം അവർ വിസ്മരിക്കുന്നില്ല.

ദേശീയമോചനത്തിനുള്ള പ്രാഥമികമായ ഉപാധി എന്ന നിലയിൽ കാർഷികവിപ്ലവത്തിൽ ഊന്നിപ്പറയുന്ന പാർട്ടിയെയാണ് 1846ൽ ക്രാക്കോവിലെ സായുധകലാപം ഇളക്കിവിട്ട പാർട്ടിയെയാണ്, പോളണ്ടിൽ കമ്യൂണിസ്റ്റുകാർ പിന്താങ്ങുന്നത്.

സ്വേച്ഛാധിപത്യപരമായ രാജവാഴ്ചയ്ക്കും ഫ്യൂഡൽ ദുഷ്പ്രഭുത്വത്തിനും പെറ്റിബൂർഷ്വാസിക്കും എതിരായി വിപ്ലവകരമായ[44] രീതിയിൽ ജർമ്മനിയിലെ ബൂർഷ്വാസി എപ്പോഴെല്ലാം പ്രവർത്തിക്കുന്നുവോ അപ്പോഴെല്ലാം കമ്യൂണിസ്റ്റുകാർ അവരോടൊപ്പം പോരാടുന്നു.

എന്നാൽ ബൂർഷ്വാസിക്ക് ആധിപത്യം കിട്ടുന്നതോടുകൂടി നിലവിൽ വരുത്താതിരിക്കാൻ നിർവാഹമില്ലാത്ത സാമൂഹിക -രാഷ്ട്രീയ സാഹചര്യങ്ങളെ ഉടൻതന്നെ ബൂർഷ്വാസിക്കെതിരായി അത്രയും ആയുധങ്ങളാക്കി മാറ്റാനും ജർമ്മനിയിൽ പിന്തിരിപ്പൻ വർഗ്ഗങ്ങൾ നിലംപതിച്ചുകഴിഞ്ഞാൽ ഉടനടി ബൂർഷ്വാസിക്കെതിരായ പോരാട്ടം ആരംഭിക്കുവാനും വേണ്ടി ബൂർഷ്വാസിയും തൊഴിലാളി വർഗ്ഗവും തമ്മിലുള്ള വർഗ്ഗവൈരത്തെക്കുറിച്ച് സാധ്യമായത്ര ഏറ്റവും വ്യക്തമായ ബോധം തൊഴിലാളിവർഗ്ഗത്തിൽ ഉളവാക്കുന്നതിന് അവർ അനവരതം പ്രവർത്തിക്കും.

യൂറോപ്യൻ നാഗരികതയുടെ കൂടുതൽ വികസിച്ച സാഹചര്യങ്ങളിലും 17-ാം നൂറ്റാണ്ടിലെ ഇംഗ്ലണ്ടിലേയും 18-ാം നൂറ്റാണ്ടിലെ ഫ്രാൻസിലേയും തൊഴിലാളിവർഗ്ഗത്തേക്കാൾ എത്രയോ അധികം വളർന്നിട്ടുള്ള ഒരു തൊഴിലാളിവർഗ്ഗത്തിന്റെ പിൻബലത്തോടുകൂടിയും നടക്കുമെന്ന് ഉറപ്പിക്കാവുന്ന ഒരു ബൂർഷ്വാവിപ്ലവത്തിന്റെ വക്കത്ത് ജർമ്മനി എത്തിച്ചേർന്നിരിക്കുന്നതുകൊണ്ടും ജർമ്മനിയിലെ ബൂർഷ്വാവിപ്ലവം അതേത്തുടർന്ന് ഉടനടിയുണ്ടാകുന്ന തൊഴിലാളിവർഗ്ഗവിപ്ലവത്തിന്റെ നാന്ദിമാത്രമായിരിക്കുമെന്നതുകൊണ്ടും കമ്യൂണിസ്റ്റുകാർ തങ്ങളുടെ ശ്രദ്ധ പ്രധാനമായും ജർമ്മനിയിൽ കേന്ദ്രീകരിക്കുന്നു.

ചുരുക്കത്തിൽ കമ്യൂണിസ്റ്റുകാർ എല്ലായിടത്തും നിലവിലുള്ള സാമൂഹിക-രാഷ്ട്രീയക്രമങ്ങൾക്കെതിരായ എല്ലാ വിപ്ലവ പ്രസ്ഥാനങ്ങളേയും പിന്താങ്ങുന്നു.

ഈ പ്രസ്ഥാനങ്ങളിലെല്ലാം തന്നെ കമ്യൂണിസ്റ്റുകാർ ആ സമയത്ത് പ്രസ്ഥാനം എത്രത്തോളം വളർന്നിട്ടുണ്ടെന്ന് നോക്കാതെ സ്വത്തുടമയുടെ പ്രശ്നത്തെ പ്രമുഖ പ്രശ്നമായി മുന്നോട്ടു കൊണ്ടുവരുന്നു.

അവസാനമായി അവർ എല്ലാ രാജ്യങ്ങളിലുമുള്ള ജനാധിപത്യപ്പാർട്ടികൾ തമ്മിൽ യോജിപ്പും ധാരണയും ഉണ്ടാക്കുന്നതിനു വേണ്ടിയാണ് എല്ലായിടത്തും പരിശ്രമിക്കുക.

സ്വാഭിപ്രായങ്ങളെയും ലക്ഷ്യങ്ങളെയും മൂടിവയ്ക്കുന്നതിനെ കമ്യൂണിസ്റ്റുകാർ വെറുക്കുന്നു. നിലവിലുള്ള സാമൂഹ്യോപാധികളെയാകെ ബലം പ്രയോഗിച്ച് മറിച്ചിട്ടാൽ മാത്രമേ തങ്ങളുടെ ലക്ഷ്യങ്ങൾ നേടാനാവൂ എന്ന് അവർ പരസ്യമായി പ്രഖ്യാപിക്കുന്നു. കമ്യൂണിസ്റ്റ് വിപ്ലവത്തെ ഓർത്ത് ഭരണാധികാരിവർഗ്ഗങ്ങൾ കിടിലം കൊള്ളട്ടെ. തൊഴിലാളികൾക്കു സ്വന്തം ചങ്ങലക്കെട്ടുകളല്ലാതെ മറ്റൊന്നും നഷ്ടപ്പെടാനില്ല. അവർക്കു നേടാനോ ഒരു ലോകമുണ്ടുതാനും.

സർവരാജ്യത്തൊഴിലാളികളേ,
ഏകോപിക്കുവിൻ!

* പാർലമെന്റിൽ ലെഡ്രൂറോളിനും സാഹിത്യരംഗത്ത് ലൂയി ബ്ലാങ്കും[43] പത്രലോകത്ത് ലാറിഫോർമ്മ പത്രവുമാണ് ഈ കക്ഷിയെ പ്രതിനിധാനം ചെയ്യുന്നത്. സോഷ്യൽ ഡമോക്രസിയെന്ന പേര്, അതു കണ്ടുപിടിച്ച ഇവരെ സംബന്ധിച്ചിടത്തോളം ഡമോക്രാറ്റിക് അഥവാ റിപ്പബ്ലിക്കൻ കക്ഷിയുടെ ഏറക്കുറെ സോഷ്യലിസത്തിന്റെ നിറം കലർന്ന ഒരു വിഭാഗത്തെ കുറിക്കുന്നു. (1888ലെ ഇംഗ്ലീഷ് പതിപ്പിനുള്ള എംഗൽസിന്റെ കുറിപ്പ്.)
അക്കാലത്ത് ഫ്രാൻസിൽ സോഷ്യലിസ്റ്റ്-ഡമോക്രാറ്റിക് എന്നു സ്വയം വിളിച്ചിരുന്ന കക്ഷിയെ രാഷ്ട്രീയരംഗത്ത് ലെഡ്രൂ റോളിനും സാഹിത്യരംഗത്ത് ലൂയി ബ്ലാങ്കുമാണ് പ്രതിനിധാനം ചെയ്തിരുന്നത്. അങ്ങനെ ഇന്നത്തെ ജർമ്മൻ സോഷ്യൽ-ഡമോക്രസിയിൽ നിന്നും അതു തികച്ചും വിഭിന്നമായിരുന്നു. (1890ലെ ജർമ്മൻ പതിപ്പിനുള്ള എംഗൽസിന്റെ കുറിപ്പ്.)

കുറിപ്പുകൾ

കമ്യൂണിസ്റ്റ് മാനിഫെസ്റ്റോ

1. ഫ്രാൻസിൽ നടന്ന 1848ലെ ഫെബ്രുവരിവിപ്ലവത്തെയാണ് ഇവിടെ പരാമർശിക്കുന്നത്.
2. *റെഡ്റിപ്പബ്ലിക്കൻ*(The Red Republican)-ജിഹാർണിയുടെ പ്രസാധകത്വത്തിൽ 1850 ജൂൺ മുതൽ നവംബർ വരെ പുറത്തുവന്ന ചാർട്ടിസ്റ്റ് വാരിക. 1850 നവംബറിൽ അത് 21 മുതൽ 24 വരെയുള്ള ലക്കങ്ങളിലായി *കമ്യൂണിസ്റ്റ് മാനിഫെസ്റ്റോ*യുടെ പ്രഥമ ഇംഗ്ലീഷ് വിവർത്തനം സംക്ഷിപ്തരൂപത്തിൽ പ്രസിദ്ധീകരിക്കുകയുണ്ടായി.
3. *ലെ സോഷ്യലിസ്റ്റ് (Le Socialiste)* 1871 ഒക്ടോബർ മുതൽ 1873 മെയ് വരെ ന്യൂയോർക്കിൽനിന്ന് പുറപ്പെടുവിച്ചിരുന്ന ഫ്രഞ്ചുവാരിക. ഇന്റർനാഷണലിന്റെ ഫ്രഞ്ചുവിഭാഗങ്ങളുടെ മുഖപത്രമായിരുന്നു അത്.
   കമ്യൂണിസ്റ്റ് മാനിഫെസ്റ്റോ (കുറെ ഭാഗം വിട്ടുകളഞ്ഞുകൊണ്ട്) ഈ പത്രത്തിൽ 1872 ജനുവരി-ഫെബ്രുവരി മാസങ്ങളിലായി പ്രസിദ്ധപ്പെടുത്തുകയുണ്ടായി.
4. 1869ൽ ജനീവ(സ്വിറ്റ്സർലണ്ട്)യിൽ പുറത്തുവന്ന, *കമ്യൂണിസ്റ്റ് മാനിഫെസ്റ്റോ*യുടെ പ്രഥമറഷ്യൻ പതിപ്പിനെയാണ് ഇവിടെ പരാമർശിക്കുന്നത്. വിവർത്തനം നടത്തിയത് ബക്കുനിനായിരുന്നു. *മാനിഫെസ്റ്റോ*യുടെ ഉള്ളടക്കം അദ്ദേഹം പലേടത്തും വളച്ചൊടിക്കുകയുണ്ടായി. 1882ൽ ജനീവയിൽ പ്രസിദ്ധം ചെയ്ത പ്ലഖാനോവിന്റെ വിവർത്തനത്തിൽ ആദ്യത്തെ റഷ്യൻ പതിപ്പിലെ കുറവുകൾ നികത്തിയിരുന്നു.
5. ഇവിടെ പരാമർശിക്കുന്ന പതിപ്പ് 1869ലാണ് പുറത്തുവന്നത്. 1888ലെ ഇംഗ്ലീഷ് പതിപ്പിനുള്ള എംഗൽസിന്റെ മുഖവുരയിലും ഈ റഷ്യൻ വിവർത്തനം പ്രസിദ്ധീകരിച്ച വർഷം തെറ്റായിട്ടാണ് കൊടുത്തിരിക്കുന്നത്.
6. *കോലൊക്കൊൽ* (മണി) 1857-67ൽ അലക്സാണ്ടർ ഹെർസന്റെയും നിക്കൊലായ് ഒഗറ്യോവിന്റെയും പ്രസാധകത്വത്തിൽ ആദ്യം (1865 വരെ) ലണ്ടനിൽനിന്നും പിന്നീട് ജനീവയിൽനിന്നും പുറപ്പെടുവിച്ചിരുന്ന, റഷ്യൻ റവല്യൂഷണറി ഡെമോക്രാറ്റുകളുടെ പത്രം.
7. നാരോദ്നിക് ഭീകരപ്രവർത്തകരുടെ ഒരു രഹസ്യരാഷ്ട്രീയസംഘടനയായിരുന്ന 'നാരോദ്നയ വോല്യ' (ജനഹിതം) എന്ന സംഘത്തിലെ അംഗങ്ങൾ 1881 മാർച്ച് 1ന് സാർചക്രവർത്തി അലക്സാണ്ടർ രണ്ടാമനെ വധിച്ചതിനെത്തുടർന്ന് റഷ്യയിലുളവായ സാഹചര്യത്തെപ്പറ്റിയാണ് ഇവിടെ പ്രതിപാദിക്കുന്നത്. പുതിയ ചക്രവർത്തി അലക്സാണ്ടർ മൂന്നാമൻ ആ സമയം വിപ്ലവപ്രവർത്തനങ്ങളെയും 'നാരോദ്നയ വോല്യ'യുടെ ഭാഗത്തു നിന്നുമുള്ള കൂടുതൽ ഭീകരനടപടികളെയും ഭയന്ന് ഗാച്ചിനയിൽ കഴിയുകയായിരുന്നു.

8. *ചാൾസ് റോബർട്ട് ഡാർവിൻ* (Darwin, Charles Robert, 1809-1882) ഭൗതിക ജീവശാസ്ത്രത്തിന്റെയും ജീവികളുടെ ഉൽപ്പത്തിയെ സംബന്ധിച്ച പരിണാമസിദ്ധാന്തത്തിന്റെയും സ്ഥാപകനായിരുന്ന മഹാനായ ഇംഗ്ലീഷ് ശാസ്ത്രജ്ഞൻ, പ്രകൃതി സമൃദ്ധമായി പ്രദാനം ചെയ്യുന്ന വസ്തുതകൾ ഉപയോഗിച്ചുകൊണ്ട്, സചേതനപ്രകൃതിയുടെ വികാസത്തെ സംബന്ധിച്ച സിദ്ധാന്തം ആദ്യമായി സ്ഥാപിച്ചത് അദ്ദേഹമാണ്. സചേതനലോകത്തിന്റെ വളർച്ച താരതമ്യേന കുറച്ചു സങ്കീർണമായ രൂപങ്ങളിൽനിന്നും കൂടുതൽ സങ്കീർണമായവയിലേക്കാണെന്നും പുതിയ രൂപങ്ങളുടെ ആവിർഭാവം പഴയവയുടെ തിരോധാനത്തെപ്പോലെ തന്നെ പ്രകൃത്യാ സംഭവിക്കുന്ന ചരിത്രപരമായ വളർച്ചയുടെ ഫലമായാണെന്നും ആദ്യമായി തെളിയിച്ചതും അദ്ദേഹമാണ്. ഡാർവിന്റെ തത്വത്തിന് ആധാരമായിട്ടുള്ളത് പ്രകൃതിനിർധാരണവും കൃതകനിർധാരണവും മുഖേനയുള്ള ജീവികളുടെ ഉൽപ്പത്തിയെ സംബന്ധിച്ച അദ്ദേഹത്തിന്റെ സിദ്ധാന്തമാണ്. അവസ്ഥാഭേദങ്ങൾ വരുത്താനുള്ള കഴിവും ജന്മവാസനകളും ജൈവവസ്തുക്കളിൽ അന്തർലീനമായിട്ടുണ്ടെന്നും ജന്തുക്കളായാലും സസ്യങ്ങളായാലും ജീവിതമത്സരത്തിൽ അവയ്ക്ക് അനുഗുണമായ മാറ്റങ്ങൾ പരമ്പരാഗതമായി അവ ആർജിക്കുന്നുണ്ടെന്നും പുതിയ ജന്തുക്കളുടെയും സസ്യങ്ങളുടെയും ആവിർഭാവത്തിന് ഇതാണ് ഹേതുവെന്നും ഡാർവിൻ സമർഥിക്കുകയുണ്ടായി. തന്റെ സിദ്ധാന്തത്തിന്റെ മുഖ്യതത്വങ്ങൾ തെളിവുകളടക്കം. *ജീവികളുടെ ഉൽപ്പത്തി* (1859) എന്ന ഗ്രന്ഥത്തിൽ ഡാർവിൻ വിവരിച്ചിട്ടുണ്ട്.
9. 2-ാമത്തെ കുറിപ്പ് നോക്കുക.
10. പിയെർ-ജോസഫ് പ്രൂധോൺ (Prondhon, Pierre-Goseph, 1809-1865) ഫ്രഞ്ച് പ്രചാരകനും സാമ്പത്തികശാസ്ത്രജ്ഞനും സാമൂഹികശാസ്ത്രജ്ഞനും. ഇദ്ദേഹം പെറ്റിബൂർഷ്വാസിയുടെ തത്വശാസ്ത്രജ്ഞനും അരാജകവാദത്തിന്റെ സ്ഥാപകരിൽ ഒരാളുമായിരുന്നു. 1840ൽ അദ്ദേഹം തന്റെ *സ്വത്ത് എന്നാലെന്ത്?* എന്ന ഗ്രന്ഥം പ്രസിദ്ധീകരിച്ചു. ചെറുകിടസ്വകാര്യസ്വത്തുടമ ചിരകാലം നിലനിർത്തണമെന്ന് പ്രൂധോൺ സ്വപ്നംകണ്ടിരുന്നു. വൻകിടമുതലാളിത്തസ്വത്തുടമയെ ഇടത്തരക്കാരന്റെ നിലപാടിൽനിന്നുകൊണ്ട് അദ്ദേഹം വിമർശിക്കുകയും ചെയ്തിരുന്നു. 'സാജന്യവായ്പ'യുടെ സഹായത്തോടെ സ്വന്തം ഉൽപ്പാദനോപകരണങ്ങൾ വാങ്ങി കരകൗശലക്കാരാകാൻ തൊഴിലാളികൾക്ക് സാധിക്കത്തക്കവണ്ണം ഒരു പ്രത്യേക 'ജനകീയബാങ്ക്' സ്ഥാപിക്കണമെന്ന് അദ്ദേഹം നിർദേശിച്ചു. തങ്ങളുടെ പ്രയത്നഫലമായുണ്ടാക്കുന്ന ഉൽപ്പന്നങ്ങളുടെ വിൽപ്പന 'ന്യായമായി സംഘടിപ്പിക്കാൻ തൊഴിലാളികൾക്കു കഴിയുകയും അതേസമയം ഉൽപ്പാദനോപകരണങ്ങളും ഉപാധികളും സുരക്ഷിതമായി മുതലാളികളുടെ കൈയിലിരിക്കുകയും ചെയ്യുമാറ് പ്രത്യേക "വിനിമയബാങ്കുകൾ" സ്ഥാപിക്കണമെന്ന പ്രൂധോണിന്റെ മനോരാജ്യവും അതുപോലെതന്നെ പിന്തിരിപ്പനായിരുന്നു. 1846-ൽ പ്രൂധോൺ തത്വശാസ്ത്രത്തെയും സാമ്പത്തികശാസ്ത്രത്തെയും സംബന്ധിച്ച അദ്ദേഹത്തിന്റെ പെറ്റിബൂർഷ്വാ അഭിപ്രായഗതികൾ വിവരിക്കുന്ന *സാമ്പത്തിക വൈരുധ്യവ്യവസ്ഥ അഥവാ ദാരിദ്ര്യത്തിന്റെ തത്വശാസ്ത്രം* എന്ന ഗ്രന്ഥം പ്രസിദ്ധപ്പെടുത്തി. *തത്വശാസ്ത്രത്തിന്റെ ദാരിദ്ര്യം* എന്ന കൃതിയിൽ മാർക്സ് പ്രൂധോണിന്റെ ഈ ഗ്രന്ഥത്തെ നിശിതമായി വിമർശിക്കുകയും അതിനു

ശാസ്ത്രീയാടിസ്ഥാനമില്ലെന്നു സ്ഥാപിക്കുകയും ചെയ്തിട്ടുണ്ട്.

11. ലസ്സാലെ (Lassale)യുടെ അനുയായികൾ-ഒരു ജർമൻ പെറ്റിബൂർഷ്വാ സോഷ്യലിസ്റ്റായിരുന്ന ഫെർഡിനാൻഡ് ലസ്സാലെയുടെ അനുയായികളും അനുചരന്മാരും. 1863ൽ ലീപ്സിഗ്ഗിൽ ചേർന്ന തൊഴിലാളി സംഘങ്ങളുടെ കോൺഗ്രസിൽവെച്ച് രൂപീകൃതമായ 'ജർമൻതൊഴിലാളികളുടെ പൊതുസംഘടന'യിലെ (ജനറൽ അസോസിയേഷൻ ഓഫ് ജർമൻ വർക്കേഴ്സ്) അംഗങ്ങളായിരുന്നു ഇവർ. സംഘടനയുടെ ആദ്യത്തെ പ്രസിഡന്റ് ലസ്സാലെയായിരുന്നു. അദ്ദേഹമാണ് അതിന്റെ പരിപാടിയും മൗലികമായ അടവുകളും നിർണയിച്ചത്. സാർവത്രികവോട്ടവകാശത്തിനുവേണ്ടി സമരം ചെയ്യുകയെന്നത് അസോസിയേഷന്റെ രാഷ്ട്രീയപരിപാടിയായും സ്റ്റേറ്റിന്റെ ധന സഹായത്തോടെ തൊഴിലാളികളുടെ ഉൽപ്പാദകസംഘങ്ങൾ സംഘടിപ്പിക്കുകയെന്നത് അതിന്റെ സാമ്പത്തികപരിപാടിയായും പ്രഖ്യാപിക്കപ്പെട്ടു. ലസ്സാലെയുടെ അനുയായികളുടെ സിദ്ധാന്തവും അടവുകളും സംഘടനാതത്ത്വങ്ങളും ജർമൻ തൊഴിലാളി പ്രസ്ഥാനത്തിലെ ഒരു അവസരവാദപരമായ പ്രവണതയെ കുറിക്കുന്നുവെന്ന് മാർക്സും എംഗൽസും ഒന്നിലധികം തവണ വിമർശിച്ചിട്ടുണ്ട്.
12. 'വുഡ്ഹൾ ആന്റ് ക്ലാഫ്ലിൻസ് വീക്ക്ലി (Woodhull and Claflin's Weekly)- 1870 മുതൽ 1876 വരെ ന്യൂയോർക്കിൽ നിന്നും പ്രസിദ്ധീകരിച്ചുവന്നിരുന്ന ഒരു അമേരിക്കൻവാരിക. 1871 ഡിസംബർ 30നു *കമ്യൂണിസ്റ്റ്മാനിഫെസ്റ്റോ* (കുറെഭാഗം വിട്ടുകളഞ്ഞുകൊണ്ട്) ഇതിൽ പ്രസിദ്ധപ്പെടുത്തുകയുണ്ടായി.
13. 3-ാമത്തെ കുറിപ്പ് നോക്കുക.
14. 5-ാമത്തെ കുറിപ്പ് നോക്കുക.
15. വിവർത്തനം ചെയ്തത് ജി വി പ്ലഖ്നോവായിരുന്നു. 'റഷ്യയിലെ സാമൂഹ്യ ബന്ധങ്ങൾ' എന്ന ലേഖനത്തിന്റെ അനുബന്ധത്തിൽ എംഗൽസ് തന്നെ ഇക്കാര്യം ചൂണ്ടിക്കാണിച്ചിട്ടുണ്ട്.
16. വർഷം ശരിക്കല്ല കൊടുത്തിരിക്കുന്നത്. എംഗൽസ് പരാമർശിക്കുന്ന വിവർത്തനം ലെ *സോഷ്യലിസ്റ്റിൽ* പ്രസിദ്ധീകരിച്ചത് 1885ലായിരുന്നു.
17. ഈ ഗ്രന്ഥത്തിന്റെ 40-ാമത്തെ കുറിപ്പും നോക്കുക.
18. *എറ്റ്യേൻ കബേ* (Cabet, Etienne, 1788-1856)ഫ്രാൻസിലെ ഒരു പെറ്റിബൂർഷ്വാപ്രചാരകനും സാങ്കൽപ്പികകമ്യൂണിസത്തിന്റെ ഒരു പ്രമുഖ വക്താവുമായിരുന്നു ഇദ്ദേഹം. സമൂഹത്തിന്റെ സമാധാനപരമായ പരിവർത്തനം വഴി ബൂർഷ്വാവ്യവസ്ഥയുടെ കുറവുകൾ നീക്കാൻ കഴിയുമെന്ന് കബേ വാദിച്ചു. തന്റെ അഭിപ്രായങ്ങൾ *ഇക്കാറിയായിലെ യാത്രകൾ* (1840) എന്ന ഗ്രന്ഥത്തിൽ അദ്ദേഹം വിവരിച്ചിട്ടുണ്ട്. അമേരിക്കയിൽ കമ്യൂണുകൾ സംഘടിപ്പിച്ചുകൊണ്ട് അവ പ്രയോഗത്തിൽ വരുത്താൻ അദ്ദേഹം ശ്രമിച്ചെങ്കിലും ആ പരീക്ഷണം പരാജയമടയുകയാണുണ്ടായത്.

    വിൽഹം വൈറ്റ്ലിങ് (Weitling, Wilhelm, 1808-1871)ജർമൻ തൊഴിലാളിപ്രസ്ഥാനത്തിന്റെ പ്രാരംഭദശയിലെ ഒരു പ്രമുഖനേതാവ്. സമത്വവാദപരമായ സാങ്കൽപ്പികകമ്യൂണിസത്തിന്റെ താത്വികന്മാരിലൊരാൾ; തൊഴിലിൽ അദ്ദേഹം ഒരു തുന്നൽക്കാരനായിരുന്നു.
19. 8-ാംമത്തെ കുറിപ്പ നോക്കുക.

20. എംഗൽസ് ഇവിടെ പരാമർശിക്കുന്നത് 1883ലെ ജർമൻ പതിപ്പിനുള്ള അദ്ദേഹത്തിന്റെ മുഖവുരയെയാണ്.
21. 15-ാമത്തെ കുറിപ്പ് നോക്കുക.
22. 6-മത്തെ കുറിപ്പ് നോക്കുക.
23. 7-ാമത്തെ കുറിപ്പ് നോക്കുക.
24. 16-ാമത്തെ കുറിപ്പ് നോക്കുക.
25. പ്രഷ്യൻ പൊലീസ് കൊളോണിൽ സ്ഥിതിചെയ്തിരുന്ന കമ്യൂണിസ്റ്റ് ലീഗിന്റെ കേന്ദ്രബോർഡിനെ വേട്ടയാടിപ്പിടിച്ചു. 1852ൽ വിചാരണ ചെയ്തു. ഇത് 'കൊളോൺ കമ്യൂണിസ്റ്റു വിചാരണ' എന്ന് അറിയപ്പെടുന്നു.
26. കാൾ മാർക്സ് എഴുതിയ *ഇന്റർനാഷണൽ വർക്കിങ്മെൻസ് അസോസിയേഷന്റെ പൊതുനിയമാവലി* നോക്കുക.
27. 18-ാമത്തെ കുറിപ്പ് നോക്കുക.
28. 1814-15ലെ വിയന്നാ കോൺഗ്രസിന്റെ തീരുമാനമനുസരിച്ച് പോളിഷ് രാഷ്ട്രം എന്ന ഔദ്യോഗികപ്പേരിൽ റഷ്യയുമായി ചേർന്ന, പോളണ്ടിന്റെ വിഭാഗത്തെയാണ് ഇവിടെ പരാമർശിക്കുന്നത്.
29. *ലൂയി ബോണപ്പാർട്ട്* (Louis Bonaparte) നെപ്പോളിയൻ മൂന്നാമൻ (Napoleon III, 1808-1873). നെപ്പോളിയൻ ഒന്നാമന്റെ ഭാഗിനേയൻ, രണ്ടാം റിപ്പബ്ലിക്കിന്റെ (1848-51) പ്രസിഡന്റ്, ഫ്രാൻസിലെ ചക്രവർത്തി (1852-70).

    ഓട്ടോ ബിസ്മാർക്ക് (Bismark, Otto, 1815-1898) പ്രഷ്യൻ രാജ്യതന്ത്രജ്ഞൻ, ജർമനിയുടെ ചാൻസലർ (1871-90); പ്രഷ്യയുടെ പരമാധികാരത്തിൻകീഴിൽ ജർമനിയുടെ ഏകീകരണം ബലം പ്രയോഗിച്ചു നടപ്പാക്കി; തൊഴിലാളിവർഗപ്രസ്ഥാനത്തിന്റെ കടുത്ത ശത്രു; 1878ൽ സോഷ്യലിസ്റ്റ് വിരുദ്ധമായ ഒരു അസാധാരണനിയമം പാസാക്കി.
30. *ക്ലെമെൻസ് മെറ്റർനിക്ക്* (Metternich, Clemens, 1773-1859) ആസ്ത്രിയൻ രാജ്യതന്ത്രജ്ഞനും നയതന്ത്രജ്ഞനും; 1809 മുതൽ 1821 വരെ വിദേശകാര്യമന്ത്രിയും 1821 മുതൽ 1848 വരെ ചാൻസലറും; തികഞ്ഞ പിന്തിരിപ്പൻ.

    ഫ്രൻസ്വാ-പിയെർ ഗിയോം ഗിസോ (Guisot, Francois-Pierre Guillaume, 1787-1874) ഫ്രാൻസിലെ ബൂർഷ്വാചരിത്രകാരനും രാജ്യതന്ത്രജ്ഞനും; 1840 മുതൽ 1848 വരെ വൻകിടബൂർഷ്വാസിയുടെ താൽപ്പര്യങ്ങൾക്കനുസൃതമായി രാജ്യത്തിന്റെ ആഭ്യന്തര-വിദേശനയങ്ങൾ നയിച്ചത് യഥാർഥത്തിൽ ഇദ്ദേഹമായിരുന്നു.
31. *ഔഗുസ്റ്റ് ഹക്സ്റ്റ്ഹൗസൻ* (Haxthausen, August, 1792-1866) പ്രഷ്യൻ ഉദ്യോഗസ്ഥനും ഗ്രന്ഥകാരനും; റഷ്യയിലെ ഭൂവുടമാബന്ധങ്ങളിൽ നിലനിന്ന, പൊതുവുടമസമ്പ്രദായത്തിന്റെ അവശിഷ്ടങ്ങളെക്കുറിച്ച് അദ്ദേഹം ഒരു പുസ്തകമെഴുതിയിട്ടുണ്ട്.
32. *ഗിയോർഗ് ലുദ്‌വിഗ് മൗറർ* (Maurer, Georg Ludwig, 1792-1872) പ്രാചീനകാലത്തെയും മധ്യകാലത്തെയും ജർമനിയിലെ സാമൂഹ്യവ്യവസ്ഥയെ സംബന്ധിച്ചു ഗവേഷണം നടത്തിയിട്ടുള്ള സുപ്രസിദ്ധ ജർമൻ ബൂർഷ്വാചരിത്രകാരൻ.
33. ലൂയി ഹെന്റി മോർഗൻ (Morgan, Lewis Henry, 1818-1881)-അമേരിക്കയിലെ പ്രമുഖ നരവംശശാസ്ത്രജ്ഞനും പുരാവസ്തു ഗവേഷകനും പ്രാകൃതസമൂഹ ചരിത്രകാരനും അനൈച്ഛിക ഭൗതികവാദിയും.

34. ജറുസലേമിലെയും ഇതര 'പുണ്യസ്ഥല'ങ്ങളിലെയും ക്രിസ്ത്യൻ വിശുദ്ധാവശിഷ്ടങ്ങളെ മുസ്ലിങ്ങളിൽനിന്നും വിമോചിപ്പിക്കാനെന്ന പേരിൽ മതത്തിന്റെ കൊടിയുമേന്തി 11-ാം ശതകത്തിനും 13-ാം ശതകത്തിനുമിടയിൽ പശ്ചിമയൂറോപ്യൻ നാട്ടുവാഴികളും യോദ്ധാക്കളും (Knights) സൈനികാധിനിവേശാർഥം പൗരസ്ത്യദേശങ്ങൾക്കെതിരെ നടത്തിയ യുദ്ധങ്ങളായിരുന്നു ഇവ.
35. 'അധ്വാനശേഷിയുടെ മൂല്യം,' 'അധ്വാനശേഷിയുടെ വില'-മാർക്സ് നിർദേശിച്ച, കുറേക്കൂടെ സൂക്ഷ്മമായ ഈ പദങ്ങളാണ് 'അധ്വാനമൂല്യ'ത്തിനും 'അധ്വാനവില'യ്ക്കും പകരം മാർക്സും എംഗൽസും തങ്ങളുടെ പിന്നീടുള്ള കൃതികളിൽ പ്രയോഗിച്ചുവന്നത്.
36. ഫ്രഞ്ച് ലെജിറ്റിമിസ്റ്റുകാർ (French Legitimists) പ്രഭുവർഗത്തിൽപ്പെട്ട ഭൂവുടമകളുടെ താൽപ്പര്യങ്ങളെ പ്രതിനിധീകരിച്ചിരുന്ന ബൂർബോൺ രാജകുടുംബത്തിന്റെ (1830ൽ അത് സ്ഥാനഭ്രഷ്ടമാക്കപ്പെട്ടു.) അനുകൂലികൾ. ധനാഢ്യരായ പ്രഭുവർഗങ്ങളുടെയും വൻകിടബൂർഷ്വാസിയുടെയും പിന്തുണയോടുകൂടി അധികാരത്തിലിരുന്ന ഓർലിയൻസ് രാജകുടുംബത്തിനെതിരായ സമരത്തിൽ ചില ലെജിറ്റിമിസ്റ്റുകാർ ബൂർഷ്വാ ചൂഷകർക്കെതിരായി തൊഴിലാളികൾക്കുവേണ്ടി വാദിക്കുന്നവരാണ് തങ്ങളെന്ന് അവകാശപ്പെട്ടുകൊണ്ടു പലപ്പോഴും സാമൂഹ്യവായാടിത്തത്തിലേർപ്പെട്ടുമായിരുന്നു.
   'യുവ ഇംഗ്ലണ്ട്' ('Joung England') ബ്രിട്ടനിലെ യാഥാസ്ഥിതിക കക്ഷിയിൽ ടോറികൾ) പെട്ട ഒരു സംഘം രാഷ്ട്രീയപ്രവർത്തകരും സാഹിത്യകാരന്മാരും; 1840 നെത്തുടർന്നുള്ള ആദ്യവർഷങ്ങളിലാണ് അത് രൂപീകൃതമായത്. ഈ സംഘം ബൂർഷ്വാസിയുടെ വർധിച്ചുവരുന്ന സാമ്പത്തിക രാഷ്ട്രീയശക്തിക്കെതിരായി ഭൂവുടമകളായ പ്രഭുവർഗത്തിനുണ്ടായിരുന്ന അസംതൃപ്തി വെളിപ്പെടുത്തിയിരുന്നു. ബൂർഷ്വാസിക്കെതിരായ സമരത്തിൽ ഉപയോഗിക്കാനായി അവർ പ്രസംഗക്കസർത്തുകൾ നടത്തി തൊഴിലാളിവർഗത്തെ അവരുടെ ഭാഗത്തേക്കു ചേർക്കാൻ ശ്രമിച്ചു.
37. *ജാൻ-ചാൾസ് സിമോണ്ട് ഡി സിസ്മോണ്ടി* (Sismondi, Lean-Charles Simonde de, 1773-1842)സ്വിസ് സാമ്പത്തികശാസ്ത്രജ്ഞനും ചരിത്രകാരനും, മുതലാളിത്തത്തിന്റെ ഒരു പെറ്റിബൂർഷ്വാ വിമർശകൻ.
38. നാട്ടുമുഖ്യന്മാർ (Junker) പ്രഷ്യയിലെ ഭൂവുടമകളായ പ്രഭുവർഗം.
39. ഗ്രാക്കസ് ബബ്യോഫ് (Babeuf, Gracchus); യഥാർഥനാമം: ഫ്രാൻസ്വാ-നോയെൽ (Francois-Noel, 1760-1797)-ഫ്രഞ്ചുവിപ്ലവകാരിയും സാങ്കൽപ്പികകമ്യൂണിസത്തിന്റെ പ്രമുഖ പ്രതിനിധിയും. അദ്ദേഹം സംഘടിപ്പിച്ച രഹസ്യസംഘടന ബഹുജനങ്ങളുടെ താൽപ്പര്യസംരക്ഷണാർഥം വിപ്ലവസർവാധിപത്യം സ്ഥാപിക്കുന്നതിലേക്കായി ഒരു സായുധകലാപത്തിനൊരുങ്ങുകൂട്ടി. ഗൂഢാലോചന കണ്ടുപിടിക്കപ്പെട്ടതിനെ ത്തുടർന്ന് 1797 മെയ് 27ന് ബബ്യോഫിനെ വധിക്കുകയുണ്ടായി.
40. *ഹെൻറി-ക്ലോഡ് സാൻസിമോൺ* (Saint-Simon, Henri Clodt, 1760-1825) ചാൾസ് ഫൂറ്യേ (Fourier, Charles, 1772-1837)- ഫ്രാൻസിലെ സാങ്കൽപ്പികസോഷ്യലിസ്റ്റുകാർ.
   റോബർട്ട് ഓവൻ (Owen, Robert, 1771-1858) ഇംഗ്ലണ്ടിലെ സാങ്കൽപ്പിക സോഷ്യലിസ്റ്റ്.
41. ചാർട്ടിസ്റ്റ് പ്രസ്ഥാനം (Chartism, 'ചാർട്ടർ' എന്ന പദത്തിൽനിന്ന്)

-സാമ്പത്തികദുരിതങ്ങളും രാഷ്ട്രീയമായ വോട്ടവകാശനിഷേധവും നിമിത്തം ഇംഗ്ലണ്ടിലെ തൊഴിലാളികൾക്കിടയിൽ വളർന്നുവന്ന ബഹുജനവിപ്ലവപ്രസ്ഥാനമായിരുന്നു ഇത്. വമ്പിച്ച പൊതുയോഗങ്ങളോടും പ്രകടനങ്ങളോടും കൂടി 1830നെത്തുടർന്നുള്ള ദശാബ്ദത്തിന്റെ ഉത്തരാർധത്തിൽ ആരംഭിച്ച ഈ പ്രസ്ഥാനം ഇടവിട്ട് ആറാം ദശാബ്ദത്തിന്റെ ആരംഭം വരെ നീണ്ടുനിന്നു. സ്ഥിരമായ വിപ്ലവനേതൃത്വത്തിന്റെയും വ്യക്തമായ പരിപാടിയുടെയും അഭാവമായിരുന്നു ചാർട്ടിസ്റ്റ് പ്രസ്ഥാനം പരാജയപ്പെടാനുള്ള മുഖ്യഹേതു.

42. *ലെ റിഫോർമ്* (Le Reforme) എന്ന പത്രത്തിന്റെ (പാരിസ്, 1843-50) അനുകൂലികളെയാണ് ഇവിടെ പരാമർശിക്കുന്നത്. ഒരു റിപ്പബ്ലിക്ക് സ്ഥാപിച്ചുകിട്ടുന്നതിനും സാമൂഹ്യരംഗത്ത് ജനാധിപത്യപരമായ പരിഷ്കാരങ്ങൾ നടപ്പാക്കുന്നതിനും വേണ്ടിയാണ് അവർ നിലകൊണ്ടത്.

43. *അലക്സാണ്ടർ-ഔഗുസ്റ്റ്-ലെഡ്റു റോളേൻ* (Ledru-Rollin Alexandree-Auguste, 1807-1874) ഫ്രഞ്ചുപ്രചാരകനും രാഷ്ട്രീയപ്രവർത്തകനും; പെറ്റിബൂർഷ്വാജനാധിപത്യനേതാക്കളിലൊരാൾ; *ലെ റിഫോർമ്* എന്ന പത്രത്തിന്റെ പത്രാധിപർ; 1848-ൽ താൽക്കാലിക ഗവൺമെന്റിലെ ഒരംഗമായിരുന്നു.

ലൂയി ബ്ലാങ്ക് (Blanc, Louis, 1811-1882) ഒരു ഫ്രഞ്ച് പെറ്റിബൂർഷ്വാ സോഷ്യലിസ്റ്റും ചരിത്രകാരനും; 1848-49ലെ വിപ്ലവത്തിൽ സജീവമായി പങ്കെടുത്തു; ബൂർഷ്വാസിയുമായി സന്ധിചെയ്യണമെന്നു വാദിച്ചു.

44. *ക്ലൈൻബൂർഗെരയ്* (Kleinburgerei) എന്നാണ് ജർമൻ മൂലപദം. നഗരങ്ങളിലെ ഇടത്തരക്കാരിൽപ്പെട്ട പിന്തിരിപ്പന്മാരെ കുറിക്കുവാനാണ് മാർക്സും എംഗൽസും ഈ പദം ഉപയോഗിച്ചുവന്നത്.

www.ingramcontent.com/pod-product-compliance
Lightning Source LLC
LaVergne TN
LVHW060238051026
849517LV00005B/1659